या सर्वांना व्यावहारिक जीवनांच्या दृष्टिकोनातून पाहिल्यानंतर अवर्णनीय बौद्धिक करमणूक होते. अविरत मनन केल्याने विचार स्थिर होतात. पण त्यावर उत्स्फूर्त विचार सुचल्यावर जो अवर्णनीय आनंद प्राप्त होतो. तो तुमच्या लेखनातून दृगोचर होऊन मननास अनुभवाची जोड आहे हे दिसून येते. अशी ग्रंथसंपत्ती निर्माण केल्याबद्दल तुमचे मन:पूर्वक अभिनंदन!

– न्या. मकरंद वैद्य

खरोखरच आपले लिखाण भव्य, दिव्य आहे. पुस्तकामध्ये आपण हाताळलेले निरनिराळे विषय हे दैनंदिन जीवनात कसे उपयोगी आहेत हे चांगल्या प्रकारे मांडलेले आहेत. पुस्तक वाचत असताना आपण मांडलेल्या निरनिराळ्या विषयाने मी तर भारावून गेलो आहे. पुस्तकाबद्दल लिहावे तेवढे थोडेच आहे.

– रा. ना. वानखेडे

साधी अनलंकृत, हृदयाला भिडणारी भाषा, चपखल उदाहरणे, आपली नम्रता, साधेपणा विचारांची दिशा आणि खोली आरि आपले डोळस मर्मग्राही चौफेर वाचन!

जीवनातील जे-जे उत्तम, उदात्त सुंदर, महन्मधुर सकारात्मक, माणूसपणाचे द्योतक ते ते आपल्या लिखाणात आढळते. मनातले सत्व जीवनात आणि जीवनातले लिखाणात प्रतिबिंबित होते ते असे. अशा लेखनामुळे शाश्वत जीवनमूल्यांची प्रतिष्ठापना होण्यास निश्चित मदत होतील.

– प्रा. मोहिनी पिटके

आपली भाषा फारच ओघवती व सहजसुंदर आहे आणि आपण त्यात आपल्या अनुभवाचे बोल आणि आपल्या उपनिषदाच्या व गीतेच्या अभ्यासामुळे, विविध सुत्रे आणि अवतरणे ह्यांचा उपयोग करून फारच परिणामकारक व समृद्ध बनवलेली आहे. त्यामुळे हा ग्रंथ वाचताना एखादी कविता वाचत असल्यासारखे वाटते.

— अरविंद आगटे

पुस्तक खूपच आवडले. पुस्तकातील सर्वच लेख सुंदर वाचनीय आहेत. जीवनात खरंच आनंदी राहण्यासाठी आपले पुस्तक मार्गदर्शन करेल. लेखातील विचार आचरणात आणण्याचा प्रयत्न करीत आहे.

— चंद्रशेखर म. कुलकर्णी

खरंच पुस्तक एकदा वाचून समाधान होत नाही ज्या-ज्या वेळी आयुष्यात निराशा, पराभव, ताणतणावासारख्या समस्या 'या सुखांनो' पुस्तकाचे वाचन केल्यास, आपल्या जीवनात आलेले मळभ, निराशेचे ढग जीवन आनंदरूपी वाऱ्याबरोबर नाहीसे होतील यात शंकाच नाही. हे पुस्तक नुसते लेखकाशी हितगूज नसून प्राचीन भारतीय संस्कृती जीवनमूल्ये व जीवनरस याबरोबर हितगूज आहे. आपण जीवन जगावे म्हणून अनेक गोष्टी करतो मग हे सर्वात्मक सर्वेश्वर करुणाकराकडे नेणारे पुस्तक. हे प्रत्येकाने वाचावे.

— पंकज पंडित कुलकर्णी

नवाकाळ

या सुखांनो

सुरेश वसंत नाईक

मेहता पब्लिशिंग हाऊस

Please contact us at **Mehta Publishing House,** Pune.
✆ +91 020-24476924 / 24460313 / Mob. No. 9545000513
Email : production@mehtapublishinghouse.com
Website : www.mehtapublishinghouse.com

◆ *या पुस्तकातील लेखकाची मते, घटना, वर्णने ही त्या लेखकाची असून त्याच्याशी प्रकाशक सहमत असतीलच असे नाही.*

YA SUKHANO by SURESH VASANT NAIK

या सुखांनो : सुरेश वसंत नाईक / ललित लेख

Email : author@mehtapublishinghouse.com

प्रकाशक : सुनील अनिल मेहता, मेहता पब्लिशिंग हाऊस,
१९४१, सदाशिव पेठ, माडीवाले कॉलनी, पुणे – ४११०३०.

मुद्रक : रेप्रो इंडिया लि.

मुखपृष्ठावरील छायाचित्र : रसिकलाल मारु

प्रकाशनकाल : जुलै, २००४ / फेब्रुवारी, २००६ / फेब्रुवारी, २००९ / ऑगस्ट, २०१२ / पुनर्मुद्रण : जानेवारी, २०१७

किंमत : ₹ २४०

P Book ISBN 9788177664621
E Book ISBN 9789386342362
E Books available on : amazonkindle Apple Books Google Play Books

---

ती. आई, आण्णा व परमपूज्य बाबाजींस –!

कैलासासी गेलां । ठेऊनियां आम्हां ।
ठेवा संस्कारांचा । स्मृतीरूपे ।।
त्याने सुखावलो । झालो पूर्णकाम ।
सेवा ग्रंथरूप । अर्पितसे ।।

हैबतीबाबाची पायरी

क्षेत्र आळंदीला ज्ञानेश्वर महाराजांच्या समाधीच्या भव्य प्रांगणात जाताना सुरुवातीलाच मढवलेली अशी उंबरठावजा पायरी लागते. ती ओलांडूनच आत जावे असा संकेत आहे. पुस्तकाच्या प्रस्तावनेचंही असंच होत असावं. लोक प्रस्तावनेला स्पर्श न करता ती ओलांडून जात असावेत. म्हणूनच या पुस्तकाच्या प्रस्तावनेला 'प्रस्तावना' किंवा 'लेखकाचे मनोगत', 'चार शब्द' वगैरे शीर्षक न देता, वस्तुस्थितीवाचक असे शीर्षक दिले आहे. वास्तविक पाहता, एखादे लिखाण किंवा पुस्तक लिहिल्यावर लेखकाला एका प्रश्नाचे उत्तर देता येत नाही. तो म्हणजे, 'हे लिखाण केलं नसतं तर चाललं नसतं का?' तो या प्रश्नाला बराच पस्तावलेला असतो. म्हणूनच काही लोक या प्रस्तावनेला खऱ्या अर्थानं 'पस्तावना' असं म्हणतात. असे असले तरी मी हे लेख का लिहिले, हे सांगावेसे वाटते. त्यामुळे हा हेतु कितपत साध्य झाला हे ठरवता येईल.

तैतरीय उपनिषद् वाचताना, प्राचीन ऋषींनी या जीवनाचे अत्यंत मौलिक रहस्य लोकांपुढे उकलून सांगितलेले दिसते. ही शिकवणूक म्हणजे मंत्रच आहेत. 'मननात त्रायते इति मंत्र:।' उत्कर्षाप्रत नेणाऱ्या विचाराला मंत्र असे म्हणतात, हे मंत्र किंवा विचार त्यांना निव्वळ कविकल्पनेतून किंवा प्रतिभेतून सुचलेले नाहीत. तर अनेक वर्षे जीवनाचे विचारमंथन केल्यावर (तप केल्यानंतर) त्यांनी अनुभूतीचा कस लावूनच हे विचार स्वीकारले आहेत. त्या सूक्ष्म चिंतनातूनच त्यांना गवसलेले हे जीवनरहस्य समाजापुढे ठेवले. त्यातही वरुणऋषींचा मुलगा भृगू याला त्याच्या पित्यानेच हे विचारधन दिले आहे. वडिलांनी मुलाला कायम सुखी करण्यासाठी जो वारसा द्यावयचा, तो संपत्ती किंवा धनाचा नव्हे तर अशाप्रकारे मुलाला कायम सुखी करणाऱ्या विचारांचा. वरुणऋषींनी नेमके हेच केले. त्या विचारधनाचेच मंत्र झाले. त्या ऋषींच्या मते आनंद हा जीवनाचा रस आहे. या आनंदरसाशिवाय जगणे हे अत्यंत निरस होय. त्यांना आढळले की, हा आनंद सर्व चांगल्या कृतींतून (सुकृतातून) निर्माण होतो. या उपनिषदाच्या त्यांच्या अनुभवान्ती हा आनंद त्यांना मनुष्याच्या हृदयात आढळला. (त्यालाच त्यांनी ईश्वर असे म्हटले आहे.) मनुष्य आनंदामुळेच जगतो व आनंदासाठीच जगण्यातील साऱ्या क्रिया करतो व आनंदस्वरूप आत्मा हाच सर्व जीवांना आनंद देतो. आनंदापासूनच सर्व प्राणी जन्मतात, आनंदानेच

जगतात व आनंदातच विलीन होतात, असा या मंत्राचा भावार्थ आहे. या मंत्राचा इतरांप्रमाणेच मलाही खूप फायदा झाला. त्याने माझे जीवन आनंदी होण्यास फार मदत झाली. मला जो काही या मंत्राचा थोडा-फार अर्थ समजला व प्रत्ययाला आला, त्यानं इतरांचंही जीवन सुखी होण्याची आशा वाटली. तो विचारच या लेखांतून मी सांगण्याचा प्रयत्न केला आहे. हे विचार मनांत नुसते घोळत होते. परंतु मला जे अनुभवाला आले ते आपल्याला कागदावर उतरवता येतील का, किंवा ते कसे उतरवायचे याबद्दल मनात संदेह होता. कधी यासंबंधी बोलणे झाले तर माझे मार्गदर्शक मित्र, साहित्याचार्य आनंद यादव, सहाध्यायिनी सौ. कल्याणी पाठक यांनी हे कागदावर उतरवून काढण्याचा अत्यंत आग्रह केला. श्री. आनंद यादवांनी आत्मविश्वास दिला व मार्गदर्शनही केले, म्हणूनच मी ही लेखमाला लिहू शकलो. शिवाय ही लेखमाला प्रकर्षाने लिहावयाचे आणखी एक कारण झाले.

माझ्या एका मृत्युशय्येवर पडलेल्या नातेवाईकाला बोलता येत नव्हते. पण ते भोवती जमलेल्यांना काहीतरी उत्कटतेनं सांगण्याचा प्रयत्न करत होते. असा प्रयत्न करीत असतानाच त्यांचा अंत झाला. पुढे माझ्या मनांत विचार आला, की उद्या आपल्यावरही अशीच पाळी आली तर आपणही काय सांगावे? हा विचार करीत असतानाच मला तैतरीय उपनिषद् व शिष्योपनिषद् आठवले. त्यांत प्राचीन ऋषींनी अध्ययन संपल्यावर निरोप घेताना विद्यार्थ्याला अत्यंत मोजक्या शब्दांत जीवन आनंदी जगण्याचे सारच सांगितले आहे. 'मातृदेवो भव, पितृदेवो भव', तसेच 'सत्यं वद, धर्मं चर, स्वाध्यायात् मा प्रमद' असे सांगताना ते मोलाचा सल्ला देतात की, 'आमची जी सुकृते असतील, किंवा सच्चरिते असतील, तेवढीच लक्षात ठेवून वाग. इतर कर्मे किंवा चरिते लक्षात ठेवू नकोस.' हा उपदेश लक्षात ठेवल्यावर मलाही असे वाटले, की या आनंदाचा प्रत्यक्ष किंवा अप्रत्यक्ष शोध घेत असताना, जे सिद्धांत प्रत्ययाला आले, तेच आपण इतरांपुढे मांडावेत. म्हणजे त्यांचा उपयोग करून इतरांनाही आपले जीवन जास्त आनंदी व सुखी करता येईल हीच या लेखांमागची प्रेरणा आहे.

'कृषिवल'चे संपादक सौ. सुप्रिया पाटील, श्री. देशमुख व संचालक मंडळ यांनी अत्यंत आपुलकीने हे लेख छापले व त्याबद्दलचा मिळणारा लोकांचा उत्साहवर्धक प्रतिसादही कळवला, त्याबद्दल मी त्यांचा आभारी आहे.

हे लेख लिहिताना कॉम्पुटरवर टाइपचे काम माझी मानसकन्या सौ. सुरेखा ठाकूर-बिर्जे हिने अचूकपणे व अत्यंत आनंदाने केले. इतकेच नव्हे, तर कधीकधी योग्य सूचना व प्रोत्साहनही दिले. तसेच माझी पत्नी सौ. शुभदा हिने अथक परिश्रम केले. लेखाची प्रुफे तपासणे, व्याकरणदृष्ट्या निर्दोषता पाहणे इ. कामे व कित्येक मौलिक सूचनाही केल्या. मी जसजसे लिहीत गेलो, तसतसे, माझ्या कन्या डॉ. सौ.

कल्पना शेटे, सौ. सुजाता ताडफळे, सौ. मानसी दिवाण यांनी तसेच चि. सुमुख व स्नुषा सौ. अमृता, बंधु सुधीर, सुनील व भगिनी सौ. सुनंदा यांनी वेळोवेळी या लेखांतल्या विषयांबद्दल चर्चा केली व काही मौलिक सूचनाही दिल्या. त्यांचे, तसेच वेगवेगळ्या क्षेत्रांतील नव्या-जुन्या पिढीतील माझ्या लेखांत मनापासून स्वारस्य घेणाऱ्या अनेकांच्या प्रतिक्रियांमुळे पुस्तकासाठी लेखनात मला लाभ झाला. या सर्वांचे शब्दांनी आभार मानावेत तेवढे अपुरेच आहेत.

मेहता पब्लिशिंग हाऊसच्या मेहता पिता-पुत्रांचे व माझे संबंध घरोब्याचे आहेत. ज्या आपुलकीने त्यांनी हे पुस्तक छापून प्रसिद्ध करण्याची जबाबदारी घेतली, त्या धाडसाबद्दल मी त्यांचे आभार मानणार नाही, कारण ते त्यांना आवडणार नाही. मेहता पिता-पुत्र मैत्रीखातर काहीही करू शकतात, एवढे खरे!

सुरेश वसंत नाईक

दुसऱ्या आवृत्तीच्या निमित्ताने

'वृक्षवल्ली आम्हा सोयरे' हा लेख छापल्यानंतर या पुस्तकाची पहिली आवृत्ती निघाली. या लेखात मनुष्याला सुखाने जगण्यासाठी निर्जीव वाटणारी झाडे झुडपेही कशी मदत करतात ह्याबद्दल लिहिले होते. आपल्या पूर्वजांनी झाडांना त्यांच्या ह्या गुणामुळेच देवत्व कसे दिले होते व झाडे माणसांशी भावनिक समरसता कशी दाखवतात ह्याबद्दल आपल्याकडील प्राचीन, तसेच पाश्चिमात्य देशातील संशोधनाने सिद्ध झालेले अनुभव दिले होते. ह्याच विषयाचा थरारक असा अनुभव श्री. मारुती चितमपल्ली ह्यांच्या आत्मचरित्रवजा 'चकवा चांदण' ह्या पुस्तकात त्यांनी ग्रंथित केला आहे. श्री. चितमपल्ली ह्यांचे मामा अत्यंत हलाखीच्या व संन्यासी स्थितीत राहात होते. भविष्य सांगण्याची सिद्धी त्यांना प्राप्त झाली होती. त्यांचे झाडावर विलक्षण प्रेम होते. झाडांची सेवा केल्यामुळे त्यांना निरोगी आयुष्य मिळालं अशी त्यांची ठाम खात्री होती. त्यांना ही सिद्धी व निरोगी जीवन कसे प्राप्त झाले ह्याबद्दल त्यांनी स्वत:चा अनुभव सांगितला आहे. तो लोकविलक्षण आहे. रात्री झाडं काय करतात ते नेहमीप्रमाणे पाहण्यासाठी ते शेतात गेले. तेव्हा झाडं त्यांना ती तिथे फार सुखी आहेत असे सांगत होती, पहाटे त्यांना उंबराचे झाड जवळ येऊन त्यांच्या मस्तकावर हात ठेवलेले आढळले आणि झाडाने त्यांना सांगितले की, "मी असा इथे एकटा उभा आहे. त्या एकाकी जीवनात सर्व गोष्टी सहन कशा करायच्या हे मी शिकलो. आता मी सहनसिद्ध आहे.... मला ही सहनसिद्धी व हे धैर्य कोठून आलं? हे साऱ्या अंतरंगातून आलं. मला भीती माहीत नाही, मरणाची सुद्धा. तू आता स्वावलंबी झालास पण मनानी विरक्त राहा म्हणजे बाहेरचे जग तुला विचलित करणार नाही. इथं तुला जी मन:शांती मिळाली आहे त्याची आठवण ठेव. ती तशीच तुझ्याबरोबर राहील. आता माझी स्वत:ची मन:शांती मी तुला वरदान देतो." हे ऐकल्यावर मामांना समाधी लागली व तेव्हापासून त्यांना भूतभविष्याचं ज्ञान होऊ लागलं.

सध्या आपण पर्यावरणाबद्दल बरंच काही ऐकत असतो. पण श्री. चितमपल्लींच्या मामांसारख्या आपण झाडांबद्दलच्या भावना ठेवल्या तर आपणास कितीतरी गोष्टींचे ज्ञान होईल व खऱ्या अर्थाने वृक्षवल्ली आपले सोयरे होतील. सोयरा या शब्दाचा अर्थही फार हृद्य आहे. जो आपली सोय पाहतो तो आपला सोयरा. ह्या फारश्या शिक्षित नसलेल्या मामांच्या सोयरेपणात अनेक झाडे होती. ती त्यांना माणसाइतकीच

सहज वाचता येत असत. त्यांना आढळले की चंदन सर्व झाडांचा रक्षणकर्ता राजा व गुरू आहे. तो वृक्षांना ज्ञान देतो. चंदनाच्या खाली झाडाचे नुकसान करणारी माणसे आली तरी त्यांच्या मस्तकात फरक पडतो. बुद्धीत चांगले विचार येऊ लागतात. त्याचा मामांना अनुभव आला होता. झाडांना माणसांप्रमाणेच जीव आहे. ज्याच्या त्याच्या गुणाप्रमाणे रूप आहे. आपट्याची झाडे पांडवांसारखं माणसाला यश देतात तर कारीच्या झाडावर वृक्ष देवता (अप्सरा) राहतात असा त्यांना अनुभव आला. हल्ली पर्यावरणाबद्दल खूप बोलबाला झाला आहे. परंतु या मामांसारखा थोडाफार जरी झाडांबद्दलचा दृष्टिकोन आपल्यात आला, तरी हे जग कितीतरी पट सुंदर आणि रम्य भासू लागेल. ह्या मामांनी त्यांच्या मृत्यूपूर्वी सांगितले होते की, ते मेल्यावर त्यांची राख, हाडे गंगेत टाकू नका. मामा म्हणाले होते, 'ज्यांनी मला सांभाळलं, सावली दिली, ज्ञान दिले त्या औदुंबराच्या झाडाखाली व चंदनराजाच्या चरणी अर्पण करा. आता तिथेच चिरनिद्रा. जन्मोजन्मी ती मला तारतील.'

नुसत्या झाडाबद्दलच नव्हे तर जिथे जिथे जीवन आहे त्याचा माणसाने आपुलकीने आदर व स्वीकार केला पाहिजे. प्रार्थना गीतात म्हटल्याप्रमाणे 'जे जे जगी जगते तया माझे म्हणा करुणाकरा' ह्या संदेशाचे आपल्याकडून थोडेफार जरी पालन झाले तरी आपले हे कंटाळवाणे, निरस वाटणारे आयुष्य कितीतरी सुखी, समाधानी, आनंदात जाईल व इतरांनाही आनंदी करता येईल. कविवर्य मंगेश पाडगावकरांनी सांगितल्या-प्रमाणे 'जगणे म्हणजे उधळीत जाणे हृदयातील आनंद' हा अनुभव आपल्यालाही घेता येईल असे वाटावे हाच हेतू हे सर्व लेख लिहिण्यामागे होता. अर्थात असे आपण आनंदी व्हावे असे आपणास वाटले तर, त्यासाठी आनंदी दृष्टी किंवा शायर दाग म्हणतात तसे खास हृदय हवे. दाग म्हणतात, 'लाख देने का एक देना है । दिले बेमुद्दआ दिया तूने' तू मला नि:स्वार्थी व मत्सररहित हृदय दिलेस हे लाखमोलाचे देणे तू मला दिले आहेस.

अशी आनंदी दृष्टी किंवा आनंदी हृदय आपणही मिळवावे व ह्या जीवनानंदाचा अनुभव घ्यावा असे वाचकांच्या मनात यावे, त्यांना त्याबद्दल प्रेश मिळावा ह्या एकाच हेतूने हे सर्व लेख लिहिले होते. ह्यात कितपत यश मिळाले हे वाचकांच्या प्रतिक्रियांवरून अजमावून पाहावे असे वाटत होते. बऱ्याच वाचकांची पुस्तकाबद्दल उत्तम अभिप्राय असणारी पत्रे आली. बऱ्याच जणांनी बरेच दिवसांनी चांगले पुस्तक वाचल्याचे समाधान मिळाले. त्यातील भाषा संदर्भ, दृष्टांत आवडल्याचे आवर्जून लिहिले आहे. परंतु काही वाचकांनी मात्र ज्या प्रतिक्रिया व्यक्त केल्या त्यावरून हे लेख लिहिण्यामागचा हेतू काही अंशी का होईना साध्य झाल्याचे समाधान वाटले. वाचकांच्या काही लेखी प्रतिक्रिया वानगीदाखल देता येतील.

पुण्याच्या अनिल कुलकर्णी ह्यांनी 'जगात सारे शिक्षण मिळते पण त्याचा

उपभोग पोट भरण्यापुरताच. उत्तमरितीने जीवन जगावे कसे हे कोणी सांगत नाही. तुम्ही हा प्रयत्न केला म्हणून तुम्हाला मनापासून धन्यवाद. हे पुस्तक शालेय अभ्यासक्रमात लावले पाहिजे म्हणजे तरुणपिढीला त्याचा लाभ मिळू शकेल', असे लिहिले आहे. अशाच तऱ्हेची प्रतिक्रिया मुलुंडचे श्री. अळवणी यांनी दिली आहे. ते म्हणतात 'ह्या पुस्तकाचे मला एवढे वाटते की ९वी, १०वी च्या विद्यार्थ्यांना हे पुस्तक पुरवणी वाचन म्हणून नेमल्यास आयुष्याच्या सुरवातीलाच त्यांना सुखी आयुष्य कसे घालवावे ह्याचा वस्तुपाठ मिळेल. परंतु आजच्या मार्कामागे धावणाऱ्या विद्यार्थ्यांना व त्यांच्या शिक्षकांना त्याचे महत्त्व समजावणे कठीण. हे उत्कृष्ट पुस्तक वाचावयाचे भाग्य मला लाभले.'

प्रा. डॉ. चंद्रकांता चव्हाण म्हणतात, 'जवळ जवळ सर्वच लेखांत सुखशांतीमय व सफल समाधानी जीवनावरचे विचार लेखकाने मांडले आहेत. ...माणसाने जीवन कसे जगावयास पाहिजे याबरोबर शेवटी आपला 'शेवट' कसा अलिप्त व निर्मोही रितीने स्वीकारायचा याचा जणू एक मंत्रच लेखकाने दिला आहे'.... लेखकाने बहुतेक लेख माणसाच्या सुख, शांती, समाधान ह्या त्रयीवर लिहिले आहेत.... या लेखाद्वारे लेखकाने मनुष्य जीवनातल्या बहुतेक सर्व पैलूंवर प्रकाश टाकला आहे.'

तासगावच्या डॉ. जाधव पती-पत्नींनी लिहिले आहे की, 'अलीकडे दर्जेदार असे काही लिहिले जात नाही असे कोणीसे साहित्यसंमेलनात म्हटलेले वर्तमानपत्रामध्ये छापून येत असते. तुमच्या पुस्तकाने अशा टिका कमी व्हाव्यात.'

ॲड. ए.पी. कुलकर्णी ह्यांनी सविस्तर पत्र लिहून ह्या पुस्तकाचा त्यांच्या विचारावर कसा परिणाम झाला हे कळवले आहे. ते म्हणतात, 'आपले 'या सुखांनो' हे पुस्तक वाचले व माझी अवस्था 'नष्टो मोहः स्मृतिर्लब्ध्वा' अशी झाली. 'स्थितोस्मी गतसंदेहः' असे वाटू लागले. आपले पुस्तक वाचले व मला विचारांची व चिंतनाची स्पष्ट दिशा मिळाली. अगदी साध्या गोष्टीपासून ते अफाट ब्रह्मांडाच्या अनंत विस्तारापर्यंतचा विचार कसा करावा याची कल्पना आली. पण गंमत म्हणजे हे विचार एकमेकांपासून भिन्न नसून त्यात एकतानता आहे, समानता आहे हे सत्य एकदम समोर आले. सर्वसामान्य माणसाचे दैनंदिन जीवन फक्त आहार, निद्रा, भय, मैथुनश्च ह्या रूक्ष व निरर्थक चाकोरीत अडकलेले नसून ते फार सुंदर व रमणीय आहे याचा प्रत्यय आला. जीवनाचा प्रत्येक क्षण आनंदात कसा भोगावा ह्याचा नवा दृष्टिकोन सापडला. विश्वाची निर्मिती ही निर्हेतुक अपघात नाही तर ती सहेतुक केलेली रमणीय रचना आहे हे आपले विचार वाचून लक्षात आले. मी आत्तापर्यंत अध्यात्म, भावविश्व, श्रद्धा, पूजापाठ इत्यादी कल्पनांचा कट्टर विरोधक होतो. दुबळ्या मनाचे खेळ म्हणजे देव, धर्म, पूजापाठ आहेत अशी माझी ठाम धारणा होती. पण आपण मला दाखवून दिलेत की धर्म न मानताही धार्मिक होता येते. देव

न मानतासुद्धा भक्त होता येते व पूजाअर्चेचे अवडंबर न माजवता भाविक होता येते... खरोखरच आपले हे पुस्तक प्रत्येकाने वाचले पाहिजे व असंख्यांची अंत:करणे उजळून जावीत. आपले पुस्तक हे माझे आनंदनिधान झाले आहे. अशीच कसदार साहित्यसेवा घडावी ही शुभेच्छा.'

अशा अनेक वाचकांच्या शुभेच्छा हे माझे पाथेय आहे, ह्या पाथेयाच्या सामुग्रीवरच जीवनाची वाटचाल चालू आहे. ह्या शुभेच्छांच्या ऋणातच राहण्यात जीवनाचे साफल्य आहे.

।श्रीकृष्णार्पणमस्तु।

पुणे

सुरेश वसंत नाईक

तिसऱ्या आवृत्तीच्या निमित्ताने

जागतिक व्यापारीकरणाचे वारे वाहू लागल्यावर, माणसाला सुखी व्हायचे असेल, तर त्याने व्यापार करून खूप श्रीमंत व्हायला हवे, हा विचार प्रबल झाला. त्यामुळे व्यापार कसा वाढेल, जास्त नफा कसा मिळेल, त्यासाठी उत्पादन कसे वाढेल व व्यवस्थापन जास्त कार्यक्षम कसे होईल, ह्या विषयावर जास्त लक्ष्य केंद्रीत होऊ लागले. त्यासाठी तज्ज्ञमंडळी नेमण्यात आली. ह्या हेतुपूर्ततेसाठीच व्यक्तीविकासाच्या विषयावर पाश्चात्त्य लेखकांनी काही पुस्तके लिहिली व त्यांची प्रसिद्धीही झाली.

ह्या पुस्तकातील लेख लिहिताना हा एवढा मर्यादित हेतू नव्हता. वाई येथे विश्वकोषाचे काही लेखन करताना तिथल्याच धर्मकोषाचे काम करणाऱ्या अनेक शास्त्री पंडितांशी चर्चा करण्याची संधी मिळाली. असे आढळून आले, की आपल्या पूर्वजांनी अथक परिश्रमातून जीवनाचे सखोल चिंतन केले व त्यांनी चिरंतन अशा जीवनमूल्याचा चिंतामणीच आपले हाती दिला आहे. त्यांच्या मते आपल्याला लाभलेले हे मानवी जीवन ही एक मौल्यवान देणगी असून आनंदी राहणे हा प्रत्येक माणसाचा जन्मसिद्ध हक्क आहे. ह्या जीवनाचे अंतीम ध्येय हे 'शेवटचा दिस गोड व्हावा' हेच आहे. यालाच मोक्ष किंवा अंतीम गती म्हटले आहे व त्यासाठी रोजच 'आनंदाचे डोही आनंद तरंग' या अनुभूतीने जगता आले पाहिजे. सुखात तर आनंद घेता येतोच पण दु:खातसुद्धा पूर्वजांनी आनंद घ्यावयास शिकवले. संकटांना न भिता येऊ द्या. किती संकटे आली तरी आनंदी वृत्तीने त्यावर मात करण्याची विजिगीषु वृत्ती त्यांनी दिली.

या सर्व विचारांना पुन्हा एकदा थोडा उजाळा देण्याचे अल्पसे का होईना; पण हे काम करावे. ही, हे सर्व लिहिण्यामागची प्रेरणा होती. बऱ्याच वाचकांनी तोंडी व पत्ररूपाने या हेतुपूर्ततेचा प्रतिसाद दिला. काही वाचकांनी तर त्यावर इतके उदंड प्रेम केले, की आपल्या वाढदिवसासाठी किंवा समारंभाला हे पुस्तक संक्रांतीचे वाण वाटतात तसे दिल्याचे वाचनात आले. त्यावरून हे लेखन काही अंशी तरी सफल झाल्याचे समाधान वाटते. त्या सर्व वाचकांचा मी अत्यंत ऋणी आहे. त्यांच्या सदिच्छा व आशीर्वाद हे माझे पाथेय आहे.

पुणे सुरेश वसंत नाईक

१/१/२००९

चौथ्या आवृत्तीच्या निमित्ताने

या पुस्तकाची तिसरी आवृत्ती प्रसिद्ध झाल्यानंतरही अनेक वाचकांनी (पत्राद्वारे किंवा फोन करून) या पुस्तकाबद्दल आपला अभिप्राय कळवून हे पुस्तक आवडल्याचे कळवले होते. हे पुस्तक कोणत्या प्रकारच्या वाचकांच्या पसंतीला येईल याबद्दल काही अटकळ बांधता येत नव्हती. बहुतेक प्रौढ व निवृत्त झालेले वाचक अशा प्रकारच्या वैचारिक पुस्तकांचा ओढा असतो वाटले. परंतु ज्या वाचकांनी पत्राद्वारे आपला अभिप्राय कळवण्याची तसदी घेतली त्यावरून तरुण वाचकांनाही हे पुस्तक नुसते आवडल्याचेच, नव्हे तर काही वाचकांनी ते जीवनाला मार्गदर्शक ठरेल असे ही कळवले त्यात उच्च न्यायालयांच्या न्यायमूर्ती पासून ते महाराष्ट्रातील कानाकोपऱ्यांतल्या गावातूनही वाचकांनी याचे भरगोस कौतुक केले. विविध ग्रंथ महोत्सव व पुस्तक प्रदर्शनातूनही त्याला चांगला प्रतिसाद मिळाल्याचे कळले.

सध्याच्या प्रचंड सामाजिक बदलामुळे समाजाची सुखाबद्दलची कल्पना बदलत चालली आहे. ज्याचे जवळ खूप पैसा, प्रसिद्धी, मानमरातब व चैनीच्या वस्तू, परदेशी प्रवास केलेला असतो; तो सुखी व अशा माणसाच्या तुलनेने आपण कमी पडतो म्हणून दुःखी. अशी बऱ्याच जणांची भावना होऊ लागली आहे. सुख हे नक्की कशात आहे, ह्याचा त्याला विचार करायलाही सवड नाही. इतका तो कुठेतरी कसातरी धावतो आहे. त्याला वाटते की, त्याची ही सर्व धावपळ अंती सुखी होण्यासाठीच आहे. सुख हे जीवनाचे अंतीम ध्येय नसते, तर ते क्षणाक्षणाला अनुभवावयाचे असते, हेच विसरले जाते.

'सुखी जीवन' किंवा 'आनंदी आयुष्य' ह्या विषयावर बरीच पाश्चिमात्य पुस्तके व त्यांची भाषांतरे उपलब्ध आहेत. पाश्चात्यांचा बराचसा दृष्टीकोन हा व्यापारी व 'मार्केटिंग' तत्त्वावर असल्यामुळे साधा विषय सुद्धा आकर्षक पद्धतीने कसा मांडावा व गिऱ्हाईक आकर्षित करून कसे घ्यावे, ह्याची ही पुस्तके उत्तम उदाहरण आहे. त्याधर्तीवर हे पुस्तक म्हणजे पाच मिनिटांत सुखी कसे व्हाल. चार मिनिटांत श्रीमंत कसे व्हाल, ह्याचे प्रभावी उपाय असे नाही. उदाहरण द्यावयाचे म्हणजे होंडा बर्न हिचे 'सिक्रेटस' हे पुस्तक त्यात विचार ही अत्यंत प्रबलशक्ती असून तो दृग्गोचर असे कार्य करू शकतो, हे अत्यंत आकर्षक पद्धतीने सांगितले आहे. हाच विचार स्वामी विवेकानंदांनी सर्व उपनिषदांचे सार काढून 'विचारशक्ती' थॉट पॉवर ह्या ग्रंथीत

पुस्तकात सांगितला आहे. हाच विचार स्वामी शिवानंदानी आपले भूतपूर्व राष्ट्रपती अब्दुल कलाम ह्यांना सांगितला व तो त्यांनी आपले हृदयपटलावर कोरून ठेवला त्यांना तो अनुभवता आला, असे त्यांनी आपल्या अग्निपंख ह्या आत्मचरित्रवजा पुस्तकात दिला आहे. सुखाचा शोध हीच मुळी एक आनंदयात्रा आहे.

अशा वाचकांचा मी अत्यंत ऋणी आहे. त्यांच्या ऋणातून उतराई होण्याऐवजी त्यांच्या ऋणातच राहाण्यात मला आनंद वाटेल.

पुणे

सुरेश वसंत नाईक

अनुक्रमणिका

१. या सुखांनो

गाजलेल्या टायटॅनिक सिनेमातले एक दृश्य मला फार आवडलं. खरं तर ते सिनेमाचं बोधचिन्ह असलं तरी मला त्यात खूप अर्थ भरला आहे असं वाटल्यानं त्याचं चित्र मिळताच ते उत्तम चौकट करून माझ्या अभ्यासिकेत लावल्याबरोबर सर्वांना फार आश्चर्य वाटलं. एका भल्या मोठ्या जहाजाच्या अगदी टोकाशी कठड्याला रेलून दोन प्रेमी जीव उभे आहेत. ती त्याच्या बाहूत विसावली आहे. दोघांची दृष्टी आकाशात कुठे स्थिरावली आहे. सुखद वाऱ्याच्या झुळकीचा मनसोक्त आस्वाद घेत आहेत. त्याने त्यांचे केस व कपडे भुरभुरत फडफडताहेत. डोक्यावर निळेभोर अनंत आकाश अन् खाली गंभीर गहिरा सागर. त्या दोघांनीही जेवढे हात पसरता येतील तेवढे पसरले आहेत. कुणाचं तरी ते मनापासून भरभरून स्वागत करताहेत. ते सुखांनाच बोलावत आहेत. सारी सुखं आपल्या कवेत यावीत, आपल्याला पार बिलगून बसावीत म्हणून ते म्हणत आहेत, "या सुखांनो."

सुख तरी काय नुसतं बोलावून येत असतं? तसं तर प्रत्येक जिवंत वनस्पती, प्राणी यांना आपण सुखानी जगावं असंच वाटत असतं. त्यांच्या साध्यासुध्या प्रत्येक हालचालीमागे आपण सुखाने जगावं ही एकच प्रेरणा असते. माणूस सुखाचा इतका अभिलाषी आहे की कितीही सुख मिळालं तरी त्याचं समाधान होत नाही. त्याला खूप सुख हवं असतं. त्याचा त्याला कधीच कंटाळा येत नाही. आता खूप सुख भोगलं; आता थोडं दु:ख भोगू या असं कुणी म्हणल्याचं ऐकिवात नाही. फक्त कुंतीनं कृष्णाला, "आपद: संतु मे सताम्" (आमच्यावर नेहमी संकटे येऊ देत) असा वर मागितला होता, तेवढाच अपवाद.

सुख हे सुखासुखी थोडंच मिळतं? थोड्याशा सुखासाठी दु:खाचे डोंगर

उपसावे लागतात. आयुष्यभर अथक धडपड करून वाटेल ते प्रयत्न केले तरी काही जणांना तर ते मरेपर्यंत सापडलेलं नसतं. पाऱ्यासारखं ते पार निसटून जातं. काहींना थोडं सुख पण त्याबरोबर खूप दु:ख भोगावं लागतं. 'सुख पहाता जवापाडे, दु:ख पर्वता एवढे' किंवा 'एक धागा सुखाचा, शंभर धागे दु:खाचे' असं म्हटलं जातं ते या अनुभवामुळेच.

फार वर्षांपूर्वी स्पेनवरती मुसलमानी अंमल असताना तिसरा अब्दुल रहिमान नावाचा राजा ५० वर्षे राज्य करीत होता. त्यानं आपल्या सुख:दुखाचा जमाखर्च डायरीत टिपून ठेवला आहे. ५० वर्षांतील एकूण किती दिवस हा सर्वसुखसंपन्न राजा सुखाने जगला असेल? कल्पना करा, फक्त चौदा दिवस! फक्त चौदा.

फार कशाला नेपोलियनची गोष्ट घ्या. या माणसाला साऱ्या माणसांनी हेवा करावा असं कोणतं सुख मिळायचं शिल्लक राहिलेलं होतं? सम्राटपद, राजवैभव, उत्तम स्त्रिया, सर्व सुखसोयी, मानमरातब मिळाल्यावर सेंट हेलेना बेटावर शेवटचे दिवस काढताना तो म्हणाला, ''माझ्या आयुष्यात ५-६ दिवस सुद्धा सुखाचे गेलेले मला आठवत नाहीत.''

एका सम्राटाची गोष्ट आहे– एक सम्राट स्वत:च्या राज्यातून मिळणाऱ्या वैभवावर संतुष्ट नव्हता. म्हणून एका मागून एक अशी राज्ये पादाक्रांत करीत सुटला. अगणित संपत्ती आणि वैभव मिळवलं. एकदा तो रस्ता चुकून निबिड अरण्यात गेला. त्याचा जीव तहानेनं व्याकुळला होता. तो एका साधुच्या झोपडीपाशी आला व त्याने पाणी मागितले. साधू म्हणाला, 'माझ्याजवळ फक्त कमंडलू भरून पाणी आहे, पण त्याबदल्यात तू मला काय देशील?' राजाने अगणित संपत्ती देऊ केली पण साधू कबूल होईना. सम्राटाचे प्राण कंठाशी आले. शेवटी साधू म्हणाला, 'तुझे सारे राज्य देत असशील तरच मी तुला पाणी देईन.' शेवटी सम्राट त्यालाही कबूल झाला. साधू हसून सम्राटाला म्हणाला, ''राजा, लक्षात ठेव, तुझ्या साऱ्या साम्राज्याची किंमत माझ्या कमंडलुतल्या पाण्याइतकी आहे!'' आपलं तर या सम्राटासारखं होत नाही ना?

हिंदुस्थानातून अगणित संपत्ती हजारो उंटांवरती तेरा वेळा नेल्यावर तैमूरलंगाला ती सोडून जाताना रडू कोसळलं होतं. त्याला साधं कळलं असतं (जे एका फकिराला कळलं) की, ''जमा लो जितने जमा लोगे हिरा-मोती, कफन को जेब नही होती!'' तर त्याला इतकं दु:ख कदाचित झालं नसतं.

आयुष्यभर मनुष्य सारखा कोणती तरी गोष्ट, बहुतेक पैसाच मिळविण्यासाठी सारखा धावत असतो. केवढी प्रचंड मेहनत आणि अपार त्रास, कष्ट करून घेतो. एकदा अशी गोष्ट मिळाली की त्याला वाटतं यात काही सुख नाही, दु:खच आहे. मृगजळामागे धावावं व हाती काही लागू नये तसं होतं. सुखासाठी म्हणून

केलेली गोष्ट दु:खदायक ठरते– त्याचेच नाव आहे प्रपंच! पण सुरुवातीला दु:ख, कष्ट भोगून शेवटी सुखदायी होतो तो परमार्थ अन् सुरुवातीला जे त्रास, हाल सोसावे लागतात त्यालाच तपश्चर्या म्हणतात.

मला या ठिकाणी मारुतरायांची गोष्ट आठवते. बक्षीस म्हणून सीतामाईच्या आग्रहावरून प्रभुरामचंद्रांनी त्यांना मोठी मोत्याची माळ दिली. त्यातला प्रत्येक मोती ते फोडून फेकून देत कारण त्यात त्यांना राम दिसला नाही. सुख दिसले नाही. माणसाचं असंच होतं. माणूस लग्न करतो सुखासाठी. पुढे त्याची फरफटच होत रहाते. एक पैसा मिळाला की सर्वकाही विकत घेता येईल व सुख लागेल म्हणून श्रीमंतीचा हव्यास धरणारी माणसे पुढे त्यामुळेच सुखी तर होत नाहीतच पण दु:खीच झालेली आढळतात. मग मन:शांतीच्या नावाखाली बुवा, बाबा, आश्रम गाठतात. हा अनुभव सर्रास येतो. कोणत्याही अशा माणसाशी जरा जवळीक साधा, लगेच तो त्याच्या दु:खाचा पाढा वाचेल. मनात विचार येतो, अरे, कस्तुरी मृगासारखं सुख स्वत:पाशी असूनही 'तुझे आहे तुजपाशी परि तू जागा चुकलासी' अशी यांची स्थिती का बरं व्हावी?

सुख हे कोणत्याही बाहेरच्या वस्तूत नाही. सुख हे मनात असतं, ती मनाची एक अवस्था असते. आपल्याकडच्या अडाणी, अनुभवी आजी हेच सांगतात, 'सुख किनई मानण्यावर असतं.' माझ्या आजीचं हे पालुपद अब्राहम लिंकनचे पुस्तक वाचताना चांगलंच प्रत्ययाला आलं. तो म्हणतो, 'मनुष्य जेवढा स्वत:ला सुखी समजत असतो तेवढाच सुखी असतो.' सुखी माणसाच्या सदऱ्याची गोष्ट सर्वांना ठाऊक आहे. एका राजाला भूक, झोप लागेना. आजारी पडला. त्यावर साधूने सांगितले, 'तू सुखी माणसाचा सदरा घाल. तुझे सर्व रोग दूर जातील.' राजाचे शिपाई सर्वांकडे गेले. अगदी श्रीमंत अधिकारीसुद्धा सुखी नव्हते. शेवटी एक लाकडे तोडणारा लाकूडतोड्या मात्र एकदम सुखी असल्याचे म्हणाला. पण त्याच्याकडे सदराच नव्हता. तो म्हणाला अंगावर लाज राखण्यापुरतं एकच वस्त्र नेसलो आहे. बस झालं. मी सुखी आहे.

पैसा-अडका, सत्ता अशी कोणतीही सुख देते असं वाटणारी वस्तु जवळ नसून सुद्धा संत महात्मे किती सुखात होते. त्यांच्या चेहऱ्यावरचा निरागस मुलासारखा आनंदी भाव नुसते तेच सुखी आहेत असं सांगत नाही तर ते, ते सुख इतरांवरतीही परावर्तित करतात. रामकृष्ण परमहंसांनी कधी पैशाला सुद्धा स्पर्श केला नाही. पण किती सुखात होते. त्यांची परीक्षा पहाण्यासाठी त्यांच्या गादीखाली नाणे ठेवले तेव्हा तर त्यांना विजेचा धक्का बसल्यासारखे झाले होते.

सुख नक्की कशात आहे ते माणसाला नीट कळलं तर त्याला दु:ख होणार नाही. सुखाचे दोन प्रकार आहेत. प्रेयस व श्रेयस. मनाला भुलवून, तात्पुरते

गुंगून टाकणारे व नंतर दुःख देणारे, फक्त शरीरालाच सुख देणारे ते प्रेयस. पण जे कायम टिकणारं, हितकारक व मनाला कायम आनंद देणारे ते श्रेयस. लाडू सुख देतात म्हणून खूप खाल्ले पण नंतर अजीर्ण व आजाराला कारणीभूत झाले, तर ते सुख प्रेयस. पण एखादं सत्कर्म केलं तर ते करत असताना, केल्यावरही नुसत्या आठवणीने सुद्धा सुख देतं ते श्रेयस सुख. कोणती गोष्ट प्रेयस सुख देणारी आहे आणि कोणती गोष्ट श्रेयस सुख देणारी आहे हे ठरविणारी बुद्धी हिलाच विवेक म्हणतात. विवेक असला तर दुःख होत नाही ते यामुळेच.

या जगात माणसांनी सुखी रहावं म्हणून देवाने किती तरी प्रकारची असंख्य सुखे निर्माण केली आहेत. आपण त्यांच्याकडे कधी विचारपूर्वक बघतच नाही. डोळ्याला झापड लावलेल्या बैलासारखे नुसते घाण्याभोवती फिरत असतो. त्याला कोण काय करणार?

बाहेर नुसता निसर्ग पहा केवढी रंगांची, आकाराची आणि सौंदर्याची उधळपट्टी करतो आहे! नुसते ढग बघितले तरी त्यात किती निरनिराळे आकार खेळ करत असलेले दिसतात. सकाळ व संध्याकाळचे क्षितीजावरचे आकाशातील रंगांचे होणारे बदल एखाद्या कुशल चित्रकाराप्रमाणे निरनिराळी रंगसंगती निर्माण करतात. नुसती बर्फाच्छादित हिमालयाची शिखरे पाहिली तर कित्येकजण तेथून हलतच नाहीत.

समुद्रावरती काय कमी मौज आहे? त्याच्या लाटांची हालचाल तर किती किती प्रकारे होत असते. त्याची गाज माणसाच्या मनाला केवढा आनंद देते. किनाऱ्यावर त्याच्या लाटांशी खेळताना त्याचं रूप पहाण्यासारखं असतं. प्रत्येक लाट पोहोणाऱ्याला केवढा आनंद देते. तुम्ही कितीही वेळ त्याकडे पहा, त्यावरून नजर दूर करावी असं वाटतच नाही. त्यातले बारीक शंख, शिंपले, अनेक जलचर केवढं सुख देतात! फुलपाखरं, झाडं, फुलं तर माणसाचे सुखाचे सोबतीच. अमेरिकेत सॅन डिवॅगोला नुसतं फुलपाखरांचे संग्रहालय आहे. किती वेगवेगळ्या रंगांची नक्षी! कोणत्याही फॅशन डिझाइनरला हार पत्करावी लागेल अशी नक्षी त्यांच्या पंखांवर आढळते. साधे सात सूर निर्माण करून केवढं नादब्रह्म निर्माण झालं आहे आणि मनुष्याचं जीवन सुखी केलं आहे. एका माणसानं नुसते निरनिराळ्या आकार-रंगांचे वेगवेगळे दगड गोळा करून त्यांचं प्रदर्शन भरवलं होतं. साधे दगड पण त्यात त्याला सुख-सौंदर्य दिसलं. कवी स्टिफनस म्हणतो की सारी सुखं उपभोगायला एक जन्मही पुरा पडणार नाही.

मग ही सुखं मिळवायला काय करायला हवं? तसं काहीच नको. स्वच्छ, निर्मळ, स्थिर मन असलं तर ती सारी सुखं आपल्याकडे धावून येतील.

रेडिओचं बटण दाबून फक्त ॲन्टिना योग्य दिशेला फिरवला की जसं जगातलं कुठलंही संगीत ऐकता येतं तसं.

टायटॅनिकप्रमाणे आपलीही जीवननौका या अथांग गहिऱ्या भवसागरावर सफर करावयास चाललेली आहे. वरती परमेश्वरी प्रेमाचं अनंत, निळंभोर, कृष्णाच्या रंगाचं, आकाश आहे. आपली दृष्टी ध्येयरूपी ध्रुव ताऱ्यावर स्थिर असावी. परमेश्वरी कृपेचा वारा वाहतो आहे. आपले जीवन ही विनासायास, अत्यंत आनंददायक सफर होईल. आपल्याला फक्त आपल्या मनाचं शीड तेवढं उभारावयाचं आहे. मनाचं शीड जेवढे विशाल तितके ते जास्त कृपारूपी वारा साठवू शकेल. हे शीड स्थिर हवं. चंचल नको. नाहीतर नौका कुठल्याकुठे भरकटत जाईल आणि महत्त्वाचे म्हणजे शिडरूपी मनाला दुर्वासनांची भोके नकोत. नाहीतर सुख आरपार निघून जाईल. शिडाचे अरीफ आकाशरूपी परमेश्वराकडे हवे. शिडाची योग्य काळजी घेतली नाही तर एकदम तळच. आपण असं मनाचं शीड उभारलं की, दोन्ही हात पसरून स्वागत करायचं आणि म्हणायचं 'या सुखांनो.'

प्राचीन काळी द्रष्ट्या ऋषींनी जीवन-प्रेमानं प्रार्थना केली की, सर्व दिशांनी आमच्याकडे अनेकविध विचार येवोत. या उपनिषदांतील प्रार्थनेचा अर्थ आहे की आमच्या मनाची खिडक्या-दारे सर्व बाजूंनी सदैव उघडी असोत व त्यातून सर्व बाजूंनी आम्हाला निरनिराळी सुखे मिळोत. या सुखांचं मनापासून स्वागत करून म्हणू, 'या सुखांनो!'

■

२.

सबुरी

जिल्हा न्यायाधीश म्हणून तुरुंगाला भेट देण्याचे काम मला फार आवडे! त्याने आरोपीच्या आतल्या माणसाचं दर्शन होई. कैदी आनंदा याने खून केला होता. त्याला फाशीची शिक्षा झाली होती. दयेचा अर्जही नामंजूर झाल्याने तो आता फक्त काही दिवसांचाच सोबती होता. त्याला हे माहीत असूनही तो आनंदित होता. इतरांना धीर देत असे. जेलरने मला सांगितले की त्याने त्याच्या ५ व ७ वर्षांच्या मुलांना सुसंस्कार करणारी इतकी उत्तम पत्रे लिहिली होती की ती छापली तर एक चांगले संस्कार पुस्तक होईल.

आजच्या भेटीच्या वेळी मात्र आनंदा पुढे आला नाही. आपल्या खोलीत एकटाच खाली मान घालून रडवेला होऊन बसला होता. तो बोलावूनही कोणाकडे जात नव्हता. 'मला कुणालाही भेटायचं नाही!' एवढंच म्हणत होता. मला एवढंच कळलं की त्याची बायको, मुलं पार लांब गावाहून त्याला भेटायला आली होती. मी जेलमध्ये मोटारीतून शिरताना एक बाई दोन मुलांना मारत घेऊन चाललेली मला दिसली होती. ती आनंदाची बायको मुले असावीत, हा माझा अंदाज खरा ठरला होता.

मी बंदिपालाला आनंदाच्या वाढलेल्या दाढी मिशा कमी करायला सांगून, बेड्या वगैरे काढून साध्या कपड्यांत, त्यांच्या खोलीत घेऊन येण्यास सांगितले, तसा तो आला. मलाही तो एकदम वेगळाच भासला. शिपायाला पाठवून त्याच्या बायको मुलासही त्या खोलीत आणल्याबरोबर ती मुलं इतक्या आवडीनं आनंदाला बिलगली की ते पाहून त्याच्या बायकोने तर डोळ्याला पदर लावलाच, पण जेलर चौधरींसारखा माणूसही आपले अश्रू आवरू शकला नाही. माझ्या आयुष्यात हा प्रसंग मी कधीच विसरू शकणार नाही. आनंदाच्या डोळ्यातून आनंदाश्रूंच्या

धारा वाहत होत्या. मुलं त्याचे मुके घेत होते. त्याला कुरवाळीत होते, खायला भरवत होते.

परत कोठडीत गेल्यावर आनंदाने माझ्या पायांवर डोकं ठेवलं. तुमच्यामुळे ही भेट झाली आता सुखाने मरेन. माझी मुलं मला मिळाली, आणखी काय पाहिजे.

झालं होतं असे की, आनंदा मुलांना भेटायला गेला तर ती बिचकली व दूर गेली. त्याबरोबर आनंदाही ताडकन 'मलाही भेटायचं नाही' म्हणून परत आपल्या कोठडीत गेला होता.

मी म्हटले, 'अरे मगाशीच तू ताडकन त्यांना न भेटता निघून येण्याऐवजी जरा सबुरी धरली असतीस तर? ती धरली नव्हतीस म्हणून तुला उरलेले दिवस दुःखात फुकटच काढावे लागले असते नी मुलंही जन्मभर दुःखी झाली असती. तू सबुरी धरून, मुले का बिचकली ह्याचा विचार केला असतास तर मुले तुला नव्हे तर एकंदर वातावरणाला घाबरून गेली होती हे मला जे कळले ते तुला सहज कळले असते व अनर्थ टळला असता. तू नुसतं पत्रात लिहितोस सबुरी, पण प्रत्यक्ष!' मग मात्र तो चटकन म्हणाला, "खरे आहे साहेब. त्या वेळेलासुद्धा जरा सबुरी धरली असती तर आता ही फाशीची वेळ आली नसती. माझ्या हातून गुन्हाच झाला नसता."

बाकी आनंदाच काय, सर्व कैद्यांची थोड्याफार फरकाने हिच स्थिती होती. अत्यंत जवळचे मित्र पण जरा बोलाचाली झाली की लगेच चाकूने हल्ला. किरकोळ वाद खरं तर अगदी थोडक्यात मिटायला हवे. सबुरीने न वागल्यामुळे, लगेच मारामारी, खुनात रूपांतर अन् दोन्ही बाजूंना जन्मभर दुःख. मला तर वाटतं, खरंच, साईबाबांचा हा सबुरी (संयमाचा) संदेश प्रत्येकाने नीट पाळला तर आमचे कैदखाने बरेचसे मोकळे राहतील.

ही सबुरी पाळल्याने माझ्यातरी एका मित्राचा केवढा फायदा झाला त्याला सीमाच नाही. हा माझा मित्र वसंता व त्याचा मित्र वर्गात एका बाकावर बसत. वसंता एकदा हुद्द्याने मुख्यमंत्र्यांचा पी. ए. झालेल्या मित्राला भेटायला गेला. बाहेर गर्दी होती. चिठ्ठीप्रमाणे तिथला शिपाई एकेकाला सोडत होता. वसंताचं तसं मित्राकडे काहीही काम नव्हतं. नुसतं अभिष्टचिंतन करायचं इतकंच. त्याला वाटलं की त्याचं नाव पाहिल्याबरोबर तो अधिकारी त्याला चटकन आत बोलावेल. व आपणही हॅलो, कसं काय वगैरे १-२ मिनिटात म्हणून बाहेर पडू. पण शिपाई त्याला आत सोडेना. त्यानं चुळबुळ केली तर शिपायाने सांगितले की, साहेबांनी निरोप दिला आहे की, ते वेळ मिळाला की तुम्हाला बोलावतील. हा निरोप ऐकून वसंताला राग आला. वाटलं, ही आपल्या मैत्रीची किंमत! बरं,

आपल्याला काही मागायचं नाही. आपला जुना वर्गमित्र इतक्या गरिबीतून वर गेल्याबद्दल फक्त कौतुक व्यक्त करायचं होतं. सहज या गावी आलो म्हणून भेटण्यासाठी आलो तर याला साधी मित्राची ओळख नाही. माणूस वरिष्ठ पदावर गेल्यावर एवढा शेफारतो? वसंता ताडकन परत घरी जायला निघाला. इतक्यात त्याच्या मागाहून आलेल्या लोकांना पण आत बोलावले गेले. वसंताने ठरविले की आता मात्र हा अन्याय फार झाला. शिस्तीप्रमाणे सुद्धा त्याचा नंबर येऊन आत बोलावलं जात नाही, आता थांबण्यात अर्थ नाही. पण इतका वेळ थांबलोच आहे तर या मित्राला चांगले सुनावूनच जाऊया, अधिकारी असला तर इतरांपुढे, मला काय? त्याने सर्वजण निघून गेल्यावर मग वसंताला बोलावले. वसंता इतका रागावला होता की, काय बोलावे, त्याची कशी खरडपट्टी काढावी हेच वसंताला सुचत नव्हते. शेवटी मित्रच म्हणाला, "अरे तू आलास हे कळल्यावर मी सर्वांना जुजबी बोलून कटवलं. म्हटलं तुझ्याशी निवांतपणे बोलता येईल. त्यात तुझा आज वाढदिवस. चल चटकन बाहेर कुठं जेवायला जाऊ नाही तर आणखी कोणी भेटायला येतील." वसंता या अगत्य व जिव्हाळ्याने पार गांगरून गेला. वाटेत गप्पा मारताना त्याने वसंताला विचारले की 'अरे, तुझा मुलगा काय करतो?' वसंता अनेक महिने त्याच्या मुलाच्या नोकरीसाठी अनेक कंपन्यांचे उंबरे झिजवत होता. पण वरच्या वर्गात पास होऊनही कुठे काही जमत नव्हतं. सर्वत्र वशिला. पार रडकुंडीला आला होता. त्याने नुसते सांगितले की अजून त्याला नोकरी नाही. मित्राने कुठेतरी फोन केला नि वसंताला सांगितले की, 'तुझ्या मुलाला नोकरी मिळाली. उद्या कंपनीत हजर व्हायला सांग. नेमणूकपत्र हातात पडेल, चांगला पगार आहे.' वसंताला तर आता साधं आभाराचंही बोलता येत नव्हतं. त्याचा कंठ दाटून आला. तेवढ्यात घराचा विषय निघाला. वसंता अजून दोन खोल्यांच्या भाड्याच्या घरातच रहात होता. दावे चालू होते. केव्हा सोडावे लागले तर, नुसती कल्पनाही करवत नव्हती. मित्र म्हणाला, "तुझे वडील स्वातंत्र्य चळवळीत तुरुंगात गेले होते ना? एक अर्ज कर, मुख्यमंत्र्यांच्या कोट्यातून तुला घर देतो. पैशाची काळजी करू नको. हप्त्याची सोय होईल. तुला फक्त कोणत्या भागात ब्लॉक पाहिजे ते सांग. उद्याच ऑर्डर काढावयास सांगतो." वसंताला वाटलं की मित्राच्या रूपाने प्रत्यक्ष देवच अवतरला. पण दुपारी जर वसंता सबुरी न धरता ताडकन निघून गेला असता तर आयुष्यात काहीही प्राप्त होणार नव्हतं. अशी संधी वाया गेली असती.

सबुरी हे मनाचे सामर्थ्य, तर असंयम हा मनाचा विनाश आहे. लहानपणी संस्कृत सुभाषिताबद्दल गोष्ट सांगितलेली मला अजून आठवते. एका राजाने एका कवीकडून हजारो मोहरा देऊन एक सुभाषित घेतले होते– 'सहसा विदधीत न

क्रिया अविवेक: परमापदां पदम् ॥' त्याचा अर्थ असा होता की, असंयमाने कोणतीही गोष्ट करू नये, त्यामुळे अनर्थ निर्माण होतात. एकदा एक राजा शिकारीहून रात्री परत आला तर त्याला त्याच्या पत्नीच्या पलंगावर एक पुरुष झोपलेला दिसला. त्याबरोबर त्याने चटकन तलवार उचलली. तेवढ्यात त्याला ही कवितेची ओळ दिसली. तो थोडा थांबला तेव्हा त्याला कळले की, त्याचाच मुलगा बऱ्याच वर्षांनी घरी परत येऊन, दमून पार डोक्यावर पांघरूण घेऊन झोपला होता.

लहानपणी या सुभाषिताचं इतकं महत्त्व वाटलं नाही पण (साई सच्चरित पोथी) वाचताना मात्र सबुरीचे महत्त्व मनात चांगलेच ठसले. साईबाबांकडे एक स्त्री त्यांनी गुरूपदेश द्यावा म्हणून बरेच दिवस धरणे धरून बसली होती. शेवटी साईबाबांनीच सांगितले की ''आई! माझ्या गुरूनेच माझे कान फुंकले नाहीत. फक्त दोन नाणी दिली, श्रद्धा व सबुरी. बस्स!'' साईबाबांनी या दोन शब्दात साधनेचे सारे सार सांगितले आहे. एवढा सबुरीचा एक गुण जरी माणसाने जोपासला तरी त्याच्या आयुष्याचे कल्याण झाल्याशिवाय रहाणार नाही.

पु.ल. देशपांड्यांनी 'तुझे आहे तुजपाशी' नाटकात डॉ. सतीशच्या तोंडी याच अर्थाचे फार छान वाक्य टाकलं आहे. तो म्हणतो, ''काकाजी इंतजार (सबुरी) मध्ये मजा आहे, ती शिकारीत नाही.'' बाकी प्रेमात सबुरीला-संयमाला किती किंमत आहे ते प्रेमीच जाणे.

केशवसुतांनी हेच वेगळ्या शब्दांत सांगितले आहे. ते म्हणतात, 'धीर धरी रे धीरापोटी असती मोठी फळे गोमटी.'

सबुरी आणि श्रद्धा या एकाच नाण्याच्या दोन बाजू आहेत. सुनील गावस्करची फार पूर्वी गाठ पडली होती. त्यानं त्याच्या यशस्वितेचं रहस्य सांगितलं, तो म्हणाला, ''फलंदाजीला जाताना मी गोलंदाजांना म्हणतो, पहिला तास तुझा. त्यात सारा संयम (सबुरी) करायचा. मग बाकीचे तास माझे. सबुरी सोडून घाईने फटका मारायचा नाही, बाहेरच्या चेंडूला साधी बॅटही लावायची नाही.'' बऱ्याच जणांनी गावस्करांसारखं पुढे येण्याचा प्रयत्न केला पण सबुरी नसल्यामुळे ते टिकले नाहीत.

ऐझॅक न्यूटनसारखा जगप्रसिद्ध शास्त्रज्ञ म्हणतो, "If I have done the public any service, it is due to patient thought" मी जर जनतेची काही सेवा केली असेल तर ती संयत विचारामुळेच. सबुरी ह्या एका गुणात प्रचंड सामर्थ्य आहे.

शेक्सपिअरनेसुद्धा त्याच्या 'हॅम्लेट' या प्रसिद्ध नाटकात या सबुरीच्या गुणाबद्दल फार छान वाक्य लिहिलं आहे. "Upon heat and flame of thy distemper sprinkle cool patience". 'तुझ्या प्रक्षुब्धपणाच्या आगीच्या ज्वाळांवर थंड सबुरीचा शिडकाव कर.'

सबुरीचा संदेश तर खुद्द अल्लानेच माणसांना दिला आहे. पवित्र कुराणाच्या सुरह अन् जहल या प्रकरणात १२५ ते १२८ श्लोकांत म्हटले आहे, '*बस्तिर चमा सबरूक इल्ला.* तुम्ही सबुरी बाळगली तर नक्कीच फारच चांगले. हे पैगंबर, तू सबुरीने कार्य करीत रहा, तुमची ही सबुरी अल्लाच्या कृपेमुळेच आहे.'

सबुरी ही परमेश्वराची देणगी म्हणून सर्वांनीच स्वीकारावयास हवी.

■

३.

श्रद्धा

श्री साईबाबांच्या चरित्रामध्ये असा उल्लेख आहे की त्यांना, कुणी उपदेश करा, म्हणून मागे लागले होते. त्यावेळी साईबाबांनी त्या व्यक्तीला सांगितले की, त्यांच्या गुरुंनी त्यांचे काही कान फुंकले नाहीत, फक्त दोन मंत्र दिले. एक म्हणजे श्रद्धा आणि दुसरे म्हणजे सबुरी. थोडक्यात म्हणजे साईबाबांनी सर्व लोकांना या दोन शब्दांनी एक मंत्र सांगितलेला आहे. त्यामुळे या शब्दांना आज खूपच प्रसिद्धी प्राप्त झाली आहे. मंत्र शब्दाचा अर्थ आहे (मननात् त्रायते इति मंत्र:) ज्याच्या मननाने मनुष्य तरून जातो असा शब्द किंवा विचार. तेव्हा श्रद्धा ह्या शब्दमंत्राचे मनन केले, त्यावर चिंतन व कृती केली तर आपण निश्चित तरून जाऊ म्हणून श्रद्धेबद्दल जरा मनन करणे हितकारक व सुखाचे ठरेल.

एक आश्चर्यकारक गोष्ट अशी आहे की मनुष्याला बाहेरच्या बऱ्याच गोष्टीबद्दल ज्ञान असू शकते परंतु त्याला सुखाने जगण्याकरिता आवश्यक असलेले असे स्वत:बद्दलचे ज्ञान असत नाही व स्वत:चे स्वत:ला समजून घेण्याची जरूरी वाटत नाही. इतर फुटकळ बाबींत तो वेळ घालवत असला तरी ह्या अत्यंत महत्त्वाच्या बाबीसाठी त्याला वेळही असत नाही.

श्रद्धा ही जीवन सुखाने जगण्याकरिता अत्यंत जरूरीची गोष्ट आहे याबद्दलचे त्याचे अज्ञान असते व श्रद्धेचे महत्त्व जरी त्याला पटले तरी श्रद्धा म्हणजे काय, ती आपण का व कशी संपादन करावी किंवा वाढवावी याचा फारच थोड्या लोकांनी विचार केलेला असतो. श्रद्धेबद्दल सर्वसामान्य माणसांना जेवढी माहिती पाहिजे तेवढी त्याला नाहीच. बहुतेक लोक अज्ञानापोटी केवळ श्रद्धा ह्या शब्दालाच बुजतात. श्रद्धा म्हणजे आपली बुद्धी गहाण ठेवणे एवढाच अर्थ त्यांना वाटतो. अंधश्रद्धा वगैरेच्या प्रसारामुळे त्यांच्या श्रद्धेबद्दल काही चुकीच्या

कल्पना आहेत. टॉलस्टॉयसारखा तत्त्वज्ञ म्हणतो की श्रद्धा ही जीवनाची शक्ती (Force of life) आहे. त्याचाही विचार करणे जरूर आहे.

सर्वसामान्य माणूस एखादी अशक्यप्राय वाटणारी गोष्ट बुद्धीला न पटणाऱ्या मार्गाने प्राप्त होण्याची आशा बाळगणे यालाच श्रद्धा असे समजतो. एखाद्या दगडाच्या मूर्तीपुढं फूल, नारळ ठेवले तर धंद्यामध्ये पैसा, नोकरीमध्ये बढती किंवा लग्न जुळण्यासारख्या काही सहजासहजी न सुटणाऱ्या समस्या चटकन सुटतील हे बुद्धीला पटत नाही. तरी पण मनुष्य हे केवळ दुसऱ्याच्या सांगण्यावरून, रूढी म्हणून, किंवा नाईलाजास्तव अशा गोष्टी करीत असतो. काही माणसे या जुगारालाच श्रद्धा असे म्हणतात व त्यात काही वाईट नाही अशी स्वत:ची समजूत करून घेत असतात. देवाला कौल लावणाऱ्या माणसांना त्यांच्याबद्दल शंका घेणारी व्यक्ती एकदम नास्तिक वाटत असते. तर काही माणसे स्वत:ला नास्तिक म्हणण्यातच आपली हुषारी आहे असे समजतात आणि त्या नास्तिकतेचे आतताई प्रदर्शन करण्यातच ते धन्यता मानतात.

हल्ली तर श्रद्धा हा शब्दही नीटसा कळत नाही. अंध:श्रद्धेच्या नावाखाली जो गाजावाजा चालला आहे,त्यामुळे तर सामान्य माणूस श्रद्धा ह्या संकल्पनेबद्दल भ्रांतचित्त झाला आहे व त्याच श्रद्धेबद्दल त्याच्या कल्पना विपरित होत आहेत. अंध:श्रद्धा निर्मूलनाच्या प्रचाराची बैठक श्रद्धेचीच आहे. अंध:श्रद्धा जर दूर झाली तर समाज सुखी होईल हीच श्रद्धा असल्यामुळे अंध:श्रद्धेच्या निर्मूलनाचे काम चालू असते हे विसरून चालणार नाही. अंध:श्रद्धा निर्मूलनाची ही कुऱ्हाड योग्य ठिकाणीच चालवली पाहिजे नाहीतर सर्वच श्रद्धेवरती ती चालवू लागलो तर समाजाचे अतोनात व कधी भरून न येणारे नुकसान होईल ही गोष्ट आपण नीट लक्षात ठेवली पाहिजे. भारताचा हा एकसंध समाज ब्रिटीश साम्राज्यवाद्यांनी आपल्या धर्मप्रसाराकरीता खिळखिळा व निस्तेज केला व ते त्या समाजाच्या श्रद्धेच्या/रूढीवर आपण स्वत: व आपल्या मिशनच्या मार्फत तसेच सुशिक्षित म्हणवणाऱ्या भारतीय लोकांकडून हल्ले करवून घेऊन.

बुद्धी व मन ह्या आपण वेगवेगळ्या गोष्टी मानल्या आहेत. श्रद्धा ही भावना आहे व हा मनाचा विषय आहे. मनुष्य एखाद्या घटनेचा अनुभव घेतो. हा अनुभव त्याच्या अंतर्मनात नोंदला जातो, तशाच घटनेचा त्याला पुन्हा तसाच अनुभव येतो. असे अनेकवेळा त्याच त्या प्रकारचे अनुभव येऊ लागले की तो घटनेच्या परिणामांची निश्चिती करतो. पुढे भविष्यातही त्याला तशाच स्वरूपाच्या घटनेचा तसाच अनुभव येणार आहे ह्याची त्याच्या अंतर्मनात खात्री होते. ह्या अनुभवाच्या खात्रीलाच श्रद्धा असे म्हटले जाते.

वैद्याच्या औषधाने गुण आला तर वैद्यावर थोडा विश्वास बसतो. पुढे नेहमीच

त्याला गुण येऊ लागला की खात्री होते व पुढे तर आपल्याला नक्की गुण येणारच याबद्दल थोडीही शंका रहात नाही, तेव्हा वैद्यावरच त्याची श्रद्धा बसते. पुढे कित्येकवेळेला औषधापेक्षा ही श्रद्धाच त्याला बरी करते असे आढळते.

श्रद्धेमुळे जीवनातील अनेक प्रश्न सुटण्यास मदत होते. सगळेच प्रश्न नुसत्या बुद्धीच्या किंवा तर्काच्या किंवा विचारांच्या जोरावर सुटत नाहीत. माझा एक मित्र आहे. त्याला श्रद्धेने ज्ञान मिळते हे काही पटत नाही. उलट श्रद्धा ही शास्त्रीय चौकस बुद्धीचा नाश करते असे त्याचे मत. बुद्धी सतत का? व कसे? असे प्रश्न विचारते व त्याच्या उत्तरामुळेच सारे शास्त्र जन्माला येते हे त्याचे म्हणणे. तुम्ही श्रद्धा बाळगायला सांगून त्याची चौकस बुद्धी नष्ट करता असे त्याचे मत. वास्तविक पहाता, ब्रह्मज्ञानासारख्या गहन विषयाचा विचार करताना श्री आद्य शंकराचार्यांसारखा तर्कनिष्ठ प्रकांड पंडित 'तर्कोऽप्रतिष्ठा' (तर्क नको) हे सुरुवातीलाच सांगतो. बीजगणितात सुद्धा आपण 'क्ष' मानू असे म्हणून सर्व कठीण प्रमेये सुटतात. तिथे बुद्धीने 'क्ष' का मानायचा? त्याची किंमत काय? काहीच नसेल तर न मानला तर का चालणार नाही? असे प्रश्न विचारले तर साधे बीजगणितही सुटणार नाही. वीज म्हणजे नक्की काय हे समजून सांगा तरच पदार्थविज्ञान शिकतो म्हणणाऱ्याला कोणताही विषय शिकता येणार नाही. कोणत्याही विषयाचे ज्ञान मिळवायचे असल्यास काहीतरी मानून चालावेच लागते. कायद्याच्या अभ्यासात सर्वसामान्यपणे सारासार विचार करणारा माणूस हा महत्त्वाचा घटक धरला आहे. (Ordinary Resonable Prudent Man) त्याचे मत हे प्रमाण मानले आहे. पण कोणी विचारलं की, असा एखादातरी माणूस मला दाखवा तर अजिबात दाखवता येणार नाही. पण त्याचे अस्तित्व मानूनच सर्व पुराव्याच्या कायद्याची उभारणी आहे. हे मानणे ही श्रद्धेची पहिली पायरी आहे व त्यावर सर्व शास्त्रांच्या अभ्यासाचा पाया उभारलेला असतो. मग आपण जे काही मानले त्याची किंमत काय हे ही कळते.

समजा, मनुष्य काही संकटात पडला तर त्याला वाटते की, कोणा एका देवाला साकडे घातले, त्याची प्रार्थना केली तर आपले संकट टळेल किंवा आपणांस हवा तो परिणाम मिळेल. त्याने देवाची प्रार्थना करून तसा अपेक्षित परिणाम झाला, तर त्या प्रार्थनेचा व परिणामाचा काही संबंध असावा असे त्याला वाटते. थोडा विश्वास बसतो पण खात्री नसते. ह्या वेळेला जे अपेक्षित फळ मिळाले तो केवळ योगायोगही असेल किंवा बोला फुलाची गाठ पडली असेल, असे त्याला वाटते. परत तशाच स्वरूपाची घटना घडली व परत त्याने त्याचा अनुभव घेतला किंवा अनेकवेळा अनुभव घेतल्यावर त्याच्या परिणामांबद्दल खात्री होते, त्यामुळे हा अनुभव नाकारता येत नाही तर पक्का होतो. तेव्हा अशा

व्यक्तीची अमुक एका देवावर, व्यक्तीवर श्रद्धा बसते. श्रद्धा बाळगलेल्या व्यक्तीला आपण श्रद्धावान म्हणतो. श्रद्धा हा विषयच भावनेचा असल्याने बुद्धीने त्याचे खंडन करता येत नाही. तसे करणे चुकीचे होईल.

जशी व्यक्ती श्रद्धा बाळगते तसा समाजही श्रद्धा बाळगून असतो. कळप व समाज ह्यात हाच फरक आहे. केवळ माणसांचा जमाव/कळप आहे म्हणून तो एकसंध समाज असणार नाही. अशा माणसांना श्रद्धा एकत्र बांधून ठेवत असते. सर्वसामान्य अशी एक किंवा अनेक श्रद्धा असलेल्या माणसांच्या समुदायाला समाज म्हटले जाते. समान श्रद्धा हे अशा समाजाचे व्यवच्छेदक लक्षण मानले जाते. गाय ही पूजनीय आहे ही किंवा अशाप्रकारची श्रद्धा बाळगणारा समाज आपण हिंदू म्हणून ओळखतो. कुराण हे ईश्वरप्रणीत आहे अशी श्रद्धा असलेला समाज मुसलमान समाज. ख्रिश्चन समाज बायबलवर श्रद्धा ठेवतो. बुद्ध समाज अहिंसेवर श्रद्धा ठेवतो. प्रत्येक समाजाची अशी वेगवेगळी श्रद्धास्थाने असतात.

शिवाजी महाराजांनी सबंध राष्ट्राची उभारणी केवळ 'हे राज्य होणे ही श्रींची इच्छा आहे' ह्या श्रद्धेतून केले हे विसरून चालणार नाही. समाजाची बांधणी ही श्रद्धेतून होत असते.

श्रद्धा ही प्रेम, काम इत्यादीप्रमाणे एक भावना/जाणीव (Feeling) आहे. मन व बुद्धी हे भिन्न विषय आहेत. भावना हा मनाचा विषय आहे. तर विचार हा बुद्धीचा विषय आहे. बुद्धीचे काम बुद्धीने व भावनेचा विषय भावनेनेच सोडवला पाहिजे. भावनेचे काम बुद्धीने किंवा बुद्धीचे काम भावनेने करण्यासारखा वेडेपणा किंवा प्रपंच कोणताही नाही. सर्वसामान्य माणसांचा जो वैचारिक गोंधळ होताना दिसतो त्याचे मुख्य कारण म्हणजे विचार व भावना ह्यांची सरमिसळ करून प्रश्न गुंतागुंतीचा करणे हे होय. मात्र विचारांना भावनेची किंवा भावनेला विचारांची जोड मिळाली तर त्यासारखे सुखकारक काही नाही. देशप्रेम ही भावना, पण सुभाषचंद्रांसारखा एखादा विचारवंत देशभक्त केवळ भाषणाने अनेकांच्या मनात केवळ विचारांनी ही भावना निर्माण किंवा वृद्धिंगत करू शकतो, त्यावरून विचार व भावना ह्यांचे साहचर्य केवढे प्रचंड काम करू शकते हे लक्षात येते. कवीच्या भावनेला जेव्हा विचारांची जोड मिळते तेव्हा सुंदर काव्याची निर्मिती होते हेही लक्षात ठेवले पाहिजे.

श्रद्धेचे आपल्या जीवनात असलेले महत्त्व समजून घेतले पाहिजे. जीवनामध्ये जशी बुद्धीची जरूरी आहे, तितकीच भावनांचीही आहे. केवळ बुद्धीने जाणारा– बुद्धिवादी– हा अत्यंत तर्कटी, हृदयशून्य व यांत्रिक असतो. बुद्धिमापनासाठी बुद्धिमापन एकांकाची कसोटी लावली जाते. त्यालाच आय.क्यू (I.Q.- Intelligent Quotient) म्हणतात. परंतु अशी माणसे निरूपयोगी ठरू लागली त्यामुळे

सध्या या कसोटीबरोबर भावनामापनही केले जाते. त्यालाच भावनामापन किंवा इमोशनल कोशंट (E.Q.- Emotional Quotient) असे म्हणतात. तेव्हा सध्या बुद्धी इतकीच भावनासुद्धा प्रगत औद्योगिक जगात महत्त्वाची बाब मानण्यात येते. श्रद्धा ही भावनेची सर्वश्रेष्ठ, प्रगल्भ व संस्कारित अवस्था होय. वरील दोन्ही कसोट्यांशिवाय सध्या व्यक्तीची श्रद्धा कशी आहे हे ही तपासले जाते त्यालाच श्रद्धामापन किंवा फेथ कोशंट (F.Q.- Faith Quotient) म्हणतात. त्यावरूनच माणसाची पारख केली जाते. वरच्या दर्जाचा फेथ कोशंट किंवा श्रद्धा असलेला माणूसच उत्तमपैकी काम करू शकतो. असा अनुभव आहे.

अनुभवाच्या निश्चितीची खात्री म्हणजे श्रद्धा. पण श्रद्धा म्हणजे विश्वास नव्हे तर त्यापेक्षा काही जास्त वेगळे किंवा पुढची पायरी आहे. ठाम खात्री, अढळ विश्वास ह्याला श्रद्धा म्हणता येईल. टेनिसन सारखा महाकवी म्हणतो, श्रद्धा म्हणजे आपण जे विचारांनी सिद्ध करू शकत नाही, त्याची खात्री. (Believing what we cannot prove by logic.) विश्वास हा गैर किंवा अंध असू शकतो, त्याचा घात होऊ शकतो. अंधश्रद्धेची बरीचशी प्रकरणे, ही अयोग्य, दिशाभूल झाल्याची किंवा विश्वासाच्या घाताची आहेत. श्रद्धेच्या घाताची नव्हेत. मी पोस्टात पत्र टाकतो, ते दुसऱ्याला मिळेल असा पोस्टावर विश्वास असतो म्हणून, श्रद्धा म्हणून नव्हे.

श्रद्धा ही जरी अनुभवातून निर्माण होते तरी हे सर्व अनुभव स्वत:लाच यावयास हवेत हा अट्टाहास चुकीचा ठरतो. दुसऱ्याला आलेले अनुभव तपासून स्वीकारणे हे शहाणपणाचे ठरत असते. 'पुढच्यास ठेच मागचा शहाणा' असे म्हणतात ते खरे आहे. समाजात वृद्ध माणसांना किंमत असते ती त्यांच्या अनुभव संपन्नतेमुळे व त्यांच्या अनुभवाचा फायदा मिळतो म्हणून. 'गोष्टी सांगेन युक्तीच्या चार' असे श्रीकृष्णाने अर्जुनाला सांगितले ते ह्या त्यांच्या अनुभवाच्या फायद्यामुळेच.

श्रद्धा ही ठाम व निश्चित अशा अनुभूतीतूनच निर्माण होते. चंचल किंवा अस्थिर मनाच्या अनुभूतीतून नव्हे. सोमवारी फक्त शंकराला, मंगळवारी फक्त देवी, गुरुवारी दत्त, शनिवारी मारुती असा निरनिराळ्या देवांना पूजणाऱ्या चंचल श्रद्धा असलेल्या माणसाचा ज्ञानेश्वरांनी उपहास केला आहे. असा चंचल माणूस नक्कीच श्रद्धावान म्हणता येणार नाही. शेक्सपिअर म्हणतो त्याप्रमाणे हॅटच्या फॅशनप्रमाणे त्यांची श्रद्धा बदलत असते. अशा माणसांची अवस्था 'ना घरका ना घाटका' अशी धोब्याच्या कुत्र्याप्रमाणे असते. त्यांच्या हाती काही लागत नाही. घरंगळणाऱ्या दगडावर शेवाळ जमत नाही (Rolling stone gathers no moss) म्हणतात ते ह्यासाठीच.

श्रद्धा ही ज्ञान देते असे गीतेच्या चौथ्या अध्यायात सांगितले आहे. अर्थात असे ज्ञान मिळवण्यासाठी दोन गोष्टींची आवश्यकता आहे असेही सांगितले आहे. एक तत्परता व दुसरे इंद्रिय संयम. (श्रद्धावान् लभते ज्ञानः । तत्परः संयतेंद्रियः ।।) पर म्हणजे मोठा, श्रेष्ठ किंवा महत्त्वाचा. ज्यावर श्रद्धा ठेवली आहे, ती गोष्ट सर्वांत श्रेष्ठ, महान वाटली पाहिजे. ज्या विषयाचं ज्ञान मिळवायचं आहे, त्या गोष्टीकडे त्याचे सतत अनुसंधान असले पाहिजे. त्याची महती त्याला वाटली पाहिजे. त्यालाच तत्पर असे म्हणतात. एवढे असूनसुद्धा तो इंद्रियांच्या अधीन असता कामा नये. त्याचा इंद्रियांवरती ताबा हवा. ज्याला ज्ञानाची प्राप्ती करावयाची आहे, किंवा एखाद्या विषयात प्रावीण्य मिळवायचे आहे, त्याला श्रद्धा, तत्परता आणि संयम या तिनही गोष्टींची आवश्यकता असते नाहीतर त्याला ज्ञानप्राप्तीचे ध्येय गाठता येणार नाही. हल्लीच्या बऱ्याच विद्यार्थ्यांमध्ये या तीनही गुणांचा अभाव आढळतो.

श्रद्धेने आपल्याला शहाणपण येते, बुद्धीने ज्ञान प्राप्त होते. श्रद्धा व बुद्धी हे दोन्ही ज्ञानप्राप्तीचे मार्ग आहेत. आपल्याकडे ह्या दोघांचे महत्त्व प्राचीनकाळापासून ओळखले आहे. गणपती ही आपण ज्ञानाची देवता मानतो, सरस्वती ही विद्येची देवता तर शारदा ही श्रद्धेची देवता. गणपतीच्या ह्या दोन्ही बायका मानल्या गेल्या आहेत. त्यात आवडती, नावडती, असे काही नाही, दोघीजणी सारख्याच महत्त्वाच्या. श्रद्धेचे महत्त्व व त्याचा असलेला ज्ञानाशी संबंध या सोप्या रूपकाने जनमानसात रूजवला आहे. त्याचप्रमाणे आपण या कल्पनेवरूनच सत्य व ऋत अशा दोन संकल्पना तितक्याच तोलामोलाच्या मानल्या आहेत. बुद्धीने निर्धारित केलेले ज्ञान आपण सत्य मानतो तर अनुभवाने निर्धारित केलेले ज्ञान आपण ऋत म्हणून समजतो. ऋताची संकल्पना ही भारतीयांनी जगाला दिलेली देणगी आहे असे मानले जाते. पूर्वीच्या काळी शारदोत्सव मोठ्या समारंभाने पार पाडला जात असे. त्यामुळे श्रद्धेचे महत्त्व समाजात रूजवले जात असे. समाज श्रद्धासंपन्न होण्यास त्याची खूप मदत होई.

श्रद्धा ही मनाची अशी प्रगल्भ अवस्था आहे की आपण ती जाणीवपूर्वक वाढवू शकतो हे लक्षात ठेवणे जरूर आहे. त्यासाठी आपल्या अंतर्मनाच्या अस्तित्वाची व त्याच्या प्रचंड सामर्थ्याची जाणीव असावयास हवी. अंतर्मनाला सतत सकारात्मक (पॉझिटीव्ह) सूचना देऊन श्रद्धा अंतर्मनातून निर्माण व्हावयास हवी. चंचल किंवा नकारात्मक (निगेटीव्ह) विचारसरणीने ती कधीही निर्माण होत नाही. ह्या सकारात्मक सूचना अनुभवातून निर्माण होतात. हा अनुभव वरवर नसून अंतर्मनात खोल रूजलेला असावयास हवा. ह्या खोल रूजलेल्या पक्क्या अनुभवाचेच श्रद्धेत रूपांतर होते. परमेश्वराचे सतत नामस्मरण किंवा जपमाळेचा

प्रत्येक मणी हा अंतर्मनात परमेश्वराबद्दल व आपल्या आशादायी भवितव्याबद्दल श्रद्धा निर्माण करण्यासाठीच वापरला जावयास हवा. हे नामस्मरण/जप यांनी, श्रद्धा निर्माण केली/जोपासली जाणार नसेल, तर ते व्यर्थ आहे असे संत समजतात. 'योग-याग विधी। येणे नोहे सिद्धी । वायांची उपाधी दंभधर्म' असे ज्ञानेश्वर महाराज म्हणतात ते यासाठीच. टाकीचे घाव घालून दगडातून जशी मूर्ती निर्माण होते तसे अंतर्मनाला सतत सकारात्मक विचारांचे घाव घालून त्यातून श्रद्धेची मूर्ती घडते. ती घडल्या-बरोबर ती निर्जीव अशी दगडाची रहात नाही, तर सर्व शक्तिमान अशी सजीव होते व साऱ्या अद्भूत व 'असाध्य ते साध्य न करीता सायास' अशा गोष्टी करून दाखवते.

सेंट ऑगस्टीन याने श्रद्धेचे फार चांगल्या शब्दांत वर्णन केलेले आहे. तो म्हणतो, जे आपण पाहू शकत नाही, त्यावर विश्वास ठेवायला श्रद्धा सांगते आणि त्याचे फळ म्हणजे ज्यावर आपली श्रद्धा आहे, ते आपल्याला पहायला मिळते.

विचारांप्रमाणेच श्रद्धा सात्विक, राजसी किंवा तामसी असू शकते. गीतेच्या सतराव्या अध्यायात ह्या तीनही श्रद्धांचे सविस्तर व मार्मिक वर्णन केले आहे. ज्ञानेश्वरांनी त्यावर फारच समर्पक शब्दांत दृष्टांत दिले आहेत. ते म्हणतात, पाणी एकच पण ते विषात मारक, मिरचीत तिखट व उसात गोड होते. त्यामुळे श्रद्धा ज्या गुणांशी संयोग करते त्याप्रमाणे तिचे रूप होते. माणसाच्या कर्मावरून त्याची श्रद्धा कशाप्रकारची आहे ते कळते.

श्रद्धा हा परवलीचा शब्द आहे. प्रचंड संपत्ती असलेल्या अलिबाबाच्या गुहेत जाण्यासाठी 'तिळा उघड' हा जसा परवलीचा शब्द होता तसा. या श्रद्धेने अंतर्मनाच्या गुहेमध्ये असलेल्या अनेक मौल्यवान आणि अप्रतिम सुंदर गोष्टी मिळू शकतात. आपले अंतर्मन हे त्या गुहेपेक्षाही अत्यंत मौल्यवान खजिना असलेली एक गुहाच आहे, श्रद्धा ही त्या खजिन्याची किल्ली आहे.

श्रद्धेचे फळ मिळावयाचे असेल तर ती नुसती आहे एवढे म्हणणे पुरेसे नाही, ती जाणीवपूर्वक वाढवावयास हवी. सारे अंतर्मन त्या जाणिवेने व्यापून रहावयास हवे. हे सतत प्रयत्नपूर्वक करावयास हवे. कित्येकजण आपली अमुक एका गोष्टीवर श्रद्धा आहे असे जरी जाहीर करत असले तरी संकटाच्या वेळी मात्र त्याची श्रद्धा डळमळताना दिसते. मग त्यांची त्रेधातिरपिट उडते. श्रद्धा ही तोंडाला बाहेरून फेसपावडर लावतो तशी दिखावटीसाठी लावून चालत नाही तर ती पक्की अंत:करणात रूजावी लागते व काळजीपूर्वक जोपासावी लागते. श्रद्धा ही कशी वाढवावी, त्यासाठी काय करावे हे मात्र क्वचितच सांगितले जाते.

इस्लामधर्माचे सार श्रद्धा ह्या एका शब्दाने सांगता येईल. रोज पाच वेळा

करावी लागणारी प्रार्थना/नमाज, उपवास वगैरे सर्व गोष्टी श्रद्धा वाढवण्यासाठीच सांगितल्या आहेत. मनुष्याच्या अंतर्मनात परमेश्वराचे सर्वश्रेष्ठत्व मुरवण्यासाठी व त्याची श्रद्धा जोपासण्यासाठी त्याला 'अल्ला हो अकबर' असे नमाजीत अनेकवेळा म्हणावे लागते. त्याची परमेश्वराच्या सामर्थ्याबद्दल श्रद्धा पक्की होते व ती त्याच्या अहंकाराचा नाश करू शकते अशी धारणा आहे.

कित्येक अश्रद्ध लोक किंवा पोकळ श्रद्धा असलेले लोक नशिबाला दोष देतात. माझे नशीबच खोटे, मी दुर्दैवी किंवा मागच्या जन्मीचे काही पाप आपल्याला आडवे येत आहे असे म्हणत असतात. आपल्याला आलेले अपयश किंवा दारिद्र्य वगैरे गोष्टी आपले काहीही नियंत्रण नसलेल्या अदृश्य शक्तीने येत असते अशी कल्पना करून घेतात. वास्तविक पहाता, हे कमनशीब, दुर्दैव वगैरे स्वत: त्यांनी स्वत:च्या कुविचारांनी निर्माण केलेले असते ही गोष्ट ते सोईस्करपणे विसरतात. मग दुर्दैव दूर करण्यासाठी, तंत्र-मंत्र, गंडेदोरे, बुवा, ज्योतिषी वगैरेंकडे असहाय्यपणे धाव घेताना दिसतात. ही सारी दुर्दशा त्यांनी त्यांच्या अंतर्मनात सारखे नकारात्मक विचारांमुळे करून घेतलेली असते. ह्या सत्याकडे त्यांनी कानाडोळा केलेला असतो. वास्तविक तुमची श्रद्धा हीच तुमच्या अंतर्मनाची मार्गदर्शक किंवा शिल्पकार असते. गीतेमध्ये सुद्धा ज्याची जशी श्रद्धा असेल तसा तो माणूस असतो असे म्हटले आहे. "यो यच्छ्रद्धः स एव सः ॥" कमनशीब, दुर्दैव वगैरे आत्मघातकी मानसिक आजारास श्रद्धा हे एकच रामबाण औषध आहे.

'तूच तुझ्या जीवनाचा शिल्पकार आहेस' ह्या वचनाचा साधा अर्थ हाच आहे की तुझी जडणघडण ज्या अंतर्मनातून होत असते ते अंतर्मन घडवणे हे पूर्णपणे तुझ्या हातात आहे. परमेश्वर आपल्या मध्येच आहे असे जे गीता किंवा आपले उपनिषद् यांसारखे धर्मग्रंथ ह्या अंतर्मनाला उद्देशूनच सांगत असतात. हे अंतर्मनच दिव्यत्वाने किंवा सर्व शक्तीमान परमेश्वरी अंशाने भरून जावो असे अनेकवेळा श्रीकृष्णाने अर्जुनास सांगितले आहे. (मन्मना भव मद्भक्ता) मोक्ष किंवा कायम परमसुख त्यामुळेच मिळेल व मनाला निरूत्साही, दु:खी करणाऱ्या सर्व गोष्टी ज्याला पाप म्हणतात त्या नाहीशा होतील असे त्याचे फळही सांगितले आहे. दुर्दैवाने श्रद्धेबद्दल व अंतर्मनाबद्दल माणसास जेवढी जागरूकता हवी तेवढी अजिबात नसल्यामुळे त्यास अनेक संकटांना तोंड द्यावे लागते. 'काखेत कळसा व गावाला वळसा' ही म्हण इथे यथार्थाने लागू पडते.

वास्तविक पहाता, श्रद्धा किंवा विश्वास हा स्वत:वरच असावयास पाहिजे. त्यालाच आत्मविश्वास म्हणतात. हा स्वत:वरचा विश्वासच त्याला ह्या अनंत, अमर्यादित अशा शक्तीची ओळख करून देतो. श्रद्धाच आपल्याला जीवन,

शक्ती किंवा सामर्थ्य देत असते. श्रद्धावान माणसासच श्रीमंत म्हटले आहे. रामायणात लक्ष्मणाचे वर्णन श्रीमान असे केले आहे ते त्याचे रामावर असलेल्या श्रद्धेमुळेच. श्रद्धा ही लक्ष्मणाची संपत्ती होती. नुसते पैसे असणाऱ्या अश्रद्ध माणसाला समर्थांनी करंटा असे संबोधले आहे.

जगात जे जे काही चमत्कार दैवी पुरुषाने केलेले आपण ऐकतो ते सर्व त्यांच्या श्रद्धेतूनच निर्माण झालेले दिसतात. बायबलमध्ये देव म्हणाला, ''उजेड पडो'' आणि ''उजेड निर्माण झाला'' असे सांगितले आहे. आपण मनात आणू तसं घडेलच अशा देवाच्या मनातील श्रद्धेमुळेच तसे घडले हे विसरून चालणार नाही. ''उजेड पडो'' असे म्हणताना देवाला आत्मविश्वास नसता तर उजेड पडला असता का? तेव्हा जो उजेड पडला तो श्रद्धेचाच, नव्हे का?

माणसास जीवनात अपयश केव्हातरी येतच असते. अब्राहिम लिंकन हा अमेरिकेचा राष्ट्राध्यक्ष म्हणून निवडून येईपर्यंत त्याच्या जीवनात अपयशाखेरीज काहीही नव्हते. पण त्याच्या अंत:करणात श्रद्धा होती. ह्या श्रद्धेपोटीच त्यांना अमेरिकेच्या अत्युच्च पदावर पोहोचता आले. अपयशावर श्रद्धा हा प्रभावी तोडगा आहे.

आत्मविश्वास किंवा श्रद्धा ही एकमेकांची पूरक रूपे आहेत. एका नाण्याच्या दोन बाजू आहेत. आत्मविश्वास श्रद्धा वाढविण्यास मदत करतो तर श्रद्धा आत्मविश्वास जोपासते. आत्मविश्वास नसलेल्या माणसाइतके ह्या जगात केविलवाणे काहीही नाही. अशी माणसे दुसऱ्याचे गुलाम म्हणूनच जगण्यासाठी जन्माला आलेली असतात. हा आत्मविश्वास कसा निर्माण करावयाचा याचेही आता शास्त्र अंमलात आले आहे. स्वयंप्रेरणा (Autosuggestion) किंवा संमोहन (Hypnotism) ही शास्त्रे अंतर्मनाला प्रेरणा देऊन त्यावर काही प्रमाणात ताबा मिळवण्यासाठीच निर्माण झाली आहेत. स्वयंप्रेरणेच्या शास्त्रात मनुष्य एखादा विचार प्रखरपणे किंवा सतत सांगून त्याच्या अंतर्मनात तो पूर्णपणे ठसवण्याचे काम करतो. अर्थात असा विचार कोरडा असून चालत नाही तर भावनेने तो भारलेलाही असावा. कित्येक प्रसिद्ध क्रिकेटर्सना त्यांच्या 'बॅडपॅच' मधून बाहेर पडण्यास ह्या शास्त्राने बरीच मदत केली आहे. संमोहन शास्त्राचेही अंतर्मनास प्रेरणा देण्याचे काम तिऱ्हाईत व्यक्ती करते व दुसऱ्याच्या मनाचाच काय पण शरीराचा काही अंशी ताबा घेत असते. हे संमोहनाचे प्रयोग आपणास सार्वजनिक रित्या पहावयास मिळतात. काही असाध्य रोगांवर त्याचा फार चांगला उपयोग होतो. अर्थात ह्या शास्त्राचा दुरूपयोगही होऊ शकतो. कित्येक बनावट बुवांकडे अशी शक्ती असू शकते. सध्या चालू असलेल्या कट्टर धर्मियांचा ह्या दृष्टीने विचार केला तर ही गोष्ट लक्षात येते. तुमच्या अंतर्मनाला जर भीती, कुशंका,

अश्रद्धा ह्याची प्रेरणा दिली तर तुमचे अंतर्मन तसेच होते व तुम्ही भ्याड, संशयी व तर्कटी होता. शिडात वारा भरलेले जहाज जसे कोणत्याही उलटसुलट दिशेला जाऊ शकते तसे वाट्टेल त्या विचारांनी भरलेले मन कुठेही भरकटू शकते. मनातल्या श्रद्धेने काय होते ह्याबद्दल फार सुंदर इंग्लिश कविता आहे. तुमचा पराभव होत असताना तुमची ठाम श्रद्धा असेल की तो होणार नाही तर तुम्ही नक्की जिंकाल. पण तुम्हांला जिंकावं अशी इच्छा असली आणि डळमळीत श्रद्धेमुळे तुम्हाला वाटलं की आपण जिंकू शकणार नाही तर तुम्ही हरणार. तुम्हाला वाटले की तुम्ही हरणार तर तुम्ही हरलेले असणार कारण विजय माणसाच्या मनात असतो. ती मनाची अवस्था असते. तुम्ही शर्यतीत मागे पडत असाल तर तुम्हाला पहिला येण्याचा विचार करणे जरूर आहे. कारण शर्यतीचे बक्षीस मिळवण्यासाठी आत्मविश्वासाची जरुरी आहे.

Life's battle does not always go,
To the stronger and faster man
But sooner or later the man who wins
Is a man who thinks he can.

शर्यत नेहमीच जलद व सामर्थ्यवान माणूस जिंकत नसतो तर ज्याला आपण जिंकूच अशी श्रद्धा असते त्यालाच आज ना उद्या यश मिळते.

श्रद्धेबद्दल एक फार मनोज्ञ उदाहरण दिले जाते. प्रथम माणसाला वाटतं की, तो स्वत:च आहे, देव आहे की नाही ह्याची त्याला शंका असते. पुढे तो देवावर श्रद्धा ठेवून जीवन जगू लागला. तर हळूहळू त्याला "जेथे जातो तेथे तू माझा सांगाती" असा अनुभव येऊ लागतो व जळी, स्थळी, काष्ठी, पाषाणी देव त्याच्याबरोबर असल्याची प्रचीती येते. पुढे पुढे त्याला असा अनुभव येतो की, जगात देव नक्की आहे, देवाखेरीज दुसरे काही नाही, मी आहे की नाही याचीच फक्त शंका आहे. हे श्रद्धेचे फळ.

■

४.

मुखवटे

तुलसी रामायणात मारुतीराय व प्रभू रामचंद्रांच्या पहिल्याच भेटीचा प्रसंग प्रत्येकाने हृत्पटलावर कोरून ठेवण्यासारखा आहे. सीतेच्या शोधार्थ राम-लक्ष्मण ऋष्यमुक पर्वताच्या भोवती फिरत असता सुग्रीवाला त्यांच्याबद्दल शंका वाटते. त्यांची शहनिशा करण्याची कामगिरी ते मारुतीरायांवर सोपवतात. मारुतीराय बालबटूचा मुखवटा धारण करतात. कारण लहान मुलगा म्हणून वाटेल तितके प्रश्न विचारता येतील, शिवाय ब्राह्मण असल्याने मारण्याची शक्यता नाही व आपल्याला त्या दोघांच्या हेतूचा अंदाज घेता येईल. मारुतीरायांनी प्रभू रामचंद्रांना काही जुजबी प्रश्न– 'तुम्ही कोण?, कुठले? इकडे का आलात?' असे विचारले. प्रभू रामचंद्रांनीही त्याला उडत उडत उत्तरे दिली व म्हणाले 'बटू महाराज, आम्हाला तुमची खरी ओळख सांगा ना.' त्यावर मारुतरायांच्या एकदम लक्षात आले की, आपलेच उपास्य दैवतच आपल्यापुढे उभे आहे. तिथे खोटा मुखवटा चालणार नाही. त्यांनी आपलं धारण केलेलं खोटं रूप टाकून एकदम मूळ रूप धारण केलं व प्रभू रामचंद्रांच्या पाया पडण्यास खाली वाकले मात्र, तेवढ्यात प्रभू रामचंद्रांनी त्यांना छातीशी घट्ट धरले. मारुतीरायांच्या मस्तकावर प्रेमाश्रूंचा वर्षाव झाला. रामचंद्र त्यांना म्हणाले, 'तुम मम लछमनसे प्यारा'. तू मला लक्ष्मणाहूनही अधिक आवडतोस. मारुतीरायानं आपला कृत्रिम मुखवटा दूर केला नसता तर! देवाकडे जर त्याची कृपा मिळवण्यास जायचं तर माणसानं आपण आहोत तसं जावं तरच काही मिळण्याची शक्यता आहे. देव कधीच फसत नसतो. देवाकडे जाण्यासाठी "पापोऽहं पापकर्ताऽहं पापात्मा पापसंभव:" असं म्हटलं तर ते बरं. इंग्रजी भाषेत म्हण आहे की अशा खोट्या मुखवट्याने तुम्ही काही माणसांना बऱ्याच काळ किंवा बऱ्याच लोकांना फार थोडा काळ

फसवू शकाल, पण तुम्हाला बऱ्याच माणसांना बऱ्याच काळ फसवता येत नाही.

हे धारण केलेले मुखवटे जीवनात आनंदही निर्माण करतात नि कमालीचं दु:ख सुद्धा. हे मुखवटे कारणपरत्वे धारण करून नंतर ते बाजूला करण्यातच खूप मजा असते. नट-नट्या तरी खोटे मुखवटे धारण करूनच आपलं मनोरंजन करतात ना. एका सिनेकंपनीनं हसरा व रडका मुखवटा हेच आपलं बोधचिन्ह घेतले आहे. बऱ्याचवेळा आपण असा मुखवटा धरण करणाऱ्याला तो खराच तसा आहे, असं समजतो आणि मग मात्र घोटाळा होतो. सिनेमात खाष्ट सासूचे काम करणाऱ्या ललिता पवार खाजगी जीवनात अगदी सहृदय व सोज्वळ असल्या तरी घरची मोलकरीण त्या खाष्ट समजून त्यांच्याकडे कामाला यायलाच तयार होत नसे असं ललिताबाई सांगत होत्या. संत तुकाराम सिनेमात सालोमालोचं काम करणाऱ्या भागवत ह्या नटास लोकांचे विनाकारण शिव्या-शाप, जोडे खावे लागले होते. इंग्लंडमध्ये काही समारंभ प्रसंगी नाचताना खोटे मुखवटे धारण करण्याची प्रथा आहे. रोमिओ ज्युलिएटची अशा प्रसंगीच भेट होते. राज कपूरनेही 'मेरा नाम जोकर' सिनेमात अशा खोट्या मुखवट्यांचा प्रसंग घेतला आहे. बऱ्याच लोकांना आपल्या खऱ्या चेहऱ्याचीच भीती असते.

माणूस जगात वावरताना किती वेगवेगळे मुखवटे धारण करतो. खरं तर नुसती दोन माणसं एकमेकांना कधीच भेटत नसतात. समजा 'अ' हा 'ब' या व्यक्तीला भेटला तर ती किमान सहा व्यक्तींची भेट असते. म्हणजे 'अ' हा खराखुरा आहे तसा (न मुखवटा चढवलेला). दुसरी व्यक्ती म्हणजे 'अ' हा स्वत: जो मुखवटा धारण करून आपल्याला 'ब' ने असं समजावं असं वाटणारा व तिसरी व्यक्ती म्हणजे 'अ' बद्दल 'ब' च्या मनांत जी कल्पना आहे, जो मुखवटा आहे तो, असे तीन 'अ' व तसेच तीन 'ब' भेटतात. यापैकी कोणत्याही दोघांचे जमलं तर ठीक. नाहीतर मन:स्ताप व फसवणूक. लग्नाच्या आधी प्रियकर-प्रेयसी भेटतात त्यावेळी हे प्रकर्षाने जाणवतं. पुढं मात्र एकमेकांशी पटत नाही ते या मुखवट्यांच्या गैरसमजामुळेच. लग्नाआधी तू जसा वाटलास किंवा वाटलीस तसं खरं नाही म्हणून फसगत झाली, असं म्हणण्याची पाळी या मुखवट्यामुळेच येते. बरीच तरूण मुलं किंवा मुली तर स्वत:ला सिने हिरो-हिरॉईन समजून त्या मुखवट्यातून वावरत असतात. ह्यालाच इंग्रजीत व्हायकेरीअस प्लेझर असे म्हणतात.

काही वर्षांपूर्वी एका उंदराच्या विषाच्या गोळ्या विकणाऱ्याने समोरच्या रद्दीच्या दुकानातल्या मुलीला लिहिलेलं प्रेमपत्र हाती आलं. त्यानं स्वत: 'तुझा देवआनंद' म्हणून सही केली होती. स्वत: त्यानं देवआनंदचा मुखवटा धारण केला होता. त्याच्यासारखे कपडे, केसांचा तुरा वगैरे. समोरच्या मुलीलाही त्यानं

नूतनचा मुखवटा चढवला होता. आता तिच्यात आणि नूतन नटीत कोणतं साम्य होतं ते देव (आनंदच) जाणे. झुटा सैंया वगैरे सिनेमात ठीक आहे. पण प्रत्यक्षात तो तसा निघाला तर आत्महत्या, कोर्ट वगैरेत त्याची परिणती होते. मग आयुष्यभर दु:ख हे खोट्या मुखवट्यामुळेच निर्माण होतं, नाही का?

तसे कृत्रिम मुखवटे आता आपल्या बरेच परिचयाचे झाले आहेत. राजकारण्यांनी हे काम चांगलं केलं आहे. निवडणुकी आधी व नंतरचा उमेदवाराचा मुखवटा आता आपल्या ओळखीचा आहे. 'द सिटीझन ऑफ वर्ल्ड' या पुस्तकाच्या इंग्रजी लेखकाने म्हटले आहे की, इंग्लिश स्त्रियांचे दोन मुखवटे असतात. एक नवऱ्यासाठी व दुसरा बाहेरच्यांसाठी, अर्थात घरात अगदी ओंगळपणे वावरणारी व्यक्ती, बाहेर जाताना कमालीचा नट्टा पट्टा करून जाते. असे मुखवटे आपल्या चांगले परिचयाचे आहेत.

हे वेगवेगळे मुखवटे जेवढे बेमालूम धारण करता येतात, तितका तो माणूस व्यवहारात यशस्वी होतो, अशी समजूत आहे. शांता शेळके यांनी त्यांच्या मुखवटे या कवितेत मुखवट्यांचे फार समर्पक शब्दांत वर्णन केलेले आहे. त्या म्हणतात.

"मुखवट्यांचे मुखवट्यांशी चालले संवाद हे,
आत आशय वेगळा– जो ना कुणाला सापडे
हिंडता गर्दीत जो तो मुखवटा आपला जपे
वाटते भय सारखे, जातील का त्याला तडे."

या खोट्या मुखवट्यासच गर्व, ताठा, अहंकार किंवा मानसशास्त्राच्या परिभाषेत फॉल्स इगो म्हटलं जातं. या धारण केलेल्या खोट्या मुखवट्याने इतरांची फसगत होते त्याच्या कितीतरी पट स्वत:चीच फसवणूक होत असते, हे अनुभवी सत्य आहे. जगप्रसिद्ध कादंबरीकार सिडने शेल्डन ह्यांनी त्यांच्या कादंबरीचे नावच मोठे समर्पक दिले आहे. 'स्ट्रेंजर्स इन द मिरर'. आरशात आपलेच प्रतिबिंब आपल्याला अत्यंत अनोळखी असे दिसावे तसा माणूस स्वत:ची फसवणूक करतो. या खोट्या मुखवट्यामुळेच जीवनात प्रचंड दु:ख निर्माण होत असते. मानवी जीवनात जर जास्त दु:ख कुठलं असेल तर खोट्या मुखवट्यातून माणसाला स्वत:चंच खरं रूप सापडत नाही ते. मग अनेक मानसिक समस्या निर्माण होतात, त्यालाच आयडेंटीटी क्रायसिस असं म्हणतात. या विकाराने पछाडलेला माणूस सदैव गोंधळात पडलेला असतो आणि फार चमत्कारिक वागतो.

माणसानं आपण धारण केलेल्या खोट्या मुखवट्याला जर आपलं खरं रूप मानलं तर केवढा अनर्थ निर्माण होऊन जीवन दु:खी होतं याचं फार सुंदर वर्णन

कै. भाऊसाहेब पाटणकरांनी आपल्या एक शेर-शायरीत केलं आहे. 'पत्त्यातला राजा स्वत:ला राजा म्हणायला लागला' पत्त्यातल्या राजाने स्वत:ला खराखुरा राजा मानले तर त्याची किती फजिती होईल. हुकमाची य:कश्चित् दुर्रीसुद्धा त्याचा पत्ता काटू शकते. रंगभूमीवर राजाचा मुखवटा धारण केलेल्या नटाने विंगेबाहेर काही हुकूम सोडला तर साधं कुत्रंसुद्धा त्याला फटकारून टाकेल. स्वत:बद्दलची अवास्तव चुकीची समजूत ही या मुखवट्यामुळेच येते. हे जीवन आनंदाने जगण्यात येणारा मोठा अडसर हे खोटे मुखवटे आहेत, हे कधीही विसरता येणार नाही.

यज्ञदत्त नावाचा फार वर्षांपूर्वी एक माणूस होता. तो सुंदर होता व आपला चेहरा सतत आरशात पहायचा त्याला छंदच जडला (ग्रीक लोकातही नार्सीस हा असाच होता व त्याच्या नावानेच हा रोग ओळखला जातो.) त्याला आपला चेहरा प्रत्यक्ष पहाण्याचा अतिशय छंद जडला, ज्यापायी तो खूप भटकला. तो निराश झाला. पुढे तो दीक्षा घेऊन बौद्ध झाला. दुर्गाबाई भागवतांनी ह्यावर फारच उत्तम भाष्य केले आहे. त्या लिहितात 'आम्ही चेहरा हा चेहरा ठेवीत नाही. त्याचा मुखवटा बनवतो. लोकांच्या प्रेरणेप्रमाणे चलाख होऊन तो घडवतो आणि मग तो चढवून वावरतो. तो मग इतका घट्ट बसतो की खरा चेहरा कधी दिसतच नाही– अगदी आरशातसुद्धा किंवा फोटोतसुद्धा. मुळचा चेहरा मुखवट्यांच्या थडग्याखाली गाडला जातो. एखाद्या भाग्यवानालाच हे थडगे फोडून आपला चेहरा फिरून वर काढणे जमते.'

एका सुप्रसिद्ध मुलाखतकाराला त्याच्याच मुलाखतीत एक प्रश्न विचारला की, "इतक्या प्रसिद्ध लोकांच्या मुलाखती तुम्ही घेतल्या, त्या सर्व प्रसिद्ध लोकांच्या मुलाखती घेताना, सर्वांमध्ये समान असलेलं कोणतं वैशिष्ट्य तुम्हाला आढळलं?" त्यावर त्यांनी सांगितलं, "मला या सर्व माणसांत एकच गोष्ट समान आढळली, ती म्हणजे, 'आपली ही लोकप्रियता, वैभव, सत्ता सर्व एकदम नाहीशी तर होणार नाही ना?' या एकाच विचारानं ही मंडळी प्रचंड धास्तावलेली वाटली. मनुष्य आपल्या कृत्रिम मुखवट्याला केवढं जिवापाड जपतो व ते जपताना आपलं जीवनसुद्धा काळजीत किंवा दु:खात घालवतो हे यावरून लक्षात येते."

खोटे मुखवटे धारण केल्यामुळेच माणसाला आपलं खरं रूप शोधायला अनेक मार्ग अवलंबावे लागले आहेत. किंबहुना ती एक साधना समजली आहे. जीवनाची परिपूर्ती हे आपलं मूळ स्वरूप ओळखण्यातच (आत्मदर्शन) आहे असे द्रष्ट्या तत्त्वज्ञानी लोकांनी तसेच साधुसंतांनी मानले आहे. आद्य शंकराचार्यांना हा प्रश्न पडला होता. या साऱ्या मुखवट्यांपासून त्यांनी म्हटले कोऽहं? मी कोण

आहे? मग याच प्रश्नाचा त्यांनी पाठपुरावा केला. यासाठी साधना केली. आध्यात्मज्ञान किंवा आत्मज्ञान ह्या भारतीय तत्त्वज्ञानाचा उगम कोऽहं पासून होतो व सोऽहं म्हणजे मी तोच आहे, या प्रचितीत त्याची परिपूर्ती होते. या आत्मस्वरूपाचं ध्यान अखंड रहावं व मुखवट्यात गुरफटून जाऊ नये म्हणून खरी आपली स्वत:ची ओळख किंवा स्वत:चे सत् स्वरूप अनुभवता आलं तर जो काही आनंद होतो किंवा आत्मसुख मिळतं, त्याला तोड नाही. हे आत्मसुखाचे सोहळे एका गुरूकृपा कटाक्षानेही अनुभवता येतात असं ज्ञानेश्वर महाराज म्हणातात. एकदा का या मूळ स्वरूपाचा शोध लागला, *आत्मज्ञान झाले* की, मग जगातील अनेक गोष्टींचे ज्ञान सहज होते. हे आरशासारखे स्वच्छ असे आपले रूप आपल्याला सापडले की, त्यात सर्वच गोष्टींचे प्रतिबिंब सहज पडते व तसे सर्व जगाचे ज्ञान होते असे गीतेत म्हटले आहे. ''मग सत्वे चोखळे ॥ उघडती आत्मबोधाचे डोळे'' या आत्मस्वरूपाच्या अनुभवामुळे जो आनंद मिळतो त्यालाच ज्ञानेश्वरांनी सोलीव सुख म्हटले आहे.

या सोलीव सुखाचा आपल्याला अनुभव घेता येईल का याच्या विचारातच मी असताना माझं पाळण्याकडे लक्ष गेलं. दोन महिन्याचा माझा नातू, उगाचच हातपाय उडवत आनंदाने हसत खेळत असलेला दिसला. मनात विचार आला, स्वारी येवढ्या कसल्या बरं आनंदात डुंबत आहे? अजून याला कशाचाच पत्ता नाही. आपण एक देह आहोत किंवा कुणीतरी आहोत याचाही त्याला अजून मुखवटा चढलेला नाही. कोणत्याही मुखवट्याविना त्याचा हा असलेला आनंद हेच तर सोलीव सुख म्हणतात ते नसेल? मनात विचार आला आपल्यालाही हा आनंद घ्यावयास हवा. नुसते नातवाजवळ गेल्यानं त्याचा आनंद माझ्यामध्ये परावर्तित झाला होता. आपल्याला असा निखळ आनंद मिळावा असे मला प्रकर्षाने वाटू लागले.

■

५.

अढी/वैर : मनाचा कॅन्सर

एके दिवशी माझी आई मनोभावे गाईची पूजा करावयास गेली होती. गाईसमोर गोग्रास ठेवणार इतक्यात गाईने तिला शिंगावरच घेतले. आईला बराच मार लागला होता. गडी धावत येऊन म्हणाला, ''या गाईची पूर्वी कोण्या बाईने खोडी काढली तेव्हापासून ती लुगडे घातलेली बाई जवळ आली की सरळ तिच्या अंगावर धावते. तिला खूप मारते. सर्व प्रयत्न केले पण या गाईची अढी काही गेली नाही. आता जाईल असं वाटतही नाही.''

मोठमोठ्या विद्वान माणसांनासुद्धा आपल्या मनातल्या अढ्या काढता येत नाहीत तर इतरांची काय कथा. खरंतर मनात कोणतीही कोणाविरुद्ध कसलीही अढी न बाळगणारी माणसेच फार फार दुर्मिळ आहेत.

पीळ, पूर्वग्रह, वैरभाव, सूडबुद्धी, विद्वेष, दुराग्रह हे सारे या मनातल्या अढीचेच प्रकार. अहंकार हा या अढीनेच पोसला जातो. या एकाच नाण्याच्या दोन बाजू आहेत. इंग्रजीत अढीला Prejudice असा प्रतिशब्द आहे. इंग्रजी वाङ्‌मयात अजरामर ठरलेली जेन ऑस्टीन हिची Pride & Prejudice ही कादंबरी या अहंकार व अढीवरच आधारित आहे.

अढ्यांचे दोन प्रकार आहेत. पहिला म्हणजे केवळ अज्ञानापोटीच निर्माण झालेली तर दुसरा प्रकार म्हणजे स्वार्थापोटी जाणीवपूर्वक बाळगलेली अढी. पहिली निघणे फार अवघड नाही पण दुसरी निघणे जवळजवळ अशक्य आहे. अशी अढी नुसती ती बाळगणाऱ्याचाच नव्हे तर इतरांचाही संपूर्ण नाश करते.

चुकीच्या धार्मिक रूढी, अंधश्रद्धा यामुळे या पहिल्या प्रकारात मोडणाऱ्या अज्ञानजन्य अढ्या बाळगल्या जातात. इंग्रज लोकांत १३ या आकड्याबद्दल अढी आहे. खोलीला १३ आकडा ते कधीही देणार नाहीत. १२ नंतर १२ अ.

विमानात सीटसुद्धा १३ आकड्याची मिळणार नाही.

या पहिल्या प्रकारच्या अज्ञानामुळे बाळगलेल्या अढीने सारे कुटुंबच्या कुटुंब उद्ध्वस्त झालेले माझ्या पहाण्यात आहे. प्रदीप हा अत्यंत हुशार मुलगा, नेमका १२वीत असताना प्रेमात पडला. त्याच्या प्रेयसीने कुठल्यातरी नाटक सिनेमावरून डॉक्टर लोक चारित्र्यहिन, समाजकंटक असातात अशी मनात पक्की अढी बाळगलेली. कितीही समजूत घातली तरी ती ही अढी काढायला तयार नव्हती. शेवटी १२वीची परीक्षा त्याने तिच्या प्रेमापोटी दिली नाही. पुढे वय झाल्यावर मात्र त्याला विषण्णता वाटू लागली. मग रोज भांडणे, कटकटी व शेवटी आत्महत्या. एका वेडगळ अढीपोटी केवढी किंमत सबंध कुटुंबाला मोजावी लागली. अढ्यांचे वैशिष्ट्य आहे की हळूहळू ती घट्ट व पक्की होते. कोणत्याही प्रयत्नांनी ती सहजासहजी सुटत नाही. मग कॅन्सरसारखी ती सर्वत्र पसरते व सारे जीवनच व्यापून टाकून ती उद्ध्वस्त करते. मुळात ती तयार होते अविचार किंवा कुविचारांमुळे, अयोग्य किंवा घातक विचारांमुळे. प्रथम अढी माणसाच्या मेंदूचा ताबा घेते. त्याला विचारच करू देत नाही. त्या माणसाला ती स्वतंत्र राहू देत नाही. पार गुलाम बनविते व त्याच्यामार्फत इतरांना छळून त्यांच्यावर सूड उगवून बळी घ्यायला लावते व शेवटी ती त्या बाळगणाऱ्याचाही बळी घेते. अढी बाळगणारा माणूस सुडाच्या भावनेने इतका बेफाम होतो की ती ज्याच्याविषयी बाळगली आहे त्याचा बळी घेतो व शेवटी आपणही प्राणास मुकतो. बरं, अढी बाळगणारा माणूस मेला तरी अढी मरत नाही. अनुवंशिक रोगाप्रमाणे ती त्याच्या मुलाबाळात पण जाते. कित्येक वेळा नुसते कुटुंब नाही तर सारे राष्ट्रसुद्धा त्या अढीला बळी पडते. द्रौपदी मयसभेत दुर्योधनाला हसली. दुर्योधनाने तिच्याविरुद्ध जी अढी बाळगली त्यामुळेच सारे महाभारत घडल्याचे आपणांस माहीतच आहे.

अढ्या या रोगाप्रमाणे अनुवंशिक असतात. यावरच शेक्सपिअरने त्याचे गाजलेले रोमिओ ज्युलीएट हे अजरामर नाटक लिहिले आहे. जातीच्या उच्चनीचतेचा भाव, दुराभिमान या सर्व गोष्टी अनुवंशिक अढ्यांमुळेच घडतात.

रोजच्या जीवनातसुद्धा या अढ्यांचा पदोपदी अनुभव येतो. एकवेळ अढीविरहित माणूस भेटू शकेल पण अढीमुळे त्रास न झालेला माणूस मिळणे अशक्य आहे. आता लग्न झाल्यावर मुलगा बायकोच्या ताब्यात असतो अशी मनात अढी बाळगणारी सासू सहज सापडू शकते. अशोकच्या आईने त्याच्या लग्नानंतर हीच अढी मनात बाळगली. मग सारखे त्याच्याकडे त्याच दृष्टीने पाहू लागली. आईच्या वाढदिवसाला त्याने अत्यंत भारी साडी आणून आईला दिली. आई एकदम खूष दिसली. अशोकला वाटले यानिमित्ताने आपल्या आईची आपल्या बायकोबद्दलची अढी दूर झाली नाही तरी निदान कमी करू. तो म्हणाला,

''हिनेच मला ही साडी घ्यायला लावली.'' झाले, एकदम सारेच बदलले. आईच्या चेहऱ्यावर आठ्या आणि नाकाच्या शेंड्यावर राग आला. साडी मुलाच्या अंगावर टाकत म्हणाली, ''मला असल्या साड्या आवडत नाहीत म्हणून मुद्दाम तिने घेतली. मला कळतात सारी नाटकं आणि तू नंदीबैलाप्रमाणे लगेच मान डोलावलीस. तुला स्वतंत्र बुद्धी आहेच कुठे म्हणा.'' हा मुलगा वडिलांपाशी बोलावयास लागला की हिच्या अंगाचा तिळपापड होतो. सारखे मधेमधे जाऊन, ''अहो, त्याचे काय ऐकता, ती शिकवते तसा हा बोलतो'' असे म्हणून त्यांना बोलूच देत नाही. शेवटी आई-मुलगा काहीही कारण नसताना सध्या एकमेकांची तोंडेही पहात नाहीत.

वडील हे फक्त आपल्या एकाच विशेषत: थोरल्या किंवा धाकट्या अपत्यावरच प्रेम करतात अशी अढी बाळगून कित्येक मुले अनाथासारखी वागतात. त्यालाही अढीच कारणीभूत आहे.

अढ्यांचा जो दुसरा प्रकार मुद्दाम स्वार्थापोटी बाळगलेल्या अढ्यांचा सांगितला आहे, तो महाभयंकर आहे. अशा अढ्या बाळगणारा माणूस हा एक अहंकारग्रस्त मानसिक रोगी असतो. त्याच्या अंतर्मनात एक शेख महंमदी गंड किंवा विकृती असते. त्याला वाटते सर्वांनी माझ्या मनाप्रमाणे वागले पाहिजे. माझ्या मनाविरुद्ध वागण्याचा कुणालाही अधिकार किंवा स्वातंत्र्य नाही. मला एखादी गोष्ट किंवा व्यक्ती आवडत नाही ना मग ती तशी माझ्या मनाविरुद्ध वागता कामा नये. अशी अढी बाळगणारा माणूस आत अत्यंत भ्याड असतो. चिडलेला असतो आणि स्वत:च्याच कोषात डोळे मिटून राहिलेला असतो. जगातल्या साऱ्या सात्विक आनंदाला तो पारखा होतो. आपल्या मनाविरुद्ध कोणी गेला किंवा तसा प्रयत्न केला की, त्या माणसावर हा त्याचा सूड घेईपर्यंत अत्यंत बेचैन असतो. त्याला सारखे छळण्यातच त्याला असुरी आनंद वाटतो.

खरेतर अशा अढी बाळगणाऱ्याने स्वत:च्या नावडीचे कारण शोधून आपल्या स्वत:मध्येच काही बदल करावयास हवा. ते सोडून दुसऱ्याचा द्वेष व वैर साधण्यातच आपला अमूल्य वेळ व शक्ती घालवून तो जीवनातले आहे ते सुखही घालवून बसलेला असतो.

एक माणूस वैद्याकडे गेला व म्हणाला, ''मला काविळीवर काही औषध द्या. मला सर्वच पिवळे दिसते आहे.'' वैद्य म्हणाला, ''तुम्हाला काविळ झालेली नाही. हा सतत पिवळा गॉगल घालत आहात तो दूर करा. मग तुम्हाला जग स्वच्छ नि सुंदर दिसेल.'' अढीग्रस्त माणूस हा या पिवळ्या गॉगलवाल्यासारखाच असतो. जरा अढ्या काढून जगाकडे पाहिले की ते कितीतरी सुंदर दिसेल. हा अढीचा कॅन्सर कसा पसरतो ते पहाण्यासारखे आहे. अतुलचे तिकिटाचे उरलेले

पैसे एका बस कंडक्टरने दिले नाहीत. आता त्या कंडक्टरचा अतुलला राग येणे अगदी स्वाभाविक आहे. अढी बसणेसुद्धा स्वाभाविक आहे. पण येवढ्याशा क्षुल्लक अनुभवाने त्याने त्या कंडक्टरबद्दलच्या अढीला सार्वजनिक रूप दिले. आणि सर्व कंडक्टर्स हे लबाड असतात असे त्याचे मत आता पक्के झाले आहे. एका कंडक्टरची एका प्रसंगाची अढी ही अशी सर्व कंडक्टर जमातीबद्दल पसरली. अतुलचे एक ठीक आहे. सारासार विचार, नि:पक्षपाती विचार किंवा अढीविरहित विचार कसा करावा हे त्याला माहिती नाही व तसे त्याला कारणही वाटत नाही. पण नि:पक्षपातीपणे सर्व पूर्वग्रह दूर सारून ज्यांच्याकडून विचार अपेक्षित आहे असे न्यायाधीशसुद्धा असला अढीविरहीत विचार करतात असे काहीवेळा वाटत नाही. न्यायाधीशाने केवळ निकाल दिला म्हणून त्याने न्याय दिला असे म्हणता येणार नाही. पूर्वग्रहविरहित दृष्टीनेच जर तो दिला असेल तरच त्याने न्याय दिला असे म्हणावे लागते. आता पोलिस खात्यातही काही अत्यंत प्रामाणिक, नि:स्पृह माणसे जरूर आहेत. पण अलाहाबादच्या उच्च न्यायालयाच्या न्यायमूर्तींनी एका खटल्यातील घटनेवरून सर्व पोलिस ही एक गुंडाची टोळी आहे असे विधान निकालपत्रात केले. उच्च न्यायालयाचे हे विधान काढून टाकताना त्या न्यायमूर्तीवर टीका केली. अढीचा रोग पसरत गेल्यामुळे असे झाले.

मनात बाळगलेली अढी ही पहिली अत्यंत घातक क्रिया करते ती म्हणजे ती त्या माणसाचे विचार करणेच थांबवते. अढी बाळगणारा माणूस अढीमुळे काहीही झाले तरी किंवा त्याला कितीही पटवून देण्याचा प्रयत्न केला तरी तो काहीही ऐकून घेत नसतो. आपले एकदा बनवलेले मत तो बदलावयास तयार नसतो. हट्टी व दुराग्रही होतो. त्याला पुन्हा विचार करण्यास आळस/कंटाळा येतो. तो समजतो एकदा मनात मत बनवले आहे ना आता पुन्हा पुन्हा विचार करण्याची गरज नाही. अढी बाळगणारा माणूस आपल्या अढीला 'माझा अनुभव' असं लेबल चिकटवतो व जगाचे सारे मर्म आपल्याला अनुभवाला येऊन उमगले आहे अशा खोट्या कल्पनेत वावरत असतो. जिवंत टाईमबॉम्ब अज्ञानापोटी बाळगलेल्या माणसासारखी याची अवस्था असते. कित्येकवेळा हा विचारच करीत नाही पण अनेकवेळा याची बुद्धी विचार करते असे भासवून कुठल्याही घटनेचा, फक्त मनातली अढीच पोसली जाईल, एवढाच निष्कर्ष काढून देते. मला एखादा पंतप्रधान मुख्यमंत्री नको ना मग कोणतीही घटना घडो त्याला हेच कसे जबाबदार आहेत, त्यांनी राजीनामाच कसा द्यायला हवा एवढीच अढी बाळगणारा माणूस विचार करतो. म्हणून म्हणतात की, माणूस सर्वसामान्यपणे विचार करीत नाही. तो फक्त अढ्यांची पुनर्रचना करतो. He dose not think but rearranges his prejudices. इंग्लिश तत्त्वज्ञ टोमोन एडवर्ड म्हणतो, अढी म्हणजेच सैतान, तो सत्याला आत शिरूच देत नाही व सर्वनाशाखेरीज त्याचे समाधान नसते.

अढीचा दुसरा दुर्गुण म्हणजे ती माणसाला आशावादी राहूच देत नाही. माणसाची प्रगती किंवा विकास यावरचा विश्वासच उडवून लावते. हाताखालच्या माणसाने चूक केली की हा वरिष्ठ कायम त्याच्याकडे अढीनेच पहाणार. तो कधी सुधारेल असे त्याला अढी वाटूच देत नाही. इतकेच नव्हे तर त्या हाताखालच्या माणसाला सारखे दुखवण्यातच त्याला आनंद वाटतो. त्याला नोकरीच काय पण त्याचे जगणेही तो असह्य करतो. त्याच्यामुळे कनिष्ठांनी त्याचा सदा भयगंड बाळगण्यातच त्याला फुशारकी वाटते. अढीचा बुद्धी नाश करू शकत नाही. उलट बुद्धी तिला चांगले खतपाणी घालून वाढवते. आंबा अढीत पिकतो पण मन अढीने नासते.

कोणत्याही गोष्टी, व्यक्ती किंवा घटनेकडे अढीविरहित पहाता येणे, या पहाण्याला मेधा असे म्हणतात. आपल्याकडे 'मेधाजनन' हा संस्कार सांगितला आहे. अथर्वशीर्षाच्या पठणाने मनुष्य 'मेधावान' होईल असे म्हटले आहे. बुद्धी हा शब्दही तेथे वापरला नाही. ज्याच्या मनात पूर्वग्रह/अढी नाही, जो अलिप्तपणे करतलामलकवत पाहू शकतो. (इंग्रजीत ज्याला Objective View म्हणतात) तो अढीविरहित असा मेधावान माणूस, त्यालाच अध्यात्म शिकण्याचा अधिकार असे मानले जाते. आत्मदर्शन- आत्मज्ञान फक्त त्यालाच होते.

आपल्या मनातल्या अढ्या काढणे आपल्या स्वत:ला फारच अवघड आहे. त्याला सतत स्वत:च्या मनावर व विचारांवर निरीक्षण करून ताबा ठेवावा लागतो. तुका म्हणे "रात्रंदिन आम्हा युद्धाचा प्रसंग" ते यासाठीच. रामकृष्ण परमहंसांकडे एक माणूस गेला नि म्हणाला, "तुम्हाला बरे मूर्तीच्या ठिकाणी देव दिसतो, आम्हाला मात्र नाही." रामकृष्ण म्हणाले, "तुलाही सहज दिसेल. उपाय अगदी सोपा आहे. तू आपल्या डोळ्यांपुढे झू मधले तांबड्या तोंडाचे माकड आण. आणलंस. ठीक. आता मूर्तीपुढे जाशील तेव्हा याचा विचारही मनात आणावयाचा नाही. बस्स. तुला देव दिसेल." हा माणूस काही दिवसांनी घाबऱ्याघुबऱ्या होऊन आला नि म्हणाला, "मूर्तीपुढे गेलं की खूप प्रयत्न करूनही डोळ्यांपुढून हे तांबडे माकड दूर जात नाही. सारखे डोळ्यांपुढे येते. पूर्वी मूर्ती तरी दिसायची आता फक्त माकडच दिसतं."

मनात अढी बाळगणे हे ते तांबड्या तोंडाचं माकडं बाळगण्यासारखे आहे. जा म्हणता, प्रयत्न करूनही जात नाही. इतकेच नव्हे, तर अढी माणसातील देवत्व तर सोडाच पण साधा माणूस म्हणूनही दिसू देत नाही. त्याऐवजी

विकृतीचे लाल तोंडाचे माकडच दाखवते.

अढीला संस्कृतमध्ये यथार्थ शब्द आहे 'हृदयग्रंथी' हृदयाच्या गाठी. शरीरात एक गाठ झाली तर ती सारे जीवन दु:खमय, निरस करते. पण ती कापून काढून तरी टाकता येते. पण अशा गाठी हृदयालाच झाल्या तर? त्या काढायला अत्यंत कुशल शल्यविशारद लागेल व तो म्हणजे गुरूकृपा किंवा विवेक. ते काय करतात तर 'भिद्यते हृदयग्रंथी' हृदयातील यासर्व अढीरूपी गाठी काढून टाकतात. मनातून अशा अढ्या निघून गेल्या तर या जगातच स्वर्गीय अनुभव सहज घेता येईल.

■

६.

मीच मोठा होणार

माझा नातू चिंटू याला त्याच्या के.जी. क्लासमधून घरी आणताना मला तो जरा रडवेला वाटला. काही वेळाने कारण कळाले की, त्याच्या वर्गशिक्षिकेने सर्व मुलांना पाळीपाळीने प्रश्न विचारले होते की, मोठेपणी तू कोण होणार? निरनिराळ्या मुलांनी छान उत्तरे दिली होती. कोणी कलेक्टर, कोणी पंतप्रधान, कोणी पोलिस इत्यादी. चिंटूला हा प्रश्न विचारला तेव्हा त्याने उत्तर दिले की मोठेपणी मीच मोठा होणार. त्याबरोबर बाई रागावल्या. त्यांनी परत विचारले, तेव्हाही त्याने तेच उत्तर दिले. बाई मला म्हणाल्या, 'याला अजून नीट समज आलेली नाही. मुलांपुढे काही ध्येय हवे. महत्त्वाकांक्षा हवी, त्याला तसं कोणी शिकवलेलं दिसत नाही.' घरी येताना मी हा प्रश्न त्याला परत विचारला. तो जरा गांगरला. माझ्या लक्षात आले की, त्याला हल्ली जे स्वत:चे व्यक्तिमत्त्व आवडते आहे ते बदलून पार दुसरंच कोणी तरी व्हावे हे मान्य नव्हतं. मी त्याला बक्षीस दिलं नि म्हटलं, 'चिंटू तू अगदी बरोबर उत्तर दिलेस. मोठेपणी तूच मोठा हो.'

माझं कुतूहल म्हणून मी त्याच्या बाईंना भेटलो आणि त्यांना विचारलं, 'काय हो, तुम्ही लहानपणी या प्रश्नाचे काय उत्तर दिले होते?' त्या अभिमानाने म्हणाल्या की, 'फार मोठी डॉक्टर होऊन लोकांची सेवा करणार.' असे तिच्या आईने तिच्या मनात ठसवलेले उत्तर दिले होते. मी विचारले की मग त्याचे पुढे काय झाले? त्यावर त्यांनी सांगितले की, त्यांना १२वीत कमी गुण मिळाले, मग कुठेच काही जमले नाही म्हणून ही असली नोकरी करावी लागत असून त्या अजून चांगल्या नोकरीच्या शोधात आहेत. शाळेतही त्यांचा शिक्षक म्हणून लौकिक बरा नव्हता. माझ्या प्रश्नाचं उत्तर मिळालं होतं. लहानपणी भलत्याच

महत्त्वाकांक्षेचं ओझं तिच्यावर लादण्यात आलं व आता ते साध्य न झाल्याने ती जन्मभर दु:खी रहाणार आहे. अवास्तव महत्त्वाकांक्षेने तिचे सुख कायम हिरावले होते. लादलेली महत्त्वाकांक्षा साध्य न झाल्यामुळे जगण्यातच काही अर्थ नाही अशा अत्यंत चुकीच्या समजुतीचा हा घातुक परिणाम म्हणावा लागेल.

प्रत्येक जीवमात्राला 'मी आहे' ही असलेपणाची जाणीव अगदी गर्भात असल्यापासून असते. याच जाणिवेला 'अस्मिता' किंवा 'स्व-संवेद्यता' म्हणता येईल. ही अस्मितेची जाणीव किंवा मी आहे अशी जाणीव म्हणजेच जिवंतपणा किंवा जीवन होय व ही जाणीवच नाहिशी होणे म्हणजे मरण. अगदी लहानपणापासूनच माणूस आपल्या अस्तित्वाची जाणीव अनुभवीत असतो व या जाणिवेतूनच तो सुखाची अनुभूती घेऊ शकतो. या जाणिवेवरच त्याच्या साऱ्या व्यक्तिमत्त्वाची उभारणी असते. त्याचबरोबर त्याला आपण नसलेपणाची जाणीव अजिबात सहन होत नाही. मूलभूत अस्तित्वाची जाणीव हा तत्त्वज्ञानातील अस्तित्ववादाचा (existentialism) पाया होय. लहान मुलांच्या लपाछपीच्या खेळात ही गोष्ट प्रकर्षाने जाणवते. अगदी लहान मुलांना लपंडावाच्या खेळातसुद्धा आपण नाहीत ही जाणीव अजिबात खपत नाही. माझ्या एका नातवाला लपंडावाचा खेळ आवडत असे. पण त्यात तो लपून बसायला तयार नसे म्हणून तो माझ्याच खांद्यावर बसून आम्ही त्याला शोधण्याचा खेळ खेळत असू. माझ्या दुसऱ्या छोट्या नातवाला 'लपून बस' म्हटले तर तो लपतो पण काही क्षणच! आम्ही त्याला शोधताना 'सोऽहम कुठाय?' म्हणतो, तोच तो 'मी इथाय' म्हणत चटकन पुढे येतो.

अस्मितेची जाणीव असणं ही जन्मजात मिळालेली निसर्गदत्त देणगी आहे. ही जाणीव फुलाच्या कळीसारखी असते. हलके हलके फुंकर घालत तिचा फुलात विकास करायचा असतो. या अस्तित्वाच्या जाणिवेलाच नाहिसे करून, त्या व्यक्तीला तू दुसरा कुणी हो असं सांगणं म्हणजे त्याच्या अस्मितेवर आघात करून त्याच्या जीवनाचा कोंडमारा करणं होय.

ग. दि. माडगुळकरांनी याला गीत रामायणात समर्पक दृष्टांत दिलेला आहे. भरत रामाला म्हणतो, 'का गजाचा भार कोणी अश्वपृष्ठी लादतो?' हत्तीची अंबारी घोड्यावर चढविण्यासारखे आहे. मुलांना झेपेल व त्यांना आनंद वाटेल इतक्याच आदर्शाचे किंवा महत्त्वाकांक्षेचे ओझे त्यांच्या पाठीवर लादावे. केवळ शेर्पा तेनसिंगने एव्हरेस्ट गाठले म्हणून जर कुवत नसताना मुलाला गौरीशंकर गाठायला सांगितले तर तो कैलासवासीच व्हायची जास्त शक्यता असते.

वर्तमानपत्रातून १०वी, १२वी वगैरे परीक्षेचा निकाल लागला की दुसऱ्या दिवशी वर्तमानपत्र वाचायला धडकीच भरते. दोन-तीन मुलं किंवा मुलींनी

नापास झाल्याचे कळल्यावर आत्महत्या केल्याचे वाचावयास मिळते. माझ्या माहितीचे दोघेजण तरी नक्की असे आहेत की त्यांचा मुलगा एम.बी.बी.एस. परीक्षा चांगल्यापैकी पास झाला. एम.डी. च्या परीक्षेत पहिल्या खेपेला नापास झाल्यावर त्याने आत्महत्या केली. एका कायदेतज्ज्ञाच्या भलते न पेलणाऱ्या आदर्शामागे जाणाऱ्या मुलाने एल.एल.बी. परीक्षेत अपयश मिळाले म्हणून आत्महत्या केली. खरं तर वकिली व्यवसायात किंवा न्यायाधीश म्हणून प्रसिद्ध व प्रथितयश असलेल्या अनेक व्यक्ती मजल दर मजल करीत कशातरी पास झाल्या आहेत. पण कायद्यात त्या निष्णात झाल्या आहेत. उलट एल.एल.बी.च्या परीक्षेत सुवर्णपदक किंवा फार वरचा वर्ग मिळवलेल्या फारच थोड्या व्यक्ती पुढे आल्या आहेत. एवढं जीवनाचं सत्य जरी त्याला समजलं असतं तर त्यानी आत्महत्या केली नसती, उलट तो या क्षेत्रात चांगला चमकलाही असता.

पुलंनी 'तुझे आहे तुजपाशी' या नाटकात सांगितल्याप्रमाणे न पेलणाऱ्या तत्त्वज्ञानाच्या गोळ्या या भांगेच्या गोळ्या असतात. आपल्या आवाजाची पट्टी काळी चार तर त्यात गावे. उगाच वरच्या पट्टीचा हव्यास धरू नये. आपले शिक्षण किंवा संस्कार जर आपल्या अस्मितेचा विकास करून आपल्याला आत्मविश्वासाने किंवा प्रभुत्वाने जीवन जगावयास शिकवणार नसतील तर ती अत्यंत दुःखद घटना आहे.

आदर्श या संस्कृत शब्दाचा अर्थ आहे आरसा. त्यात आपल्याला आपलीच प्रतिमा दिसते. आपण कसे आहोत, आपले गुणदोष काय आहेत हे कळते. आपल्याला आपणात कोणती सुधारणा करता येईल हे सुचवून आपण कसे असावे तसे होण्यास आरसा मदत करतो. आपल्या पुढचा आदर्श आरशासारखाच असावा, तरच आपणांत अपेक्षित सुधारणा करून आपला विकास करू शकू. आपल्यापुढे फार मोठा आदर्श ठेवणे म्हणजे आपण आरशाऐवजी दुसऱ्या कोणाच्यातरी छबीपुढे उभे रहाण्यासारखे आहे. मोठे आदर्श हे ध्रुव ताऱ्यासरखे असतात. ते योग्य ती दिशा दाखवतात पण तेथे पोहोचता येत नाही.

मुलांपुढे ध्येय, आदर्श जरूर असावेत. 'तू विद्यार्थी आहेस तेव्हा चांगला मन लावून अभ्यास कर. त्यात हयगय करू नकोस. त्याचप्रमाणे योग्य तो व्यायाम वगैरे कर कारण ऐन परीक्षेच्या वेळी तब्येत बिघडली तर सारेच मुसळ केरात जाईल. तू स्मरणशक्ती वाढव, अक्षर घोटव, चांगल्या सवयी लावून घे म्हणजे तुझ्या प्रगतीला त्या पूरक ठरतील. प्रगतीला मारक असलेल्या सवयी सोड. तुझ्यात ज्या गुणांची कमतरता वाटेल ते तू वाढवण्याचा सतत प्रयत्न कर' हे सांगणे योग्य होईल. आणि मग 'जेव्हा कोण व्हायचं हे ठरवण्याइतके गुण मिळतील तेव्हा मग नक्की तुझ्या आवडीने, विचाराने तुझी दिशा ठरव. पण

एक लक्षात ठेव की तू कोण आहेस, कोण होणार आहेस यापेक्षा तुला आयुष्यात जे काम करावं लागणार आहे ते तू कसं करणार आहेस हे महत्त्वाचं आहे. तू शिवाजी होणार का, तानाजी, बाजीप्रभू हे ठरवण्यापेक्षा तुला जे काम करावं लागेल ते सर्वोत्कृष्ट करण्याची क्षमता बाळग.' हे त्या मुलाच्या मनावर बिंबवणे महत्त्वाचे. त्यात मुलांचा सर्वांगीण विकास तर होईल, त्याला योग्य ती दिशा मिळेल व आयुष्यभर पश्चातापाची पाळी येऊन जन्मभर दु:खी होऊन कसं तरी आयुष्य काढावयास लागणार नाही. लोकमान्य टिळकांनी त्यांच्या मुलाला सांगितले होते की, 'तू जोडे शिवण्याचे काम केलेस तरी चालेल, पण त्यात पहिला क्रमांक असावा.'

वर सांगितल्याप्रमाणे मुलाला तू हुबेहूब सचिन हो किंवा प्रति गावसकर हो हे सांगण्यापेक्षा तू उत्तम फलंदाज हो व त्यासाठी कोणकोणते गुण लागतील ते एकाग्रतेने अंगी बाळगण्याचा प्रयत्न कर हे सांगणे महत्त्वाचे. खरे गायन किंवा अभिनय शिकवणारे शिक्षक विद्यार्थ्याला कुणाची नक्कल करू देत नाहीत व त्याने तसे न करता मुळातला आवाज किंवा अभिनय हा कसा विकसित करावयाचा हे सांगतात.

जीवन हे फुलासारखे मानले आहे. ते तसेच आहे. गुलाबाच्या फुलाने उत्तम गुलाबी फूल व्हावे, सदाफुली, मोगरा, जास्वंद, चाफा, जाई, जुई, सायली, प्राजक्त, बकूळ यांनी आपण ते ते आहोत तसे सुंदर व परिपूर्ण असावे. झेंडूच्या फुलाने गुलाबाचा आदर्श आपल्यापुढे ठेऊन आपण गुलाब नाही म्हणून जन्मभर दु:खी होऊ नये. झेंडूच्या फुलाचं महत्त्व कमी नाही. नवरात्रीला देवीला तेच लागते. इतकेच नव्हे तर रक्तस्राव थांबायला त्याचा अर्क (कॅलेंडूला) कामाला येतो. म्हणून शस्त्राबरोबर झेंडूचीही पूजा असते हे विसरू नये.

गीतेत हाच विचार फार समर्पकपणे सांगितला आहे. भगवान श्रीकृष्ण अर्जुनाला सांगतात, 'श्रेयान् स्वधर्मो विगुण: परधर्मात्स्वनुष्ठितात्' (अ १८/४७). स्वत:चा जो स्वभावधर्म आहे तो जरी कमी प्रतीचा वाटला तरी तोच पाळणे श्रेयस्कर आहे. ज्ञानेश्वरांनी यावर फारच उत्तम भाष्य केले आहे. रंभा सुंदर आहे म्हणून मुलाला आईऐवजी ती आवडणार नाही. सुंदर स्त्रीऐवजी बालकाला त्याची कुबडी आईच आवडेल. पाण्यापेक्षा तूप चांगले म्हणून माशाने पाण्याऐवजी तुपात पोहावयास जाणे कसे होईल? पायाचे चालणे डोक्याकडून करून घेण्यासारखे आहे हे.

आपण सगुणाचे पूजक आहोत. आपलं जीवन हे एक पुष्प आहे. त्यातील एकेक पाकळी हा गुण आहे. आपल्या व्यक्तिमत्त्वाला सर्व बाजूंनी फुललेल्या पाकळीरूपी गुणांनी/जनतेची पूजा करणे म्हणजेच सगुणपूजा. फुलासारखा दुसऱ्यांना

सुखावणारा सत्कर्मरूपी गंध पण हवा. ते वाऱ्यावर डोलावे आणि स्वतः सुखी राहून इतरांना सुखी करण्याचा प्रयत्न करावा. मंगेश पाडगांवकरांच्या कवितेप्रमाणे त्याने 'मरणावर हृदय तोलावे' पण मातीत पडून नाहीसे झाले तरी 'गंधित व्हावी माती' असे व्हावे.

...चिंटू म्हणत होता ते या दृष्टीने बरोबर होते. त्याचा तोच सर्वांगीण विकास करून मोठा होणार होता. त्याचे जीवनपुष्प अनेक गुणरूपी पाकळ्यांनी विकसित करून उत्कर्ष साधणार होता. सुखाने जगणार होता.

परमेश्वरसुद्धा अशा पूर्ण फुललेल्या, सुगंधी फुलाची आतुरतेने वाट पहातो. तो म्हणतो की, 'पत्रं पुष्पं फलं तोयं यो मे भक्त्या प्रयच्छति तदहं भक्त्युपहृतमश्नामि प्रयतात्मनः॥' (९/२६) असं भक्ताने प्रेमाने दिलेले एखादे फूलही किंवा त्याची नुसती पाकळी सुद्धा मी नुसतं शोभेचं म्हणून खोचत नाही तर अत्यंत आवडीने खातो/आत्मसात करतो.

आपण पूर्ण विकसित होऊन खुद्द भगवंताशी एकरूप व्हावयास मिळणे ह्यापेक्षा आणखी काय सुख हवे?

■

७.

चिंता मनाची चिता

शंकर पार्वती विहार करीत असता त्यांना एक गरीब माणूस कपाळाला हात लावून बसलेला दिसला. तो अतिशय चिंता करीत होता. पार्वती शंकरांना म्हणाली, "त्याची चिंता दूर करा, मला त्याला सुखी झालेला पहावयाचा आहे." शंकर म्हणाले, "ते शक्य नाही. याला चिंता करण्यातच सुख वाटते. चिंतेने याला घेरले नाही, यानेच चिंतेला पकडून ठेवले आहे." पार्वतीने हट्टच धरला तेव्हा शंकर त्या माणसासमोर प्रकट झाले नी म्हणाले, "आम्ही देव आहोत. तुला काय पाहिजे ते माग." तो म्हणाला, "मी गरीब आहे, मला माझ्या बायका मुलांच्या पोषणाची चिंता वाटते," शंकर म्हणाले, "एवढेच ना. तुला मी वर देतो की तुझ्या बेचाळीस पिढ्या सुख, समाधान व ऐश्वर्यात लोळतील." पार्वती आंनदित झाली. काही दिवसांनी परत हा माणूस त्यांना त्याच ठिकाणी दिसला. कपडे उंची होते पण पूर्वीपेक्षा जास्त चिंताग्रस्त दिसला. पार्वतीला कोडे पडले की आता तरी याला चिंता करण्याचे काय कारण राहिले आहे? त्याला विचारता तो म्हणाला, "बेचाळीस पिढ्यांच्या वैभवाचे ठीक आहे पण मी माझ्या त्रेचाळीसाव्या पिढीची चिंता करतो आहे. त्यांचे कसे होईल?"

चिंतेने माणसाचे मन व्यापले नसते तर माणसानेच चिंतेला पकडून ठेवलेले असते, याचे ज्ञानेश्वरांनी फार सुंदर उपमा देऊन वर्णन केले आहे. त्यांनी सांगितले की, माणसांनीच चिंतेला (प्रपंचाला) 'शुक नलिकेवत्' धरून ठेवले आहे. पोपट पकडण्यास शिकारी फांदीवर नळी लावतो. पोपट त्यावर बसला की त्याच्या भाराने नळी फिरते. पोपट उलटा टांगला जातो व ओरडतो. त्याने नळी गच्च धरून ठेवलेली असते. त्याला वाटतं नळीनेच त्याला धरून ठेवले आहे. शिकारी अलगद त्याला पकडतो. वास्तविक पोपटाने नुसती पकड सैल केली

तर तो ती नळी सोडून सहज उडून जाऊन स्वतंत्र होऊ शकतो. माणसाने असंच त्या पोपटासारखं चिंतेला धरून ठेवलं आहे.

गोविंदाग्रजांनी 'चिंतातुर जंतु' म्हणून फार सुंदर कविता चिंतेच्या उपरोधात लिहिली आहे. चिंतेमुळे माणूस जंतुसारखा जागच्या जागी वळवळत अन् तळमळत असतो. तो स्वतः दुःखी होऊन इतरांना दुःखी करतो हा भावार्थ.

चिंतेचे स्वरूप समजण्यासाठी आपल्याला संकट, धोका, भीती, काळजी, योजनात्मक चिंता व परिणामात्मक चिंता यांचा विचार करावयास हवा. त्यांचे स्वरूप नीट न कळल्याने ह्या सर्व प्रकारांनाच आपण भीती किंवा चिंता म्हणून संबोधतो व आपला गोंधळ उडतो.

जिथे जिथे म्हणून जीव आहे मग तो प्राणीमात्राचा असो किंवा वनस्पतीचा, तिथे तिथे भीतीची व त्याच्या उपायाची पूर्ण जाणीव असल्याचे दिसते. मग तो एक पेशीय अमिबा असो किंवा प्रचंड डायनासोर असो. शेवाळ्याची पेशी असो की वडाचे झाड. सर्वांनाच संकटाची जाणीव व भय हे असतेच. या प्रत्येकाला परिस्थितीत प्रतिकूल बदल झाला तर एकदम वाटते की आपण नाहीसे होऊन आपल्या अस्तित्वालाच धोका निर्माण झाला आहे. त्याबरोबर तो जीव बाहेरच्या संवेदनांचा धोका टाळण्यास प्रतिक्रिया करतो. त्यालाच "Response to stimulus" म्हणतात. जरा स्पर्श झाला तर किडामुंगी किंवा अळीसारखा प्राणी किंवा लाजाळूचे झाड लगेच अंगाचा संकोच करते. अगदी तान्हे मूल आवाजाला दचकते. या क्रिया नकळत आपोआप होतात. त्यांना प्रतिक्षिप्त क्रिया म्हणतात. त्यात मेंदूचे काम नसते. जीवाला आपल्या अस्तित्वाच्या जाणिवेबरोबरच जीवाच्या धोक्याचीही जाणीव असते. म्हणूनच जीवनासाठी संघर्ष हा प्रत्येक जीवाला करावाच लागतो असा शास्त्रज्ञ डार्विनचा सिद्धांत आहे. त्यालाच "struggle for existence" असे म्हटले आहे. भीती ही जीवनाच्या रक्षणासाठी जरूर आहे. माणसाला संकट, धोका, भीती वाटली नाही तर तो आपले मरण ओढवून घेईल. काहीतरी धाडसी कृत्य करण्याच्या हव्यासापोटी जीवाची भीती न बाळगल्यामुळे अनेक माणसे हकनाक मेल्याची उदाहरणे काही कमी नाहीत. संकट वाटणे, धोका वाटणे किंवा आपले सर्वस्व गमवावे लागेल अशी भीती वाटणे यामुळेच प्रत्येक जीव त्यातून बचावासाठी किंवा त्यावर मात करण्यासाठी संरक्षणात्मक किंवा प्रतिबंधात्मक योजना करतो. या योजना करण्यासच काळजी घेणे म्हणता येईल. माझी आई फार मार्मिक वाक्य म्हणावयाची, 'अरे काळजी घ्यावी, काळजी करू नये'.

वैद्य रोगाच्या बाबतीत प्रथम तो कोणता रोग आहे, त्याचे स्वरूप निश्चित करतो. मग तो बरा करण्यासाठी उपाय करतो. औषध देतो. आपण दिलेले औषध बरोबर काम करते की नाही ते बघतो. नसल्यास ते बदलतो. थोडक्यात तो

काळजी घेतो किंवा योजनात्मक चिंता करतो. जसे वैद्य शरीराच्या रोगासाठी उपययोजना करतो तसेच आपण मनाच्या रोगांसाठी/चिंतेसाठी केले तर आपण सहज रोगमुक्त होऊ शकू. नेमके आपण हे सहजसाध्य असूनही करीत नाही. म्हणून दु:खी असतो.

शिवाजी महाराज आग्र्याला तुरूंगात किंवा पन्हाळगडावर कोंडीत असताना किंवा अफझलखानच्या वधावेळी त्यांच्या विरुद्धचे संकट ओळखून त्यावर योजनात्मक चिंता करत होते. त्यांना जीवाचे भय वाटले नाही असे समजणे चूक आहे. आपण यदाकदाचित मारले गेलो तर काय करावयाचे त्याचीही योजना त्यांनी केली होती. तेव्हा माणसाने त्याला संकट, भीती, भय वाटले तर दु:खी, हतबल होण्याचे कारण नाही. नाहीतर शत्रूने त्याला इजा करायच्या आधीच स्वत:हून आत्महत्या करण्यासारखे होईल. प्रथम त्याने विचार करावा की संकट/भय वाटणे ही अत्यंत नैसर्गिक व जरूरीची गोष्ट आहे. तेव्हा या धोक्याच्या सूचनेनंतर आपण कोणता धोका कुठून व कसा येऊ शकेल व त्याचे स्वरूप काय असेल त्याचा विचार करू व त्याप्रमाणे तो टाळण्यासाठी उपाययोजना करू या योजनात्मक चिंतेला जो साधकबाधक विचार करावा लागतो त्यालाच चिंतन असे म्हणता येईल.

परिणामात्मक चिंता हा मात्र जिवंतपणीच जाळून घेण्याइतका घातक प्रकार. परिणामात्मक चिंता करणे हे फक्त मनुष्य जातीचे वैशिष्ट्य. इतर प्राणीमात्रास ही चिंता नसते. याच चिंतेला सामान्य भाषेत भय असे संबोधले जाते. भीती/भयग्रस्त माणूस क्षय रोग्याप्रमाणे खंगत जातो. जीवन आनंदाने उपभोगू शकत नाही व शेवटी झुरत मरतो. कामाच्या ओझ्याखाली माणूस क्वचितच मरतो पण चिंतेचे अदृश्य व असह्य असे ओझे बाळगून त्या ओझ्याखाली अशी असंख्य माणसे मरत असतात. माझ्याकडून मी सर्वतोपरी प्रयत्न केले आहेत. उपाययोजना केली आहे, आता मला पाहिजे ते फळ नक्की मिळेल का नाही याची चिंता ही परिणामात्मक किंवा फळाची चिंता. आपल्याला सर्वात मोठा धोका याच चिंतेमुळे निर्माण झालेला असतो.

युद्धाच्या आरंभी अर्जुनाला परिणामात्मक चिंतेने ग्रासले होते, म्हणूनच श्रीकृष्णाने त्याला 'कर्मण्येऽवाधिकारस्ते मा फलेषु कदाचन' असा संदेश दिला. परिणामाची चिंता घालवण्यासाठी 'हतोवा प्राप्यसि स्वर्गम् जीत्वा वा भोक्षसे महीम्' असे सांगितले. मेलास तर स्वर्गात जाशील व जिंकलास तर राज्य उपभोगशील असे सांगितल्याने तो परिणामात्मक चिंता न करता नि:श्चिंतपणे शक्तीसकट लढला.

भारताचा पहिला गव्हर्नर जनरल वॉरेन हेस्टींग्ज त्याच्या संकटांना समर्थपणे सामोरा गेला, त्याचे कारण गीतेतले हे वचन होय असे त्याने त्याची बायको मरियम हिला लिहिलेल्या पत्रात म्हटले आहे. जगप्रसिद्ध इतिहासकार सर ॲरनॉल्ड टॉयनबी हा नेहमी गीतेची प्रत खिशात बाळगत असे. त्याचे म्हणणे असे की, गीतेमुळे माझे मरणाचे भय गेले.

या परिणामात्मक किंवा फळाच्या आशेच्या/निराशेच्या चिंतेच्या मुळाशी फक्त अपेक्षाभंगाचेच दु:ख नसते तर आपण संकटाशी सामनाच देऊ शकणार नाही असा अत्यंत पराभूत न्यूनगंड मनात असतो. म्हणून तो स्वत:ला क्षुद्र, नालायक समजतो व संकटाला घाबरून पळून जातो किंवा संकट समोर पाहिल्यावर शहामृगाप्रमाणे मातीत तोंड खुपसून बसतो. त्याला वाटतं संकट आपल्याला दिसले नाही तर त्यालाही आपण दिसणार नाही. कदाचित संकटाशी सामना केला तर तो अत्यंत आत्मघातकी व अयोग्यप्रकारे सामना करतो. शेवटी अधिक चिंताक्रांत होतो. ही त्याची कचखाऊ स्थिती त्यालाच असह्य होते. कित्येक वेळा असा घाबरलेला माणूस आपली भयावस्था बाहेर दिसू नये म्हणून खोट्या वल्गना, फुशारक्या मारतो. विराटपुत्र उत्तर हा राजपुत्र जेव्हा युद्धाला घाबरला तेव्हा जनानखान्यात जाऊन बढाया मारत होता. त्याचे 'बालिश बहु बायकांत बडबडला' असं सुंदर वर्णन मोरोपंतानी केले आहे. कित्येकवेळा अशी भयग्रस्त माणसे लोकांचे दोष काढण्यातच समाधान मानतात.

तार्किकदृष्ट्या सुद्धा परिणामात्मक चिंता किंवा फलाशा करणे चूक आहे कारण जीवन हे अंकगणिताच्या नियमात २+२=४ असे बसणारे नाही. त्यात दृष्य-अदृश्य शक्तींचा बराच वाटा असतो. म्हणून अमुक एक कर्माचे किंवा कृतीचे अमुक एक फळ मिळेलच असे सांगता येत नाही. इग्रंजीत There is a slip between a cup and a lip असं म्हटलं जातं ते यामुळेच. 'अ' हा माणूस स्टेशनवर जाण्यासाठी घरातून बाहेर पडला तर तो तेथे पोहोचेलच असं सांगता येणार नाही. काही नैसर्गिक अडथळे, मृत्यू, वादळ, भूकंप असे व काही मानवी अडथळे, दंगा, कर्फ्यू निर्माण होण्याची शक्यता असते. म्हणून माणसाच्या हाती फक्त कर्म करण्याचे स्वातंत्र्य किंवा अधिकार एवढेच असते. त्याचे फळ त्याच्या हाती नसते. श्रीकृष्णांनी अर्जुनाला हेच सांगितले की फक्त कर्म करण्याचा तुझा अधिकार आहे. कर्तव्य आहे. त्याच्या फळाची आशा करू नकोस. फळावर तुझा अधिकार असत नाही. तेव्हा परिणामात्मक चिंता करणे अयोग्य व घातक आहे. तर्कालाही ते धरून नाही.

मनुष्याला आपल्या आयुष्यात देव यावा असे वाटण्याचे मुख्य कारण देव आपणांस संकटमुक्त करील, निर्भय करील या आशेमुळेच. देवाच्याही षट्‌गुणात अभय हा पहिला गुण सांगितला आहे. मूर्तीचा आपणाकडे पंजा असतो त्याला अभयकर म्हणतात व तो अभयाची खात्री देतो.

चिंतेमुळे माणूस किती खंगतो त्याची एक दंतकथा आहे. पेशव्यांना एक जाड गलेलठ्ठ माणूस दिसला. त्यांनी त्याचे कारण विचारता त्याचे कारभारी म्हणाले, 'याचे उत्तर महिन्याने देतो.' एक महिन्यानंतर त्यांनी त्या माणसाला पाहिले तर तो फार खंगून मरतुकडा झालेला आढळला. पेशव्यांनी विचारले, 'असे कसे झाले?'

कारभारी म्हणाले, 'चिंता! या माणसाला पर्वतीला बरोबर सकाळी ४ वाजता टोल देण्यास सांगितले व न दिल्यास सुळावर चढवू असे सांगितले. पहाटे चारला जाग येण्याच्या चिंतेने त्याचे जेवणखाण-झोप पार उडाली. श्रीमंत, पूर्वी तो निश्चिंत होता म्हणून लठ्ठ होता. चिंतेने त्याचा पार हाडाचा सापळा झाला आहे.'

डॉ. मेयोंच्या म्हणण्याप्रमाणे चिंता ही शरीरातील रक्ताभिसरणावरही परिणाम करते. चिंतेचा हृदयावर, अंत:ग्रंथींवर व चेतना संस्थेवर परिणाम होतो. एका इंग्रजी ग्रंथकाराने विनोदाने म्हटले आहे, चिंतेने काहीही होत नाही असे म्हणू नका कारण मी ज्याची ज्याची चिंता केली ते प्रत्यक्षात कधीच घडले नाही. हेल्डेन या लेखकानेही म्हटले आहे, आपल्या आरोग्याची फार चिंता करणारा सुदृढ माणूस किंवा स्वत:बद्दल चिंता करणारा खरोखरीचा सज्जन माणूस भेटणे कठीण आहे. डेल कार्नेजी या सुप्रसिद्ध लेखकाने फार चांगल्या शब्दांत चिंता न करण्याचा मंत्र सांगितला आहे. पूल झाल्याशिवाय तो ओलांडण्याचा प्रयत्न करू नका व झालेल्या गोष्टींची खंत करू नका.

चिंतामुक्त जीवन जगण्याचा सर्वांत सोपा मार्ग म्हणजे देव मानणे किंवा लोकमान्य टिळकांनी न्यायालयात सांगितल्याप्रमाणे मन असलेली वरिष्ठ शक्ती मानणे. बीजगणितांतली अत्यंत कठीण गणितं आपण 'क्ष' मानून सोडवतो. 'क्ष' ला तशी किंमत नसते. पण त्याच्या मदतीशिवाय कोडे सुटत नाही. शेवटी आपल्याला उत्तर सापडल्यावर मानलेला 'क्ष' त्यात काहीही बदल न होता नामानिराळा होतो. मग जीवनातल्या अवघड समस्या सोडवण्यासाठी हा हातचा 'क्ष' किंवा देव मानला तर जीवनाच्या सर्व समस्या चिंतेशिवाय आनंदाने सुटतील. परत हातचा मानलेला देवही नामानिराळा, आपण देव न मानण्याने देवाचे काहीही बिघडत नसते. पण आपल्याच प्रयत्नाने आपले जीवन आपणाला पाहिजे तसे सुखाने घालवता येत नाही हे सत्य नाकारून कसे चालेल?

एक फार उत्तम सुभाषित माझ्या वाचनात आले. देव माणसाला त्याचा सारा जीवनपट वाळूच्या पावलांच्या खुणांनी दाखवत होता. चार पावलांच्या खुणा बहुतेक ठिकाणी दिसत होत्या. देव म्हणाला, ''मी तुझ्याबरोबर वाटचाल करीत होतो तेव्हा दोन तुझी पावले व दोन माझी पावले अशा चार पावलांचे ठसे आपला प्रवास दाखवत आहेत.'' पण काही ठिकाणी मात्र दोनच पावलांचे ठसे दिसले व माणसाला आढळले की त्यावेळेसच आपण संकटात होतो. तेव्हा देव आपल्याबरोबर नव्हता का? त्याने त्याबद्दल देवाला विचारल्यावर देव म्हणाला, ''बाळा, हे तुझ्या आपत्काळी जे दोन पावलांचे ठसे दिसत आहेत ना ते माझ्या पायांचे आहेत. तुझ्या पावलांचे नाहीत कारण आपत्काळी मी तुला उचलून खांद्यावर घेतले होते.'' असं निर्भय आयुष्य आपल्याला लाभलं तर, मग सुखाला काय तोटा!

■

८.

कृतज्ञ मी, कृतार्थ मी

मानितो देवास आम्ही, ना मानितो ऐसे नव्हे ।।
मानितो इतुकेच की तो आमुचा कोणी नव्हे ।।

कै. भाऊसाहेब पाटणकरांनी अनेकांच्या मनातल्या भावना या शेरशायरीत व्यक्त केल्या आहेत. आमच्याकडे कामाला आलेल्या शालिनीबाईंची हीच मनोभावना होती. घरात देवाचे म्हणून काहीही कृत्य असले की या 'देवांनी माझं काहीही केलं नाही, तुमचे केले असेलही' असे म्हणत व दूर जात. साधी आरती असली तरी विरोधी पक्षासारखा यांचा एकदम सभात्याग, अर्थात त्याला सबळ कारणेही होती. गर्भश्रीमंत नवरा अचानक वारला. मुलगा अर्धवट निघाला. नातेवाईकांनी सारी संपत्ती बळकावून त्यांना अक्षरश: देशोधडीला लावले. माझ्या धाकट्या भावाला मात्र त्या गुपचूप लॉटरीची तिकिटे काढायला सांगत. दरवेळेस त्या म्हणत, ''एकदा आपल्याला लाख रुपये मिळाले की माझी सर्व ददात मिटणार आहे.'' त्या सुखाने रहाणार होत्या. ते एक लाख रुपये मिळत नसल्याने त्यांची आणखीच तडफड होई. मग देवाला त्या चांगलेच फैलावर घेत. त्यांची समजूत काढण्याचा माझ्या आईसकट घरातील सर्वांचा प्रयत्न फोल ठरला होता.

एक दिवस माझा एक डॉक्टर मित्र घरी आल्यावर जरा गंमत करायची ठरवलं. त्याने शालिनीबाईंना गंभीरपणे सांगितले की, त्याच्या हॉस्पिटलमध्ये एक तरुण मुलगा त्याची दोन्ही मूत्रपिंडे निकामी झाल्यामुळे मरणोन्मुख अवस्थेत आहे. त्याला एक मूत्रपिंड मिळाले तरी त्याचा जीव वाचेल व देणाऱ्याचेही एक मूत्रपिंड देऊन काही बिघडणार नाही. त्याचे वडील दोन लाख रुपये देऊन एक मूत्रपिंड घेण्यास तयार आहेत. दुसऱ्या एका पेशंटचे दोन्ही डोळे गेले आहेत. त्याला एक डोळा जरी कोणाचा मिळाला तरी त्याला परत चांगले जगता येईल.

तोही लाख-दोन लाख रुपये देण्यास तयार आहे. शालिनीबाईंनी मोठ्या उत्साहाने हे सर्व ऐकून घेतले पण तुम्ही एक मूत्रपिंड किंवा डोळा देता का, तुम्हाला लाखो रुपये मिळतील, म्हटल्यावर मात्र त्या जे काही रागावून बोलल्या, ते फारसे लिहिण्यासारखे नाही. आईने मला चांगलेच दटावले. मग मी शालिनीबाईंना म्हणालो, 'एक मूत्रपिंड दोन लाख, एक डोळा दोन लाख, इतके रुपये देऊनही तुम्ही तुमची ही संपत्ती सोडायला तयार नाही. या हिशोबाने तुमच्या साऱ्या शरीराची किंमत सहज वीस लाखावर जाते. एवढी संपत्ती देवाने देऊन त्याबद्दल कधी तुम्ही त्याचे साधे आभारसुद्धा मानले नाहीत. नुसत्या तक्रारीच करता, त्याला काय म्हणावे?'

पुढे त्यांना मूकबधीर विद्यार्थ्यांच्या शाळेत काम मिळाले. एकदा त्या अंध विद्यार्थ्यांच्या वाद्यवृंदाच्या कार्यक्रमाला गेल्या. त्यानंतर मात्र देवाने निदान आपणाला हातपाय डोळे शाबूत तरी दिले आहेत असं म्हणू लागल्या. त्या थोड्या सुखी झाल्या. मला शेक्सपिअरच्या 'ॲज यू लाईक इट' नाटकातले वाक्य आठवले. God will send more if the man is thankful. (माणूस कृतज्ञ झाला तर परमेश्वर त्याला आणखी देणगी देईल.) आपल्याकडे नाहीत त्या गोष्टीबद्दल देवाकडे तक्रार जरूर करावी पण दिलेल्या गोष्टीबद्दल प्रथमतः कृतज्ञता व्यक्त करावयास हवी. मला पायात घालावयाला नाही म्हणून मी देवाकडे तक्रार केली पण मी पायच नसलेला माणूस पाहिला व तक्रार करणे सोडले असे इंग्रजी भाषेत एक चांगले सुभाषित आहे. (I complained to God that I have no shoes till I met a man who had no legs.)

कायद्याच्या भाषेत कृतज्ञता म्हणजे विश्वासघात न करणे किंवा चोरीचा माल जवळ बाळगण्याचा गुन्हा न करणे. एखाद्याने आपली वस्तू दुसऱ्याला काही काळ वापरावयास दिल्यास ती स्वतःचीच म्हणून वापरणे, त्याची मालकीच नाकारणे याला विश्वासघाताचा गुन्हा म्हणतात व असा गुन्हा करून ती वस्तू ताब्यात ठेवणे याला चोरीचा माल जवळ बाळगण्याचा गुन्हा म्हणतात. आता हा आपला देह आपण बनवला नाही, घडवला नाही. तरी आपण त्याची मालकी देह देण्याऱ्याची न मानता स्वतःचीच समजतो. असा गुन्हा न करणे म्हणजे कृतज्ञता होय. भवानीअष्टक स्तोत्रात श्रीमत् आद्य शंकराचार्य (मनोबुद्ध्यहंकार चित्तानि नाहं) 'माझी बुद्धी, मन, अहंकार किंवा वृत्ती सुद्धा माझी नाही' असं म्हणतात, ते कृतज्ञतेपोटीच विवेकाच्या आधारावर.

आपल्या पूर्वजांनी प्रत्येक वेळेस ही कृतज्ञता व्यक्त केली आहे म्हणूनच ते सुखी संपन्न होते. वेदातील निरनिराळी सुक्ते ही उषा, मेघ, जमीन, वरूण, चंद्र, सूर्य, पशुपक्षी, झाडे, वनस्पती या साऱ्यांबद्दल देवाची प्रार्थना करून कृतज्ञताच

व्यक्त करतात. साधे आकाश घ्या. हे सुंदर आकाश देवाने आपल्याला दिल्याबद्दल आपण कधी आनंद/कृतज्ञता व्यक्त केली आहे का? पूर्वीच्या ऋषींनी तसा आनंद घेतला व कृतज्ञताही व्यक्त केली आहे. तैतरिय उपनिषदात ऋषी म्हणातात, 'हा आकाशरूपी आनंद नसेल तर कोणी जगेल काय? जमिनीवर पाय ठेवताना सुद्धा तिला 'पादस्पर्शं क्षमस्व मे' म्हणून नमस्कार केला जातो तो जमिनीच्या आपल्यावर असलेल्या उपकारांच्या स्मरणातूनच कृतज्ञता म्हणून केला जातो. गुरूच्या घरातून शिकून बाहेर पडलेल्या स्नातकाला गुरू उपदेश करतात, 'मातृदेवो भव ।। पितृदेवो भव ।। आचार्य देवो भव ।।' शिक्षोपनिषिदात हा सारा कृतज्ञतेने भरलेला उपदेश आहे. परवा एक कव्वाली गायक एका सुंदर कव्वालीत रंगून गात होता. अल्लाला म्हणत होता, 'नाम खाली मेरा काम तुम्हारा है'

माझ्यातर्फे सर्व चांगल्या गोष्टी तूच करतोस, नाव मात्र माझं होतंय. तो कृतज्ञता किती अर्थपूर्ण शब्दांत व्यक्त करीत होता.

सर्व संत सुखी, आनंदी असतात कारण त्यांचे अंत:करण कृतज्ञतेने भरून आलेले असते. अहंकाराचा वारासुद्धा या विष्णुदासांना लागलेला नसतो. त्यांना देण्यात आनंद असतो, घेण्यात नसतो. त्यांनी 'धान्याचे भांडार' फोडलेले असते आणि ते सकळिकांना रस वाटत असतात. विठ्ठलाच्या चरणाची आवड ही आपली एकट्याची एका जन्माची पुण्याई आहे असे त्यांना वाटत नाही. 'बहुत सुकृताची जोडी' असल्यामुळेच ही आवड निर्माण झाली आहे असे ते मानतात. संकटाच्या वेळी इतरांप्रमाणे पाय दारूगुत्त्याकडे न वळता देवळाकडे वळावेत याला संस्कारच कारणीभूत असतात. आपल्या जीवनाला विचार आणि आचाराने संपन्न करणाऱ्या संतांबद्दल तुकोबारायांना इतकी कृतज्ञता वाटते की, 'काय किती मानू, संतांचे उपकार' असे म्हणून त्याच्या उतराईसाठी 'ठेविला पायी जीव थोडा' असे ते म्हणतात. आपल्याकडेही माणसाची देवऋण, पितृऋण व समाजऋण अशी कर्तव्ये असून ती फेडणे हे प्रत्येक माणसाचे कर्तव्य मानले जाते. ते त्यांनी केलेल्या उपकार फेडण्याच्या कृतज्ञतेपोटीच.

कृतज्ञता हा अहंकार धुऊन काढणारा व मन स्वच्छ करणारा साबण आहे. एक फार मार्मिक वचन आहे. शेळी मेंढी जिवंतपणी सारखी में में (मी मी) असे अहंकाराने ओरडत असते आणि मृत्यूमुखी पडते. मेल्यावर मात्र तिच्या आतड्याची तात करून पिंजाऱ्याच्या धनुकलीला लावली की ती कृतज्ञतेपोटी तूंही तूंही (तूच आहेस, तूच आहेस) असं म्हणत असते.

भिकाऱ्याला भीक घातली की तो जर कृतज्ञता व्यक्त करीत असेल तर खुशाल समजावे की तो श्रीमंत असता तर खात्रीने उदार असता. त्याच्याजवळ पैसा नसेल पण प्रामाणिकपणा व हृदयाची श्रीमंती खास आहे. एखाद्यावेळेस तो

हृदयाने आपल्यापेक्षा श्रीमंत असेल. कृतज्ञतेला गंमतीनं वस्तुवरचा कर म्हटले आहे. तो चुकवता कामा नये. मात्र तो दिलाच पाहिजे म्हणून आपण त्याची दुसऱ्याकडून अपेक्षा करणे बरोबर नाही. कृतज्ञता हे हृदयाने केलेले स्मरण आहे. कृतज्ञता म्हणजे दुसऱ्याने आपल्याकरीता केलेल्या सत्कृत्याला आपण दिलेला प्रतिसाद आहे. म्हणून कृतज्ञता हुंकारासारखी हृदयातूनच यावयास हवी. ज्याने दिले त्याने ते विसरावे पण ज्याला मिळाले त्याने देणाऱ्याला विसरू नये.

घरात कुठलेही धार्मिक कार्य, साधे गणपती पूजन, सत्यनारायण यासारखे नैमित्तिक कार्य असेल तर गुरूजी प्रथम हातपाय धुऊन, आईवडिलांना व घरातील वडील माणसांना नमस्कार करून मगच पूजेला बसण्यास सांगतात. आईवडिलांपाशी कृतज्ञता व्यक्त केली तरच पूजेचे फळ मिळत असते. ज्याच्या अंत:करणात थोडीसुद्धा, निदान स्वत:च्या आईवडिलांचे स्मरण करण्याइतकी कृतज्ञता नसेल तो कोणत्याही धार्मिक कार्याचा अधिकारीच असू शकत नाही. त्याचे सर्व कर्म निष्फळ ठरते. मंगलकार्याच्या आरंभी आपल्याकडे नांदीश्राद्ध नावाचा विधी आहे. त्यात आपल्या आईकडल्या व वडिलांकडल्या चार-चार पिढ्यांचे स्मरण करण्याचे असून त्या पूर्वजांना कृतज्ञता म्हणून साधं फूल वाहण्याचा विधी आहे. कृतज्ञता व्यक्त करण्याची ही किती मनोहारी पद्धत आहे. जो आईबद्दल कृतज्ञ नाही तो मातृभूमी किंवा देशाबद्दल किती कृतज्ञ असू शकतो?

हल्ली जीन थेअरी मानली जाते. गुन्हेगारांमध्ये त्याच्या पेशीतच गुन्हेगारी वृत्तीचे जीन्स (जनुके) त्याच्या आई-वडिलांकडून इतर वांशिक रोगासारखे रक्तात आले आहेत का हे तपासले जाते व त्याप्रमाणे शिक्षा दिली जाते. मग काही सद्‌गुणांचे जीन्स आपल्या आईवडिलांकडून आले असे मानले व त्याबद्दल कृतज्ञ राहिलो तर ते अशास्त्रीय कसे म्हणता येईल? अमेरिकेत सुद्धा हल्ली 'मदर्स डे', टिचर्स डे सारखे दिवस साजरे करतात, ते कृतज्ञतेसाठी. जीवनात त्याची जरुरी आहे म्हणूनच. केवळ औपचारिक, धार्मिक बाब म्हणून नाही.

कृतज्ञ हा संस्कृत शब्द किती अर्थवाही आहे. कृत+ज्ञ (आपल्याबद्दल चांगल्या केलेल्या कृती जाणणारा व त्याचे ऋण मानणारा) असा त्याचा अर्थ आहे. त्या न मानणारा कृतघ्न. आपल्या जीवनात इतरांनी कुणी चांगल्या गोष्टी केल्या आहेत त्या मान्यच न करणारा अहंकारी किंवा कृतघ्न असतो.

मी इंग्लंड, अमेरिकेत गेलो तेव्हा एक गोष्ट प्रकर्षाने जाणवली की ते लोक थोडे काही झाले की थँक्यू म्हणून कृतज्ञता व्यक्त करातात. तिथल्या भारतीय रहिवाशाने मला सांगितले की इथले लोक भारतीयांना संस्कृतीहीन समजतात. कंडक्टरने तिकीट दिले तर आपणास वाटते की आपण पैसे दिले व त्याने त्याचे

तिकीट देण्याचे काम केले; त्यात कसले त्याचे आभार मानायचे. इकडच्या लोकांची तशी भावना नसते. तिकीट दिल्यावर ते चटकन थँक्यू म्हणतील. हा साधा शिष्टाचाराचा प्रश्न भारतीय माणसाने थँक्यू म्हटले नाही म्हणून कंडक्टर त्याचा जाब विचारणार नाही, पण मनातून मात्र तो नाराज होतो व सार्वजनिक मत भारतीयांबद्दल वाईट होते. मला हॅम्लेट नाटकातील वाक्य आठवते. Beggar that I am, I am even poor in thanks. (मी अत्यंत भिकारी आहे, साधी कृतज्ञता व्यक्त करण्यातही मी भिकारी आहे) शेक्सपिअर त्याच्या 'टेमिंग ऑफ द श्रू' मध्ये म्हणतो, The poorest service is repaid in thanks. (अगदी शुल्लक कामाची परतफेड, साधी कृतज्ञता तुम्ही थँक्स म्हणून करू शकता) भारतीयांना या गोष्टी कळल्यावर त्यांच्याबद्दल परदेशात वाईट मत होणार नाही. डोस्टोव्हेस्की या प्रसिद्ध लेखकाने तर माणसाची व्याख्या दोन पायाचा कृतघ्न पशु अशी केली आहे. विंदा करंदीकरांनी फार चांगल्या काव्यात्म पद्धतीने ही कृतज्ञतेची कल्पना शब्दबद्ध केली आहे. "देणाऱ्याने देत जावे, घेणाऱ्याने घेत जावे, घेणाऱ्याने घेता घेता, देणाऱ्याचे हात घ्यावे." देणाऱ्याचे हात म्हणजे त्याची त्यागी, दानशूर वृत्ती घ्यावी. जो कृतज्ञतेने काही स्वीकारतो तोच उदारपणे देऊ शकतो.

या जगात कितीतरी विविध स्वरूपाची सुखे आहेत. त्याचा मनसोक्त आस्वाद घेऊन जीवन कृतार्थ करणे हाच परमार्थ आहे. या सुखांकडे पाठ फिरवून करंटेपणे जीवन जगणे म्हणजे कृतघ्नपणा आहे. जगात सुंदर कर्णमधुर नाद आहेत. सूर आहेत, त्याने साक्षात् नादब्रह्माची निर्मिती होते. नादाच्या रसास्वादाला कानही दिले आहेत. ते मिटून घेण्यासाठी नाही. अनेक नयनरम्य रंगांनी निसर्ग नटला आहे. छोट्या फुलपाखराच्या पंखापासून ते आकाशापर्यंत ही रंगांची नेत्रदीपक उधळण डोळ्यांना सुखावण्यासाठी केली आहे. सुंदर सुंदर सुवासाची फुले आणि नानाविध सुगंधी वस्तूंची निर्मिती केली आहे ती सुखासाठीच. कितीतरी वेगवेगळ्या वासांनी हे जग संपन्न आहे. पदार्थाला अनेकविध चवी देऊन केवढे रूचिवैचित्र्य निर्माण केले आहे. नुसत्या जिभेने या साऱ्या आनंदाचा आस्वाद घेता येतो. अनेकविध स्पर्श, त्यांचे वर्णन करता करता कवी थकले आहेत. या साऱ्या सुखांचा जरूर आस्वाद घ्यावा, त्याने मन प्रसन्न झाले की फक्त म्हणावे मला डोळे, कान, नाक, स्पर्शज्ञान दिले आहे म्हणून मी हा आनंद घेऊ शकतो. तेव्हा हे देणाऱ्याचे आभार. नुसता हा विचार मनात आल्याबरोबर हा सारा आनंद शतपटीने वाढल्याचा अनुभव येतो.

"देवा तुझे किती सुंदर आकाश, सुंदर प्रकाश सूर्य देतो" ही बालवर्गातल्या मुलांसाठी साधी पण अर्थवाही कविता शिकवली जाई.

झोपताना म्हणण्यासाठी फारच छान प्रार्थना होती. ती नकळत कृतज्ञता शिकवीत असे.

डोळ्याने बघतो, ध्वनी परिसितो कानी, पदी चालतो ॥
जिव्हेने रस चाखतो, मधुरही वाचे सदा बोलतो ॥
हाताने बहुसाल काम करतो, विश्रांती घेतो सुखे ॥
घेतो झोप सुखे फिरून उठतो ही ईश्वराची कृपा ॥

कृतज्ञतापूर्वक जगण्याचा दृष्टिकोन जर आपण ठेवला तर हरघडी आयुष्यात किती मजा येते ते अनुभवण्यासारखे आहे. त्यामुळे सारे जीवन कृतार्थ वाटेल, सुख-शांती आणि समाधान लाभेल.

■

९.

पडिले वळण इंद्रिया सकळा

विमानाने अदीसअबाबाहून लंडनकडे झेप घेतली. पहाटेची वेळ असावी. वरती निळे काळे रंगीबेरंगी आकाश! खाली तसाच अथांग समुद्र. क्षितिजावर इतके रंग खुलले होते.. त्या प्रसंगाचं वर्णन करणे शक्य नाही. सुंदरता, भीती ह्या साऱ्यांची अनामिक मानसिक अवस्था अनुभवण्याजोगी होती. शेजारचा प्रवासी मात्र बेचैन होता. सारखी अस्वस्थ हालचाल करीत होता. नंतर कळले की त्याला शौचकुपात जायचे होते पण सिगारेट प्यायल्याशिवाय त्याचा कार्यभाग तो उरकू शकत नव्हता. एअर होस्टेसने त्याला फटकारले होते नि चोरून आत सिगारेट ओढण्याचा प्रयत्न केल्याबरोबर सर्वत्र smoke alarm झाला होता. सारे जणच धोका समजून अतिदक्षता घेण्यास सरसावले होते. हे सर्व त्याच्या एका सिगारेट पिण्याच्या सवयीने झाले होते. सर्वांनी त्याला चांगलेच फैलावर घेतल्याने तो अगदी रडकुंडीला येऊन कसनुसा होऊन बसला होता. आदसते मजबूर, दुसरे काय?

काही न सुटणाऱ्या कोड्यांतले हे एक कोडे आहे की एवढा स्वातंत्र्यप्रिय माणूस केवळ हौसेपोटी सवयीचा जन्मभर गुलाम होऊन रहाण्यातच कसा सुख मानू शकतो? नुसती व्यसनी व्यक्तीच नव्हे तर त्याच्यावर अवलंबून असणारे सारेच ह्या सवयींपायी पार धुळीला मिळतात. धर्मराजाची जुगार खेळण्याची सवय नुसत्या त्याला किंवा इतर पांडवांना व त्यांच्या स्त्रियांना नव्हे तर साऱ्या राष्ट्रालाही महाग पडली. माणसाच्या आयुष्याचा उत्तरार्धाचा भाग स्वत:ला पूर्वाधाच्या भागामध्ये ज्या सवयी लागल्या त्यांच्या बंधनाने जखडून घेण्यातच जातो. त्या सवयींच्या दुष्परिणामांपासून सुटण्याची त्याची सर्व खटपट वाया जाते. तारुण्यात नाही नाही त्या सवयी लावावयाच्या व वृद्धापकाळी त्या निस्तरत बसण्याचाच

उद्योग करावयाचा असेच सर्वत्र दिसून येते. एका तत्त्वज्ञानी माणसाने फार मार्मिक म्हटले आहे की मी जेव्हा कुत्र्यांच्या सवयीचा विचार करतो तेव्हा मनुष्य मला निश्चित मोठा वाटतो; पण जेव्हा मी माणसांच्या सवयीचा विचार करतो तेव्हा मी पार बुचकळ्यात पडतो. खरं तर सर्व माणसे सारखीच असतात, फक्त सवयीमुळे ती वेगवेगळी भासतात.

सवय म्हणजे एखाद्या मानसिक/शारीरिक क्रियेला किंवा परिस्थितीला मनाने/शरीराने वारंवार केलेली प्रतिक्रिया किंवा आपणच निर्माण केलेला मनाचा कल किंवा आवड होय. ही क्रिया वारंवार केल्याने पक्की होऊन सहजपणे अंगवळणी पडते. सवय हे निसर्गाने दिलेले वरदान आहे. सवयीमुळे आपल्याला कामाचा त्रास न होता आपल्या क्रिया सुलभ होतात. सवय नसती तर आपणास तीच तीच गोष्ट रोज नवीन म्हणून करावी लागली असती. त्यात वेळेचा व शक्तीचा अपव्यय झाला असता. त्यामुळे सवय असणे ही बाब सुखाने जगण्यास अत्यंत जरूर आहे. मतिमंद मुलांना विचार करण्याची ताकद नसते, त्यांना फक्त सवय लावूनच रोजच्या क्रिया शिकवल्या जातात. मानसशास्त्रात पॉवलॉव्हचा एक महत्त्वाचा सिद्धांत आहे. त्यानुसार कुत्र्याला ठराविक वेळेला घंटा वाजवून अन्नाची थाळी देत असत. त्यावेळी त्याच्या तोंडात अन्नदर्शनाने लाळ निर्माण होई. काही दिवसांनी त्याने कुत्र्यापुढे अन्न न देता नुसती घंटा वाजवली, तरी कुत्र्याच्या तोंडात लाळ जमा होई. यालाच साहचर्याचा नियम म्हणतात. डोळ्याच्या अन्नदर्शनाने निर्माण होणारी लाळ केवळ सवयीने कानाने घंटा ऐकल्यामुळे निर्माण होऊ लागली. सवयीबद्दलचे बरेचसे संशोधन ह्या साहचर्याच्या सिद्धांतावरच आधारित केले गेले आहे. सवय पोपटासारखी शिकवू ते शिकते. मानवी जीवनात सवयीला महत्त्व आहे, ते यामुळेच. पूर्वी रणवाद्ये वाजली की अंगात वीरश्रीचा संचार होऊन वीरांना बाहूंत स्फुरण येत असे ते सवयीमुळेच.

सवयीचे वैशिष्ट्य आहे की सवय एकदा जडली की ती कायम अंगाच्या कातडीसारखीच चिकटून राहते. काही केल्या जात नाही. दारूची सवय पहिला प्याला पिण्याआधीच सुटू शकते असं श्री. राम गडकरी यांनी त्यांच्या 'एकच प्याला' या नाटकात लिहिले आहे ते यामुळेच. कोल्हा कातडीचा रंग बदलू शकतो पण सवय बदलू शकत नाही अशी इंग्रजी म्हण आहे. व्यसनी माणसास 'आदतसे मजबूर है।' असं म्हणायची पाळी येते. सगळ्यात चांगली सवय जर कोणती असेल तर ती म्हणजे जी सुखकारक नसेल अशी कोणतीही सवय न लावून घेण्याची.

चांगल्या सवयी जर अंगात मुरवल्या तर त्या नुसत्या कातडीसारख्या राहात नाहीत, तर पार हाडापर्यंत जातात. संत चोखामेळा यांच्या अंगावर भिंत पडून

त्यांचा नश्वर देह नाहिसा झाला. त्यानंतर हाडांच्या ढिगातून त्यांची हाडं वेगळी करता आली कारण प्रत्येक हाड कानाशी लावलं तर त्यातून 'विठ्ठल विठ्ठल' असा ध्वनी येत होता. नामाची ही सवय इतकी अंगात भिनली पाहिजे.

जशा व्यक्तीला सवयी लागतात तशाच समाजाला सुद्धा सवयी लागतात. त्या शेकडो वर्षे टिकतात, त्यालाच रूढी म्हणतात. समाज त्या जास्त पाळतो म्हणूनच 'शास्त्रात् रूढीर्बलियसी' (शास्त्र/कायद्यापेक्षा रूढी श्रेष्ठ) असं म्हणतात. हुंडा, सती वगैरे समाजाच्या दुष्ट सवयी काढणे किती अवघड आहे ते आपण पाहतोच. या रूढी बदलण्यासाठी कितीतरी समाज सुधारकांना स्वार्थत्याग व बलिदान द्यावे लागले आहे.

अनेक वर्षे गुलामगिरीत खितपत पडलेल्यांना गुलामगिरीचीपण सवयच लागते. भारतीय लोकांना गुलामगिरीतच राहण्याची सवय आहे असे इंग्रजांना वाटे. त्यावेळच्या बऱ्याच जणांची वृत्ती पाहिली की इंग्रजांचे हे वाटणे खोटे नव्हते असेच वाटते. शूर रजपूतसुद्धा मोगलांची गुलामगिरी करण्यातच धन्यता मानीत. याबाबतीत शिवाजीराजांनी राजे जयसिंग यांना लिहिलेले पत्र वाचनीय आहे. सवयीबाबत एक मनोवेधक कथा आहे. एका गुरख्याला देव प्रसन्न झाला नि म्हणाला, 'मी तुला तीन वर देतो. माग काय हवे ते.' गुरख्याने सांगितले, 'राजवाड्यासारखा बंगला हवा.' देव म्हणाला, 'दिला.' गुरख्याने सांगितले, 'गडगंज पैसा पाहिजे.' देव म्हणाला, 'दिला.' देव म्हणाला, 'तिसरा कोणता वर हवा?' मग गुरखा म्हणाला, 'बंगल्यात राहील व पैसा खर्च करील असा एक साहेब हवा, नाही तर मी बंगल्यात जाता-येता सॅल्यूट कुणाला करणार?' प्रश्न असा पडतो की, खरंच आपण पाश्चात्यांच्या गुलामगिरीतून सुटलो आहोत का? तर याचं उत्तर अजूनही आपल्याला ठामपणे 'नाही' असं देता येत नाही.

काही सवयी चांगल्या उपयोगी व जीवन सुखदायी करणाऱ्या असतात, तर काही सवयी जीवनाचा नाश करणाऱ्या असतात. चांगल्या सवयी लवकर किंवा चटकन लागत नाहीत. त्या फार प्रयत्नपूर्वक लावून घ्याव्या लागतात. त्याला सुरुवातीला फार तपश्चर्या करावी लागते. पण एकदा त्या लागल्या की त्यामुळेच जीवन सुखसंपन्नतेने जगता येते. चांगली सवय जीवनाला शिस्त लावते व त्याचे सौंदर्य वाढवते. चांगल्या सवयी सहसा लहान वयात, मनाची पाटी कोरी असताना लवकर लागू शकतात. म्हणूनच पूर्वी मुलाची आठव्या वर्षी मुंज करून त्याला गुरूगृही पाठवण्यात येई. संस्कार म्हणजे चांगली सवय लावण्याचा केलेला प्रयत्न. तो सतत एकाच दिशेने, हळूहळू, अविरत, अथकपणे करावा लागतो. भिजपावसासारखी सवयीची ओल मनोभूमीत खोल रुजावी लागते. शंकराच्या देवळात पिंड असते. त्यावर थेंब थेंब अभिषेक होत असतो. जरा

बारकाईने पाहिले तर जिथे पाण्याचा थेंब पडत असतो, तिथे दगडाला (पिंडीला) खड्डा पडलेला असतो. हे संस्काराचे प्रतीक आहे. एकदमच पिंडीवर घागरभर पाणी ओतून मोकळे होत नाहीत. अभिषेक हा सतत पाण्याच्या थेंबांनीच करावा लागतो. असा सतत चांगला संस्कार केला तर तो फलदायी होतो. सततच्या पाण्याच्या थेंबांनी कठीण दगडाला खड्डा पडावा याचे आश्चर्य वाटते. पाणी किती मऊशार, तर दगड किती कठीण! पण सतत पिंडीवर पडणारा पाण्याचा थेंब आपणास संदेश देतो की, तू सतत, अविरत, एकाच ध्यासाने नुसते पडत राहा, त्याने दगडही भंगू शकेल. चांगली सवय ही या पाण्याच्या थेंबासारखी आहे. दगडासारख्या मनाला ती बदलू सुद्धा शकते.

मुलाला केवळ जन्माला घातल्याने आई-वडिलांचे कर्तव्य संपत नाही. खरं तर जन्म देणे ही अगदी नैसर्गिक क्रिया. पण आईपण किंवा बापपण हे मुलावर उत्तम सुसंस्कार करण्यावर ठरत असते. चांगल्या सवयी लावतानाच, छुपेपणाने लागणाऱ्या दुष्ट सवयी काढाव्या लागतात. वाईट सवयी या समुद्रातील ऑक्टोपससारख्या अनेक बाहुंनी पक्का विषारी विळखा घालून माणसाला पूर्ण जखडून ठेवणाऱ्या असतात. त्या शरीर, मन व स्वास्थ्य पार बिघडवून शांती, सुख, समाधानापासून वंचित करतात.

माणसाची पण गंमत वाटते. वेळप्रसंगी देशासाठी अगर कुणासाठीही प्राण द्यायला तयार असलेला माणूस वाईट सवयीतून मुक्त होण्यास थोडाही त्रास सोसण्यास तयार नसतो. चांगली सवय माणसाचे नीतीधैर्य वाढवते. चांगल्या सवयींचे पालन करीत असताना जरी त्याच्यावर टीका झाली तरी तो त्या टीकेची पर्वा करीत नाही. त्याला चांगल्या सवयींचे फळ मिळते. दारू न पिण्याचे ठरवणाऱ्या माणसाला त्याचे मित्र किंवा पार्टी वगैरे ठिकाणी दारू पिण्याला आग्रह होत असतो. त्यानी तो नाकारला तर मग त्याच्यावर टीकेचा भडीमार होतो. अशा वेळेला सुद्धा त्या माणसाने आपला निश्चय कायम टिकवला, तर त्याला सर्व टीकेला तोंड देता येते व त्यामुळेच त्याचे मनोधैर्यही वाढते. चांगली सवय आणि मनोधैर्य यांचे साहचर्य असते. चांगली सवय मनोधैर्य टिकवते व ते वाढवते तर मनोधैर्य चांगली सवय टिकवून धरू शकते. या जगात मनोधैर्य असणं याच्या इतका अप्रतिम गुण दुसरा कोणताही असू शकत नाही. इंग्रजीमध्ये म्हण आहे, 'Blessed are those who are criticized for doing good work' (चांगले काम करीत असताना टीका सहन करणारा माणूस हा खरा भाग्यवान असतो.)

संगत आणि सवय यांचं अतूट नातं आहे. वाईट सवय ही प्रथमत: मित्रांच्या संगतीमुळेच लागते आणि नंतर या वाईट सवयीची संगत हीच कायमची मित्र

होते. माणूस स्वत: प्रथमत: एकदम दारूचा प्याला हातात घेत नाही. त्याला मित्र बरोबर लागतात आणि मग तो मित्रांमुळे सरावतो आणि मग मात्र दारूची सवय किंवा जुगार हीच त्याची एकमेव मित्र होते. पुढे ही सवय लावणाऱ्या मित्रांनी जरी या सवयी विरुद्ध सांगितले तरीही माणूस तो मित्र सोडतो पण दारू सोडू शकत नाही. गडकऱ्यांच्या 'एकच प्याला' नाटकामध्ये, सुधाकरला दारूचे व्यसन लावणारे लोकच 'सुधाकर, तुम्ही दारू सोडा बुवा' असं सांगतात तेव्हा सुधाकरची झालेली स्थिती गडकऱ्यांनी फार हृदयविदारक पद्धतीने सांगितलेली आहे.

वाईट संगतीचा विचार केला तर मला हिंदी भाषेतील 'आ बैल मुझे मार' या वाक्प्रचाराची आठवण येते. पहिला प्रश्न येतो की माणूस गुलाम होईल, आपले स्वातंत्र्य हरवून बसेल इतक्या काहीही फायदा नसलेल्या सवयीचा गुलाम होतोच कसा? वाईट सवयी लावणं म्हणजे आपण स्वत: हातात बेड्या घालून तुरुंगात दाखल होण्यासारखं आहे किंवा शेळीने कसायाच्या सुळ्यावर स्वत:हून मान फिरवण्यासारखे आहे.

गुन्हेगारांनासुद्धा गुन्ह्याची ठराविक सवय असते. अर्थात ह्या सवयीमुळेच ते सापडू शकतात. पाकीट मारणारा दरोडा घालणार नाही. घरफोडी करणारा कधी वाहनचोर होणार नाही. इतकेच काय, पण चोराची सुद्धा चोरी करण्याची पद्धत ठरलेली असते. पुढे त्याची सवय होते व मग पोलिस त्या सवयीचाच अभ्यास करून तशा प्रकारचा गुन्हा शोधून काढतात. ह्या पोलीसांच्या शाखेला MOB शाखा, गुन्हेगारांच्या सवयीचा विचार करणारी शाखा म्हणतात. प्राण्यांची शिकारही त्यांच्या सवयीचा अभ्यास करूनच केलेली असते.

कोणत्या सवयी लावाव्यात यासाठी वशिष्ठ स्मृतीमध्ये फार सुंदर मार्गदर्शन केले आहे.

धर्मं चर मा अधर्मं, सत्यं वद मा अनृतम्
दीर्घं पश्य मा ह्स्वं, परं पश्य मा अपरम् ।।

नीतिनियमाने चाल, अनितीने चालू नकोस, खरं बोल, खोटं बोलू नकोस. दूर दृष्टी ठेव, फक्त पायाजवळचं पाहू नकोस, उच्च सुख पहा, नीच किंवा हलकं नको. सवयी या संदेशावर पारखून घ्याव्या.

सवय माणसाच्या इतकी अंगवळणी पडते की ती त्याचा स्वभावच होऊन जाते. माणसाच्या सवयीने त्याचे घर कसे चालते त्यावरून त्याचे घर, त्याचे कुटुंबीय कसे असतील हे सहज कळून येते. तसेच घरच्या गड्यावरूनही मालकाच्या स्वभावाचा अंदाज येतो. ज्याचे सेवक असलेले चंद्र, सूर्य नियमितपणे काम करतात त्यांचा मालक (परमेश्वर) कसा असेल ह्याची कल्पना येते. भक्तीला

वश होण्याचा देवाचा स्वभाव, सवय आहे. म्हणूनच रामदास स्वामी म्हणतात, ''मना सज्जना भक्ती पंथेची जावे, तरी श्रीहरी पाविजे तो स्वभावे.''

तुकाराम महाराजांच्याकडे एक बाई मुलाला घेऊन आली. ती म्हणाली, ''हा सारखा गूळ खातो, त्याला तुम्ही काहीतरी उपदेश करा.'' तेव्हा तुकाराम महाराज म्हणाले, ''बाई तुम्ही आठ दिवसांनी या.'' ती बाई त्या मुलाला घेऊन आठ दिवसांनी आली. तुकाराम महाराज म्हणाले, ''बाळ, सारखा गूळ खाऊ नये.''बाई म्हणाली, ''हे सांगायला, तुम्हाला आठ दिवस का लागले?'' तेव्हा तुकाराम महाराज म्हणाले, ''या आठ दिवसांत मी माझी गूळ खायची सवय सोडली'' आणि मगच उपदेश करू शकलो. बरोबर आहे. सवय सोड म्हणून लोकांना उपदेश करणं निष्फळ आहे. काही जणांना नुसते उपदेश करण्याची सवय असते. उपदेश करणाऱ्यांनी निदान स्वत: सवयीचा गुलाम असता कामा नये तरच त्याच्या शब्दाला अर्थ प्राप्त होतो. नाहीतर, लोका सांगे ब्रह्मज्ञान, स्वत: कोरडे पाषाण असे होईल?

सवयी चांगल्या असतात, सवयी वाईट असतात. पण एक लक्षात ठेवावे की सवय म्हणजे आपण नव्हे. सवयीवर आपली हुकूमत चालली पाहिजे तरच हे जीवन प्रभुत्वाने आणि सुखाने जगता येईल. सवयीचा गुलाम होऊ नये कारण गुलामाचे मनही स्वतंत्र नसते. त्याला सुखाने जगताच येत नाही. वाईट सवय तर तावडतोब सोडून द्यायला हवी इतके मनाचे सामर्थ्य हवे. शिपाई राजाच्या भोवती असतात आणि चोराच्या पण. दोघांत फरक इतकाच, राजा म्हणतो त्याप्रमाणे शिपायांना वागावं लागतं, तर शिपायांच्या हुकूमाप्रमाणे चोरांना चालावं लागतं. आपल्या सवयी ह्या शिपायासारख्या आहेत, राजासारखी त्यांच्यावर आपली हुकूमत चालली पाहिजे, चोरासारखी त्यांची आपल्यावर नव्हे. तरच आपल्याला स्वामित्वाने, समर्थपूर्ण आणि सुखाने जगता येईल.

■

१०. राग – मनाची आग

सायको (Psycho) हा हिचकॉकचा अत्यंत गाजलेला रहस्यपट दुभंग व्यक्तिमत्त्वावर आधारलेला (आपल्या भाषेत अंगात भूताचा संचार होण्यावर) बराच गाजला होता. गावापासून दूर, निर्जन बंगल्यात राहणाऱ्या एकांड्या मुलाची ही कथा! त्याची मृत आई त्याच्या अंगात येई. हा मुलगा त्याच्या घर-वजा मोटेलमध्ये रहायला आलेल्या एकाकी तरुण मुलींचे, त्याच्या आईचा त्याच्या अंगात संचार होऊन खून करी. खून करताना तो त्याच्या आईसारखी वेशभूषा करत असे. खून झाल्यावर हा परत आपल्या मूळ भानावर येई व हे खून आईने केलेले आहेत म्हणून तिला वाचविण्याकरीता हा पुरावा नष्ट करी. असे अनेक खून झाल्यावर जेव्हा तो पकडला गेला, तेव्हा तुरुंगात असताना त्याच्या अंगावर माशी बसते मग त्याची आई (म्हणजे तो स्वतःच आईच्या आवाजात स्वतःशी म्हणतो), ''मी तर एक ही अंगावरची माशीसुद्धा मारू शकत नाही. तिला म्हणायचं असतं की, ''सारे खून तूच केलेले आहेस. त्याची फळे तुलाच भोगावी लागतील. माझा त्यात काही संबंध नाही.''

ज्या आटपाडीजवळच्या खुल्या तुरुंगावरून 'दो आँखे बारह हात' सिनेमा व्ही. शांतारामनी निर्माण केला होता, त्या तुरुंगाला भेट देण्याचा मला योग आला. प्रत्येक कैद्याची कथा त्याच्या शब्दांतून मला ऐकायला मिळाली. कोणी रागाच्या भरात भावाला ठार मारले होते तर कुणी रागापोटी बायकोच्या डोक्यात धोंडा घालून तिला ठार केले होते. कुणी बायकोवरील क्षुल्लक रागामुळे मुलं उचलून विहिरीत टाकून दिली होती.. एक ना दोन! प्रकार जरी वेगळे होते; तरी कारण एकच होते ते म्हणजे त्यावेळी त्यांना राग अनावर झाला होता. रागाने त्यांचा संपूर्ण ताबा घेतला होता आणि कुणाचा तरी बळी घेतल्याशिवाय ती

रागाची आग शमणार नव्हती. एका आरोपीनं स्वतःवर रागावतच मला त्याची हकिगत सांगितली होती. मी त्याला म्हटलं, ''ज्या रागाच्या करतां तू एवढे हाल व शिक्षा भोगतो आहेस, तो राग तू अजून धरून ठेवला आहेस. या रागानं अजून तुझं किती नुकसान व्हावं असं तुला वाटतं?'' मी त्या साऱ्याच कैद्यांना बोलावून 'सायको' सिनेमाची गोष्ट सांगितली. आणि नंतर त्यांना सांगितलं की त्यातल्या नायकाइतकेच तुम्ही निष्पाप आहात. सायकोतल्या मुलाच्या आईसारखं हे रागाचे भूत तुमच्याकडून सर्व गुन्हे करवून घेत होतं आणि आता परिणाम मात्र रागाला नाही तर तुम्हांला भोगावा लागत आहे, कारण रागाला वेगळा देहच नाही. तुमचा शत्रू, राग हा, का निर्माण होतो? कसा निर्माण होतो? तो काय व कसे करवून घेतो? त्याचप्रमाणं त्याचा आपल्यावरचा अंमल टाळावा कसा? याचा जर तुम्ही या शिक्षेच्या काळात अभ्यास केलात तर खऱ्या अर्थाने तुम्ही मुक्त व्हाल. नाहीतर हे रागाचं भूत बरोबर घेऊन तुम्ही तुरुंगातून बाहेर पडलात तरी तुमची सुटका होणार नाही. त्यांना हे विचार पटले असावेत कारण त्यांनी मला जो प्रेमाने निरोप दिला तो अविस्मरणीय होता.

माणूस रागवतोच का? ह्यावर विचार करावयास हवा. राग हा आपल्या अपेक्षाभंगाचा सूड आहे. रागावलेल्या माणसाला वाटतं की प्रत्येक गोष्ट तो म्हणतो तशीच असली पाहिजे. त्याच्या मर्जीविरुद्ध कोणालाही वेगळं, स्वतंत्र असण्याचा अधिकार नाही. असा कुणी निघालाच तर त्याचं अस्तित्वच त्याला नको असतं किंवा त्याचा सूड घेऊन त्याला जबर शिक्षा करायची असते, असा रागीट माणूस हा अतिरेकीच असतो.

राग हा नुसत्या एखाद्याच्या विचारांचा किंवा मनाचाच फक्त ताबा घेत नाही तर त्याच्या शरीराचाही ताबा घेतो. रागामुळे शरीराच्या अंतःग्रंथींवर ताण पडतो व त्याचे अनेक प्रकारे वाईट परिणाम होतात. डोळे लाल भडक होणे, अंग थरथरणे, चेहऱ्यावरच्या आणि सर्व स्नायूंमध्ये ताण निर्माण होणे, श्वासोच्छ्वास आणि हृदयाचे ठोके वाढणे आणि इतर अनेक शारीरिक बदल आपोआप घडून येतात. रागावण्याने शरीरातील ३७३ स्नायू अत्यंत ताणाखाली रहातात. काही माणसांना तर रागावल्यामुळे फिटपण येते. काही माणसं तर रागावण्यानं तात्पुरते वेडे होतात. म्हणूनच इंग्लिश मध्ये "Anger is temporary madness" असं म्हणतात. ज्याचे हृदय अशक्त आहे, अशा माणसाला रागामुळे मृत्यूपण येऊ शकतो. त्या माणसाला त्याच्या मूळ स्वरूपाचा पार विसर पडतो व तो रागापोटी अत्यंत भेसूर आणि क्रूर दिसू लागतो. काही क्षणातच राग माणसाचे सैतानामध्ये रूपांतर करतो व त्याकडून अत्यंत क्रूर अशी कामे करवतो.

माझ्या एका जवळच्या नातेवाईकांची एक लहान मुलगी अगदी क्षुल्लक

कारणांनी सुद्धा रागावून खूप आक्रस्ताळेपणा करायची. खूप मोठ्यानं ओरडायची. घर डोक्यावर घ्यायची. मी हळूच तिच्या नकळत तिचं सगळं ओरडणं टेप करून घेतलं. ती चांगल्या मूडमध्ये असताना तिला तो टेप वाजवून दाखवला. त्यावर ती इतकी लाजली, शरमली की तिनं पुन्हा तसा आक्रस्ताळपणा केला नाही. पुढे पुढे ती जरा रागावू लागली की मी तिला सांगे, "थांब जरा, मी टेपरेकॉर्डर आणतो." त्याबरोबर तिचे रागावणे बंद होई. मला वाटतं, रागावल्यानंतर आपण काय काय करतो, आपल्यांत काय काय बदल होतात हे तिला तटस्थपणानं पाहता आले म्हणूनच हा चांगला फरक पडला. आपण स्वत:ला असेच आपल्या राग आलेल्या अवस्थेत कसे वागतो, काय काय करतो ते पाहू शकलो तर रागाची धग पूर्ण विझलेली असेल. परवा रस्त्यानं जाताना दोन बायका बेभान होऊन, पदर खोचून एकमेकीकडे आरती ओवाळल्यासारखे हातवारे करीत कळीच्या भावल्यांसारख्या नाचत होत्या. तेव्हा मला वाटले त्यांची छुपी फिल्म घेऊन नंतर ती त्यांना दाखवल्यास त्यांच्या किती गमतीदार प्रतिक्रिया होतील?

साधा राग हा तितकासा बाधक नाही. त्यातून सुटका करून घेणं फार अवघड नाही. पण रागाला अहंकाराची जोड मिळाली म्हणजे आगीत तेल ओतणे होय. राग या विकाराने आपला ताबा घेणं ही अत्यंत नामुष्कीची आणि लाजिरवाणी गोष्ट आहे कारण आपण त्याचे गुलाम होतो. परंतु त्याची प्रौढी मिरवणं याच्यासारखा मूर्खपणा खचितच कुठला असू शकतो. कित्येक माणसं आपल्या रागाची प्रौढी मिरवताना आढळतात. ते म्हणतात, "मी एकदा रागावलो ना की कुणाच्या बापाची पर्वा करीत नाही किंवा मला एकदा राग आला ना की माझ्या इतका वाईट माणूस कुणी नाही" अशा मूर्खपणाला हसावे की रडावे कळत नाही.

राग हा एक विकार असेल तर मग माणसाने रागावूच नये काय? अवश्य रागवावं. आपलं तसंच इतरांचं जीवन सुखी करण्याकरिता रागाची जरूर आहे. अर्जुनाला युद्धाच्या आधी स्वजनांबद्दल राग तर नव्हताच पण कणव होती. भगवंतांना ती काढावी लागली. मार्टिन ल्यूथरसारखा विचारी देशभक्त म्हणतो, "मला राग येतो तेव्हा मी जास्त चांगले काम करतो, मी लिहू शकतो, प्रार्थना करू शकतो, उपदेश करू शकतो. या साऱ्या गोष्टीकरिता लागणारी मनोधारणा ही रागामुळे जलद काम करते. माझी स्मरणशक्ती अगदी तीव्र होते."

तसं पाहिलं तर, राग हा विस्तव किंवा आगीसारखा आहे. आपल्या घरात आपण या विस्तवाला गुलाम करून अनेक कामे करून घेतो व काम झाल्याबरोबर तो विझवून टाकतो. अग्नी तसाच ठेवला किंवा भडकवला तर आपलेच काय पण शेजाऱ्याचे घरही भस्मसात करू शकतो. रागाचंही तसंच आहे. राग जरुरीपुरता

व तेवढाच वापरावा आणि काम झालं की विझवून टाकावा. रागाला आपल्या डोक्यावर बसवून आपल्या सर्वस्वाचा ताबा त्याला देणं म्हणजे आपणहून सैतानाची गुलामगिरी पत्करणं होय. राग आपल्या हातात हवा. आपण रागाच्या हातात असू नये.

लहान मुलांवर सुसंस्कार करण्याकरिता किंवा वाईट सवयींपासून दूर करण्यासाठी त्यांना योग्य प्रमाणात रागावणे किंवा धाक दाखविणे अत्यंत जरूरीचे असते. दुसऱ्यावर अन्याय होत असताना त्या अन्यायाचा राग येऊन त्याच्या मदतीला जाणे हा पुरुषार्थ आहे. हितकारी राग हा जीवनात सुखी रहाण्याकरीता अत्यंत जरूर आहे. लहान मुलांवर किंवा दुबळ्यांवर रागावण्यापेक्षा रागाचे नाटक करणे जास्त जरूरीचे असते. राग हा योग्य माणसांसाठी, योग्य प्रमाणामध्ये, योग्य वेळेला, योग्य कारणाकरीता, योग्य पद्धतीनेच व्यक्त व्हावयास हवा तरच तो औषधाच्या मात्रेसारखा उपयोगी पडू शकतो व अनेक गोष्टी साध्य करू शकतो.

एका माणसाची दोन मुलं त्याच्या जवळ आली, त्यातल्या एका मुलाने शाबासकी मिळण्याइतकं चांगलं काम केलं व दुसऱ्या मुलाने शिक्षेला योग्य अशी गोष्ट केली तर दोन्ही मुलांना जवळ घेताना चांगल्या मुलाच्या पाठीवर शाबासकी देताना त्यात रागाचा अंश असू नये तसेच खोडकर मुलाला रागावताना आणि पाठीत धपाटा मारताना रागाखेरीज दुसरा कुठलाही भाव त्यात नसावा व दोन्ही क्रिया माणसाला एकदम करता आल्या पाहिजेत. त्यालाच रागाचे तंत्र आणि मंत्र संभाळता येईल.

शेक्सपिअरने 'किंग लिअर' या त्याच्या नाटकात रागाबद्दल मार्मिकपणे लिहिले आहे. Warth which men may blame but not control. (माणूस रागाचा द्वेष करू शकेल पण त्यावर ताबा मिळवू शकणार नाही)

राग ताब्यात ठेवण्याकरता काय करावे? असा माणसाला प्रश्न पडतो. प्रथमतः मी राग काबूत आणीनच असा त्या माणसाचा ठाम निश्चय असला पाहिजे. त्यामुळे अनेक मार्ग सुचू शकतात आणि रागावर ताबा मिळवता येतो किंवा संयम राखता येतो. राग आल्यावर नऊ पर्यंत आकडे मोजावेत, देवाचं नावं घ्यावं, डोक्याला थंड पाणी लावावं असे अनेक पर्याय सांगतात. आधुनिक मानसशास्त्रज्ञ घरात बॉक्सिंगची बॅग आणून त्यावर मुष्टीचा मार द्यायला सांगतात. जुन्या काळी सासुरवाशिणींना कणिक मळताना किंवा कपडे धुताना त्या क्रिया रागापोटी जोमाने करायला सांगत त्यामुळे मनातल्या रागाला वाट मिळे. तर काही जणी तुळशीपाशी दिवा लावताना त्यांचा सारा राग, सुखदुःखं तुळशीला सांगत. नवविधा भक्तीतील आत्मनिवेदन ही एक भक्ती आहे, त्याचाच हा प्रकार. या साऱ्या प्रकारातून राग किंवा कोणताही विकार मनामध्ये न साचता त्याला

वाट मिळते, मन स्वच्छ होते. विजेच्या बाबतीत तिला अर्थिंग करून तिच्यापासून धोका टाळला जातो तसं. कोणत्याही वासनांचं असंच आहे. त्या नुसत्या दूर करू म्हटल्याने दूर जात नाहीत तर त्यासाठी काही क्रिया केली की त्या क्रियेवाटे त्या निघून जातात मग क्रिया कोणतीही असो. रागावर संपूर्ण ताबा मिळवलेल्यात संत एकनाथांच्या बऱ्याच आख्यायिका आहेत. ज्ञानेश्वरांना एकदा राग आला होता. ते झोपडीत कोंडून बसले होते. मुक्ताबाईंनी "ताटी उघडा ज्ञानेश्वरा" असा गाजलेला अभंग रचला होता. त्यात 'विश्व रागे झाले वन्ही, संते सुखे व्हावे पाणी' असं म्हटलं आहे. खरंच आहे. कितीही राग येऊ दे, संतांची वचने ऐकली किंवा वाचली तर राग कुठल्याकुठे पळून जातो, त्याचे पाणी होते.

रामायणात अरण्यकांडात रामाने लक्ष्मणाला या रागाबद्दल जे सांगितलं आहे ते प्रत्येक माणसाने त्याच्या हृदयपटलावर कोरून ठेवण्यासारखे आहे. "राग हा आई-वडील, भाऊ-बहिण, मित्र-नातलग यांचा घात करणारा आहे. रागामुळे असा घात केला तर माणसाला पश्चाताप करण्याची पाळी येते. रागानेच मनुष्य संसाराला बांधला आहे. राग मनुष्याच्या सर्व गुणांचा नाश करतो म्हणून तो टाकून द्यावा. राग हा यमासारखाच मोठा शत्रू मानावा." रागवावं कसं? हे प्रभू रामचंद्राच्या चरित्रापासून शिकावं. त्याने वालीला मारलं पण त्याच्या जखमी अवस्थेत त्याला प्रेमाने त्याच्या चुका समजावून त्याला सुखासमाधानाने मरण प्राप्त करून दिले. रावणाचाही वध केल्याबरोबर रामाने 'मरणान्तानि वैराणि' असे शब्द काढले.

हजरत अली हे राग कसा काबूत ठेवायचा ह्याचा एक आदर्श नमुना होते. हमजेखान म्हणून एका राक्षसी योद्ध्याने त्यांना द्वंदाचे आव्हान दिले. त्याने हजरत अलींना राग येण्यासाठी त्यांची खूप निंदा नालस्ती केली. पण हजरत अली मुळीच रागावले नाहीत. मात्र त्याने देवाची निंदा केल्याबरोबर त्यांनी राग धारण करून त्याचा पराभव केला. पुढे हाच माणूस त्यांचा शिष्य झाला.

राग हा मूळ संस्कृत शब्द किती अर्थपूर्ण आहे! आपण या शब्दाचा अनर्थ केला. 'रंजयति स: राग:' 'जो मनोरंजन करतो' त्याला 'राग' म्हणतात. म्हणूनच गाण्यामध्ये रागाला महत्त्व आणि त्यालाही थाट असतो. अनुराग म्हणजे प्रेम. 'अनु' या प्रत्ययाचा अर्थ 'मागून येणारा'. तेव्हा प्रेम हे रागाच्या मागोमाग यावं ही अपेक्षा. म्हणून असाच राग यावा की त्याचा सहचर अनुराग हा त्याच्या मागोमाग यावा. ज्ञानेश्वरांनी यालाच 'हे कठिण कोवळियेपण' असे म्हटले आहे. तर मग बघू या बरं असं रागवून.

■

११.

मम हृदयी सद्‌गुरु

गुरुपौर्णिमेच्या दिवशी मी मठात जायला निघालो होतो. माझ्या नातवानं मला विचारलं, ''तुम्ही कुठे आणि कशाकरता जाताहात?'' मी त्याला गुरुपौर्णिमेबद्दल सांगितलं. त्याबरोबर त्यानं अंधश्रद्धा आणि तसेच अजूनही या एकविसाव्या शतकांत भारतातले लोक गुरु, बुवाबाजी इ. च्या नादी लागून स्वत:चा अध:पात कसे करताहेत, मानसिक दुर्बलतेतून बाहेर पडत नाहीत व त्यामुळेच भारताची प्रगती होत नाही म्हणून जगात तो मागासलेला देश समजला जातो, असं व्याख्यान दिलं. या मुलाला मिशांबरोबर आपोआप मतेही फुटली आहेत असं वाटतं कारण कोणत्याही विषयावर त्याची मतेही नेहमी ठाम असतात. मी त्याला म्हटलं, ''तुझं हे मत अभ्यासपूर्वक आणि साधकबाधक विचारांती बनवलं आहे की आपलं तुला नुसतं वाटतं म्हणून बनवलं आहेस ते मला आधी सांग म्हणजे मला त्याप्रमाणे तुला उत्तर देता येईल.'' इथं तो जरा गडबडला. तो म्हणाला, ''मला वाटतं ते मी तुम्हांला सांगितलं.'' मी त्याला म्हटलं की, ''तुला गुरु वगैरे सगळ्या गोष्टी फालतू वाटतात. मला त्या महत्त्वाच्या वाटतात. तेव्हा तुझे वाटणे बरोबर आणि माझे वाटणे चूक असं कोणत्या निकषावर ठरवता येईल ते सांग.'' अमुक एखादी गोष्ट वाटणं, भावणं हा भावनेचा विषय आहे. विचाराचा किंवा तर्काचा नाही. तेव्हा एखाद्याला काही भावना निर्माण झाली तर दुसऱ्याला ती विचाराने कशी खोडून काढता येईल?

एका माणसापाशी दोन स्त्रिया आल्या. एक रंभा आणि कुब्जा. त्या माणसाला विचारलं, ''तुला कोणती स्त्री आवडते?'' माणूस म्हणाला, ''कुब्जा'' कारण ती माझी आई आहे. असा श्रीज्ञानेश्वरांनी दृष्टांत दिलेला आहे. विचारांती रंभा ही कुब्जेपेक्षा अतिशय सुंदर व आकर्षक असे असून सुद्धा मुलाला रंभेपेक्षा त्याची

आईच आवडते. हा प्रश्न भावनेचा (Feeling) आहे हा कोणत्या विचारांच्या (thought) निकषावर चूक बरोबर ठरवता येणं शक्य आहे? तो काहीच बोलेनासा झाला. मग मी त्याला म्हटलं की, "विचारांती तू हे मत बनवलं असलंस तर तू या विचारांसाठी कोणता संदर्भ (data) घेतलास? त्यावर तू कोणता साधक-बाधक विचार केलास ते सांग किंवा तुझं म्हणणं इतिहासाच्या निकषांवर तपासून पाहिलं असशील तर तसे दाखले दे."

खरं तर अगदी चंद्रगुप्तापासून ते शिवाजी महाराजांपर्यंत आपल्या भारतीयांनी जे विजय मिळवले त्या प्रत्येक राज्यकर्त्यामागे फार मोठे गुरुचे बळ होते. तुझ्या शास्त्रज्ञांचाही विचार केलास तर अगदी एडिसन, आईनस्टाईन, न्यूटन सारखे थोर शास्त्रज्ञसुद्धा आपल्या यशामागे देवाचा हात होता असे मानतात. कित्येक त्यांच्या क्षेत्रातल्या मार्गदर्शकाबद्दलही कृतज्ञतापूर्वक बोलत असतात. या सर्व थोर लोकांचा विचार करता प्रत्येकजण त्यांच्या त्यांच्या यशामागे गुरुंचा फार मोठा वाटा आहे असे मानतात. महात्मा गांधींसारखा राष्ट्रपिता 'नामदार गोखले माझे गुरु होते,' तर नेहरू 'गांधीजी माझे गुरु होते' असे आदरपूर्वक सांगतात व तसे ते आयुष्यात वागलेही. टिळकांच्या शवाला खांदा द्यायला मिळाला याबाबतच महात्मा गांधींना कृतज्ञता वाटत होती. 'गुरु' हा शब्द केवळ वापरला गेला नाही तरी भावनेत फरक पडत नाही. एखाद्याला नेता मानणे काय किंवा आपण कोणाचे अनुयायी म्हणवून घेणे काय, हा त्या व्यक्तीला गुरु मानण्याचाच प्रकार नव्हे काय? मी मार्क्सवादी आहे, लेनिनवादी आहे, रॉयिस्ट आहे, असे जेव्हा माणूस म्हणतो तेव्हा तो मार्क्स, लेनिन, रॉय यांना गुरुच मानतो ही सत्य घटना कशी नाकारता येईल?

या सर्व गुरुंमध्ये अत्यंत श्रेष्ठ जर कुठला गुरु असेल तर तो म्हणजे "हृदयांतील गुरु". बाकीचे सर्व वर वर्णन केलेले गुरु, हे मनुष्यरूपी किंवा देहधारी गुरु असल्यानं, त्याला मर्यादा पडतात. पण हृदयांतील गुरुला अशा कोणत्याही मर्यादा नसतात. आपल्या पूर्वजांनी वेद उपनिषदांपासून विचारांती व अनुभवान्ती एक ठाम सिद्धांत सांगितला आहे आणि तो म्हणजे ईश्वर हा प्रत्येकाच्या हृदयांत आहे. हेच तत्त्व श्रीकृष्णांनी गीतेमध्ये, "ईश्वरः सर्व भूतांना हृद्देशेऽर्जुन तिष्ठति ।। भ्रामयन् सर्व भूतानि यंत्रारूढानि मायया ।।" (अ.१८/६१) असे सांगितले आहे. पण या हृदयांतल्या ईश्वराकडे लक्ष देतो कोण? मी तुझ्या हृदयांत आहे असे देवानं ओरडून सांगूनसुद्धा माणसं त्याला शोधायला कस्तुरीमृगासारखे इकडे तिकडे पळत असतील त्याला तो तरी काय करणार? 'तुझे आहे तुजपाशी, परी तू जागा चुकलासी', हेच खरं.

हे झाले ईश्वराबद्दल. पण ज्ञानेश्वर माऊली ही संत शिरोमणी समजली जाते

याचे कारण त्यांनी नुसता हा हृदयांतला ईश्वरच मानला नाही तर आपला गुरुसुद्धा आपल्या हृदयांत आहे, असा ठाम संदेश त्यांनी लोकांना दिला. इतकेच नव्हे, तर "या माझ्या हृदयांत गुरु असल्यामुळे मी हा भवसागर तरलो" असा स्वत:चा अनुभवही लोकांपुढे ठेवला. म्हणूनच त्यांनी सांगितले, "मम हृदयीं सद्गुरु ॥ तेणे तारिलो हा संसार पुरू ॥" वास्तविक पाहता, ज्ञानेश्वरांचे सद्गुरु निवृत्तिनाथ हे समोर अगदी जवळ बसले होते. त्यांना वंदन केल्याच्या व श्रीनिवृत्तिनाथांनी त्यांना आशीर्वाद दिल्याच्या ओव्याही ज्ञानेश्वरीत आहेत, असे प्रत्यक्ष सद्गुरु डोळ्यांसमोर जवळ बसले असताना ज्ञानेश्वर महाराज "त्यांच्या हृदयांत सद्गुरु आहेत" असं कोणत्या गुरुला संबोधून त्याची महती सांगताहेत याचा विचार करणे फार जरूरीचे आहे.

मनुष्याच्या हृदयांत देव आहे असे नुसते म्हणून त्याला तो देव दिसत नसतो. अनुभव येणं तर फारच दूर. मग प्रत्येकाच्या हृदयांतल्या गुरुचा त्याला प्रत्यय आणि अनुभव कसा यावा? बाकी हृदयांतल्या गुरुचे ज्ञान कळले, अनुभूति आली तरच तो हृदयांतल्या ईश्वराचं दर्शन घडवू शकतो. गुरुशिवाय, गुरुच्या मदतीशिवाय एकदम हृदयांतल्या ईश्वराचं दर्शन घडणं अशक्यच. वास्तविक पाहता, या हृदयांतील गुरुचा माणसाने जेवढा विचार केला पाहिजे तेवढा न केल्यामुळे गुरु वगैरे सर्व थोतांड आहे, बुवाबाजी आहे, असल्या सामाजिक अपप्रचाराला कित्येक लोक बळी पडलेले असतात. एखाद्या प्रसिद्ध सिनेनटाने एखादे वाक्य म्हटले असेल तर ते त्यांना चटकन पटतंही. याला अंधश्रद्धा नाहीतर काय म्हणावे?

मी नातवाला सांगितले की तू जे अंतिम ध्येय ठरविले आहेस त्याला आपण ईश्वर मानू या. यावर्षी तू १२वी मध्ये उत्तमपैकी मार्क्स मिळवणार आहेस असं ठरवलं आहेस असे समजू या. आता मात्र नातवाला जरा गोडी वाटू लागली. मी पुढे त्याला म्हटलं "१२वीत गेलेल्या प्रत्येक मुलाने असे ध्येय ठरवले असणार. तेव्हा प्रत्येकाच्या हृदयामध्ये हा ध्येयाचा ईश्वर आहे. पण एवढं ध्येय बाळगूनच हे प्रश्न सुटणार आहेत का? हे ध्येय गाठण्यासाठी रोजच्या रोज त्या ध्येयाच्या प्राप्तीकरता काही टोचणी लावून घ्यावी लागणार आहे. झोप लागली असता सुद्धा, "ऊठ, जास्त झोपू नकोस, अभ्यासाला लाग" अशी मनाला टोचणी असेल तरच तो मुलगा सकाळी मनाविरुद्ध उठून अभ्यास करू शकेल. तो मित्रांबरोबर गप्पा मारायला लागला तर त्याबरोबर पुन्हा मनाला टोचणी लागेल, "अरे असा वेळ दवडू नकोस, अभ्यासाला लाग." या टोचणीबरोबरच गप्पांत फावला वेळ न घालवता त्याचं मन ध्येय गाठण्याकरिता अभ्यासात लागेल. हळूहळू मनाची टोचणी/आस किंवा ध्येय प्राप्तीची जागृती त्याला अनेक गोष्टी

सुचवील. ही टोचणी त्याला सांगेल, "अरे रोज नियमित व्यायाम कर. प्रकृतीची काळजी घे कारण ऐन परीक्षेवेळी तुला आजारी पडून चालणार नाही. तुझी स्मरणशक्ती वाढव. लिखाणाचा सराव कर." हे सर्व त्याच्या मनात कोणीतरी संदेश दिल्याप्रमाणे होईल. या टोचणीला किंवा मार्गदर्शनालाच म्हणतात, 'गुरुत्व."

गुरु म्हणजे आहे त्याच्यापेक्षा जास्त चांगला, जास्त मोठा आणि जास्त गुणी होणं. ईश्वर म्हणजे अथांग होणं. मग मी नातवाला म्हटलं, "ज्याच्या अंत:करणात असं गुरुत्व आहे व जो अशा अंतस्थ गुरुचं ऐकतो, तोच मुलगा त्याचं ध्येय गाठू शकेल, याच्याबद्दल तुला आता शंका आहे का?" ज्ञानेश्वरांनी हृदयांतील गुरुत्व म्हणून सांगितले आहे, ते या मनातील वृत्तीला. तुकाराम महाराजसुद्धा म्हणतात, "रात्रंदिन आम्हां युद्धाचा प्रसंग ।।" हे आतलं युद्ध या गुरुत्वामुळंच होत असतं व यात विजयश्री मिळविणाऱ्यालाच ईश्वरत्व प्राप्त होते किंवा देव पावतो.

नातवाची जरा गंमत करावी म्हणून मी म्हटलं, "अरे, तुझ्या तोंडाला काळं लागलंय ते पुसून घे." तो म्हणाला, "कुठंय." मी म्हणालो, "तूच बघ." तो जाऊन आरशात पाहून आला व म्हणाला, "कुठेय? मला नाही दिसलं." मी त्याला म्हटलं, "तुझ्याच तोंडावरचा डाग पहायला तुला मला विचारावं लागलं किंवा आरशासारखं माध्यम वापरावं लागलं. पण तुला दोन डोळे असून तुझ्या चेहऱ्यावरचा डाग तुला दिसू शकला नाही. तर मग तुझ्या मनावरचा डाग किंवा विचारातला दोष कळायला तुला जर एखादं माणूस किंवा माध्यम लागलं, तर ते अशास्त्रीय कसं म्हणतां येईल? मी किंवा आरसा हे तुला सुधारण्याकरतां, तुझे दोष दाखविणारे तुझे तेवढ्यापुरते गुरुच नव्हेत काय? यात तर्कविरहितता, अशास्त्रीयता किंवा बुवाबाजी, मानसिक दुर्बलता, अंधश्रद्धा, मागासलेपणा कसा असू शकतो? इतक्या डोळसपणे जर गुरुंचा विचार केला, तर माणसाची कधीतरी फसगत होणे शक्य आहे का? मी ही अशाच आरशासाठी जर देवळात किंवा मठांत चाललो असेन तर त्यात चुकीचं ते काय?

आपण देव आहे की नाही हा विषय जरा बाजूला ठेऊ या, कारण हा अलौकिक विषय आहे. तो आकलन व्हावयास अलौकिक बुद्धी हवी (अलौकिकेषु अलौकिक विशेषणम् ।।) असं त्याला श्रीशंकराचार्यांसारखा प्रकाण्ड पंडित म्हणतो. पण एक गोष्ट खरी की, या जगात आपणा सर्वांना सुखानं जगायचंय ना? आणि जेवढं जास्त सुख मिळेल तितकं आपल्याला हवंय कारण अजून कोणी, "मला आता पोटभर सुख मिळालंय, आता मला आणखी सुखाची अजिबात गरज नाही, आता थोडं दुःख मिळालं तरी चालेल," असं म्हणत नाही. हे सुख गुणांच्याद्वारे मनाच्या माध्यमातून आपण घेत असतो. त्यामुळं

माणूस जेवढा गुणी तितका तो सुखी असतो. एखादा कलावंत सातसुरांच्या जोरावर हजारो लोकांना तासन्तास नादब्रह्मात तल्लीन करू शकतो. एका त्या कलेच्या गुणावर तो इतका सुखी राहू शकतो व लोकांना सुखी करू शकतो तर असे अनेक गुण अंगी असतील तर असा असामी किती लोकांना सुख देऊ-घेऊ शकतो याची कल्पना येईल.

माणसाच्या मनामध्ये मात्र खूप गुण मिळविण्याची आस किंवा टोचणी असली पाहिजे तरच त्याचं हे आळशी मन गुणसंपन्न होईल. मधमाशीसारखं त्यानी निरनिराळ्या ठिकाणांहून गुणांचा मध गोळा केला पाहिजे. मनाची ही टोचणी किंवा आच यालाच हृदयांतले गुरुत्व असं म्हणतात. ते घोड्यावरच्या माशीसारखंच असतं, माशी घोड्याला सतत हालते ठेवते, स्वस्थ बसू देत नाही. हृदयातलं गुरुत्वही माणसाला असं स्वस्थ बसू देत नाही. गुणी माणूसच सुखी होऊ शकतो. जेवढे गुण जास्त, तेवढे सुख जास्त.

गुरुंचाही गुरु, परात्परगुरु श्रीदत्तात्रेय यांना निरनिराळे गुरु निरनिराळ्या ठिकाणी मिळाले. त्यांच्या अंत:करणामध्ये हे गुरुत्व होते म्हणूनच. त्यांना प्रत्येक गोष्टीत गुरु दिसला. साध्या भुंग्यापासून ते अजगरापर्यंत. प्रत्येकातून एकेक गुण उचलला म्हणूनच त्यांनी चोवीस गुरु केल्याचं म्हटलं आहे. श्रीदत्ताच्या अंत:करणामध्ये आपण आणखी गुण आत्मसात करावेत ही असलेली आंच हेच त्यांच्यातले गुरुत्व. ही त्यांच्या अंत:करणात असलेली आंच आपल्याही अंत:करणात असेल, तरच आपणही त्यांच्याप्रमाणे सुखी होऊ शकतो. ही आच नसेल तर काही उपयोग नाही, ते नुसते ढोंग ठरते. श्रीगुरुंच्या फोटोला हार आणि पेढे यांचा खच साचत जातो ती गुरुपौर्णिमा नव्हे. या जगात प्रभुत्वाने, सुखाने, समाधानाने आणि शांतीने जगण्याकरिता मला ज्या ज्या गुणांची आवश्यकता असेल, ते ते गुण आत्मसात करणं हीच आपल्यातल्या सद्‌गुरुंची सगुण पूजा होय. हृदयांतला गुरु ओळखून, त्याची पूजा करून, त्याला संतोष देण्याचा प्रयत्न करणे हीच सुखाची 'गुरु'किल्ली आहे. हीच खरी गुरुपौर्णिमा आहे.

या माझ्या विचाराचा नातवावर परिणाम झाला असावा, कारण तो मला म्हणाला, ''थांबा, मी पण येतो तुमच्याबरोबर.''

■

१२.

निंदकाचे घर

एका फार मोठ्या साधुपुरुषाची व माझी गाठ पडली होती. ते फारसा उपदेश करीत नसत. पण लहान लहान नीतिकथा सांगत असत. एकदा अशीच एक गोष्ट त्यांनी सांगितली. इतके दिवस झाले पण या गोष्टीचा माझ्या मनावरचा प्रभाव थोडासुद्धा कमी झाला नाही. त्यांनी सांगितले की, एकदा एक बाई महमंद पैगंबरांकडे गेली व तिने त्यांना सांगितले की, माझी मृत मुलगी माझ्या रोज स्वप्नात येते व नरकात तिचे किती हालहाल होतात ते ती मला सांगते. तेव्हा तुम्ही अल्लाची प्रार्थना करा व तिला ह्या त्रासातून सोडवा. अल्ला तुमची प्रार्थना नक्की ऐकेल. महंमद पैगंबरांनी तिच्यासाठी अल्लाची प्रार्थना केली व तिला सांगितले की मी तुझ्या मुलीसाठी प्रार्थना केली आहे, तिचा त्रास जाईल. बाई घरी गेली. पुन्हा रात्री तिला हेच स्वप्न पडले. ती महमंद पैगंबरांकडे गेली. ते म्हणाले मी परत प्रार्थना करतो. पण त्रास काही कमी झाला नाही. २ ते ३ वेळा असे झाल्यावर मग महमंद पैगंबरांनी अल्लाला विचारले की, माझ्या प्रार्थनेचा काही उपयोग का होत नाही? त्यावर अल्लाने त्यांना सांगितले की, ती जिवंतपणी तिच्या नवऱ्याची निंदा (गिबत) करत असे, तेव्हा तिने तिच्या नवऱ्याचा गुन्हा केला आहे. अशा गुन्ह्याला मी माफी देत नाही. नवऱ्याने माफी केली तरच तिचा त्रास जाईल. त्या बाईने तिच्या मुलीच्या नवऱ्याला हे सर्व सांगून तिला माफ करण्यास सांगितले पण तो काही केल्या ऐकेचना. मुलीचा त्रास तर वाढू लागला. शेवटी काय करावे हा प्रश्न पडला. महमंद पैगंबरांनी हा प्रश्न अल्लाला विचारला व ह्यातून काही तोड निघते का ते विचारले, तेव्हा त्यांना सांगण्यात आले की, तिच्या नवऱ्याच्या कपाळाला तुझ्या हातून माती लाव. महमंद पैगंबरांनी तसे केले. त्याबरोबर तिच्या नवऱ्याला त्याच्या मृत बायकोचा प्रचंड छळ दिसू लागला.

त्याला ते बघवेना व त्याबरोबर त्याने हात जोडून सर्व अपराध माफ म्हणून सांगितले. त्यानंतर त्या मुलीचा त्रास बंद झाला व बाईला स्वप्न पडणे थांबले.

एवढी गोष्ट सांगून त्या साधूने सांगितले, ''कोणाचीही निंदा करू नका कारण त्याला देवही क्षमा करणार नाही. ज्याची निंदा केली त्याने माफी केली तरच यमयातनातून सुटका असते असा देवाचा न्याय आहे.''

काही अपराधांना क्षमा नसते हे गुरूचरित्र वाचतानाही लक्षात येते. कित्येकवेळा गुरू त्या अपराधी माणसाला सांगतात की तू शाप भोग, मगच तुला मुक्ती मिळेल. गुरूच्या अंगात मेलेला माणूस जिवंत करण्याची ताकद असून सुद्धा ते असं का सांगतात हे कळत नसे. मग लक्षात आले की, माणसाचे पाप पुण्यातून वजा होत नाही. पापाची फळे ही भोगावीच लागतात. पुण्याचीही. दुसरे असे की, परमेश्वर जर न्यायी असेल तर माणसाने ज्याचा गुन्हा केला असेल त्याच्यावरच्या अन्यायाचा विचार न करता देव परस्पर माफी कशी करू शकेल? व जर केली तर ती न्याय्य असेल का?

आपण गुन्हा किंवा पाप करताना हे लक्षात ठेवून व त्याच्या परिणामांची जाणीव ठेवूनच वागावयास हवे. थोडक्यात असे की आपण कोणाची निंदा केली तर त्या पापास परमेश्वरही माफ करणार नाही हे ध्यानात असावे आणि मगच निंदेसाठी आपली जीभ उचलावी.

एखाद्याच्या मागे त्याच्या दोषांची चर्चा/परनिंदा करण्यात माणसाला का सुख वाटावे ह्याचा विचार करावयास हवा. तुम्ही कुठेही माणसात जा. बसमध्ये, रस्त्यात कुठेही जा. दोन माणसे एकमेकांशी बोलताना दिसतील तेव्हा जरा बारकाईने लक्ष दिले तर आपल्या लक्षात येईल की, तेव्हा ९० टक्के लोक हे तिऱ्हाईत व्यक्तीबद्दल निंदात्मक बोलत असतात. एकदा दोन बायका इतक्या एकाग्रतेने तिसरीची निंदा करत असताना मला आढळल्या की एकीच्या अंगावर कुत्रे शू करून गेले तरी तिला पत्ता नव्हता इतक्या त्या देहभान विसरून गेल्या होत्या. मनात विचार आला की, इतके देहभान विसरून जर काही जगातल्या चांगल्या गोष्टीचा आस्वाद घेतील तर त्या किती सुखी होऊ शकतील.

माणूस एखाद्याची निंदा का करतो ह्याच्या मागच्या मानसिक कारणांचा विचार करावयास हवा. अहंकारी माणूसच निंदा करू शकतो. लोकांचे दोष दाखवल्यामुळे आपणात ते नाहीत असा त्याचा स्वतःबद्दल जबरदस्त गैरसमज असतो. दुसरा कोणी चुकीचा, दोषी किंवा मूर्ख आहे असे ठरवले तर आपण तसे नाहीत, आपण अगदी योग्य, ज्ञानी व सर्वगुणसंपन्न आहोत असे त्याला भासवायचे असते. म्हणूनच तो इतरांचे दोष अगदी तेलतिखट, मसाला लावून सांगण्यात रंगून जात असतो. वास्तविक ह्यात तर्कदुष्टता आहे. तर्कशास्त्रात त्याला वितंड असे म्हणतात. 'अ' चूक आहे म्हणून 'ब' बरोबर असू शकत

नाही. त्यालाच लॉजिकमध्ये फॅलसी असं म्हणतात. दुसऱ्याचे दोष दाखवणारा निर्दोष ठरत नाही. ज्याचे दोष दाखवले जातात त्यापेक्षा सुद्धा तो जास्त दोषी असू शकतो. आपली तर्जनी जेव्हा दुसरा दोषी आहे म्हणून त्याला दाखवते तेव्हा उरलेली तीन बोटे आपल्याकडे वळलेली असतात इकडेही लक्ष द्यावयास हवे.

एखाद्याच्या मागे त्याचे दोष काढल्याने किंवा निंदा केल्याने जर कुणाचे नुकसान होत असेल तर ते निंदा करणाऱ्याचे कारण त्याचाच अहंकार वाढतो. ज्याची निंदा केली त्याचे अजिबात नुकसान होत नाही कारण तो ती ऐकावयास हजर नसतो. नुकसान होते ते निंदा करणाऱ्याचे. शिवाय ज्या माणसासमोर हा निंदा करतो, त्याचे मत काही निंदा करणाऱ्याबद्दल चांगले होते असे अजिबात नाही. बहुतेक तो हे निंदात्मक भाषण कानाआड करतो किंवा त्यातील आपल्याला जरूर तेवढेच ग्राह्य करून आपला पूर्वग्रह कायम करतो किंवा ज्याची निंदा केली जाते त्याला तो पदरचे मसाला घालून चहाडी करतो व ह्या दोघांत कायमचे वितुष्ट आणतो. पुढे हळू हळू निंदकाची दृष्टी बिघडते. त्याला काही चांगले दिसतच नाही. त्याची दृष्टी छिद्रान्वेषी होते. मधमाशी सारखी ती फुलावर बसत नाही तर साध्या माशी सारखी ती फक्त घाणीवरच बसते.

माणसाचे दोष सांगूच नयेत का? तर जरूर सांगावेत. पण त्या माणसाला त्याच्या तोंडावर काळ, वेळ पाहूनच योग्य प्रकारे सांगावेत. ते सत्कृत्य आहे. कारण त्यामागे अशा माणसाने सुधारावे, अधिक चांगले व्हावे अशी इच्छा असते. असा प्रयत्न फलदायी झाला नाही तरी ते सत्कृत्यच असते.

एखाद्याच्या मागेसुद्धा काहीवेळा त्याचे दोष सांगणे भाग पडते. लग्न जुळवण्याच्या प्रसंगी किंवा काही व्यवहार जुळवण्याच्या प्रसंगी एखाद्या माणसाने तिऱ्हाईताबद्दल काही माहिती विचारली व आपल्या माहितीवर तो अवलंबून असला तर अशा वेळी आपल्याला जे दोष माहित आहेत ते सांगण्याची आपल्यावर जबाबदारी असते, नाहीतर असा आपल्यावर विश्वास ठेवणाऱ्या माणसाचा आपण विश्वासघात केला असे होते. मात्र अशावेळी सुद्धा शक्यतो आपले मत सांगताना, ज्या घटनेच्या आधारावर आपले मत सांगितले त्या घटना त्याला सांगाव्यात.

निंदा करण्याचे पाप करणाऱ्याला आणखी एक पाप करावे लागते ते म्हणजे ढोंगीपणाचे किंवा खोटे बोलण्याचे. निंदक हा ज्याची निंदा करतो त्याच्याशी संभाविताप्रमाणे वागतो व आपले जिव्हाळ्याचे संबंध असल्याचे भासवून ढोंग करीत असतो. ज्याची निंदा केली त्या व्यक्तीने जाब विचारल्यास तो चक्क खोटे बोलून आपण असे बोललोच नाही असे सांगतो किंवा माझ्या बोलण्याचा विपर्यास केला वगैरे सारवासारवी करतो, पण तो उघडा पडतो.

परनिंदे इतकीच 'आत्मनिंदा' ही घातक समजली जाते. धर्मशास्त्रात 'आत्महत्या'

हे सर्वांत मोठे पाप समजले जाते. आत्मनिंदा हा रोज स्वत: घेतलेला विषाचा डोस आहे. त्याने आयुष्याचा हळूहळू नाशच होत असतो. आत्मनिंदा करणारा माणूस हा न्यूनगंडाने पछाडलेला रोगी असतो. त्याच्या इतका या जीवनात पराभूत झालेला माणूस सापडणार नाही.

निंदेचा किती घातक परिणाम होतो ह्याला सीतेचे उदाहरण आहे. सीतेची अग्निशुद्धी लंकेतून आल्याबरोबर झाली होती. अयोध्येतील प्रजेला तिच्याबद्दल शंका घेण्याचे काहीही कारण नव्हते. यदाकदाचित काही योग्य किंवा धर्म्य शंका असल्यास ते रामाला किंवा धर्मपंडितांना सरळ विचारू शकले असते. असे असून सुद्धा तिच्या तथाकथित दोषाची आपापसात चर्चा करण्याचे, कुजबुजण्याचे व लोकापवाद करण्याचे काही कारण नव्हते. रामाच्या कानांवर हेरांनी "इति पौरजना:वदन्ति" असे सांगून ही निंदा/लोकापवाद कानावर घातला आणि कुणा बद्दलही मनात सुद्धा वाईट विचार न करणारे हे सीतारूपी स्वर्गीय पुष्प जीभेच्या लळलळत्या अग्निज्वाळांनी पार होरपळून निघाले व परत स्वर्गात निघून गेले. ह्या अध:पतित व निंदेने भरलेल्या जगाला त्याची बूज राखता आली नाही.

निंदा ही द्वेषातून जन्मते. द्वेषाला हिंदी शब्द आहे, जलन (आग). प्रथम ज्याची निंदा केली जाते त्या माणसाबद्दल द्वेष निर्माण होतो. मग तो इतका नावडेनासा होतो की त्याबद्दल काही चांगले ऐकले की आपल्या अंगाची आग होते. त्यामुळे अशा माणसाबद्दल जेवढा अपप्रचार करता येईल तो करण्यातच माणसाला स्वत:ची कृतकृत्यता वाटते. आगीने आग विझत नाही तशी या निंदेने द्वेषाची आग विझत नाही तर उलट वाढते. या आगीत फक्त आपण स्वत: होरपळून निघतो.

साधूसंतांना अहंकाराचा वाराच लागलेला नसतो त्यामुळे ते कधी परनिंदा करीत नाहीत. इतकेच काय पण ते परनिंदा ऐकतही नाहीत. त्यांची जीभ किंवा कान हे परनिंदेचा विटाळ मानतात. त्यांची इंद्रिये शुद्ध असतात ती या कारणामुळेच.

एका विनोदी लेखकाने निंदेबद्दल फार विनोदी सांगितलेले आहे. तो म्हणतो एखादी स्त्री जेव्हा तुम्ही ऐकले पाहिजे असे म्हणते तेव्हा ती जे काही सांगते ते न ऐकण्यासारखे असते– कारण ती निंदाच असते.

निंदकाचे घर असावे शेजारी म्हणातात. त्यामुळे एक म्हणजे आपले दोष आपल्याला कळू शकतात. तर दुसरे म्हणजे आपण निंदा शांतपणे सहन करू शकतो व आपल्या अंत:करणामध्ये निंदा आणि स्तुती यांचा परिणाम होत नाही. गीतेमध्ये सांगितलेले स्थितप्रज्ञतेचे हे एक लक्षण होय. फक्त एकच वाटतं की, आपली वागणूक अशी असावी की आपल्या शेजाऱ्याला मात्र असे घर शेजारी असल्याचा लाभ मिळू नये.

■

१३. अर्थ शब्दांची वाट पाहे

काशीच्या पंडिताच्या घरी आढ्यावर एक वाक्य लिहिले होते, 'जगातील ९५ टक्के दु:खे ही जिभेच्या गैरवापरांनी झाली आहेत.' प्रथम मला वाटलं की जिभेचे चोचले पुरवून अमर्याद खाण्यावरती ह्या वाक्याचा रोख असावा. पण हळूहळू ह्या वाक्यामागचा आशय व सत्यता पटू लागली. जगात जी जी दु:खे आहेत, गैरसमज, भांडणे आहेत, मग ते व्यक्ती-व्यक्तींत असो की राष्ट्रांत, ती सारी शब्दांच्या दुरूपयोगाने झालेली आहेत. एडमंड बर्क सारखा तत्त्वज्ञ म्हणतो, "A very great part of the mischief that vexes this world arises from words." (जगाला त्रास देणाऱ्या सर्व घटना ह्या शब्दांनी निर्माण झाल्या आहेत.)

वास्तविक शब्दांची उत्पत्ती किती सुंदर व मंगलमय प्रसंगातून झाली असे समजले जाते. असं म्हणतात की जगात काहीही नव्हते. फक्त निर्गुण निराकार परमेश्वर होता. त्याला एकटेपणाचा कंटाळा आला. त्याला वाटलं एकोऽहं बहुस्याहम्. मी एकटा आहे, मी अनेकविध असावे. मग त्याने स्वत:शीच हुंकार दिला तो म्हणजे ॐ. मग त्यातून शब्द निर्माण झाले. शब्दांची वाक्ये, वाक्याची वाणी, वाणीची भाषा, भाषेचे वाङ्मय झाले. वाणीची वागेश्वरी आणि भाषेची वाङ्देवता झाली. ह्या देवतांनी मग ह्या जगात सारे सौंदर्य आणले. जे सौंदर्य आधीच होते त्याला भाषा दिली, शब्दांच्या माध्यमातून त्याचा प्रसार केला. जीवनाला अर्थ दिला. मग हे जग आहे त्यापेक्षा जास्त अर्थपूर्ण, जास्त सुंदर दिसू लागलं. पाणिनी सारख्या ॠषींनी शब्दांना शिस्त लावण्यास व्याकरण दिलं. शंकराच्या डमरूतून निघालेल्या 'अईउण्' ह्या ध्वनीतून त्याने सर्व व्याकरणाची मांडणी केली.

शब्दांनी केवढे सामर्थ्य निर्माण झाले! सामर्थ्यामुळे शब्दांचे मंत्र झाले. ज्या ज्या गोष्टीच्या निर्मितीची कल्पनासुद्धा करता येणार नाही त्या गोष्टी मंत्रसामर्थ्याने निर्माण होऊ लागल्या. मृतालाही जीवन देण्याचे हे संजीवनी कार्य शब्दरूपी मंत्रसामर्थ्याने घडू लागले. नवनाथ, दत्तसंप्रदाय किंवा सुफी संप्रदाय ह्यांनी ह्या शब्द/मंत्र सामर्थ्याने जगाला प्रभावित केले.

शब्दाला मंत्रसामर्थ्य यावयास शब्दाप्रमाणे आचरण असावयास हवे. आपले सर्व तप:सामर्थ्य त्या पोकळ शब्दात भरावयास हवे. शब्दात सामर्थ्य आणणे ह्यालाच परमार्थ म्हणतात. ह्या सामर्थ्याशिवाय शब्द हे केवळ क्षणभंगूर बुडबुडे ठरतात. त्यांचा कुणालाही काहीही उपयोग होत नाही. विवेकानंदांच्या मते शब्द हे अर्थापेक्षा ते उच्चारणाऱ्याच्या व्यक्तिमत्त्वाने भारलेले असतात व व्यक्तिमत्त्वाची देवाणघेवाण करतात. The words are charged with personality & they convey personality. म्हणूनच काय म्हटलं त्यापेक्षा ते कुणी म्हटलं ह्याला किंमत असते. पु.लं.नी हाच विचार, त्यांच्या 'असा मी असामी' मध्ये सुरसपूर्ण सविस्तर सांगितला आहे.

शिवाजी महाराज म्हणाले, "हरहर महादेव– हे राज्य निर्माण होणे ही श्रींची इच्छा आहे." टिळक म्हणाले, "स्वराज्य हा माझा जन्मसिद्ध हक्क आहे." महात्माजींनी दोनच शब्द उच्चारले, "चले जाव." शास्त्रीजी म्हणाले, "जय जवान जय किसान." ह्या साध्या शब्दांनी केवढी जादू केली. कोट्यावधी भारतीय जनता देशासाठी प्राणाहुती देण्यास तयार झाली.

शब्दसामर्थ्य असलेली, शब्दावरती हुकूमत असलेली शब्दप्रभू व्यक्ती आपल्या शब्दसामर्थ्याने केवढे प्रचंड काम करू शकते. पहिल्याच भेटीत हनुमंताचा प्रभूरामचंद्रावर जो विलक्षण प्रभाव पडला तो त्यांच्या वक्तृत्वामुळेच. रामचंद्रांनी त्याच्या वक्तृत्वातील बारीकसारीक गुण लक्ष्मणाला सांगितले. ते म्हणाले, "लक्ष्मणा, ह्याचे भाषण ऐक. ते कुठेही लांबण लावलेले किंवा त्रोटक नाही. फार मंदगतीने केलेले किंवा घाईघाईने केलेले नाही. (अविस्तरं अविलंबित अद्रुतं) कोणत्या क्रमाने, काय सांगावयाचे ते मनात ठरवून तो कानाला सुख होईल अशा मध्यम स्वरात बोलत आहे. बोलताना भुवई, ओठ, तोंड ह्यांना कुठेही साधी आठी किंवा वक्रता पडत नाही. खरोखरच त्याने यजुर्वेद, ऋग्वेद ह्याप्रमाणे व्याकरणाचाही सखोल अभ्यास केलेला आहे. दुसऱ्याच्या मनाला आल्हाद व हृदयाला हर्ष होईल अशी कल्याणकारी भाषा तो बोलतो आहे. (उच्चरयति कल्याणीं वाणीं हृदयहर्षिणीम्) एखादा शत्रूसुद्धा तलवार उपसून त्याच्या पुढे उभा ठाकला तरी ह्याच्या वक्तृत्वाने तोही त्याला अनुकूल होईल."

ग्रीस देशात डेमॉस्थेनीस नावाचा वक्ता होऊन गेला. त्याने सारे राष्ट्र फक्त

त्याच्या वक्तृत्वाने जागृत केले होते. दुसऱ्या युद्धाच्या वेळी विन्स्टन चर्चिलच्या वक्तृत्वानेच सारे इंग्लड प्रभावित झाले होते. शब्दांमध्ये केवढे प्रचंड सामर्थ्य आहे, जणु अणुबॉम्बच.

शब्द हे जसे भावना व्यक्त करण्याकरीता वापरतात तसे ते भावना लपवण्याकरीता देखील वापरले जातात. राजकारणी किंवा मुसद्दी माणसे याचे उत्तम उदाहरण आहेत. अनेकवेळा अशांची खूप मोठी मुलाखत घेऊन सुद्धा त्यांच्या साऱ्या शब्दजंजाळांतून त्यांना नक्की काय म्हणायचं आहे, याचा थांगपत्ताही लागत नाही. परराष्ट्र दूताला त्याच्या राष्ट्रातर्फे खोटे बोलण्याचा परवानाच मिळालेला असतो असे म्हटले जाते.

हे शब्दसामर्थ्य कवींना असते म्हणूनच त्यांना रामदासांनी कवि हे 'शब्द सृष्टीचे ईश्वर' म्हटले आहे. नटांनी तर ह्या शब्दसामर्थ्यावरतीच सारी नाट्यसृष्टी उभारली आहे. शब्दातून विशिष्ट अर्थ निर्माण होण्यास अभ्यास करावा लागतो. भरतमुनींनी नाट्यशास्त्रात तर शब्द अगदी जपून वापरावे नाहीतर ते अनर्थ निर्माण करतात असे म्हटले आहे. इथं शब्दाला 'वजन' प्राप्त होते व त्याच्या फेकीच्या कौशल्यावरच नटाचा कस लागतो. एका नाट्यशिक्षकाने ''प्रिये, माझी गाडी चुकली, तुला आनंद झाला असेल नाही?'' हे वाक्य निरनिराळ्या शब्दावर वजन देऊन म्हणून दाखवले व त्यातून त्याने निरनिराळे अगदी परस्पर भिन्न सुद्धा अर्थ निर्माण करून दाखवले.

शब्दांची फुले होतात, ते भावनेचा फुलोरा फुलवतात. संत ज्ञानेश्वर म्हणतात, 'भावाचा फुलोरा येई मतिवरी.' 'शब्द विवेकवेलीची लावणी करून कल्पतरूंचे उद्यान सजवतात.' जगातले सर्व काव्य/सौंदर्य शब्दांनी निर्माण केले आहे. शब्द हे विचारांचा पेहराव किंवा रूप आहे. एक नूर आदमी, दसनूर कपडा हे इथेही लागू पडते. शब्द हे पेहरावाप्रमाणेच संस्कृतीचे दर्शक आहेत. ''कोंभांची लवलव सांगे भूमीचे मार्दव'' असे ज्ञानेश्वर माऊली म्हणतात. उच्चारलेले शब्दही तुमची मनोभूमी सुसंस्कृत आहे की नाही हे दाखवतात. चांगला विचार हा हिरा असला तर शब्द त्याचे कोंदण आहे. इंग्लिश तत्त्वज्ञ शब्द हे विचार अडकवायच्या खुंट्या आहेत असे मानतात. (Words are pegs on which thoughts are hanged)

सगळ्या जगात अत्यंत छोटे व तितकेच अर्थपूर्ण शब्द आहेत 'हो' आणि 'नाही'. पण ते उच्चारावयाच्या आधी खूप खूप विचार करावा लागतो. व्यवहारात तसेच प्रेमात किंवा आयुष्याचा जोडीदार निवडणे हे ह्या साऱ्या शब्दावर अवलंबून आहे. शब्द कुशल जादूगार आहेत. एखाद्याचे आयुष्य पार बदलून टाकतील इतकी जादू ते करू शकतात. नुकतेच वर्ल्ड ट्रेड सेंटरवर थडकलेल्या विमानात, मृत्यू समोर येताना एका प्रियकराने मोबाईलवरून 'आय लव्ह यू' हे शेवटचे

शब्द उच्चारले होते. या शब्दांनी त्याच्या प्रेयसीला जीवनभर केवढा संपन्न आधार दिला असेल ह्याचा विचार केला तर तिचा आदरयुक्त हेवा वाटावा. साधे वाटणारे शब्द किती विलक्षण कार्य करू शकतात त्या सामर्थ्याचा प्रत्यय येतो.

सर्व पाळण्याच्या गोष्टीत काय पाळणे श्रेष्ठ आहे तर ते म्हणजे शब्द. शब्द पाळणारा माणूस हत्ती, घोडे, दास-दासी पाळण्यापेक्षा जास्त आदरास पात्र असतो. इंग्लिशमध्ये ह्यालाच 'मॅन ऑफ वर्ड्स' म्हणतात. शब्दांना माणसाच्या जीवनापेक्षाही जास्त किंमत येते. दिलेला शब्द पाळण्यासाठी माणूस वेळप्रसंगी आपला प्राणही देतो. म्हणूनच प्रभू रामचंद्रासारखी एकवचनी माणसं म्हणतात, 'प्राण जाए पर वचन न जाए ।।' शेक्सपिअरच्या 'चौथा हेन्री' नाटकात स्वगत आहे, 'I have been as good as my words.' शब्दांनीच मनुष्याचे व्यक्तिमत्त्व घडते म्हणून त्याचा वापर फार संयमाने करावयास हवा.

शब्दांची अत्यंत घातक हत्यारेही बनतात. त्यांचे बाण होतात. हे वाग्बाण जहरी बाणापेक्षा खोल इजा करतात. एक वेळ शस्त्रांनी केलेल्या जखमा भरतात पण शब्दांनी केलेल्या जखमा भरून येत नाहीत. कैकेयीने दशरथराजावर केलेले शरसंधान किंवा सीतेने लक्ष्मणावर केलेल्या वाग्बाणांचा वर्षाव त्यांची हृदये पार विदीर्ण करूनही थांबला नाही. सर्व गुन्ह्यांमध्ये प्रथम शब्दांची झटापट होते. नंतर हत्यारांची. हॅम्लेट म्हणतो, 'Your words enter into my ears like daggers' (तुझे शब्द माझ्या कानात खंजीरासारखे घुसले आहेत.)

शब्द हसवे असतात, शब्द फसवे असतात. पु.लं सारखा विनोदी लेखक किंवा नट ह्या शब्दांच्या सामर्थ्यावरच त्याच्यातून निघणाऱ्या निरनिराळ्या अर्थांच्या छटांवर कसरत करून तासन् तास हजारो वाचक व प्रेक्षक यांना हसवत सुखी करत असतो. तर त्याच शब्दांच्या गैरवापराने काझीसारखा माणूस अनेक मुलींची आयुष्ये बरबाद करताना आढळतो. शहाण्याला शब्दांचा मार पुरेसा असतो, पण अशा लफंग्यांना नव्हे.

संतांनी शब्दांची महती ओळखली होती. शब्दामुळे त्यांनी इतरांना प्रभावित केले व आपल्या विचारयात्रेत सहभागी करून घेतले. तुकाराम महाराज म्हणतात,

"आम्हा घरी धन शब्दाचीच रत्ने, शब्दांचीच शस्त्रे यत्न करू
शब्दची आमुच्या जीवाचे जीवन, शब्दे वाटू धन जनलोका
तुका म्हणे पहा शब्दची हा देव, शब्देची गौरव पूजा करू"

शब्दांनीच जीवन संपन्नता साधली व शब्दसोपानानीच अध्यात्माची अत्युच्च पायरी गाठली. मात्र ह्या आनंदयात्रेतले शब्द परतत्त्व स्पर्श झालेले हवेत. अहंकाराचा थोडासुद्धा वारा त्यांना लागलेला नसावा व बोलणाऱ्याला ही जाणीव हवी की,

''माझ्या मुखे मजकूर बोलवितो हरी ॥ सकळा अंतरी नारायण ॥
आपुलिया बळे नाही मी बोलत ॥ सखा भगवंत वाचा त्याची ॥
साळुंकी मंजुळ बोलतसे वाणी ॥ शिकविता धनी वेगळाची ॥ ''

परमेश्वराची भाषा मात्र बहुतेक नि:शब्दच असते. कित्येकवेळा ती निरनिराळ्या संकेतातून किंवा ध्वनीतून व्यतीत होते. वाऱ्याच्या झुळकीतून, फुलांच्या सुगंधांतून, पानाच्या सळसळीतून, धबधब्याच्या नादातून, मेघगर्जनेतून, वीजेच्या कडकडाटातून ती व्यक्त होत असते. लहान मुलानी प्रथम 'आई' म्हणून उच्चारलेला शब्द हा जगातल्या सर्व मांगल्याचे, सौंदर्याचे आणि अमृताचे सार काढून आलेला आहे असे वाटते. हा शब्द ऐकण्याकरीता कित्येक स्त्रियांची जीवने आसुसलेली असतात आणि त्यांच्या जीवनाची परिपूर्ती होते ती या एका शब्दामुळेच.

दोन हृदये जेव्हा एकमेकांविषयीच्या प्रेमाने भरलेली असतात तेव्हा त्यांची भाषा मात्र शब्दाविनाच असते. व्यक्ती दूर असल्या तरी एकाच्या मनातले विचार शब्दाविना दुसऱ्याच्या हृदयात परावर्तित झाले असतात. (त्यालाच टेलिपथी म्हणतात) 'शब्दावाचूनि कळले सारे शब्दांच्या पलिकडचे' अशी त्यांची मनोज्ञ स्थिती असते. जगातले फार मोठे सौंदर्य/सुख ह्या मूक भाषेत आहे. रामसीतेच्या प्रेमाचे वर्णन करताना वाल्मीकि रामायणांत रामाच्या मनातले भाव त्यांना कळण्याआधी सीतेला न सांगता कळत असत असे वर्णन केले आहे. ''मौनातले तुझ्या गे कळले मलाच सारे' असे जीवन जगण्यातही केवढी मजा आहे. 'डोळ्यात वाच माझ्या तू गीत भावनांचे' हे गीत शब्दाविना वाचावयास हवे व त्यासाठी हृदयात प्रेम हवे. परमेश्वराची भाषा सुद्धा अशीच निसर्गातून, त्याच्या प्रतिसादातून समजावयास हवी. ती समजावयास मनही तसेच निर्मळ हवे. म्हणूनच ज्ञानेश्वर माऊली म्हणातात, ''शब्दावीण संवादीजे तरी सर्व सुखासी पात्र होईजे.'

शब्दांचे खरे तर कार्य अर्थ निर्माण करण्याचे. एकाचे विचार दुसऱ्याला कळविण्याचे. पण जीवनात असे अर्थपूर्ण हृदयस्पर्शी प्रसंग असतात की जिथे शब्द थिटेच पडतात. शब्दांना भावना व्यक्त करणे जमत नाही. ओथंबलेल्या भावनांना ते वाट देऊ शकत नाहीत. मला जे दुसऱ्याला कळवायचे आहे– ज्या भावना व्यक्त करायच्या आहेत, काही सांगायचे आहे त्याला म्हणतात अभिप्राय. ह्या अभिप्रायाला प्रतिसाद म्हणून दुसऱ्याच्या भावना निर्माण होतात. ज्ञानेश्वरांनी त्यालाच ''अभिप्रावो अभिप्रायाते विये'' म्हणजे एका अभिप्रायातून दुसरा अभिप्राय निर्माण झाला असे म्हटले आहे. अशावेळेला शब्दांशिवायच आशय निर्माण झाला होता व उभयतांना त्याचा अर्थही कळून चुकलेला असतो. मुलगी सासरी जाताना वडिलांचा निरोप घ्यायला येते तेव्हा तिच्या डोळ्यांमध्ये तिला जे काही सांगायचे आहे, तो सारा अभिप्राय गोळा झाला असतो. तिच्या या अभिप्रायाला

वडिलांना जे सांगायचे आहे, उत्तर द्यावयाचे आहे ती प्रतिक्रिया त्यांच्या डोळ्यात जमा होते आणि दोघांनाही जे बोलायचे आहे त्या भावभावनांचा अर्थ शब्दाविनाच निर्माण झालेला असतो. ही विरहाची भावना शब्दांवाचूनच कळते. हा शब्दांविनाच निर्माण झालेला अर्थ मग कोणत्यातरी शब्दांची वाट पहात असतो. एकमेकांना जे समजायचे ते समजलेले असते. अशावेळी शब्दाला तसे फारसे महत्त्व नसते. अशा भावनांनी भरलेल्या नि:शब्द प्रसंगी ''जपून रहा, पत्र पाठव वगैरे'' शब्द निरर्थक असले तरी त्यांची भारलेल्या भावनांना वाट देण्यासाठी जरूरी भासते. या प्रसंगाचे सारे सौंदर्य ज्ञानेश्वर महाराजांनी 'अर्थ शब्दांची वाट पाहे ।। अभिप्रावो अभिप्रायाते विये ।।' असे म्हटले आहे.

जीवनात आपला हेतू ज्ञानप्राप्ती, त्यासाठी अर्थ कळणे महत्त्वाचे. ज्याला हा धर्म साधता आला, त्यालाच परमार्थही साधता येतो. अर्थाचे शब्द हे साधन आहे, तसेच नि:शब्दाचेही साधन आहे. अर्थाचे शब्द हे सगुण रूप आहे तर नि:शब्दता ही निर्गुणरूप आहे. 'तुज सगुण म्हणू की निर्गुण रे' असे अनुभव घेणारी व्यक्ती व 'शब्दावाचुनि कळले सारे शब्दांच्या पलिकडचे' हा अनुभव घेणारी व्यक्ती ह्या सारख्याच साधक आहेत. निर्गुणाप्रमाणे नि:शब्दात भरलेल्या गहन अर्थाचा ज्याला साक्षात्कार होतो त्याला ह्या जीवनाची सार्थकता साधता आली असेच म्हणावे लागेल.

आपल्याही जीवनात असाच शब्दाविण अर्थ निर्माण व्हावा व अर्थांनी शब्दांची वाट पहावी व शब्दाविण संवाद करावा असे भाग्य आपणांस लाभावे असे वाटते.

■

१४. भूमीचे मार्दव सांगे कोंभाची लवलव

संस्कारांचे जीवनांत महत्त्व सांगताना नामदेव महाराजांनी फार समर्पक उपमा दिली आहे. ते म्हणतात, एखादी जमीन सुपीक आहे का नापिक हे त्यावर उगवलेल्या पिकाची डौलदार व जोमदार हालचाल (लवलव) दाखवते. नामदेव महाराजांनी फार अर्थपूर्ण शब्द वापरला आहे. 'लवलव' ही उपमा मनुष्य प्राण्यालाही लागू पडते. ही भूमी म्हणजे मनोभूमी व लवलव म्हणजे मनाचे बाह्यस्वरूप, शिष्टाचार, वागण्याची पद्धत, ढब, स्वभाव किंवा वर्तणूक. त्यालाच इंग्रजीत Manners किंवा Etiquettes असे म्हणतात. नामदेव महाराज पुढे म्हणतात, 'नाना आचार गौरव । सुकुलीनांचे ।' म्हणजेच तुमचे स्पृहणीय आचार तुमचे कुळ सुसंपन्न असल्याचे दर्शवते. तुमच्या या बाह्य वागणुकीवरून तुमच्या मनाचा कस म्हणजे ते सुसंस्कारित आहे की नाही, तसेच त्याची परंपरा व कुळाचा उच्चदर्जा दाखविते.

सर्व जीवमात्रांचे जिवंतपणाचे लक्षण म्हणजे बाह्य घटनांना ते देत असलेली प्रतिक्रिया. ह्यालाच Response to stimulus असे म्हणतात. ही प्रतिक्रिया देणं थांबले की त्याला मरण म्हणतात. मन हे अशाच बाह्य घटनांना आपल्या कळत नकळत प्रतिक्रिया व्यक्त करीत असतं. दुसऱ्या व्यक्तीच्या संदर्भात ज्या बाह्य क्रिया व्यक्त केल्या जातात त्यातलाच एक प्रकार म्हणजे शिष्टाचार. सर्व प्राणीमात्रांच्या या प्रतिक्रिया जवळजवळ सारख्याच असतात. फक्त माणसाच्या प्रतिक्रिया पशूंहून वेगळ्या असाव्यात अशी अपेक्षा आहे. यातच त्याची माणुसकी दिसत असते. म्हणूनच बहिणाबाई म्हणते, "मानसा, मानसा कधी होशील रे मानूस!"

या संस्कारांचे आपल्या जीवनात अतिशय महत्त्व आहे. संस्काराने हे जीवन अधिक सुंदर व सुखी केले आहे. आपण लोक आर्य. आपण आर्यमा देवीचे

उपासक म्हणून आर्य ही संज्ञा. आर्यमा देवी ही संस्कारांची देवी मानली जाते. ती साध्या असंस्कृत मनुष्याचे सुसंस्कृत देवामध्ये रूपांतर करते अशी आपली समजूत. 'आर्यमा मनुष्याणां देवांसी चक्रिरे ॥' असे म्हणतात. (आर्यमा देवीने मनुष्यांना देवाप्रत नेले) इंग्रजीमध्ये हाच विचार Manners maketh a man (शिष्टाचारांनी मनुष्यत्व घडवले जाते) असा सांगितला आहे.

''जन्मनात् जायते शूद्रः ॥ संस्कारात् द्विजमुच्यते ॥ म्हणजे मनुष्य जन्मतः शुद्र म्हणजे असंस्कृत असतो, पण संस्कारांनी तो श्रेष्ठत्त्व पावतो अशी आपली धारणा आहे. शिष्टाचार हा श्रेष्ठाचार या शब्दाचा अपभ्रंश आहे. श्रेष्ठ म्हणजे वडील, मनाने व हृदयाने मोठी असलेली सन्माननीय व्यक्ती. अशी व्यक्ती दुसऱ्या व्यक्तीशी जसे आचरण करते त्यालाच श्रेष्ठाचार किंवा शिष्टाचार म्हणतात. दुसऱ्याशी आपण कसे वागावे किंवा कोणते आचरण योग्य हे कसे ठरवायचे असा प्रश्न येतो. त्याचे अगदी सोपे उत्तर म्हणजे दुसऱ्याने तुमच्याशी कसे वागावे, कशी वागणूक करावी, असे आपणाला वाटते तसेच आपण त्याच्याशी वागावे. ह्याच्या पुढची पायरी म्हणजे दुसऱ्या जीवाला आपल्या सारखाच आत्मा आहे असे समजावे यालाच आत्मौपम्य दृष्टी म्हणतात. ह्या आत्मौपम्य दृष्टीने सर्व भूतमात्रांना पहाणारी व्यक्ती ही अत्यंत सुसंस्कारित माणसाचे विकसनाचे अंतिम टोक मानले आहे. आत्मज्ञानाची ही पहिली पायरी होय. अतिथी देवो भव ॥ ही आपली शिकवणूक ह्या शिष्टाचारासाठी आहे. संतांनी हीच गोष्ट अगदी सोप्या शब्दांत सांगितली आहे. समोरची व्यक्ती अगर प्राणिमात्र सुद्धा हे देवाचेच रूप आहे असे समजून संत त्याच्याशी वर्तणूक करतात. कुत्र्याने भाकरी पळवली म्हणून नामदेव त्याच्यामागे तुपाची वाटी घेऊन पळत गेले, ते या संस्कारांमुळेच. आणि ही वृत्ती फक्त पशुपक्ष्यांपुरतीच मर्यादित नसून वृक्षवल्लीदेखील त्यांचे सगेसोयरे होते.

शिष्टाचार किंवा रिवाज स्थानपरत्वे बदलत असतो. अर्थात बाह्य वर्तणुकीमध्ये जरी फरक पडला तरी मुळामध्ये दुसऱ्या माणसाला सन्मान द्यावा, त्याचा आदर करावा ह्या त्याच्या मूळ भावनेत बदल पडलेला नाही. संस्थानातले रिवाज किंवा शिष्टाचार नुसत्या तिथल्या दरबारी मंडळींवर नव्हे तर सामान्य जनतेवर सुद्धा परिणाम करतात. विशेषतः जिथे मुसलमान रियासती होत्या, अशी संस्थाने त्यांच्या शिष्टाचारासाठी (आदबीसाठी) फार प्रसिद्ध होती. लखनौ किंवा हैद्राबाद इथल्या संस्थानांचे रितीरिवाज जास्त वाखाणले जात असत. साधं रामराम किंवा नमस्कार म्हणण्यापेक्षा माझ्याकडून आपला मान स्वीकारण्याची विनंती आहे, (आदाब अर्ज है) हे वाक्य नुसते ऐकायलाच गोड नव्हे तर जीवनातील खुमारी किंवा नजाकत वाढवते. हा शिष्टाचारातला फरक सुसंस्कृतपणाचे लक्षण नव्हे

काय? या रितीरिवाजांमुळे जीवनाला सौंदर्य व सन्मान (dignity) मिळत असतात. अशा बारीकसारीक गोष्टींमुळे सुद्धा जीवन अर्थपूर्ण आणि सुखी होते.

शिष्टाचार हे देश-कालपरत्वे बदलत असतात. काही देशांमध्ये दोन व्यक्ती भेटल्यास एकमेक जिभा काढतात ही त्यांची आदर दाखवण्याची पद्धत आहे. पण दुसऱ्या देशात ती हास्यास्पद ठरेल. पूर्वीच्याकाळी 'नवरा घरात आहे का'' असे बाईला विचारल्यास ती ''टोपी घरात नाही'' असे उत्तर देई. आत्ता असे उत्तर देऊन चालणार नाही. शेक्सपिअरने 'टेमींग ऑफ द श्रू' नाटकात म्हटले आहे, Frame your manners to the time. काळाप्रमाणे तुमचे शिष्टाचार बदला. तुमच्या वागण्याची पद्धत ही तुमच्या मनाचा आरसा असते. तुमच्या वागण्याच्या पद्धतीमुळे तुम्ही चटकन दुसऱ्याला आपलसं करू शकता.

नुकतेच मला एका मित्राने सांगितले, की एकदा ते मुलगी पहायला गेले होते. मुलगी देखणी होती व सगळं ठीक होतं. पण घरातल्या माणसांना प्रश्न पडला की तिला होकार द्यावा की नाही? कारण तिने घरातल्या कोणत्याही माणसाला साधा नमस्कार केला नव्हता की त्याची योग्य दखलही घेतली नव्हती. मग लग्नानंतर ही कशी वागेल? असा त्यांना प्रश्न पडला. सर्वांचे मत तिच्यावर योग्य ते संस्कार केले गेले नाहीत असेच झाले.

शिष्टाचाराचे वैयक्तिक, सामाजिक, कौटुंबिक, जेवणाच्या वेळेचे (table manners) असे प्रकार आहेत. सामाजिक शिष्टाचार हे त्या लोकांचे राष्ट्रीय व्यक्तिमत्त्व दाखवते. परदेशामध्ये सारखे Thank you, Please, Sorry, You're Welcome, Excuse me असे शब्द सर्रास वापरले जातात. हे शब्द वापरले तर फार काही मोठे केले असे नसते. पण ते न वापरले तर मात्र माणूस असंस्कृत ठरतो. परदेशात आपण भारतीय असे शब्द फार कमी वेळा वापरतो म्हणूनच आपण टीकेला पात्र होतो. हे पाच शब्द 'जादूचे शब्द' म्हणून ओळखले जातात.

सामाजिक शिष्टाचार हा राष्ट्रीय व्यक्तिमत्त्वाचे दर्शन घडवतो. जगातल्या सर्व ज्यूंची परिषद जिनेव्हा येथे भरली होती. प्रत्येक देशातल्या ज्युंनी आपण परधर्मी आहोत म्हणून आपल्याला व आपल्या घरातल्या लहान सहान मुलांनाही किती छळ सोसावा लागला ह्याचे हृदयद्रावक वर्णन केले. फक्त एकच ज्यू प्रतिनिधी असा होता की ज्याने सांगितले 'मी परधर्माचा असून सुद्धा मला लोकांनी अत्यंत प्रेमाने आणि आदराने वागविले. तो देश म्हणजे भारत.' पुढे शंकरानंदांचे त्याठिकाणी भाषण झाले व त्यांनी पहिलेच वाक्य उच्चारले, 'ज्या सुसंस्कृत देशाचे वर्णन आता आपण ऐकले, त्या भारत देशातून मी आलो आहे' हे म्हटल्याबरोबर जो टाळ्यांचा कडकडाट झाला तो कित्येकवेळ थांबेचना इतका

अविस्मरणीय होता. ह्या आपल्या भारतीय शिष्टाचाराने किंवा संस्कृतीने आपल्या भारताची प्रतिमा परदेशातही उजळली होती.

वैयक्तिक शिष्टाचार हे तितकेच महत्त्वाचे आहेत. घरात पाहुण्यांचे स्वागत कसे होते? तिथली लहान मुलं सुद्धा त्यांची व त्यांच्या कुटुंबियांची चौकशी करतात की नाही? यावरून त्या घराचा सुसंस्कृतपणा दिसतो. एका मुलीकडे पाहून एक माणूस खाकरला तर त्या मुलीनी काय प्रतिक्रिया व्यक्त केली असेल? असे जर कोणा व्यक्तीस विचारले तर तो प्रतिप्रश्न विचारेल की ती कोणत्या सामाजिक थरातून आली होती? कुठल्या घराण्यातील होती? व तिच्यावर कोणते संस्कार आहेत त्यावर तिची प्रतिक्रिया अवलंबून राहील. जपानमध्ये अशाच एका मुलीने थांबून त्या खाकरणाऱ्या माणसाला विचारले की "आपण माझ्या सौंदर्यावर भाळलात का? पण लक्षात ठेवा की मला ज्याने सुंदर बनवलं तो किती सुंदर असेल त्याचा विचार करा." तिचा शिष्टाचार तिचा सुसंस्कृतपणा दाखवतो. हे व्यक्तिगत शिष्टाचार हा तुमच्या व्यक्तिमत्त्वाचा आरसा आहे. हल्ली तर कोणतीही वस्तू दुसऱ्याला देताना ती अत्यंत आकर्षक अशा आवरणातून व आकर्षक पद्धतीने दिली जाते. कित्येकवेळा बाहेरचं वेष्टनच आतल्या वस्तूपेक्षा चांगलं असतं. नावाजलेल्या हॉटेलमध्येसुद्धा साधे खाण्याचे पदार्थ तुमच्यासमोर येतात ते कलात्मकदृष्ट्या सजवूनच. त्यामुळे कित्येकवेळा हा पदार्थ खाण्याआधी त्याला डोळ्याने पाहूनच समाधान वाटते. हे जर खाण्याच्या पदार्थांबद्दल, तर जिथं आपलं व्यक्तिमत्त्व दुसऱ्याला सादर करायचं आहे ते कलात्मक पद्धतीनं किंवा आकर्षकरित्या का सादर करू नये? ज्या आकर्षक किंवा कलात्मक पद्धतीने व्यक्तिमत्त्व सादर केले जाते त्या पद्धतीला शिष्टाचार म्हणतात. कार्यालयात काम करीत असताना वरिष्ठांशी, कनिष्ठांशी किंवा इतर जणांशी वागताना आपण सुसंस्कारित अशा पद्धतीने वागलो तर खात्रीने आपण सुखी होऊ.

इतरांच्या मते महाराष्ट्रीय माणसे शिष्टाचाराला कमी पडतात. ऑफिसमध्ये आपल्या वरिष्ठांना साधे 'गुड मार्निंग' किंवा तत्सम अभिवादनपर बोलणे हे आपण क्वचितच करतो. तसे केले तर आपल्या स्वाभिमानाला धक्का लागेल असे तरी वाटत असावे किंवा आपल्याला विनाकारण संकोच तरी वाटत असावा किंवा आपल्या वरिष्ठांच्या फार पुढे पुढे करतो असा अपसमज निर्माण होईल याचीही भीती असू शकते. हे सर्व मनोगंड दूर केले पाहिजेत व आपल्या खोट्या स्वाभिमानाच्या ताठर कल्पनेनं आपण कडाकडा मोडून पडलो आहोत हे लक्षात ठेवून आपण आपली प्रतिमा जास्त उजळली पाहिजे.

हेही लक्षात ठेवलं पाहिजे की शिष्टाचार हे कपड्यासारखे केवळ बाहेरच दिखावटी करणारे असू नयेत तर फुलाच्या कळीसारखे आतनं उमलून आलेले

असावेत. ते जर नुसते पोकळ किंवा दिखाऊ असतील तर मात्र कृत्रिमतेमुळे अशी व्यक्ती जास्त हास्यास्पद होते.

सातारच्या महाराणी कै. सुमित्रा राजे एकदा माझ्याकडे आल्या होत्या. माझा दोन वर्षांचा मुलगा उगाचच हट्ट करत रडत होता. त्या चटकन त्याच्याकडे गेल्या आणि म्हणाल्या, "अहो बाळ, आपण का रडताहात?" आपल्याला अहो, जाहो केल्यामुळे बाळही सन्मानाने थक्क झाला. आपल्याला एवढा सन्मान मिळाल्यावर तो तर अवाक् झाला. पण बाकीचे सारेच जण महाराणींच्या वागण्याने थक्क झाले. दोन वर्षांच्या मुलाला इतकी सन्मानपूर्वक वागणूक व तीही महाराणींकडून! त्यावेळी त्यांच्या ह्रदयाची श्रीमंती दिसली. खुर्चीमुळे माणूस मोठा होत नसतो तर माणसांमुळे खुर्चीचे मोठेपण ठरावयास हवे.

असे अनेक प्रसंग येतात की, त्यावेळी तुमच्या अंगच्या वागणुकीमुळे पार फरक घडून आलेला आढळतो. माझ्या आईला स्कूटरवर घेऊन मी चाललो होतो. समोरून जोरात उलट दिशेने एकजणाने धडक मारल्याबरोबर आई खाली पडली व डोक्याला मार लागला, रक्त येऊ लागले. संतापून त्या माणसाची चांगली खरडपट्टी काढावी असा माझ्या मनात विचार आला. आई तशीच उठली व त्यांच्याकडे गेली. तुम्हाला कुठे लागलंय का? अशी चौकशी केली. जमलेल्या लोकांना म्हणाली चूक का बरोबर पोलिस ठरवतील. तिने मला सांगितले ह्याला खरचटलं आहे, त्यालाही माझ्याबरोबर डॉक्टरकडे घेऊन चल. धनुर्वात व्हायला नको. त्याला टिटॅनसचं इंजेक्शन दिलं पाहिजे. आईने तिच्या बिलाबरोबर मला त्याचेही बिल द्यावयाला लावले. त्या माणसाला मारायला उठलेले लोक, डॉक्टर सारेच शांत झाले. सर्वांच्या चेहऱ्यावर मला एकदम वेगळे आणि कृतज्ञतेचे भाव दिसले. हा माणूस पुढे आमच्या घरापैकी एक झाला. आईने अशी माणसे तिच्या साध्या वागण्याने जोडली होती. लहानपणी ती शिर्डीला साईबाबांपाशी होती. त्यामुळे तिच्यावर असे संस्कार झाले असावेत. पैसे जमवतो तो सावकार होतो पण माणसं जमवतो तो राजा होतो असे ती नेहमी म्हणत असे. ही सर्व माणसे प्रथमत: तुमच्या वागण्यानेच (मॅनर्सनेच) जोडली जातात. हे वागणं संस्कारांनीच अंगी बाणतं.

शिष्टाचार कसे असावेत याचा आदर्श नमुना म्हणून मी रामायणाकडे नक्की बोट दाखवीन. राम आणि सीता हे इतर व्यक्तींशीच नव्हे तर पशुपक्षी, झाडे यांच्याशी सुद्धा कसे वागत असत ते आपल्याला समजून येते. प्रभु राम लहानमोठ्यांशी, मित्रांशी, सेवकांशी तसेच बरोबरीच्या विद्यार्थ्यांशी कसे वागत असत हे त्यावरून कळून येते व आपल्या वागणुकीमुळे ते लोकांत किती लोकप्रिय होते ते कळते. राज्यत्याग करून शरयू नदीच्या तीरावर आल्याबरोबर

त्यांनी रात्र काढताना सुमंतांना सांगितले की, प्रदेश परका आहे, घोड्यांना एकटे वाटेल म्हणून तू त्यांच्यापाशी झोपायला जा. हा अगदी साधा प्रसंग सुद्धा त्यांचा अत्यंत सुसंस्कृतपणा दाखवून देतो.

महमंद पैगंबरही त्यांच्या मुलीशी, जावयाशी, इतकेच काय पण मांजरीच्या पिलाशीसुद्धा किती अदबीने वागत. हातावर झोपलेलं एक पिल्लू जागे होऊ नये म्हणून त्यांनी आपल्या अंगरख्याची बाही कापून, आपला हात हळूच काढून घेतला होता. गरीब बाईकरिता रातोरात आपल्या पाठीवर धान्याचे पोते घेऊन ते पोहोचते केले होते.

शिष्टाचाराबद्दल तर शिवरायांचा आदर्श! म्हणूनच रामदासांनी संभाजी महाराजांना लिहिलेल्या उपदेशरूपी पत्रात शिवरायांचे नेमके गुण लिहिलेले आहेत. हे सर्व गुण त्यांच्यावर आई व गुरुने केलेल्या संस्कारांमुळे त्यांच्यात आले होते.

> "शिवरायांचे कैसे बोलणे ।। शिवरायांचे कैसे चालणें ।।
> शिवरायांचे सलगी देणे कैसे असे ।। शिवरायासी आठवावे ।।
> जीवित् तृणवत मानावे ।। इहपरलोकी रहावे ।। कीर्तिरूपे ।।

रामदासांनी सर्वच लोकांना सुसंस्कारित होण्यासाठी संदेश दिला आहे. हा संदेश प्रत्येक भारतीयाने आपल्या हृदयपटलावर कोरून ठेवून आपले जीवन घडवले पाहिजे.

■

१५. ताण-तणाव आणि तणतण

माधवची हृदयक्रिया बंद पडून त्याचं निधन झालं होतं. तो मोठ्या नावाजलेल्या कंपनीमध्ये फार वरच्या हुद्यावर होता. कंपनीच्या नोकरीतील ताणामुळेच त्याचा हा अकस्मात मृत्यू झाला असं त्याच्या पत्नीचे म्हणणं होतं. ही नोकरी लागल्यापासून हा कायम तणावातच रहात होता. ही नोकरी नसती तर त्यांना गरिबीत पण सुखानं रहाता आलं असतं असं त्या वारंवार म्हणत होत्या. घरात सर्व सुखसोयी होत्या. नव्हतं फक्त स्वास्थ. त्यांच्या म्हणण्याप्राणे माधव सतत खूपशा ताणाखाली (टेन्शनखाली) असायचा. घरात त्यामुळं सारखी चिडचिड, तणतण व्हायची. हा मनाचा ताण घालवण्याकरता इतरांप्रमाणे त्यानं पार्टीच्या नावाखाली दारू प्यायला सुरुवात केली होती. झोपेच्या गोळ्यांचा खुराक चालू होताच. अत्यंविधीसाठी माधवच्या मृत्यूचा पास देणारा कारकून म्हणाला, '४५ वर्षांच्या आसपास जेव्हा माणूस हृदयक्रिया बंद पडून मरतो तेव्हा आम्ही समजतो की कंपनीत किंवा कुठल्यातरी मोठ्या हुद्यावर असला पाहिजे. त्याच्याच मोठ्या ताणाखाली यांना तरुणपणीच हृदयरोग होतो आणि माणसं मरतात. हे लोक पैसे मिळव, मिळव मिळवतात आणि कुणासाठीतरी ते पैसे मागे ठेवून, कोणतेही सुख न घेता फुकट मरतात. त्यांच्या बायका आणि मुलाबाळांचे मात्र फार हाल होतात.'

दर दिवशी वर्तमानपत्रामध्ये हृदयविकाराने किंवा झोपेच्या गोळ्या खाऊन माणसे मेल्याचे आपण वाचतो तेव्हा मनात वाटून जातं, यांना आयुष्यामध्ये तणावमुक्त जगता आलं असतं तर?

अमेरिकेची 'सौंदर्याचा ॲटमबॉम्ब' अशी प्रसिद्धी असलेली मार्लिन मन्रो सारखी नटी, जगातली सारी सुखसंपत्ती तिच्या पायाशी लोळत असताना आणि अमेरिकेचा अध्यक्ष तिचा चांगला मित्र असताना ती कायम तणावाखाली वावरत

असल्याने तिने स्वत:चा अंत करून घेतला होता. अशी कायम ताण-तणावाखाली वावरणारी व्यक्ती मादक सौंदर्याच्या नव्हे तर केव्हाही सर्वनाश करेल असा खरोखरीचा टाईम बॉम्ब जवळ बाळगणाऱ्या व्यक्तीसारखी असते. तिचा केव्हा स्फोट होऊन सर्वनाश होईल हे सांगता येत नाही.

अगदी शाळेत घातल्यापासून ते मरेपर्यंत बहुतेक माणसं कोणत्या ना कोणत्यातरी ताण-तणावाखाली सतत वावरताना दिसतात. फक्त या ताणांचं स्वरूप बदलेलं असतं. पण मन हे नेहमीच ताण-तणावामुळे व्यथाग्रस्त असतं. इतके की, एका ताणामधून सुटून दुसऱ्या ताणामध्ये अडकून रहाणं ही कित्येकांच्या जीवनाची रीतच बनून गेली आहे. त्यांचे जीवन म्हणजे जन्म आणि मृत्यू या दोन टोकांच्या रस्सीखेचीत पडलेला ताणच असतो.

माझ्या पहाण्यात कित्येक असे लोक आहेत की त्यांना मुळी तणावमुक्त जीवन जगणंचं असह्य वाटतं. माझा एक मित्र प्रत्येक गोष्ट अत्यंत काटेकोर आणि अत्यंत व्यवस्थित झालीच पाहिजे हे अगदी कटाक्षाने पाहून काम करीत असतो. त्यामुळे तो सदैव ताणात असतो. माझं ताण नाहीसे करण्याबद्दलचं पुस्तक त्याने वाचायला नेलं आणि ठरलेल्या दिवशी अगदी वेळेवर आणून दिलं. मला ठराविक वेळेत पुस्तक देण्यासाठी, ह्याने रात्रीच्या रात्री भलताच ताण घेऊन ते वाचले व देतानाही सुटकेचा सुस्कारा टाकला. हा योगासनाच्या क्लासला जाऊ लागला कारण शांती मिळते असे त्याने ऐकले होते. झाले, पण प्रत्येक आसन करताना आणि प्राणायाम करताना हे योग्य होते की नाही, योग बिघडला तर रोग होतो या कल्पनेच्या ताणाखाली राहू लागला. जरा बदल म्हणून हा सहलीला जाऊन आला. मी त्याला भेटायला गेलो तेव्हा तो सहलीच्या ताणातून मुक्त झाल्याचा सुस्कारा सोडत होता. मला म्हणाला, "अरे सहल म्हणजे काय सोपी गोष्ट आहे? केवढं डोक्याला टेन्शन, कोणत्या वस्तू बरोबर न्यायच्या, गाड्या वेळेवर मिळतात की नाही, अनेक कटकटी असतात. चला, त्या कटकटीतून सुखरूप पार पडलो." त्याच्या अत्यंत व्यवस्थित आणि वक्तशिरपणाने घरातला प्रत्येक माणूस मला तणावाखाली वावरताना दिसला. रद्दीत द्यायची वर्तमानपत्र व कागद सुद्धा त्याने क्रमश: आणि एकही कागद इकडे तिकडे होणार नाही असे लावलेले तो मला अभिमानाने दाखवत होता. माझा दुसरा मित्र म्हणाला, माझी मुलगी मी या घरात अजिबात देणार नाही कारण ती विनाकारणच असल्या ताणतणावाखाली राहील. घर हे आरोग्यपूर्ण असण्याइतकं स्वच्छ असावं, पण आपलं वाटण्याइतकं गबाळंही असावं अशी म्हण आहे.

अमेरिकेतल्या लोकांमध्ये ताण तणाव एवढा आहे की भारतासारख्या देशात

आपल्या संरक्षण खात्यावर जेवढा खर्च होतो, तेवढा खर्च अमेरिकेत ताण नाहीसा करणाऱ्या गोळ्यांवर केला जातो. याशिवाय सिगारेट, दारू, अंमली पदार्थ यासारखी अनेक घातुक व्यसने ही केवळ मानसिक तणावातून मुक्त होण्यासाठी केली जातात. सध्या जास्त खपणारी पुस्तके ही मानसिक तणाव नाहीसे कसे करायचे याच विषयावर लिहिलेली आहेत. डेल कार्नेजीच्या 'स्टॉप वरिंग अँड स्टार्ट लिव्हींग' ह्या पुस्तकाच्या कोट्यावधी प्रती खपतात. तशीच इतरही अनेक पुस्तके. तसेच नॉर्मन व्हिसेंट पील यांची पुस्तके जगभर प्रसिद्ध आहेत. अमेरिकेतल्या बफेलो युनिव्हर्सिटीत आणि युनिव्हर्सिटी ऑफ वॉशिंग्टन ह्या विद्यापीठात तर मानसशास्त्र विभाग या तणावासाठी खूप संशोधन करीत आहे व त्यावरचे शोधनिबंध हे जर्नल ऑफ सायकोसोमॅटिक रिसर्च या मासिकामध्ये प्रसिद्ध होत असतात. सध्या भारतातही अनेक संस्था काही दिवसांचे तणावमुक्तीसाठी अभ्यासक्रम, सहली, योगासने, हास्यक्लब इत्यादी कार्यक्रम आखतात. काही लोक तेथेही नव्याने वेगळाच ताण निर्माण करतात.

ताण निर्माणच का होतात, याचाही शास्त्रीय विचार करायला हवा. प्रतिकूल परिस्थिती किंवा घटना घडली की तिचा आघात बाह्य मनावर किंवा मनाच्या वरच्या थरावर होतो. त्याचा प्रतिकार कसा करायचा किंवा हे आघात कसे टाळायचे, ह्याचा बाह्य मनावर ताण पडतो. ताणाच्या मुळाशी आपल्या अस्तित्वाला धोका आहे ही जाणीव असते किंवा आपल्याला सुखाने जगताच येणार नाही अशी जाणीव असते. ह्याच जाणिवा ताणतणाव निर्माण करतात. बऱ्याच वेळा अपेक्षाभंगाचे वैफल्यही ताणतणाव निर्माण करतात. काही थोड्याशा बाह्य स्पर्शाने नाग चटकन फणा काढतो, तो त्याच्या मानेच्या स्नायूंच्या तणावामुळे. हा स्नायूचा ताण त्याला अस्तित्वाच्याच धोक्याच्या संकेतामुळे होत असतो. लाजाळूचे झाड सर्व पाने मिटून घेते ते बचावासाठी. प्रथमत: ही स्वत:चा बचाव किंवा प्रतिकाराची जाणीव अंतर्मनात किंवा मनाच्या खालच्या थरावर परिणाम करीत नाही. ते अंतर्मन शांत आणि स्वस्थ असते. त्यामुळे खळबळ उडालेलं बाह्य मन व शांत असलेले अंत:र्मन यांच्यातील संतुलन बिघडते. तेव्हाच माणसाची चिडचिड किंवा तणतण होऊ लागते. जो माणूस चिडचिड करताना दिसतो तेव्हा नक्कीच असं समजावं की त्याच्या अंतर व बाह्य मनाच्या आतमध्ये संघर्ष सुरू आहे. ताणतणाव अंत:र्मनावर परिणाम करतात तेव्हा माणसाला भयानक भीतीची स्वप्ने पडतात. तसेच त्याच्या आरोग्यावर प्रतिकूल परिणाम करतात व त्यामुळेच माणसाला अनेक रोग, व्याधी जडतात.

माणसाच्या चेहऱ्यावरून त्याच्या मनावरचा ताण कळू शकतो. आपल्या चेहऱ्यावर लहान मुलाचे निरागस हास्य आहे की नाही हे कळून घेतले की

आपल्यावर ताण आहे की नाही हे कळून येते. खऱ्या साधू संतांच्या चेहऱ्यावर असे निरागस हास्य आपणास आढळते व ते आपल्याला आकर्षित करते. सध्या हास्यमेळावे फार मोठ्या प्रमाणात व फार वेळा भरतात. त्याचे मुख्य कारण हे तणाव काही काळ का होईना नाहीसे करावयास मिळावे हेच होय.

ताण-तणावांतून सर्वांनाच मुक्तता पाहिजे असते. अशी मुक्तता मिळण्याकरता मुळात ताण-तणाव निर्माण होण्याचे कारण समजले पाहिजे. म्हणजे मग त्यावर उपाय करणे सोपे जाईल. या ताण-तणावांचे वर्गीकरण केल्यास त्याची कारणे कळणे सोपे जाईल. यामध्ये भावनिक, शारीरिक, बौद्धिक, सामाजिक– राजकीय व आर्थिक अशी वर्गवारी होऊ शकते.

भावनिक ताणामध्ये आपले मूल आजारी पडले, जवळची व्यक्ती दूर प्रवासाला गेली, मुलीच्या लग्नाची चिंता, अशा स्वरूपाचे ताणांचे प्रकार येतात. कालिदासांनी शाकुंतलमध्ये मुलगी सासरी जाताना येणाऱ्या ताणाच्या वर्णनाचे अत्यंत चपखल भाषांतर मराठी शब्दांत महाराष्ट्र-वाल्मीकि गदिमा यांनी 'जन्मदास भोगणे दुःख हे किती बरें?' अशा शब्दांत केलेले आहे. अर्थात हे भावनिक ताण बरेचसे सुयोग्य विचारांनी किंवा काळाने कमी होतात.

शारीरिक ताण याचेही दोन प्रकार असू शकतात. केवळ शरीराच्या स्नायूंना त्यांच्या क्षमतेपेक्षा जास्त काम पडून निर्माण होणारा ताण. हा ताण लवकर नाहीसा होणारा असतो. योग्य तेवढी विश्रांती व औषधोपचाराने थोड्या वेळात हा नाहीसा होणारा असतो. दुसऱ्या प्रकारचे शारीरिक ताण म्हणजे मेंदूच्या ताणामुळे शरीरावर परिणाम करणारे ताण. ह्या ताणांमध्ये रक्तदाब, हृदयरोग वगैरेसारखे गंभीर स्वरूपाचे रोग होऊ शकतात. अशा ताणांवरील उपाययोजना ही अनेकविध व बरीच काळ घ्यावी लागते.

बौद्धिक ताणांचा विचार करता परीक्षेला जाताना किंवा मुलाखतीला जाताना पडणारा ताण हे आपल्या चांगल्या परिचयाचे आहेत. याशिवाय सुद्धा महत्त्वाचे अधिकारी, डॉक्टर, वैद्य, सर्जन, वकिलांवर किंवा न्यायाधिशांवर पडणारा बौद्धिक ताण हा आपल्याला फारसा अपरिचित नाही.

सामाजिक ताण हे आता नुकतेच परिचयाचे झालेले आहेत. अमेरिकन लोकांना दहशतवादामुळे किंवा ॲन्थ्रॅक्स पावडरमुळे, जीवनाच्या असुरक्षिततेमुळे पडलेला ताण हे सामाजिक ताणाचे निदर्शक होय. आपल्याकडेही भूकंप, पानशेतसारखे पूर वगैरे संकटांमुळे आलेले सामाजिक संकट, समाजातील प्रत्येक व्यक्तीच्या ताणास कारणीभूत होते.

आर्थिक ताणाची जाणीव समाजाच्या बहुसंख्य व्यक्तींना होत असते. 'उत्पद्यन्ते विलीयन्ते दरिद्राणां मनोरथः' अशी आपल्या मनाची समजूत घालून गरीब लोक

गरिबीचा फारसा ताण मनावर घेत नाहीत. अत्यंत श्रीमंत माणसे अशा आर्थिक ताणांतून सुटलेली नसतात.

ताणतणाव जीवनातला सारा आनंद नाहीसा करतात. ते सुखाने जगू देत नाहीत. मग ते दूर कसे करायचे? हा प्रश्न पडतो.

तणावांच्या वरील प्रकारांपेक्षा त्यांच्या उपाययोजनांच्या दृष्टीने दोन प्रकार करता येण्याजोगे आहेत. ज्याच्यावर आपण काहीही उपाय करू शकणार नाही अशा घटनांमुळे निर्माण झालेले ताण व दुसरे म्हणजे ज्याच्यावर उपाययोजना करणे आपल्या हातात आहेत असे ताण. याबाबत एक इंग्लिश सुभाषित लक्षात ठेवण्यासारखे आहे. 'हे विश्वशक्ती, माझ्या आयुष्यामध्ये जे मला बदलण्यासारखे नाही ते स्वीकारण्याचे धैर्य मला दे, जे बदलण्यासारखे आहे, ते बदलण्याची इच्छा, क्षमता व सामर्थ्य मला दे आणि या दोघांमधला फरक समजून घेण्याइतका शहाणपणा दे.' एखाद्याच्या आकस्मिक मृत्यूमुळे, दुर्धर आजारामुळे किंवा अशा प्रकारच्या अन्य कारणामुळे आलेले संकट ज्याला आपण आधिदैविक म्हणू, असे ताणतणाव हे पहिल्या प्रकारात मोडतात. परंतु दुसऱ्या प्रकारामध्ये आपण निश्चितपणे ज्याची कारणे दूर करू शकू असे ताणतणाव येतात.

आपण काहीही उपाय करू शकत नाही अशा पहिल्या प्रकारच्या ताणांच्या बाबतसुद्धा बहुसंख्य लोक त्रस्त झालेले असतात. आता माझा एक मित्र अमेरिका आणि अफगणिस्तान यांवर जे हल्ले होताहेत त्यांनी अगदीच बेचैन झालेला आहे. तो रोज माझ्याकडे तणतणतच येतो अन् विनाकारण माझे डोके खातो. मी लादेन किंवा बुश असल्यासारखं समजून त्याचा प्रचंड मानसिक तणाव तो माझ्या कानात ओतत असतो. मी त्याचं ऐकून घेतलं नाही तर त्याचे त्या तणावाखाली बरं-वाईट होईलसं मला वाटतं. आता या चर्चेतून आम्ही काही साध्य करू शकतो का? मग इतके तणाव बाळगण्याचे कारणच काय? उन्हाने सगळ्या लोकांचे पाय पोळतात, म्हणून आपल्या मनावर ताण घेऊन सर्व रस्त्यांवर कातडे पसरवण्याच्या विचारापेक्षा आपल्या स्वत:च्या पायांत चपला घालणे बरे.

आपल्याला जे ताणतणाव दूर करता येत नसतात, त्यांचा आपण प्रथम विचार करू. कुटुंबातील व्यक्तीचे अकस्मात निधन, मोठा अपघात अशा कारणांमुळे मनावर पडणारा ताण हे या प्रकारात मोडतात. ह्या ताणावरतीही ते दूर करण्याकरिता बरेच संशोधन झालेले आहे व शास्त्रज्ञांनी त्यावर परिणामकारक उपाय शोधून काढला आहे, तो म्हणजे प्रार्थना करणे. अशी प्रार्थना कोणत्याही धर्मातल्या किंवा धर्म न मानणाऱ्या माणसाने कोणत्याही देवाला अगर कोणत्याही स्वरूपाच्या शक्तीला केलेली असली तरी ती फलद्रूप होते. विवेकानंदांच्या मते 'विचार ही

एक शक्ती आहे व ती असले कार्य करू शकते.' ह्या विषयावरती पाश्चात्य लेखकांनी उदा. नॉर्मन व्हिन्सेंट पिल, अॅन्ड्यू कॉर्नेजी यांनी पुस्तके लिहिली आहेत. नुकतेच डॉ. अॅरनॉल्ड या सर्जनने 'रिव्हर्सिंग हार्ट डिसिज' नावाचे एक संशोधनात्मक पुस्तक प्रसिद्ध केले आहे. त्यातील निष्कर्ष माणसाला थक्क करून सोडणारे आहेत. प्रयोगांती त्यांना असे दिसून आले की, मनापासून केलेल्या प्रार्थनेमुळे अनेक रोग्यांचे हृदयरोगासारखे जीवघेणे आजार पूर्ण बरे झालेले आहेत. महाभारतात सुद्धा अश्वत्थात्म्याने नारायणास्त्र टाकून सर्व स्त्रियांचे गर्भही मारून टाकले होते. त्यात अभिमन्यूची पत्नी उत्तरा हिचाही गर्भ मृतप्राय झाला होता. पांडवसेनेत प्रचंड ताणतणाव निर्माण झाला होता. त्यावेळी श्रीकृष्णानी मनापासून देवाची प्रार्थना केली व त्या प्रार्थनेमुळे तो गर्भ जिवंत झाला असा उल्लेख आहे. प्रार्थनेचे महत्त्व त्यामुळे लक्षात येते.

आता दुसऱ्या प्रकारात मोडणाऱ्या ताणतणावांचा विचार करू. ह्या प्रकारात ताणतणाव कमी करणे आपल्या हाती असते. ह्यासाठी प्रथमतः आपण असे तणाव कमी करू शकू असा आत्मविश्वास बाळगायला हवा. तसेच तणावाचे यथार्थ आकलन होणे जरूरीचे आहे म्हणजे ताणतणावाबद्दलची सारी वस्तुस्थिती समजावून घेतली पाहिजे. त्यामुळे मनाच्या वरच्या स्तरात तरी एक प्रकारची शांतता निर्माण होईल व गोंधळ निर्माण होणार नाही. बरेचसे ताणतणाव निर्माण करणारे प्रसंग आपण त्यांना व तणाव निर्माण करणाऱ्या परिस्थितीला योग्य प्रकारे समजून न घेतल्यामुळे होतात. त्यामुळेच आपणच बुचकळ्यात पडतो व गोंधळतो. या गोंधळामुळे प्रश्न सुटत नाही तर तो भस्मासुराप्रमाणे मोठा वाटतो आणि मग त्यावर उपाय-योजना सुचत नाही व माणूस परिस्थितीच्या जाळ्यात गुरफटत जाऊन स्वतःच आणखी संकटात सापडतो.

माझ्या एका मित्राला नोकरीच्या मुलाखतीच्या वेळी विनाकारण गोंधळून गेल्यामुळे सोपी उत्तरेही देता आली नाहीत. तो अधिकच गोंधळला. त्याची निवड झाली नाही. तो इतका निराश झाला की, आता आत्महत्येशिवाय मार्ग नाही असे त्याला वाटू लागले. मी त्याला म्हटले की, मुलाखतीच्यावेळी थोडा ताण येणे ठीक आहे. पण नोकरी न मिळाल्याबद्दल एवढा प्रचंड ताण घेण्याचं कारण काय? याहूनही चांगल्या छप्पन नोकऱ्या मिळतील हा विश्वास ठेव व पुढच्या मुलाखतीस जाताना याची मनाशी नीट खूणगाठ बांध व शांतपणे उत्तर दे. पुढे तसेच झाले. त्यानं न घाबरता उत्तरे दिली व त्याला पूर्वीपेक्षाही छान नोकरी मिळाली. अशाच संबंधीच्या बऱ्याचशा ताणांवरती उपाययोजना करणे, पुष्कळसे आपल्या हातात असते.

एक लक्षात ठेवलं पाहिजे की हे सर्वच ताण-तणाव नुकसान करणारे

नसतात. काही तणाव हे चांगला फायदा करून देणारे असतात. ताणतणाव ग्रस्त व्यक्ती आळस झटकून मनाला कामाला लागतात व काम सुद्धा आकर्षक व व्यवस्थित करू शकतात. गणपती, नवरात्र, दिवाळी इ. सणांना माणूस आळस झटकून चढाओढीने काम करतो याला बराचसा तणावही कारणीभूत असू शकतो. काही प्रमाणात तणाव हे जिवंतपणाचे लक्षण आहे. कारण ताण हा जीवन संघर्षाचा पाया आहे. जास्त ताणामुळे मात्र शरीराचे नुकसान होते याचे कारण मनाच्या ताणाचा मेंदूवर परिणाम होतो. सर्व स्नायू व नाड्या आखडल्या जातात. त्याचप्रमाणे अंतर्ग्रंथींवरही त्याचा घातक परिणाम होतो व त्याची परिणती रक्तदाब,हृदयरोग हे निर्माण करण्यात होत असते.

नुकतेच मला जगप्रसिद्ध डॉ. वेल्लू स्वामी भेटले होते. त्यांनी त्यांच्या संशोधनाचा निष्कर्ष सांगितला तो असा की, ज्या घरात आईवडिलांच्या भांडणामुळे ताणतणाव निर्माण होत असतात, अशा मुलांच्या दात आणि दाढा यांच्यात पोकळी निर्माण होते असे त्यांना अनेक संशोधनाअंती कळून आले. मला त्यावरून एवढेच कळले की, घरातल्या प्रमुख व्यक्तीच्या ताणतणावामुळे फक्त त्याच व्यक्तीवरती विपरित परिणाम होत नाही तर तो कुटुंबातील सर्वच व्यक्तींवर कळत नकळत प्रतिकूल परिणाम घडवत असतो. हे लक्षात घेतले नाही तर उगवत्या, उमद्या, निष्पाप, छोट्या मुलांचे जीवन आपणच आपले ताण तणाव नियंत्रित न केल्यामुळे उद्ध्वस्त करून टाकत असतो याची जाणीव कुटुंबातील मोठ्या व्यक्तींनी बाळगणे महत्त्वाचे आहे.

'युकिवारिसू' या जपानी चित्रपटामध्ये आईवडिलांना एकमेकांबद्दल काही मतभेद व्यक्त करायचे असतात, अशा वेळेला ते दोघेही समजूतदारपणे मुलांपासून लांब जातात, मग भांडण करून परत शांतपणे मुलाकडे येतात, त्यांना या मतभेदांची थोडीसुद्धा जाणीव करून देत नाहीत. मुलांना निकोपपणे आणि सुखात वाढवण्याचे पालकांचे कर्तव्य अशा तऱ्हेने पार पाडले पाहिजे.

संसारात ताणतणाव असतातच. संसाराचं ते दुसरं नावच आहे किंवा संसाराचा तो अविभाज्य भाग आहे. आपल्या पूर्वजांनी याचा पूर्ण विचार करून ताण निर्माण करणारं मन हळूहळू संसारातून काढून घेण्यासाठी व सुखाने जगण्यासाठी वानप्रस्थाश्रम व संन्यासाश्रम सांगितला आहे. घरात वाचू नये असे दण्डक असणारी उपनिषदे- अरण्यके या आश्रमवासीयांना वाचण्याकरिता अयोग्य ठरवली आहेत, ती अशा माणसांना तणावमुक्त करण्यासाठीच.

आपल्या शरीरामध्ये सुद्धा ताणांचे शरीरभर होणारे दुष्परिणाम टाळण्यासाठी काही उपाय योजना केलेली आहे. मोठा मानसिक आघात झाला तर त्याचा सर्व शरीरावर परिणाम होऊ नये म्हणून त्याला मूर्च्छा येते किंवा अपघात झाल्याबरोबर

मनुष्य बेशुद्ध होतो व कित्येकवेळा त्याच्या मेंदूच्या क्रिया श्वासोच्छ्वास आणि रक्ताभिसरण सोडून बंद पडतात. अशा तऱ्हेने त्या आघाताचा शरीरावर होणारा परिणाम टाळला जातो. मनातल्या संरक्षकछिद्राचे (सेफ्टी व्हॉल्व्हचे) जसे काम असते तसेच काम शरीर करत असून त्यामुळे मनावरचा दाब-आघात कमी होतो.

केवळ ताणतणावांचे कारण कळले तर तेवढ्याने आपण पूर्ण तणावमुक्त सुखी जीवन जगू शकू का? हे ताणतणावविरहित जीवन जगण्याचा कोणता मार्ग असू शकेल? यासाठी माणसाने स्वत:ला असा प्रश्न विचारला पाहिजे की खरंच आपल्याला तणावविरहित सुखी जीवन जगायचे आहे का? त्याशिवाय त्याने स्वत:ला असे विचारले पाहिजे की हे इतके क्षुद्र ताणतणाव आपल्या मनाला एवढे व्यापूनच कसे टाकू शकतात? हे ताणतणाव आपण निर्माण केलेले आहेत का? व ते सर्वच्या सर्व आपणच नाहीसे करू शकतो का?

हे तणाव दूर कसे करायचे, त्या करता साधा उपाय संशोधनांती अत्यंत परिणामकारक ठरला आहे. पहिले म्हणजे आपल्याला काही काही समस्या आहेत हे लक्षात घेतले पाहिजे व त्यामुळे आपल्या मनावर ताण पडत आहे हे ओळखले पाहिजे. आपली उदासीनता, चिडचिड, तणतण, निद्रानाश, लोकांशी तंटे वाढले की समजावे आपल्याला मानसिक ताणांमुळे काही ताणतणाव निर्माण करणाऱ्या समस्या आपल्यापुढे आहेत. त्या दूर करण्याचा ताबडतोब प्रयत्न केला पाहिजे.

प्रथमत: काय केले पाहिजे तर हातात एक कागद पेन्सिल घेतली पाहिजे. हे सर्व प्रश्न व त्याची उत्तरे व्यवस्थित लिहून काढावीत.

* माझ्यापुढची समस्या कोणती? तिचे स्वरूप काय?
* ही समस्या मी सोडवू शकतो का?
* ही समस्या मी न सोडवू शकलो तर वाईटात वाईट काय होईल?
* समस्या सोडवण्याचे मी कोणते उपाय करू शकतो, त्यात कोणत्या अडचणी येतील?
* मला कोणाची मदत घ्यावी लागेल? ती मी कशी मिळवू शकतो?
* समस्या थोडीशी सुटली तर कोणता फायदा होईल?
* समस्या पूर्ण सुटली तर काय फायदा होईल?

हा ताण दूर करण्याचा प्रकार अगदी कृत्रिम, तांत्रिक आणि हास्यास्पदही वाटेल. मी माझ्या मित्रावर ह्या पद्धतीने खालीलप्रमाणे प्रयोग केला.

माझ्या एका मित्राचा त्याच्या वरिष्ठांशी झगडा झाला म्हणून आता नोकरी गमवावी लागणार या भीतीने त्याने प्रचंड मानसिक धसका घेतला, तो मनोरुग्ण

होऊन आजारी पडला. त्याला कागद पेन्सिल घेऊन यायला सांगितले व वरीलप्रमाणे एका खालोखाल एक मुद्देसूद परिच्छेदात वरील प्रश्नांची उत्तरे लिहायला सांगितली. प्रथमत: त्याला सांगितले की, तू किंवा तुझ्या कुटुंबापैकी कोणी मरणार नक्की नाही. मग जास्तीत जास्त काय वाईट होईल? तर तुझी नोकरी जाईल. स्वातंत्र्यवीर सावरकरांच्या तत्त्वज्ञानाप्रमाणे आपण 'प्रतिकूल तेच घडणार' असंच धरून चालू व त्याचे फायदे-तोटे लिहून काढू. मी म्हटले, "तुझी नोकरी गेली तर जास्तीत जास्त काय वाईट होणार आहे? तू राहतोस ते घर तर तुझ्या ताब्यात आहे. त्यामुळे तू रस्त्यावर येणार नाहीस. नोकरी सुटताना तुझ्या हातात जी रक्कम मिळेल, त्यामुळे तुला पैशाचीही फार मोठी चणचण लगेचच भासणार नाही. दरम्यान तुला योग्य अशी दुसरी नोकरी लागू शकते किंवा छोटासा व्यवसायही तू करू शकतोस. थोड्या चैनी-मौजा कमी कराव्या लागतील इतकेच. त्यात तुझ्या मुलाला नोकरी लागू शकते. त्यामुळे त्याचा बोजा फार पडणार नाही. राहाता राहिला मुलीच्या लग्नाचा प्रश्न. त्यासाठी तुला किती खर्च येऊ शकेल? त्या खर्चाचा दहावा वाटा उचलायला तुला दहाजण मिळू शकतील का?" तो म्हणाला, "सहज! त्यातही हिचे दागिने पण आहेतच." मी म्हटले, "आणखी चार-पाच वर्षांनी तू निवृत्त होणार आहेसच तो जरा आधी झालास तर त्याने तुझा फायदा होईल का तोटा? मला वाटतं आजपर्यंत तू पुष्कळ काबाडकष्ट केले आहेस. तू खुशाल राजीनामा दे. तुला जवळपासच्या सहली काढता येतील. तुझा गाणं शिकायची इच्छा पूर्ण करता येईल. शिवाय काही वर्षं तणावमुक्त जगता येईल हे थोडं आहे का?" हे एकून त्याचाच काय, घरातल्या सगळ्यांचाच चेहरा उजळला. नोकरी गेल्याने तोटा न होता उलट फायदाच होईल व आनंदाने जगता येईल हे सर्व लिहून झाल्यावर त्याला इतका उत्साह आला की तो मी आताच राजीनामा देतो असे म्हणू लागला. मी सांगितले की, "राजीनामा असा तडकाफडकी द्यायचा नाही. आता वरिष्ठांशी हे दडपण टाकून मनापासून बोल. कारण तुला आता त्यांना भ्यायचं कारण नाही, शिवाय कारखान्यामध्ये ज्या सुधारणा करणे शक्य आहे तेही त्यांच्या कानावर घाल आणि आनंदाने निरोप घे आणि मगच नोकरी सोड." हे लिहून होईपर्यंत त्याच्यात जो एकदम फरक पडला होता, तो लक्षणीय होता. आता त्याने राजीनामा दिला नाही कारण हा जेव्हा तणावरहित होऊन वरिष्ठांशी बोलायला गेला तेव्हा त्यांनी त्याच्या हातात बढतीचा हुकूम दिला. ह्या पद्धतीने अनेकांचे ताण-तणाव कमी झाले आहेत असा माझा अनुभव आहे. अर्थात याचे मानसशास्त्रीय कारण म्हणजे कोणत्याही त्रासदायक भावनेचा निचरा, ती कृतीमध्ये टाकल्यानेच होतो. (Feeling actionised).

अनेकांनी वरीलप्रमाणे प्रयोग करून पाहिला व ते त्यांच्या अनपेक्षितरित्या

अत्यंत अनुकूल परिणाम झाल्याचा अनुभव अनेकांना आला.

मनोरंजन हा ताण कमी करण्याचा एक महत्त्वाचा उपाय आहे. दुर्दैवाने ज्या प्रमाणामध्ये ताण कमी करण्यास याचा वापर व्हायला पाहिजे तो होत नाही. माणसाने किमान एक तरी कला अंगी बाळगण्याचा प्रयत्न करावा. त्या कलेच्या साधनेमध्ये मग्न होताना त्याला ताणांचा पूर्ण विसर पडतो. गायन आणि वादन या कला आपल्याकडे तेवढ्यासाठीच आवश्यक मानल्या गेल्या. आपल्या धर्मामध्ये असा एकही देव नाही की जो गायन, वादनामध्ये निपुण नाही. दत्ताच्या एका खांद्यावर जरी झोळी असली तरी दुसऱ्या खांद्यावर दत्तवीणा असते ते विसरून चालणार नाही. मारुतीराय हे नुसतेच पैलवानांचे दैवत नाही तर 'हा धूर्त वैष्णव गायक' नृत्याचीही देवता म्हणून उत्तर हिंदुस्थानात प्रसिद्ध आहे. श्रीकृष्ण, भीम, युधिष्ठिर आणि नल हे उत्तम स्वयंपाकी म्हणून प्रसिद्ध होते. अर्जुन नृत्यात तर नकुल आणि सहदेव हे गायन आणि वादनामध्ये अग्रणी होते.

दुसऱ्या महायुद्धाच्या प्रसंगी इंग्लंडवर बॉम्ब वर्षाव होताना, ब्रिटनचे पंतप्रधान विंस्टन चर्चिल हे ताण घालवण्याकरीता चित्रे काढत असत. यावरून मनोरंजन हा ताण घालवण्याचा किती उत्तम उपाय आहे हे लक्षात येईल.

सहलीचे महत्त्व आता सध्या लोकांमध्ये प्रिय होऊ लागलेले आहे. परंतु ब्रिटीश लोक इथे राज्य करीत असताना, ते न चुकता शनिवार, रविवार आणि इतर सुट्टीच्या वेळी सहलीसाठी निरनिराळ्या ठिकाणी जात असत. महाबळेश्वरसारख्या ठिकाणी जी प्रेक्षणीय अशी ठिकाणे आहेत, ती सर्व ब्रिटीशांनी शोधून काढली आहेत. या सहलीमुळे निसर्गाशी तादात्म्य पावता येते, निरनिराळ्या ठिकाणची झाडे, वनस्पती, पशुपक्षी यांची ओळख होते व आपणासही प्रदूषणविरहीत, स्वच्छ हवा मिळते. व्यायाम होतो असे अनेक फायदे होत असतात. मनावरचा तणाव तर नाहीसा झालेलाच असतो.

खेळ, वाचन किंवा श्रवण हेही मार्ग नक्कीच ताण नाहीसा करण्याला मदत करतात व ते तेवढ्या अर्थानेच स्वीकारले पाहिजेत. खेळ बघताना हार-जीतीच्या तणावामुळे कित्येक माणसे हृदयक्रिया बंद पडून मेल्याचे वाचतो, तेव्हा खेळ बघताना, हार-जीतीकडे लक्ष न देता, त्यातील खेळाडूंच्या कौशल्याकडे पाहिल्यास खेळातून फक्त आनंदच निर्माण होऊ शकतो. वाचनाचे फारच फायदे आहेत. खऱ्या अर्थाने ग्रंथ हे गुरु आणि मित्र आहेत. एखादी कविता, सुंदर लेख माणसाला कितीतरी सुख देतात. त्याच्यावरचा तणाव नाहीसा करतात.

छंदांचंही तसंच आहे. कित्येक प्रकारचे छंद माणसाचे मन व्यापून टाकतात. दगड गोळा करण्याचा, सिनेमाची तिकिटे गोळा करण्याचा असे नानाविध छंद माणसे जोपासताना पाहतो. या छंदांचे एकच फलित असू शकते आणि ते

म्हणजे मन तणावरहित होते.

लोकसंग्रह हेही ताण घालवण्याचे महत्त्वाचे साधन आहे. चांगल्या मित्रांपाशी आपल्याला मनातल्या गोष्टी बोलता येतात आणि त्यामुळे मनाचा ताण बराचसा कमी होतो. पूर्वीच्या काळी बायका तुळशीशी फेऱ्या मारताना बोलत असत. तिला मैत्रिण मानत असत ते त्यामुळेच. नवविधा भक्तीतली शेवटची भक्ती आत्मनिवेदन ही आहे. 'सुख देवाला मागावे, दु:ख देवाला सांगावे' म्हणतात ते यासाठीच. तत्त्वज्ञानशास्त्राचा जन्म मुळी माणसाला तणावमुक्त व शांततापूर्ण जगण्याचा मार्ग दाखविण्यासाठी झाला आहे.

या सर्व उपायांमध्ये अध्यात्म हे माणसाच्या मनाचा नुसता तणावच घालवीत नाही तर ते माणसाचं मन सौंदर्यपूर्ण आणि प्रफुल्लित करते. मग ती एकाग्रतेने केलेली पूजा असो, भजन, कीर्तन किंवा धार्मिक ग्रंथाचे वाचन असो. या सर्व गोष्टी मन सुखी करण्याचा प्रसाद देत असतात. तणाव तर नाहीसे करत असतातच पण जीवन जगण्यासाठी जिद्द व उत्तेजन देत असतात. त्यालाच पुण्य असे म्हणतात.

शिवाजी महाराजांसारख्या थोरा मोठ्यांची किंवा जीवनात यशस्वी झालेल्यांची चरित्रे या कामी आपल्याला खूप मदत करतात. शिवाजी महाराज आग्र्यात तुरुंगात असताना अफझलखान भेटीच्या वेळी किंवा पन्हाळागडच्या वेढ्याच्या वेळी किती ताणतणावात असतील; पण त्यातून त्यांनी उपाय योजून सुटका करून घेतली ना!

सर्व प्रकारचे तणाव दूर करण्यास सर्वात महत्त्वाचे म्हणजे संतांच्या चरित्राचे वाचन करावे. 'संतचरित्रे परमपवित्रे सादर वर्णावी' असे म्हटले आहे ते येवढ्यासाठीच.

काळ हा परमेश्वरानी ताणतणावावर केलेली मोठी उपाय योजना आहे. अशातऱ्हेचे मोठे मानसिक आघात, कालांतराने नाहीसे होतात म्हणूनच म्हणतात, 'कालाय तस्मै नम: ।।

ज्ञानेश्वरी हा ग्रंथ सर्व ताण नाहिसा करणारा आहे. माझे वडील वारल्यानंतर सबंध घराच्या जबाबदारीने माझ्यावर प्रचंड ताण आला होता. तो काही केल्या जात नव्हता. पण ज्ञानेश्वरीच्या ओव्या माझ्या वाचनात आल्या व तणाव पार दूर झाला.

> ''माळिये जेउते नेले ।। तेऊते निवांतचि गेले,
> तया पाणिया ऐसे केले ।। होआवे गा ।।
> एऱ्हवी तरी सुभटा ।। उजू का अव्हांटा,
> रथु काई खटपटा ।। करितु असे ।।

माळी वाफ्यामध्ये पाणी सोडतो. कुठल्या वाफ्यात जायचे हे पाण्याच्या हातात नसते. ते शांतपणे त्यातील पिकाला जीवनदान देते व स्वत: शांत असते. रस्ता चांगला आहे का खाचखळग्याचा आहे हे रथ विचारत असतो का? घोडा नेईल तसा तो जात असतो.

मला वाटले, ज्या वरच्या माळ्याने आपल्याला या कुटुंबरूपी वाफ्यात पाठवले आहे, तिथल्या लोकांचे पोषण करून आपण असेच शांत रहाणे बरोबर नाही का? आपले सारथ्य एकदा परमेश्वराच्या हातात दिले तर तो मार्ग चांगला का खडबडीत आहे, हा रथ सुद्धा विचार करीत नाही तर मग आपल्याला विचार करण्याचे कारणच काय?

''नामा म्हणे, ग्रंथ श्रेष्ठ ज्ञान देवी, एक तरी ओवी अनुभवावी ।।'' या दोन ओव्या अनुभवल्यावर माझ्या मनावरचा ताण कायमच गेला. सगळा ग्रंथच अनुभवाला मिळाला तर ?

■

१६.

जे होते ते भल्यासाठीच

हिचकॉकच्या अत्यंत गाजलेल्या 'The man who knew too much' या रहस्यपटात आई आपल्या मुलीला 'के सेरा के सेरा व्हॉट एव्हर वुड बी वुड बी' हे गाणे शिकवते व सांगते की हे गाणे तुला संकटाच्या वेळी त्यातून सुखरूप पार पडण्याचा आत्मविश्वास देईल. ह्या मुलीला शत्रू पळवून नेतात तेव्हा हे गीत गाण्यानेच तिचा शोध लागून संकटातून सुटका होते असा हृदयस्पर्शी प्रसंग चित्रित केला आहे.

लहानपणी माझ्या आईने त्या काळच्या इतर आयांप्रमाणे इसापनीती, हितोपदेश, पंचतंत्र, बिरबलाच्या गोष्टी, जीवनात कठीण प्रसंगात उपयोगी पडतील अशा अनेक गोष्टी सांगितल्या होत्या. त्या बोधकथा जीवन सुखाने व यशस्वी जगायला शिकवत व सुसंस्कारही करत. पुढे तत्त्वज्ञान, मानसशास्त्र वगैरे वाचताना लक्षात येई की ह्या साऱ्यांचे सार या खालील गोष्टीत आले आहे.

आईने सांगितलेली एक साधी गोष्ट आहे. ही बोधकथा ध्रुव ताऱ्यासारखी माझ्या जीवनाला नकळत पण कायम मार्गदर्शक ठरली. गोष्टीचं नाव होतं, 'देव करतो ते भल्यासाठीच.' एक राजपुत्र आणि एक प्रधानपुत्र यांचं खूप प्रेम आणि दाट मैत्री होती. प्रधानाचा मुलगा सावलीसारखा राजपुत्राजवळ असायचा. काही प्रसंग झाला तरी त्याचं आपलं नेहमीचं पालुपद असे, "देव करतो ते भल्यासाठीच." एकदा शिकारीत राजपुत्राच्या पायाचा अंगठा तुटला. त्या प्रधानपुत्राला सांगितल्याबरोबर तो नेहमीच्या सवयीप्रमाणे म्हणाला, "देव करतो ते भल्यासाठीच!" राजपुत्राला राग आला. माझा इथं अंगठा तुटला आणि हा खुशाल म्हणतो देव करतो ते भल्यासाठी! प्रधानपुत्राला राजपुत्राने सांगितले, "तुला तुरुंगात टाकतो." प्रधानपुत्र म्हणाला, "छान! देव करतो ते भल्याकरताच." राजपुत्र म्हणाला, "भल्यासाठीच

ना? मग बैस तर आता तुरुंगात!'' पुढे हा राजपुत्र एकटाच शिकारीला जातो आणि तो नरबळी देणाऱ्या लोकांच्या तावडीत सापडतो. पण पायाचा अंगठा तुटल्याच्या व्यंगामुळे तो बळी देवीला चालणार नव्हता म्हणून त्याला सोडून दिले जाते. त्याला वाटते 'त्या दिवशी अंगठा कापला गेला म्हणून आज प्राण वाचला, पण मी मात्र विनाकारण प्रधानपुत्राला तुरुंगात टाकले' असे म्हणून प्रधानपुत्राला तुरुंगातून सोडवून त्यानं घडलेली गोष्ट सांगितली आणि म्हणाला, ''तू म्हणतोस ते खरे आहे. देव करतो ते भल्यासाठी पण मी तुला विनाकारण तुरुंगात टाकले हे काही बरे झाले नाही.'' त्यावर प्रधानपुत्र म्हणाला, ''तू तुरुंगात टाकलेस तेच चांगले केलेस कारण मी तुरुंगात नसतो, तर मी निश्चित तुझ्याबरोबर असतो. तुला व्यंग आहे म्हणून त्यांनी सोडून दिलं असतं, पण मी अव्यंग म्हणून मला त्यांनी नक्कीच बळी दिलं असतं. देव करतो ते नेहमी भल्यासाठीच हे मी का म्हणत असतो ते तुला आता तरी पटलं ना?''

नानी पालखीवालांचे We The Nation पुस्तक वाचत असताना ''द टू व्हायरेसस् दॅट सेव्हड माय लाईफ'' (माझे आयुष्य वाचवणारे दोन आजार) हे प्रकरण वाचले. त्यांना फ्ल्यूचा आजार झाल्यामुळे ते दोनदां तिकीट काढूनही विमानाने जाऊ शकले नाहीत आणि नेमक्या त्या दोन्ही वेळी विमान कोसळले आणि अपघात होण्यापासून ते बचावले. हे वाचताना मला देव करतो ते भल्यासाठीच ह्या गोष्टीचा पुन: प्रत्यय आला. संकटे किंवा काही वेळा प्रतिकूल परिस्थिती आली तरी प्रथम ती परिस्थिती देवानेच आणली आहे व ती आपल्या भल्यासाठी आहे अशी जाणीव बाळगणे हे ह्या गोष्टीचे सार आहे.

संकटाच्या नुसत्या कल्पनेने माणसाची पार त्रेधातिरपीट उडते. मग ते समोर उभं ठाकल्यावर तर काही विचारायला नको. माणूस घाबरून पार अर्धमेला होतो. कित्येक वेळा पार बावचळून जातो. त्याला काय करावे, काय नको हे न कळण्याइतका गांगरून जातो. कधी कधी तो भीतीनेच पराभव मान्य करून शरण जातो. एका परकीय निरीक्षकाने भारतीय क्रिकेट टीम पॅव्हेलियनमध्येच हरलेली असते असे तिच्या मनोधारणेबद्दल लिहिले होते, ते अशा संकटाला खचणाऱ्या मनोवृत्तीला उद्देशूनच. तेव्हा समोर संकट उभे राहिले की त्याला जिद्दीने तोंड देण्यासाठी सर्व तयारीनिशी सज्ज व्हावयास हवे. ते पार पाडू असा आत्मविश्वास हवा. त्या विश्वासाचा मंत्र आहे 'जे होते ते भल्यासाठीच' हा आशावाद निर्माण झाला की, आपण निम्म्याहून अधिक संकटांचा सामना पार पाडलेला असतो. संकटाचा सामना करणे हाच पुरुषार्थ. संकटे किंवा प्रतिकूल परिस्थितीशी झगडा म्हणजेच जीवन. हा झगडा संपला की मरण. जीवन संघर्षाला तोंड देता येण्याचा विचार करणे ह्यालाच हल्ली सकारात्मक विचार

किंवा पॉझिटिव्ह थिंकिंग म्हणतात. नॉर्मन व्हिसेंट पील सारख्या अनेक लेखकांनी Art of Positive Thinking वगैरे बरीच पुस्तके लिहिली आहेत. त्या साऱ्या तत्त्वज्ञानाचे सार इक्बालने चारच ओळीत आणले आहे.

"खुदको कर बुलंद इतना, के हर तकदीर से पहले
खुदा बंदेसे खुद पुछे, के बता तेरी रजा क्या है ।

तू स्वत:लाच इतका भक्कम सामर्थ्यवान बनव की प्रत्येक संकट घालताना खुद्द देवच तुला विचारेल अरे बाबा आता तुला संकट घालू तरी कोणतं?

हा शेर मला मारुतरायांची आठवण करून देतो. संकट म्हटलं की त्यांना उत्साह येतो. रामदासस्वामींनी 'उडी घालतो संकटी स्वामी जैसा' असं मारुतरायांचं वर्णन केले आहे. हरिद्वारला संकटमोचन, हनुमंताचे मंदिर ह्याचीच ग्वाही देत असतं. कोणत्याही भक्तावर संकट आले की, त्यांना वाटायला हवं की जे होते ते भल्यासाठीच. संकट आणले परमेश्वरानेच. ते काही चांगल्या हेतूनेच असू शकते. त्यातून पार पाडण्याचे सामर्थ्यही परमेश्वरच देणार आहे व ते पार पाडल्यावर त्याचे यशसुद्धा परमेश्वरच देणार आहे. आपण अर्जुनासारखे, कर्ता करविता हा देवच आहे, युद्धात जर जिंकलो तर राज्य उपभोगू, हरलो तर स्वर्गात जाऊ या जाणिवेने संकटाशी सामना द्यायला उभे राहू. संकटाशी सामना देणं म्हणजेच साहस. अशा साहसाचा स्वीकार केल्यामुळेच वैभव मिळत असतं ही ठाम श्रद्धा हवी. (साहसे श्री: प्रतिवसति) साहसामध्येच श्रीमंती आहे. साहसी लोकांना संकटाच्या दाट रात्रीच्या गर्भात उद्याच्या यशाचा उष:काल दिसत असतो.

शेक्सपिअरने रोमियो ज्युलियट नाटकात हाच विचार पण निराळ्या शब्दात सांगितला आहे. Adversity's sweet milk philpspphy to comfort thee. शेक्सपिअरने त्याच्या 'सहावा हेन्री' या नाटकांत हाच विचार सांगितला आहे. Let me embrace thee, sour adversity, for wise men say, it is the wisest course. (हे प्रतिकूलते! मिठी मारून मी तुझे स्वागत करतो. कारण शहाण्यांच्या मते, असं स्वागत करणं, हाच शहाणपणाचा मार्ग होय.")

माणसाला सुद्धा स्वत:ची ओळख संकटाच्या प्रसंगीच होते. विराटपुत्र उत्तर हा कौरवांनी त्याच्या गाई पळवेपर्यंत बढाया मारत होता. 'बालिश बहू बायकांत बडबडला' असं मोरोपंतांनी त्याचे यथार्थ वर्णन केले आहे. संकट आल्यावर मात्र त्याची पार गाळण उडाली पण तेच संकट बृहन्नलेच्या रूपात असूनही अर्जुनाच्या साहसाला उद्युक्त करणारे वाटले. अर्जुन मनात म्हणाला असेल, 'संकटे येतात ती भल्यासाठीच!' इंग्लंडचा भूतपूर्व पंतप्रधान डिझरायली म्हणत असे, 'There is no education like adversity.' संकटासारखे शिक्षण नाही.

माणसाचे लढण्याचे सामर्थ्य तसेच त्याच्या खऱ्या मित्रांची पारखही संकटात होत असते.

शेक्सपिअरने त्याच्या 'ॲज यू लाईक इट' या नाटकांत फार सुंदर विचार लिहिला आहे. "Sweet are uses of adversities, which like the toad, ugly and venomous, wears yet a precious jewel on his head." (प्रतिकूल परिस्थितीचे फार सुखदायी उपयोग आहेत. एखाद्या कुरूप, विषारी बेडकासारखी जरी प्रतिकूल परिस्थिती भासली तरी, त्या बेडकाच्या डोक्यावर एक मौल्यवान हिराही आहे हे लक्षात ठेवावे.)

प्रतिकूल परिस्थिती येईल तेव्हा प्रथमतः मनुष्याने वरील गोष्टीतील तात्पर्याचा मंत्र म्हणावा, 'देव करतो ते भल्यासाठीच.' माझ्या चांगल्यासाठीच देवाने ही परिस्थिती निर्माण केली आहे. देव मानणाऱ्याने एक लक्षात ठेवले पाहिजे की आपल्यावर आलेले संकट किंवा प्रतिकूल परिस्थिती ही आपल्या कोणत्याही मागच्या जन्मीच्या पापाचे फळ नसून देवाने आपली सत्त्वपरीक्षा, पुरुषार्थाची परीक्षा पाहण्यासाठी ही संधी दिली आहे. हे संकटही त्यानेच आणले आहे. त्यातून पार पाडण्याची शक्तीही तोच देणार आहे व पार पाडल्यांतर त्याचे बक्षिसही देणार आहे.

प्रतिकूल परिस्थितीशी टक्कर देऊन जीवन कसे जगावे ते पिंपळाचे पान शिकवते म्हणून तो जीवनवृक्ष! सिमेंट कॉंक्रीटच्या भक्कम इमारतीत थोडी बारीक भेग असली तरी पिंपळाचे बीज तीत रूजू शकतं. तिथं पाणी किंवा माती नाही अशी तक्रार बीजाची नसते. जिथं जागा मिळेल, तिथं तिथं आपली मुळं पसरते, पार जमिनीशी टेकून ते जीवनरस शोषून घेते आणि व्यवस्थित वाढते. तोडलं तर पुन्हा दुप्पट जोमानं वाढतं. या त्याच्या गुणामुळेच त्याला आपण देवाच्या बरोबरीचे स्थान देऊन हा गुण आपल्यात यावा म्हणून त्याची पूजा करतो.

प्ल्युटा ह्या पाश्चात्य तत्त्ववेत्याने सांगितले आहे की सुस्थिती किंवा श्रीमंती कित्येक माणसांना कोते बनवते. काही माणसं मनाला लकवा भरल्यासारखी वागून जगाला तुच्छ समजतात पण खरी हृदयाची श्रीमंती असलेल्या माणसासच प्रतिकूल परिस्थिती जास्त उजाळा देऊन श्रेष्ठ बनवते. Truly noble spirit appears greatest in distress and then become more bright and conspicuous. तावून सुलाखून सोनं आणखी झळाळून उठावं तसं.

असं म्हटलं जातं की, जो कधीच प्रतिकूल परिस्थितीतून गेला नाही त्याच्या इतका दुःखी कोणी नसेल. जीवन हे जगलं जातं, त्याचं कारण त्याच्या मुळाशी 'आपण जगलेच पाहिजे व तेही सुखानेच!' ही एकच जबरदस्त प्रेरणा (विजिगिषा)

किंवा जाणीव असते, ह्या प्रेरणेमुळेच ह्या जीवनप्रवाहाला अडथळा किंवा बांध पडला तर त्याला संकट म्हणतात. पाण्यालाही जीवन म्हणतात कारण तेही प्रवाही आहे. त्याला बांध घातला की ते काही वेळ थांबल्यासारखे वाटले तरी लगेच वाट फुटेल तसे व तिकडून प्रवाहित होते पण शेवटी सागराला मिळतेच. माणसाच्या जीवनाचे असेच आहे. ह्या मानवी जीवनात जर संकट आले तर त्याला घाबरून त्याच्याशी दोन हात कसे करावयाचे, त्यातून मार्ग कसा काढावयाचा व यशस्वी व्हायचं हा विचार न करणे म्हणजे नकारात्मक विचार (निगेटीव्ह थिंकींग). त्याने माणसाचा विकासच थांबतो. जीवन डबक्यासारखे गढूळ होते. 'जळ तळाशी सडे सडे उडे बुडबुडे' असे होते.

रामशास्त्री सिनेमात एक अर्थपूर्ण गीत आहे. 'दोन घडीचा डाव, ह्याला जीवन ऐसे नाव... हासत हासत असेच झेलू पराभवाचे घाव.' संकटाशी हासत हासत सामना करणं तेव्हाच जमतं जेव्हा त्यातून काही चांगलंच होणार आहे अशी मनोमन पक्की खूणगाठ बांधलेली असते.

युद्धाला संकट मानून अर्जुन त्याच्याशी सामना करायला टाळत होता. श्रीकृष्णाने त्याला युद्धाला सामोरा जायला तयार केले. त्याच्या नकारात्मक भूमिकेतून (निगेटिव्ह थिंकिंग मधून) त्याला सकारात्मक भूमिकेत (पॉझिटिव्ह थिंकिंग) बदल करावयास लावला. त्याचा मंत्र होता, 'देव करतो ते भल्यासाठीच!' गीतेच्या दुसऱ्या अध्यायाचे हा मंत्र हेच सार आहे. हे युद्धाचे संकट वाटते आहे ते देवानेच आणि भल्यासाठीच निर्माण केले आहे. त्याला हसत सामोरा जाणे हेच कर्तव्य आहे हाच विचार श्रीकृष्णाने त्याच्या मनात ठसवला. 'यदृच्छया चोपपन्नं स्वर्गद्वारमपावृतम् । सुखिनः क्षत्रियाः पार्थ लभन्तेर्युध्दमीदृशम्' – हे युद्ध देवांच्या इच्छेने निर्माण झाले आहे. क्षत्रियांसाठी तर हे स्वर्गदारच खुले केले आहे. ज्ञानेश्वरांनी ह्याच्यावर फार सुंदर भाष्य करून युद्ध हे देवाने कसे चांगल्यासाठी निर्माण केले आहे हे अनेक दृष्टांत देऊन पटवले आहे. "अरे ह्याला का युद्ध म्हणायचे! हा तर मूर्तिमंत स्वर्गच किंवा तुझा प्रतापच अवतरला आहे. क्षत्रियाने खूप पुण्य करावे तेव्हाच असा युद्धाचा प्रसंग हातात आयता चिंतामणी यावा तसा आला आहे. अरे, जांभई देण्यास तोंड उघडावे अन् तोंडात अमृत पडावे, तसा हा युद्धाचा प्रसंग प्राप्त झाला आहे." ह्या साऱ्याचे तात्पर्य देव करतो ते भल्यासाठीच, हेच नाही का?

माणसाला मरण हे मोठं संकट वाटते. ते समोर दिसले तर माणसाची काय अवस्था होते. ज्ञानेश्वर महाराज म्हणतात, ते समोर कशाला! 'मरण' नुसता शब्द काढला तरी तो शब्द सुद्धा सहन होत नाही. 'अगा मर हे बोलही न सहती.' ज्याचे सारे सार गीता आहे, त्या सर्व उपनिषदांनी ह्या संकटाची भीती माणसाच्या

मनातून पार काढून टाकली. मरण म्हणजे जुने कपडे टाकून नवीन घालणे. 'वासांसि जीर्णानी यथा विहाय नवानि गृण्हाति नरोपराणि' गीतेने मरण ही कल्पना देवाने कशी भल्यासाठीच निर्माण केली आहे ते सांगून मरणाबद्दलची आमची भीतीच घालवली नाही तर त्याचा हसत हसत स्वीकार करावयास शिकवले.

एक अनमोल सुभाषित आहे–

विनापत्तिर्न संपत्तिः तेजोत्पतिस्तथैवच ।
संकटे साहसं शौर्यं धैर्यं स्वात्मविकाशनम् ॥

(समस्यांमुळेच माणसामध्ये आत्मविकासाचा मार्ग असतो व त्याच्याशी सामना करण्यानेच त्याला तेज, धैर्य व संपत्ती प्राप्त होत असते.)

याच अर्थाचे इंग्रजीत सुभाषित आहे. If you sigh at your trouble, it will always grow double. But if you laugh at your trouble, it will become a meer bubble.

विवेकानंद म्हणाले होते, 'जीवनात येणारे अपयशाचे किंवा यातनांचे प्रसंग हे केव्हाही घातक नसतात. ते केवळ माणसाला यशोशिखराकडे घेऊन जाणाऱ्या पायऱ्या असतात. एका साधुने राजाला विवेकी राहण्यासाठी एक मंत्र जपावयास सांगितला होता, 'हेही दिवस जाणार आहेत.' त्यामुळे अनुकूल व प्रतिकूल परिस्थितीत तो शांतपणे राहून कार्य करू शकला.

सगळ्या संकटांशी प्रतिकूल परिस्थितीशी सामना देऊन यशस्वी कसे व्हायचे हे आपल्या साऱ्या देवांप्रमाणेच शिवाजी महाराजांच्या चरित्रावरून शिकण्यासारखं आहे. प्रतिकूल परिस्थितीवर मात करून यशस्वी होण्याची वृत्ती असणं, हेच महत्त्वाचं आहे. शिवचरित्र आठवणं म्हणजे त्यांनी प्रतिकूल परिस्थितीचा कसा साक्षेपी प्रतिकार केला व त्यातून ते यशस्वी कसे झाले हे आठवून आपणही आपल्या जीवन संघर्षात असेच यशस्वी होऊ अशी धारणा करणे यालाच पुण्यदायी तपश्चर्या म्हणतात. ही स्फूर्ती देणारे शिवाजी महाराज आपले पुण्यस्त्रोत किंवा पुण्यश्लोक. अशांची 'सगुण चरित्रे परमपवित्रे सादर' वर्णायची असतात. या पुण्यप्राप्तीसाठी पहिलाच मंत्र म्हणू या "जे होते ते भल्यासाठीच."

■

१७.

संस्कार एक अभिषेक

सध्या पालकांना भेडसावणारा जटिल प्रश्न आहे तो म्हणजे आपल्या मुलांवर संस्कार कोणते व कसे करावयाचे? सध्या पालकांची एकच तक्रार ऐकू येते ती म्हणजे मुले हट्टी आहेत, ऐकत नाहीत, अभ्यास करीत नाहीत. एकतर ती टीव्ही पहात असतात किंवा कॉम्प्युटरवर खेळ खेळत असतात. मुले थोडी मोठी झाली की या तक्रारींचा सूर आणखीनच वाढतो व ती महाविद्यालयात जाऊ लागली की ती हाताबाहेरच गेली आहेत, असे समजले जाते.

बऱ्याच जणांना आपल्यावर मुलांना संस्कार करण्याची जबाबदारी आहे ह्याचाच पत्ता नसतो. मुलांच्या निर्मिती इतकीच त्यांच्यावर संस्कार करण्याची जबाबदारी त्यांनी खुशाल निसर्गावर, समाजावर किंवा परिस्थितीवर सोपविली असते. याचे बहुतांशी कारण ह्यांचा आळस असतो किंवा संस्कार करताना फुकट मनाविरुद्ध जाऊन त्यांचा रोष ओढवेल असे वाटते किंवा ते मुलांकडून आपल्याला तात्पुरता चांगुलपणा मिळण्याची अपेक्षा करतात. हा तात्पुरता चांगुलपणा पुढे मात्र दोघांच्याही अत्यंत दु:खाला किंवा अधोगतीला कारणीभूत होतो.

लहानपणीच मुलांवर संस्कार केले पाहिजेत हे जरी सर्वसामान्य माणसांना मान्य आहे, तरी कित्येकांना या गोष्टीकडे लक्ष द्यायला वेळच नसतो. यातून काही थोड्याफार माणसांना, मुलांवर संस्कार केले पाहिजेत, ते आपले कर्तव्य आहे असे वाटत असते पण असे वाटणारे लोकही भ्रांतचित्त झालेले आढळतात. संस्कार म्हणजे काय? ते कोणते? व कसे करायचे? याबद्दल सुस्पष्ट कल्पना नसल्यामुळे मनात असूनसुद्धा ते फारसे काही संस्कार मुलांच्या अंगी बाणवू शकत नाहीत. ह्याचे एक कारण म्हणजे घरचे संस्कार व बाहेर होणारे संस्कार यांच्या संघर्षात संस्कार करणाऱ्यांची व मुलांचीही चलबिचल होते. कित्येकवेळा

त्या दोघांनाही हा संघर्ष पेलवत नाही. घरात खरं बोलण्याचा किंवा उदारपणाचा संस्कार केला तर मुलाला आढळते की याच संस्कारामुळे त्याचा बाहेरच्या जगात अत्यंत तोटा होतो. इतकेच नव्हे तर, त्याची हेटाळणी होते किंवा तो मूर्ख ठरतो. अशावेळेला ही मुले दिलेल्या संस्काराबद्दल अगदी विरुद्ध टोकाची भूमिका घेतात व बेछूटपणे वागतात. तेव्हा सुसंस्कार शिकवताना मुलांचे नीतिधैर्य कसे टिकेल व अशा संघर्षात ती कशी टिकून राहतील हेही पहाणे महत्त्वाचे आहे. एक महत्त्वाची गोष्ट लक्षात ठेवली पाहिजे की, सुसंस्कार ही सुखी जीवनाची गुरुकिल्ली आहे व सुखी माणूसच हे जीवन प्रभुत्वाने जगू शकतो.

पालकांची मुलावर संस्कार करण्याची उदासीनता किंवा उद्विग्नता थांबवता येईल का? या प्रश्नाचे आपण जर होकारार्थी उत्तर देऊ शकलो तर मुलांचा तर विकास होईलच पण पालकांनाही वृद्धापकाळी सुखाने जगता येईल व राष्ट्रालाही उज्ज्वल भवितव्य आहे अशी आशा वाटेल. मुलांवर असे संस्कार केले पाहिजेत की त्यांना तर सुखाने व यशस्वीपणे जगता येईल व त्यांच्या सुसंस्कृतपणामुळे त्यांच्या कुटुंबाला आणि पर्यायाने समाजाला सुखाने जगता येईल. समाज सुधारायचा असल्यास कटुंब हा त्याया पाया आहे हे विसरून चालणार नाही.

सुखाने जगण्याकरीता पालक मुलांना जर कोणता वारसा देऊ शकत असतील तर तो म्हणजे संस्कारांचा, सुविचारांचा किंवा सुकृताचा होय. संपत्तीचा वारसा मुलांचे भले करील अशी खात्री नाही. माणसाची खरी पारख त्याच्या पैशांपेक्षा त्याच्यावरच्या संस्कारांनी होते. सुसंस्कृत समाजच टिकून राहू शकतो. पैसा मिळवणे ही इतकीशी अवघड गोष्ट नाही पण तो टिकवणे व त्याचा योग्य उपयोग करणे ही अत्यंत महत्त्वाची गोष्ट आहे व हे फक्त संस्कारानेच लाभते.

योग्य विचार आचारात आणणे किंवा बुद्धीला जे समजले आहे ते व तसे वागून वळवून घेणे ह्यालाच संस्कार करणे म्हणतात.

संस्कार म्हणजे आपल्या मुलाला त्याचे जीवन सुखाने, प्रभुत्वाने जगण्यासाठी जरूर असलेल्या गुणांची जोपासना आणि वाढ करणे. मनुष्याच्या अंगात जितके गुण अधिक तितका तो अधिक सुखी असतो हे वर्म आपल्या पूर्वजांनी ओळखले व त्यांनी परमेश्वराची सगुण पूजा आपल्या जीवनामध्ये रूजवली. त्याचप्रमाणे त्यांनी 'इष्ट दैवतांचाही' शोध लावला. दुर्दैवाने या दोन्हीही संस्कारांचे महत्त्व आपण न ओळखल्यामुळे आपली बरीच अधोगती झाली आहे. आपण मूर्तिपूजक कधीही नव्हतो, पण सगुण पूजनासाठी ते माध्यम म्हणून स्वीकारले. तुकाराम महाराज म्हणतात, ''मातीचा केला गणपती, पूजा केली गणपतीची, माती मातीला मिळाली'' म्हणून जेव्हा आपण गणपतीची पूजा करतो तेव्हा त्याच्या गुणांची पूजा करतो व तीही एवढ्या करताच की आपल्या अंगात तेच गुण

यावेत. म्हणूनच धर्माचे वचन आहे, 'यथा देहे तथा देवे,' देवामध्ये जे देवत्व किंवा गुण आहेत, ते आपल्याही देहांत यावेत. एखाद्या व्यक्तीस ज्ञान संपादनाच्या गुणाची जरूरी असेल, तर त्याचे इष्ट दैवत गणपती असे ठरवून त्याने रोज या गुणांचा ध्यास घेऊन त्याप्रमाणे वाटचाल करावी, म्हणजे हा गुण त्याच्या अंगी बाणेल. ह्या प्रयत्नांचे विस्मरण होऊ नये, म्हणून त्याला रोज गणपतीची पूजा कर असे सांगितले जाते. तसेच सामर्थ्यासाठी श्रीरामाची, बलोपासना व आज्ञाधारकपणा यासाठी हनुमंत ही इष्टदेवता मानून त्याची पूजा करावयास सांगितले जाते. ही पूजा हा एक संस्काराचा मार्ग आहे हे न लक्षात ठेवता केलेली पूजा व्यर्थ होय. त्यामुळेच संस्कार निर्माण न होता फक्त दांभिकपणा निर्माण होऊ शकतो.

वास्तविक पाहता, ज्या देवता आपण कल्पिल्या आहेत, त्या खऱ्या अर्थाने आपल्या मेंदूतील काही भाग किंवा पेशी यांचीच ती मूर्तीरूपे कल्पिलेली आहेत. या संस्काराच्या सातत्याने मेंदूमधील पेशी उत्तेजित होऊन कार्यान्वित होतात. 'ईश्वरः सर्वभूतानां हृद्देशेऽर्जुन तिष्ठति/भ्रामयन् सर्वभूतानां यंत्रारुढानि मायया' किंवा 'सर्वस्यचाहं हृदिसंनिविष्टो ।।' असे जे गीतेत सांगितले आहे, त्याचे मर्म हेच आहे. तेव्हा मूर्ती न मानताही सगुणाची पूजा करता येते. पण तसे करणे सामान्य माणसाला अत्यंत अवघड आहे. म्हणूनच संस्कारासाठी मूर्तीपूजेला महत्त्व आहे.

अंगी गुण बाणण्यासाठी समर्थांनी रामाकडे 'पावनभिक्षा' मागितली. त्यात त्यांनी श्रीरामांना गुणधामा किंवा गुणांचे आगर असे संबोधले आहे. ज्यांनी ज्या गुणांची मागणी केली ते विचार करण्यासारखे आहेत.

> ''कोमलवाणी दे रे राम । विमल करणी दे रे राम ।
> विद्यावैभव, अर्थारोहण, प्रसंग ओळख, अंतर-पारख,
> जनसुखकारक दे रे राम ।
> सज्जन संगती, बहुजन मैत्री, अभेदव्यक्ती दे रे राम ।
> रसाळ मुद्रा दे रे राम, शब्द मनोहर दे रे राम ।।

समर्थांची ही भिक्षा वाचली की देवाकडून कोणते गुण मागावेत त्याची थोडी कल्पना येते व देवपूजा ही आपण बहुगुणसंपन्न होण्याची एक साधना आहे हे लक्षात येते. मूर्तीपुजेबद्दल गैरसमजही होणार नाही व ते जीवन विकसनाचे एक संस्कार साधन आहे हे कळेल.

संस्कार हा सतत व एकाच दिशेने करावा लागतो. शंकराच्या देवळात आपण जे सतत थेंबाथेंबाने पिंडीवर अभिषेक होताना पहातो ते संस्काराचे प्रतीक होय.

गुणांचा विचार करताना, त्याबद्दल आपल्या प्राचीन द्रष्ट्या विचारवंतांचा

कोणता दृष्टिकोन होता हे पाहिले पाहिजे. आपल्या पूर्वजांनी कोणताही गुण (Quality) गुणाकरिता न मानता ते गुण जीवनाच्या सापेक्षत्वातच मानले आहेत. म्हणजेच सत्यासाठी सत्य असे मानले नाही. सुखाने जीवन जगण्याकरीता सत्य जितके जरूरीचे आहे, तितकाच तो गुण बाळगणे हा धर्म किंवा नीती मानली. मात्र काही प्रसंगी जीवनासाठी खोटे बोलणे भाग पडते. अशा प्रसंगासाठी त्यांनी आपद्धर्म म्हणून ह्या असत्याचाही धिक्कार केला नाही.

खरे बोलणे हा गुण आहे पण आजारी माणसाने मी जगेन का विचारल्यावर त्याला निश्चितपणे, तू नक्की मरणारच आहेस इतके सत्य बोलणे अधार्मिक मानले आहे. एखाद्याचा जीव वाचणार असेल तर आपद्धर्म म्हणून असत्य बोलणे क्षम्य मानले आहे.

नुसतेच चांगले संस्कार केले, पण जीवनाच्या संघर्षाला सामोरे जाऊन त्याच्याशी दोन हात करून जगण्याचे शिकवले नाही तर असा सुसंस्कारित माणूस जगूच शकत नाही हे ठाम लक्षात ठेवले पाहिजे. साने गुरूजींच्या आईने गुरूजींवर म्हणजेच श्यामवर अत्यंत सुसंस्कार केले परंतु या जगातील विषण्णता आणि संघर्षाला टक्कर देण्याकरिता त्याला जीवनाभिमुख केले नाही, परिणमात: हा जीवनसंघर्ष पाहून त्याला आत्महत्या करावी लागली हे कदापीही विसरून चालणार नाही.

मुलांवर संस्कार करताना दोन गोष्टी महत्त्वाच्या लक्षात ठेवल्या पाहिजेत. त्यापैकी पहिली म्हणजे आपली पात्रता व दुसरी म्हणजे, संस्कार म्हणजे नक्की काय करायचे याची सुस्पष्ट कल्पना. आपल्या धर्मामध्ये सुद्धा कितीही चांगली गोष्ट असली, सत्कृत्य असले तरी त्याचे इच्छित फळ मिळण्याकरिता असे कृत्य करणाऱ्या माणसाला ते कृत्य करण्याची पात्रता आहे की नाही पाहिले जाते. ही अधिकारपात्रता मिळविणे म्हणजे जे कार्य करायचे त्यासाठी मानसिकदृष्ट्या तयारी करणे. अशी मानसिक तयारी असेल तरच तो ते कार्य उत्तमपैकी पार पाडू शकतो. ज्या ज्या भूमिका आपल्याला बजावायच्या त्या त्या भूमिकेप्रमाणे किंवा जे जे कार्य करावयाचे त्याला अनुरूप अशी आपली मानसिकता बदलायला हवी.

प्रथमत: आपल्याला आयुष्याचे ध्येय ठरवावे लागेल व त्याप्रमाणे मुलावर संस्कार करावे लागतील. आता हे संस्कार करताना ध्येय म्हणजे काय असा एक प्रश्न स्वाभाविकपणे आपल्या मनात येईल. चंचल मनाच्या माणसाला कोणताही दृढ संस्कार करता येणार नाही, उलट त्याच्याबरोबर जाणाऱ्या माणसाची त्रेधातिरपिट उडते. कारण आज हा एक बोलणार तर उद्या दुसरेच. त्यामुळे प्रथमत: जो संस्कार करणार आहे त्याच्या मनाला काही पक्केपणा हवा, तरच तो कायम

टिकतील असे संस्कार करू शकेल. आता हा पक्केपणा कसा येणार? तर ज्याच्या आयुष्यात काही ध्येय आहे, त्याच्याच आयुष्यात मनाचा पक्केपणा असू शकतो.

संस्कार करणाऱ्या माणसाच्या जीवनात काही श्रद्धा हवी, भवितव्याबाबत निश्चित कल्पना हवी, ध्येय हवे. ध्येय अगदी साधे असले तरी चालते. मला कायम टिकेल अशा सुखाने जगायचे आहे, इतके साधे ध्येय माणसाचे असले तरी भागते. अशाच माणसाला तात्कालिक सुख म्हणजे प्रेयस व चिरकाल टिकणारे सुख म्हणजे श्रेयस हे कळू शकते. या दोहोतला फरक समजणारी बुद्धी म्हणजेच विवेक. हा सहज निर्माण होतो. ज्याची जीवननौका विवेकाच्या सुकाणूवर आधारित आहे, तो हा भवसागर सहज तरून जाऊ शकतो व दुसऱ्यासही मार्गदर्शन करू शकतो.

केवळ मनाचा पक्केपणा किंवा ठामपणा असणे ही गोष्ट संस्कार करणाऱ्यांच्या बाबतीत अजिबात पुरेशी नाही. मुलगा जरा जरी चुकला तरी त्याला फोडून काढण्याचा मनाचा कठीणपणा असल्यामुळे किती भयंकर नुकसान होते हे आपण अनेक उदाहरणांवरून पाहिले आहे. एखादे वडील कडक आहेत आणि आता मारतील, क्षमा करणार नाहीत म्हणून गो. नी. दांडेकरांसारखी कित्येक मुले घर सोडून गेलेली आहेत.

आणखीन एक गोष्ट मुलांच्यावर संस्कार करणाऱ्या माणसाने लक्षात ठेवली पाहिजे, ती म्हणजे ही मुले काही काळ परमेश्वराने ठेव म्हणून ठेवलेली आहेत ही जाणीव असली पाहिजे. शाकुंतलमध्ये कण्वमुनींच्या मुखे कालिदासाने हा विचार फार सुदंर तऱ्हेने सांगितला आहे. ते म्हणतात, ''अर्थो: ही कन्या परकीय एव ।।'' अर्थात जी गोष्ट मुलीच्याबाबत ती मुलांच्याबाबतही.

लहान मुले मोठ्या मुलांचे पाहून जितके चटकन शिकतात, तितके चटकन ती वडिलांच्या शिकवणुकीने शिकत नाहीत, त्यासाठी जास्त परिश्रम करावे लागतात.

चिं.वि. जोशी ह्यांनी 'माझे सत्याचे प्रयोग' म्हणून फार सुंदर विनोदी कथा लिहून असे विनाकारण सत्य बोलणाऱ्याचे समाजात कसे हसे होते ते फार मार्मिकपणे दाखवले आहे. ह्याचा अर्थ असा नव्हे की, मुलास सत्य बोलण्यास शिकवूच नये. हा गुण संस्कार करून अवश्य अंगी बाणवला पाहिजे. पण हे लक्षात ठेवावे की, त्याचे पथ्यही पाळणे जरूरीचे आहे. ह्या गुणाच्या जोपासनेबरोबर ते सत्य न दुखवले जाणाऱ्या शब्दांत सांगावे. ते केव्हा, कोणाला व कसे सांगावे हे ही जरूर शिकवावे व ते अंगी बाणवून घ्यावे. तरच मुलाला ह्या गुणामुळे त्रास होणार नाही व सुख लागेल. 'सत्यं ब्रूयात्, प्रियं ब्रूयात, न ब्रूयात् असत्यम्प्रियम्।।

प्रियं नानृतं ब्रूयात् एष धर्मस्सनातनः ॥'' असं सत्य बोलण्याचं पथ्यही सांगितलं आहे. (सत्य बोलावे, प्रिय बोलावे, अप्रिय असेल असे बोलू नये, नुसतेच प्रियही बोलू नये हा सनातन धर्म आहे.)

आपल्या पूर्वजांनी संस्काराचे जे नियम केले त्याचा विचार केला तर माणूस थक्क होतो. त्याच्याकडे कानाडोळा केल्यानेच आजच्या पिढीच्या समस्या अधिकच कठीण झाल्या आहेत. ते सर्वच्या सर्व नियम व पथ्ये तशीच पाळावीत असे कोणीही म्हणू शकणार नाही. परंतु त्यांचा योग्य तो विचार करूनच पाऊल टाकणं हे शहाणपणाचं आहे.

नुकतेच एका घरी जाण्याचा मला योग आला. त्या गृहस्थाचा मुलगा त्याच्या तोंडावर त्याचे दोष दाखवून तो किती मूर्ख आहे ते त्याला सांगत होता. वडिलांची स्थिती ह्या घरच्या आहेरानी अगदी केवलवाणी झाली होती. ती लपवत तो मला म्हणाला, 'माझा मुलगा स्पष्टवक्ता आहे. त्याचा मनांत जे काही येते ते तो निर्भीडपणे, सडेतोड बोलू शकतो.' मला हसू आले. असा सडेतोड बोलणारा मुलगा नोकरीवर लागल्यावर त्याच्या मालकाशी असाच बोलला तर त्याच्या हातात मालक निश्चितच नारळ देऊन बोळवण करील. मग मात्र ह्या मुलाची अवस्था अगदी केविलवाणी होईल कारण ह्या गुणाने त्याला जगात सुखाने जगता येणार नाही. इतरांनीही त्याच्याशी त्याच्यासारखे सडेतोड बोलणे त्याला खपणार नाही.

तेव्हा कोणता गुण किती असावा व किती नसावा व तो कसा वापरावा हे पण कळले पाहिजे. ते इतिहासाइतकेच रामायणही शिकवते. स्त्री दाक्षिण्य हा गुण खरा पण त्राटिका किंवा शूर्पणखा ह्यांना इजा करण्याआधी रामचंद्रांनी त्यांना स्त्रीदाक्षिण्य दाखवले होते. पण त्याचा उपयोग होत नाही असे कळून आल्यावर त्यांच्यावर हत्यार उपसताना मागेपुढे पाहिले नाही. शिवाजी महाराजांनीही अफझलखानाच्या वधाच्या वेळी व सुरतेच्या हल्याच्या प्रसंगी ब्राह्मणावर शस्त्र उचलताना प्रथम त्यांना योग्य ती सूचना देऊन दया दाखवली होती पण त्याचा परिणाम न झाल्याने त्यांना ठार मारले होते.

मुलांच्यावर संस्कार करण्यासाठी अनेक मार्ग आहेत. सर्व मार्गांचा अवलंब करावा लागतो. कोणत्या वेळी, कोणते साधन वापरावयाचे हे तारतम्याने ठरवले पाहिजे. एका मुलासाठी एक मार्ग तर दुसऱ्यासाठी दुसरा मार्ग असू शकतो किंवा एकाच मुलासाठी वेगवेगळेही मार्ग अवलंबावे लागतात.

हल्लीच्या काळी मुलांचे पालक प्रत्येक गोष्ट त्याला समजावून सांगून त्याप्रमाणे मुलाने वर्तन करावे असा प्रयत्न करत असताना दिसतात. असे केल्याने मूल बुद्धीनिष्ठ, हुशार होईल असे समजत असतात. पण बऱ्याच वेळा

त्यांचा प्रयत्न असफल झालेला असतो. मुलांना समजावून सांगणे केव्हाही चांगलेच आहे पण आपण जे समजावून सांगायला जातो ते समजण्याची त्याची पात्रता आहे का हे ही पाहिले पाहिजे. कित्येक वेळेला मुले ही काहीतरी वितंडवाद घालून सांगणाऱ्याचेच म्हणणे उडवून लावतात. त्यांची बुद्धी अपरिपक्व असते व ज्या आधारावर निकष लावायचे तो आधारही नसतो. माझ्या माहितीचे एक कुटुंब आहे. त्यातील वडील वारल्यावर मुलांवरचा धाक सुटला व ती उनाडक्या करू लागली. मुले शाळेत जाईनात, तेव्हा आईने त्यांना शाळेत जाण्यासाठी खूप समजून सांगण्याचा प्रयत्न केला. शिक्षणाचे फायदे सांगितले व शिकलेले लोक पुढे कसे जातात याची उदाहरणे दिली. जीव तोडून हे ती मुलांना सांगत होती पण मुलांनी तिचे सारे म्हणणे तिच्याशी वितंडवाद घालून खोडून काढले. त्यांनी गल्लीतल्या काही पैसे मिळवणाऱ्या धंदेवाईकांची उदाहरणे दिली व सांगितले. मुलं म्हणाली की हे लोक कधीही शाळेत गेले नाहीत तरी त्यांनी खूप पैसे मिळवले, शिवाय हुषारीचा आणि शाळेचा काहीही संबंध नाही. पुढे ही मुले कुप्रसिद्ध झाली व आता तर त्यांची अन्नान्नदशा झाली आहे. या मूळच्या हुषार मुलांना शाळेचे व शिक्षणाचे महत्त्व समजून, पटवून देण्यापेक्षा धाकाने किंवा इतर कोणत्याही मार्गाने सांगितले असते तर आज ती खरोखर नावलौकिकाला आली असती असे वाटते. निदान त्यांच्या आईने सर्वतोपरी प्रयत्न केले एवढे तरी कर्तव्य पार पाडल्याचे समाधान झाले असते.

शिवाय चांगले गुण धाकाने जरी अंगात बाणवले गेले तरी निश्चितच त्याचा फायदा होतो. गुण नुसते समजण्यापेक्षा ते अंगी मुरवणे हे महत्त्वाचे. बुद्धीने स्वीकारलेला विचार किंवा गुण कृतीत उतरवणे महत्त्वाचे आहे. जर विचार आचरणात उतरला नाही तर तो खडकावर टाकलेल्या बी सारखा वाया जातो. कळलेले वळवण्याचे काम संस्कार करते. दासबोधाचे फलित सांगताना समर्थांनी 'क्रिया पालटे तात्काळ' असे सांगितले आहे. थोडक्यात या ग्रंथाच्या वाचनाने तुमचे चांगले विचार आचारात येतात हा संस्कार होतो असे त्यांना सांगायचे आहे.

सुविचार अंगात मुरवणे महत्त्वाचे असल्यामुळे तो काहीही करून कसा मुरवायचा हे पाहिले पाहिजे. एका कवीने म्हटले आहे, "समझ समझकर समझ को समझो, समझ समझना बडी समझ है, ये समझकर भी कोई ना समझे, तो मेरी समझ में वो नासमझ है।' तेव्हा समजून सांगून जर जमले नाही तर तो अंगात मुरवण्यासाठी अनेक मार्ग आहेत. कधी कौतुक किंवा प्रशंसा करून, कधी बक्षिसांची लाच देऊन, कधी धाक दाखवून तर कधी रागावून, शिक्षा करूनही. कोणत्याही मार्गाने चांगला संस्कार माणसाच्या अंगी मुरवला पाहिजे.

लहानपणी मुलांना बुद्धी किंवा समज कमी असल्यामुळे त्यांना चांगले संस्कार धाकाने किंवा रागावून करावे लागतात. त्यावेळेला जरी मुलांनी नापसंती दाखविली तरी पुढे त्यांना त्याचा फायदा होतो आहे हे लक्षात येते. तेव्हा चांगले संस्कार करणाऱ्यांबद्दल त्यांचे अंत:करण कृतज्ञतेने भरून येते. ह्या विषयावर 'I Am O.K. You Are O.K!' हे पुस्तक वाचनीय आहे.

कधी कधी मुलाला बक्षिसाची लालूच दाखवावी लागते. घोड्यापुढे गाजर बांधले की घोडा ते खाण्यासाठी धावतो. अर्थात गाजर इतके लांब नसावे की ते तोंडात येणार नाही हे कळून त्याने पळण्याचे थांबवू नये. मधून मधून त्याला गाजराची चव घेता यावी पण इतके ते जवळही बांधून उपयोगी नाही कारण तो ती खाऊन तट्ट फुगेल व धावणे थांबवील व पुन्हा त्याला भूक लागेपर्यंत थांबावे लागेल! अशावेळी शिक्षेचीही भीती हवी. त्यालाच गाजर व छडीची पद्धत : Carrot and Stick Approach म्हणतात.

मला कै. चंद्रकांत मांडरे ह्या कलावंताची आठवण येते. त्यांना शाळेत असताना सबनीस नावाचे गुरूजी होते. त्यांनी त्यांना एक डायरी देऊन त्यात रोजनिशी लिहावयास सांगितले व वर्षभर रोज लिहिलेली रोजनिशी दाखवली तर परत रोजनिशी बक्षिस देणार म्हणून सांगितले. ह्या बक्षिसाच्या आशेवर त्यांना जी रोजनिशी लिहावयाची सवय झाली अशी जवळ जवळ ७०-८० वर्षे ते रोज रोजनिशी लिहित. ह्या एका गुणामुळे मराठी चित्रपट सृष्टीतील अनेक घडामोडींचा इतिहास कळू शकेल. पण त्यापेक्षाही त्यांना स्वत:कडे तटस्थ दृष्टीने पहाण्याचा दृष्टिकोन लाभला व शेवटी शेवटी तर ते स्थितप्रज्ञ अवस्थेत पोहोचले होते. हे केवळ एका छोट्या संस्कारामुळे व बक्षिसाच्या लालचीने लागलेल्या सवयीने झाले.

कुत्रे किंवा पशूंना शिक्षण देताना ह्याच पद्धतीचा अवलंब केल्याचे आढळते. सर्कशीत वाघ-सिंह सुद्धा नुसत्या चाबकाच्या आवाजाच्या धाकाने काम करताना दिसतात. पण प्रत्यक्ष अंगावर चाबुक लावला तर तो मारणाराही जिवंत राहणार नाही. अमेरिकेत ६ टनी मोठ मोठ्या माशांना, डॉलफिनला शिकवणाऱ्या शिक्षिकेला मी भेटलो होतो. तिने बक्षीस व शाबासकीची पद्धत सांगितली. माशाने मनासारखे काम केले की त्याला एकदम खाऊ व थोपटावयासच पाहिजे, नाहीतर ते नाराज होऊन काम करीत नाहीत.

जसे सुखाने जगावयास सद्‌गुणांची जरूर आहे तशीच त्याला कलेची ओळख करून देऊन त्यातून आनंद घेण्यासही प्रोत्साहन दिले पाहिजे. पु.ल. देशपांडे ह्यांना शास्त्रोक्त संगीताची गोडी लागली ह्याचे कारण ते लहान असताना त्यांचे वडील गाण्याच्या कार्यक्रमाला किंवा संगीत नाटकांना त्यांना बरोबर घेऊन

जात असत. जीवनाला आनंद देणाऱ्या कलांची गोडी लागून मूल कलावंत होईल, निदान अत्यंत रसिक होईल हेही काही कमी महत्त्वाचे नाही. निसर्ग सौंदर्याचीही गोडी त्याला लावणे व त्याच्या कळत न कळत त्याबद्दल प्रेम निर्माण करण्याचा संस्कारही तितकाच महत्त्वाचा आहे.

एक लक्षात असू द्यावे की संस्कार करीत असलेले मूल हे दुसरे कोणी तिऱ्हाईत नसून आपलेच शैशव आहे. ते जपलेही पाहिजे. योग्य तसे वाढवलेही पाहिजे. मुलांना घडवणे हे मातीच्या घड्याला आकार देण्यासारखे आहे.

गोरा कुंभार म्हणतात तेच खरे. मडक्याला देतात तसा एक हात सतत मुलांना आतून आधाराला द्यावा लागतो तर दुसऱ्या हाताने सतत थोपटावे लागते. कधी कधी हे थोपटणे शाबासकीचे असावे तर कधी धाकाचे. पण मडक्याला आकार देण्यास त्या दोघांचीही जरूरी असते. व्यक्तीला तसेच घडवले तर ती जीवनात सुखी होईल आणि आपण संस्कार करणारे सुद्धा.

■

१८.

संशय का मनी आला?

महेशचा अत्यंविधी उरकून येताना सर्वांच्या मनामध्ये भयानक विषण्णता होती. महेशनी गळफास लावून आत्महत्या केली होती. हे सर्व सहज टाळण्यासारखं होतं असं प्रत्येकाला वाटत होतं. आठ दिवसांपूर्वीच त्याची पत्नी स्मिता हिने जाळून घेऊन आत्महत्या केली होती. या दोघांचेही लग्नापूर्वीचे सुंदर, प्रसन्न चेहरे बघू नये इतके भेसूर दिसत होते. महेशने चिठ्ठी लिहून स्मिताखेरीज आपण या जगात जगू शकत नसल्यामूळे आत्महत्या करीत आहोत व त्यांच्या दोन वर्षांच्या मुलीचा सांभाळ स्मिताच्या आईवडिलांनी करावा असे लिहले होते. लग्नाआधी व लग्नानंतर काही दिवस महेश आणि स्मिता यांच्यासारखं आनंदी आणि सुखी जोडपं शोधून सापडणार नाही असं सर्वांनाच वाटे. ते एक-दुजे के लिए असावेत असं वाटून मित्रमंडळी त्यांना Made for each other असं म्हणत असत. दोघेही अत्यंत अनुरूप, सुंदर, हुषार आणि लग्नाआधीपासूनच एकमेकांच्या प्रेमामध्ये होते. लग्नानंतर मात्र संशयाचं भूत महेशच्या मनात केव्हा आलं, ते कुणाला कळलंच नाही. तो सारखा स्मिताचा संशय घेऊ लागला आणि मग तिला सारखे प्रश्न आणि उपप्रश्न विचारू लागला. ती जरा आनंदात दिसली, की याचा संशय वाढे. ती नोकरीवर आनंदाने जाते त्यामुळे तिथे तिचे कुणाचे जमले असावे या संशयाने त्याच्या मनात घर केले होते आणि मग स्मिताचा छळ सुरू झाला. पुढे पुढे तर स्मिता कुणाकडे गेली किंवा तिच्याकडे कुणी तिचा मित्र किंवा नातेवाईक आले तरीही त्याला तिचा संशय वाटू लागला. ती माहेरी वडिलांना भेटायला जाते असं म्हटल्यावरही त्याला संशय. यासाठी मानसशास्त्राच्या काही पुस्तकांचा चुकीचा आधारही त्याला मिळाला होता. त्यामुळे आता तिचे माहेरही बंद झाले होते. स्मिताने वेगवेगळ्या तऱ्हेने, प्रत्यक्ष-अप्रत्यक्ष समजावून

सांगून हे भूत घालवण्याचा प्रयत्न केला पण त्याचा उलटाच परिणाम झाला. मूल झाल्यावर हा संशय जाईल म्हणून वाट पाहिली पण पुढे मात्र त्यांना मुलगी झाल्यावर महेशचा संशय आणखीनच बळावला. स्मिताने हा संशय घालवण्याकरीता, आपण सर्वांची रक्त तपासणी करू म्हणून प्रस्ताव आणला. सुरुवातीला महेशला तो पटला पण नंतर त्याला संशय आला की स्मिताने तपासणी करणाऱ्या बरोबर जमवले असावे किंवा तपासणीचे निर्णय तरी बरोबर असतात का? आता मात्र स्मिताला या जगात असे अपमानित जगणेच असह्य झाले होते. तिचे सर्वच उपाय संपले होते. संशयाचे रोज असह्य चटके खाण्यापेक्षा तिने अग्निच जवळ केला होता. मरतानाही तिने तिच्या मृत्यूसाठी महेशला दोष देऊ नये असे लिहून ठेवले व महेशलाही अत्यंत प्रेमाने ओथंबलेले पत्र लिहिले होते. आता महेश आणि स्मिता यांनी त्यांच्या निरपराध मुलीला अनाथ म्हणून या जगाच्या खाईत लोटून जगाचा निरोप घेतला होता. एका संशय पिशाच्चाने/झोटींगाने या दोन निरपराध लोकांचा बळी घेतला होता आणि सर्व कुटुंबाची भयानक वासलात लावली होती. संशयकल्लोळ नाटकात 'संशय खट झोटींग महा' असं संशयाचं यथार्थ वर्णन केलं आहे. एखाद्या असाध्य रोगापेक्षा संशय रोग हा महाभयंकर आहे कारण इतर रोग रोग्याचे जीवन ग्रासतात तर संशय रोग हा अशा रोगी माणसाबरोबर इतर सर्वांचेच जीवन उद्‌ध्वस्त करतो. म्हणून एडस् पेक्षाही हा संशयरोग महाभयंकर वाटतो.

नवऱ्याने बायकोचा खून केल्याचा खटला न्यायालयासमोर आला की बरेच वेळा नवरेपणाचा अहंकार आणि संशय हे अशा नवऱ्याचे गुन्ह्यातले सुप्त साक्षीदार असतात असे दिसून येते. अर्थात शिक्षा मात्र त्यांना होत नाही, नवऱ्याला होते. बायकोच्या चारित्र्याचा संशय घेणे व तिला टाकणे हे आपले आद्य कर्तव्य आहे, अशी बऱ्याच नवऱ्यांची कल्पना असते व त्यासाठी ते रामाच्या सीता त्यागाकडे अंगुलीनिर्देश करतात. इंग्रजीमध्ये "सैतानाने बायबल उधृत करावे," अशी म्हण आहे. ती इथे तंतोतंत लागू पडते. लोकनिंदेमुळे रामचंद्राला जरी सीतात्याग करावा लागला तरी त्याने दुसऱ्या स्त्रीचा स्वीकार केला नाही. इतकेच नव्हे तर राजसूय यज्ञाच्यावेळी त्याने पत्नी म्हणून सीतेचीच सोन्याची मूर्ती ठेवली होती, हे असले नवरे विसरतात.

सर्व प्रकारच्या संशयांमध्ये पतीने पत्नीचा संशय घेणे हा प्रमुख संशय. या संशयाचा मानसशास्त्रीय विचार केला तर तो पतीच्या मानसिक दौर्बल्यातून निर्माण झाल्याचे दिसून येईल. आपल्या पत्नीचे आपण समाधान करू शकत नाही, तिला सुख देऊ शकत नाही याची जाणीव जेव्हा त्याच्या अंतर्मनाला टोचते, तेव्हा त्यांचा पुरुषी अहंकार उफाळून येतो. आपल्या कमजोरीचे स्वरूप

ओळखून त्याच्यावर उपाययोजना करण्याऐवजी हा पुरुष वरवर जास्त आक्रमक होतो. पण तो आतून अत्यंत भ्याड झालेला असतो. मग ही कमतरता तो संशयाने भरून काढतो. त्यामुळे जो काही कमीपणाचा दोष आहे, त्याला आपण जबाबदार नाही, तर आपली पत्नीच जबाबदार आहे अशी स्वत:ची खोटी मनोधारणा करून तो स्वत:ची फसवणूक करून घेत असतो. असा संशयी पती किंवा माणूस हा मनोरूग्ण असतो. या हीनगंडाच्या रोगामुळे त्याचे जीवन दु:खी व असहाय झालेले असते. मग तो दुसऱ्याचेही जीवन असेच दु:खी आणि असह्य करण्यातच आनंद घेतो. यालाच 'परपीडक किंवा सॅडीस्ट' मनोवृत्ती असे म्हणतात.

संशय नुसता दृष्टीच बिघडवतो असे नाही, तर त्याचा घातुकपणा म्हणजे तो माणसाला विचारच करू देत नाही. त्यामुळे त्याला कोणतेही निर्णयच घेता येत नाहीत. जे लोक अत्यंत आपमतलबी आणि दुबळे असतात, तेच संशयी असतात. जॉन्सन सारखा विचारवंत म्हणतो, He, that is already corrupt is naturally suspicious and he that becomes suspicious will quickly be corrupt. म्हणजेच जो दूषित विचार करतो तो संशयीच असतो व जो संशयी तो कुविचारी व भ्रष्ट होऊ शकतो. संशयी माणसाचा जीवनाच्या चांगुलपणावर, आशेवर, मनुष्याच्या विकासावर विश्वासच नसतो. शेक्सपिअरने चौथा हेन्री नाटकात 'suspicion always hunts the guilty mind' असे लिहिले आहे. (गुन्हेगारीवृत्तीच्याच माणसाला संशय झपाटतो) संशयी माणसाला कधीच विवेकी वागता येत नाही. एखाद्या घटनेचा तो सकारात्मक विचार (Positive Thinking) करू लागला, तर त्याचे मन त्याला बजावते की, असा विचार करण्यात तुझे चुकत तर नाही ना? कारण हे जग वाटते तितके सुंदर, सत्य व शिव नाही व तसं मानण्यात किंवा श्रद्धा ठेवण्यात तुझी फसगत होते आहे. तू भोळा आहेस, सारे जग तुला फसवायला बसले आहे. ही तुझी फसवणूक तुला आज जरी नक्की कळली नाही, तरी नंतर कळेल तेव्हा समोरचा माणूस तुला फसवत आहे असेच धरून चालणे तुझ्या फायद्याचे आहे व व्यवहारी आहे व तसेच अनुमान तू काढ. त्याला शहानिशा करून खात्री पटण्याची जरूर नाही. संशयी माणसाचा विनाश ठरलेला असतो. म्हणून म्हणतात, 'संशयात्मा विनश्यति.'

पुण्यात तुळशीबागेत एक नवरा, बायको देवळात गेली की दाराच्या फटीतून तिच्यावर पाळत ठेवत असे हे दिसल्यावर देवलांनी संशयकल्लोळ नाटक लिहिले. ते फार गाजले. देवलांनी संशयी नवरा-बायकोच्या साऱ्या तऱ्हा फार विनोदी तऱ्हेने सादर केल्या आहेत. संशयावरील हे आनंदप्रधान सुखान्त नाटक तर शेक्सपिअरचे अथेल्लो व त्यावर बेतलेले झुंझारराव हे नाटक, ही संशयामुळे उद्ध्वस्त झालेल्या प्रेमी जिवांची शोकांतिका आणि 'दु:ख पर्यावसायी' नाटके.

या नाटकांनी संशयाचे भयाण हृदयविदारक स्वरूप समाजापुढे आणले. संशयकल्लोळ नाटकातील 'संशय का मनी आला', हे पद सर्वतोमुखी झाले.

संशय हे गुन्हगारांच्या बाबतीत त्याच्या गुन्ह्याच्या शाबितीकरीता पुरेसे कारण धरले गेले नाही. १०० अपराधी सुटले तरी चालतील पण एका संशयित निरपराध्याला शिक्षा होऊ नये याबाबतीत न्यायदेवता डोळ्यात तेल घालून पहात असते. म्हणूनच न्यायदेवतेच्या राज्यात देर असतो, पण अंधेर नसतो असे म्हणतात. हीच सूत्रे जर जीवनामध्येसुद्धा पाळली तर माणसाचे जीवन सुखी होते. चुकीच्या निर्णयामुळे पश्चाताप करायची पाळी येत नाही.

गुन्हेगार व संशय म्हटला की मला सातारच्या जलमंदिरात झालेल्या मूर्तींच्या चोरीच्या खटल्याची आठवण होते. प्रथमत: चोरीच्या संशयावरून गावातल्या प्रतिष्ठित माणसांना पोलिसांनी धरले. गुन्ह्याच्या तपासकामी त्यांना इतके मारले की, त्यांचे हातपाय मोडले. पुढे खटल्यात ते निर्दोष सुटले व कालांतराने गुप्त पोलिसांना खरे गुन्हेगार मिळून मूर्तीही मिळाल्या. त्यावर खटले भरून त्यांना शिक्षा झाल्या.

राज्यकारभार किंवा कुठल्याही कारभारात पारदर्शकता असावी असा आग्रह असतो त्याचे कारण कुठल्याही प्रकरणामध्ये कुणाबद्दलही संशय घेण्यास जागा राहू नये. संशयामुळे पतीपत्नीचा घटस्फोट होतो, चांगले मित्र शत्रू होतात, नोकर टिकत नाहीत, घरात माणसाने दूध प्यायले किंवा काही हरवले की नोकरावर संशय घेतात. अशा अविश्वासाच्या वातावरणात बायकोसुद्धा टिकत नाही तिथे नोकरचाकर काय टिकणार? संशयी व्यक्तीला मित्र नसतात. ती व्यक्ती स्वत:च शत्रू असते.

मात्र माणसाने संशयी असूच नये का? तर जरूर असावे. जे जे या जगात दिव्य रम्य आहे, सत्य शिव सुंदर आहे, चैतन्ययुक्त आणि जीवन प्रवाही आहे, आशा आहे, श्रद्धा आहे, मुले आहेत, फुले आहेत, निसर्ग आहे, त्याबद्दल संशयी नसावे. त्यात घात आहे, पण आपण दुसऱ्याला दु:खी तर करत नाही ना? हे सभोवतालचे जग असुंदर तर करत नाही ना? अहंकाराने इतरांना त्रास तर देत नाही ना? आपण स्वार्थी, लोभी तर नाही ना? ह्याबद्दल जरूर संशयी असावे. त्याने प्रगतीच होईल.

रामदास स्वामींनी दासबोध का वाचावा ह्या पहिल्या समासातच त्याची फलश्रुती सांगितली आहे की त्याच्या वाचनाने संशय दूर होतात व मनाचा निश्चय होतो. संशय घालवण्यास श्रद्धा आणि गुरूकृपाच हवी. त्याचे फळ छिंदन्ते सर्व संशय: (संशयाचे निराकरण होते) असे सांगितले आहे.

श्रीकृष्णानी गीता सांगितल्यानंतर अर्जुनाला त्याचे काय फळ मिळाले, तर तो म्हणाला, "स्थितोस्मि गतसंदेह:" (माझे सर्व संशय गेले).

■

१९.

भीतीचे भूत

काही दिवसांपूर्वी माझ्या वाचनात आले होते की, एका वैद्यकीय महाविद्यालयात विद्यार्थ्यांनी पैज लावली की, रात्री अंधारात प्रेते ठेवलेल्या खोलीत जी प्रेते शवविच्छेदनासाठी ठेवली होती त्यांच्या तोंडात पेपरमिंटची गोळी कोण ठेवून येईल? एक मुलगा तयार झाला. त्याने तशी गोळी ठेवताच आवाज आला, 'आणखी' त्याबरोबर गोळी ठेवणारा मुलगा इतका घाबरला की, त्याची हृदयक्रिया बंद पडून तो जागच्या जागीच मेला. झाले होते असे की, त्याचा मित्रच प्रेताऐवजी टेबलावर केवळ गंमत करावी म्हणून झोपला होता. भीतीचा एवढा मोठा परिणाम होऊ शकतो हे वाचूनच एखाद्याला धडकी भरेल.

दरवर्षी साप चावून मेलेल्या लोकांपैकी आपल्याला विषारी साप चावला आहे व आपण आता नक्की मरणार ह्या भीतीने शेकडा ९० टक्के लोक मरतात. खुद्द विषारी साप-नाग चावून त्याच्या विषामुळे मेलेल्यांची संख्या जेमतेम १० टक्के सुद्धा नाही. थोडक्यात हे भीतीचे विष सापाच्या विषापेक्षाही भारी आहे.

शारदा नाटकात लहान अल्लड मुलीचे लग्न एका जरठ वृद्धाबरोबर होणार असते. तेव्हा ती कळवळून गाणे म्हणते, "मूर्तीमंत भीती उभी मजसोर राहिली." बहुसंख्य माणसांची ह्या मुलीसारखीच अवस्था असते. त्यांच्या समोर भीती भुतासारखी उभी असते व तिने त्यांना जन्मभर झपाटून टाकलेले असते. त्यामुळे अशा माणसांना त्यांचे जीवन आनंदाने उपभोगताच येत नाही. एरवी स्वतंत्र असणारा माणूस स्वत:हून भीतीच्या हातकड्या आणि दोर बांधून घेतलेल्या कैद्यासारखा दिसतो. ही त्याची स्थिती इतर कुणी नव्हे तर त्याची त्याने स्वत:च करून घेतलेली असते. भीतीग्रस्त माणूस नेहमी शंकेखोर असतो. भीती त्याला

नेहमी गोंधळात टाकते व कोणताही निर्णय नीट घेऊ देत नाही.

या भीतीच्या कारणांची व ती नाहीशी कशी करायची त्यावर उपाययोजना करण्याचा विचार करणे अत्यंत जरुरीचे आहे.

प्रथमत: हे लक्षात ठेवले पाहिजे की, भीती ही कुठे माणसाच्या मनाशिवाय बाहेर अस्तित्वात नसते. त्याच्या अंतर्मनातच तिचा उगम आणि तिची वाढ होते. मग ती हळूहळू बाह्यमन व्यापते आणि मग त्या माणसाच्या विचारांनाच काय पण त्याच्या हालचाली आणि सर्व व्यक्तिमत्त्वालाच ग्रासून टाकते. सर्व प्रकारच्या भीतीचा विचार केला तर त्याची प्रामुख्याने सहा गटांत वर्गवारी करणे शक्य आहे. १) आपण नाहिसे होऊन जाऊ, अशी मरणाची भीती. २) आपल्याला गरिबी येईल व आपले हाल हाल होतील, ही आर्थिक भीती. ३) लोक आपल्यावर टीका करतील किंवा आपली निंदा करतील व आपल्याला स्वाभिमानाने जगता येणार नाही याची भीती. ४) या जगात आपण बेवारशी राहू, स्वाभिमानाने जगता येणार नाही या लोकभ्रमाची भीती. ५) आपल्या तब्येतीबद्दल शारीरिक भीती व ६) आपले अवयव कालांतराने बाद होत जातील अशी म्हातारपणाची भीती.

माणसाला जर निर्भय जगायचे असेल तर प्रथम त्याला आपली भीती कोणत्या स्वरूपाची आहे, ते पाहिले पाहिजे. माणसाने भीतीचेच भय बाळगले पाहिजे. "The only thing, we have to fear is fear itself " शेक्सपीअर म्हणतो, "True nobility is exempt from fear. Fearless minds climb soonest unto crowns." उमद्या स्वभावाच्या माणसाला भीतीची बाधा नसते व निर्भय मनच राजमुकूट धारण करू शकते.

पहिली गोष्ट आपण पाहिली पाहिजे की भीती ही नक्की कोणत्या घटनेचा किंवा विचाराचा परिणाम म्हणून अंतर्मनात रुजली आहे. बी जसे मऊ आणि सुपीक जमिनीत येते, तशीच भीतीही कोमल आणि त्याला अनुरूप अशा अंतर्मनात रुजली जाते. ज्याचे अंतर्मन खडकासारखे पक्के आहे, अशा मनांवर ज्ञानेश्वर महाराज म्हणतात तसा भीतीचा परिणाम होत नाही. हा अंतर्मनाचा पक्केपणा ध्येयवादी माणसाच्या मनात आलेला असतो. दुसरे असे की, ज्याच्या अंत:करणात श्रद्धा किंवा गुरुकृपा आहे, त्यांच्या अंतर्मनात अशा प्रकारची भीती रुजू शकत नाही.

भीती कशी रुजते हे पाहिले. तसाच, भीतीच्या बाह्य-लक्षणांचाही आपण परिचय करून घेतला पाहिजे. हा रोग ओळखण्यास अत्यंत सोपा आहे. भीतीग्रस्त माणूस हा कायम विचारांच्या गोंधळात असतो. त्यामुळे त्याला कोणत्याही वस्तुस्थितीचे किंवा घटनेचे आकलन होणे अशक्य असते. इतकेच नव्हे, तर

पदार्थाचे किंवा परिस्थितीचे त्याला विपरित ज्ञान होते. उदा. भीतीमुळे दोर हा सापच आहे असे वाटणे. यामुळे भीतीने गाळण उडून गोंधळलेल्या अवस्थेमुळे त्याला काय करावे हे सुचतच नाही. गीतेच्या पहिल्या तीन अध्यायांचा विचार केला तर अर्जुनाची भ्यायलेली स्थिती व त्याची निर्णय घेऊ न शकण्याची अवस्था चांगल्या प्रकारे लक्षात येते. तो काकुळतीने कृष्णाला सांगतो की, माझे मन संशयी बनले आहे. ते अत्यंत बलवत्तर आहे व चंचल आहे. त्यामुळे ते ताब्यात कसे ठेवता येईल? त्यावर श्रीकृष्ण जे उत्तर देतात ते प्रत्येकाने लक्षात ठेवण्यासारखे आहे. ते सांगतात, अभ्यासेनतु कौंतेय ।। वैरागेन च गृह्यते ।। – वैराग्यपूर्ण अभ्यासाने मन ताब्यात येते व मन एकदा ताब्यात आले की भीती घालवणे फार सोपे आहे.

भगवान श्रीकृष्ण हे अत्यंत उत्तम मानसशास्त्रज्ञ होते आणि त्यांनी सांगितलेल्या मार्गाशिवाय दुसरा कोणताही मार्ग आजपर्यंत तरी मानसशास्त्रज्ञांना सापडलेला नाही. तेव्हा, आपल्याला भीतीच काय, पण मनातला इतर कोणताही विकार घालवण्यासाठी, आपल्या मनाचा आपण श्रीकृष्णांनी सांगितल्याप्रमाणे अभ्यास केला पाहिजे. दुर्दैवाची गोष्ट अशी आहे की, सारखे मी मी म्हणणारी अहंकारी माणसेसुद्धा त्यांच्या मनाबद्दल, म्हणजे ते कोणत्या परिस्थितीत कसे व का वागले ते सांगू शकत नाहीत कारण त्यांनी स्वत:च्या मनाचा अभ्यास केलेला नसतो.

भीतीला भिण्याऐवजी तिला सामोरे जाणे हाच सर्वात उत्तम उपाय होय. 'भित्यापाठी ब्रह्मराक्षस' म्हणातात ते भीतीला घाबरून पळून जाणाऱ्याला उद्देशून. लहानपणी एक गोष्ट ऐकली होती की एक गरीब मुलगा सायंकाळी रानातून परत येऊ लागला की त्याला आवाज ऐकू येई, "मी येऊ का?" तो घाबरून रानात जाईनासा झाला. त्याच्या आईने सांगितले की, परत असा आवाज ऐकलास की शांतपणे थांब व म्हण "जरूर ये," एक दिवशी मुलाने कसे बसे धारिष्ट धरून म्हटले अन् आवाज येणे कायमचे बंद झाले. ही भीती, हा सारा मनाचाच खेळ. त्याच्या मनातील भीतीचे भूत त्याने खंबीरपणे घालवले होते. रामदास स्वामींनी हेच सांगितले आहे, 'धीर धरा धीर धरा तकवा ।। हडबडू गडबडू नका ।।' भीतीपोटी घाबरून जाऊ नका. तिला धीटपणे सामोरे जा. भीती ही सावलीसारखी आपल्या मागून येत असते. आपण तिला घाबरून पळालो की, ती ही पळत मागे येते. तिच्याकडे तोंड केले तर मात्र ती दिसत नाही.

विवेकानंदांची गोष्ट सांगतात की, एका डोंगरावर ते देवळात जात असताना असंख्य माकडे माणसांच्यावर हल्ला करून त्यांच्या जवळील सर्व चीजवस्तू पळवत असल्याचे दिसले. सर्वच माणसे माकडांना भिऊन पळत असत. कुणीतरी सांगितल्यावरून विवेकानंदांनी हातात काठी घेतली आणि ते सर्व माकडांवर

चालून गेले. त्याबरोबर माकडे पार पळून गेली. भीतीचे असेच आहे. तिच्यावर चाल करून गेलो की ती पळून जाते.

खरंतर भीतीपोटीच माणूस गुन्हा करतो व भीती हीच गुन्ह्याची खरी शिक्षा आहे. मग तो त्याच्या परिणामातून (शिक्षेतून) सुटण्यासाठी जी केविलवाणी धडपड करतो, त्यातच त्याचा पूर्ण पराभव झाला असतो. गुन्ह्याच्या वेळी वाटेल त्या डरकाळ्या मारणाऱ्या गुन्हेगारांना जीव जाण्याच्या भीतीने लपत छपत रहावे लागते हे आपण बघतच आहोत. अशा माणसांना स्वतःच्या सावलीचीही भीती असते. शेक्सपीअर म्हणतो, "Be not afraid of shadow." (सावलीला घाबरू नका.)

मरणाच्या भीतीबद्दल इतकेच म्हणता येईल की, गीतेच्या स्वाध्यायाने ही भीती पूर्ण नाहिशी होऊ शकते. श्रीमत् आद्य शंकराचार्य म्हणतात की मृत्यूची जाणीव निर्माण होईपर्यंत मनुष्याने त्याचा चरितार्थ अध्यात्म विद्येखेरीज इतर अन्य प्रकारच्या ज्ञानाने किंवा विद्येने घालवावा. म्हातारपणी मृत्यूच्या दारात आल्यावर अध्यात्म विद्येच्या सहाय्याने त्याने मरणाला मारून अमरत्व मिळवावे. (अविद्यया मृत्यूंतीर्त्वा विद्ययाऽमृतमष्नुते') त्याने मरणाचे भय नाहीसे होते. 'माझा देह नाहीसा झाला तरी मी अमर रहाणार असल्याची गीतेची शिकवणूक अंगी बाळगण्याने माझी मरणाची भीती पार गेली' असे जागतिक कीर्तीचे इतिहास तज्ज्ञ अरनॉल्ड टॅनबी म्हणत असत. स्वातंत्र्यवीर सावरकर म्हणत, मी मरणाला भीत नाही फक्त यश दूषित होऊ नये ह्याची भीती आहे. ('न भी मरणादस्मि केवलं दूषित यशः') संतांना मरणाची तर कधीच भीती वाटली नाही, उलट तो त्यांनी आनंदसोहळा मानला. काळ देहासी आला खाऊ । आम्ही आनंदे नाचू गाऊ ।। – असे ते म्हणत.

भीतीग्रस्त माणूस जीवनात कुठेच उत्साहाने भाग घेऊ शकत नाही. कोणी उत्साहाने कशात भाग घेऊन आनंदी असला की असा भीतीग्रस्त माणूस हा आनंद क्षणभंगूर आहे वगैरे तत्त्वज्ञान सुनावतो. सहसा हा रोग म्हाताऱ्यांना होतो. तरी सुद्धा बरेच तरुणही ह्या रोगाने पछाडलेले दिसतात. प्रकृती चांगली न रहाणे, मन गुंतवणारा कोणताही व्यवसाय किंवा साधन नसणे, प्रेमामध्ये निराशा, अपेक्षाभंग, धार्मिक कट्टरमते किंवा मनोविकार अशी कारणे ही मरणाची भीती निर्माण करतात. ह्या भीतीवर इलाज केला तर अशी भीती नाहिशी होऊ शकते. अशा प्रसंगी लॉंगफेलोची 'होम दे ब्रॉट हर वॉरीअर डेड' ही कविता आठवण्यासारखी आहे. लढाईत नवरा धारातिर्थी पतन पावल्यावर त्याच्या विधवेला एकदम मानसिक प्रचंड धक्का बसला. ती मरणोन्मुख झाली. सर्व उपाय थकल्यावर एका म्हातारीने चटकन तिचे मूल तिच्या मांडीवर ठेवले. त्याबरोबर एकदम ती

ह्या धक्क्यातून बाहेर आली आणि बाळाला पोटाशी धरून म्हणाली, "बाळा, तुझ्यासाठी तरी मला जगलं पाहिजे." नवरा गेल्यामुळे आपले सर्वस्व गमावल्याची भीती नाहीशी झाली व आपल्या मुलासाठी जगले पाहिजे हा तिला तिच्या जगण्याचा हेतु कळला व ती धीट झाली.

सर्व प्रतिकूल परिस्थितीला टक्कर देऊन यशस्वीपणे आणि प्रभुत्वाने जगलेच पाहिजे अशी मनोधारणा असणे ही भीतीवर मात करण्याची पहिली पायरी होय.

भीतीच्या बाबतीत अत्यंत गमतीची गोष्ट आहे, ती म्हणजे मनुष्याला त्याच्या स्वत:च्या बळावर हे आयुष्य सुखाने जगता येणे अशक्य आहे, अशी भीती वाटली. मग ही भीती घालवायला बाहेरून कुणाची तरी मदत घ्यावी असे त्याला वाटू लागले. ही भीती घालवण्यासाठी तो देव देव करू लागला. शेवटी तो या देव-देवच्या स्वनिर्मित कल्पनेत इतका फसला की देवाच्या रूपाने आणखीन एक नवी भीती त्यांच्यापुढे देवाएवजी उभी राहिली. आपले थोडे काही चुकले तर देव आपल्याला शिक्षा करील या कल्पनेने तो सदैव भीतीग्रस्त राहू लागला. मग त्याला गुरुचा शोध लागला. त्याला अनुभव आला की, ही देवाबद्दलची भीती गुरुमुळे जाते. त्यामुळे जीवनातली भीती घालवायला देव आणि देवासंबंधीची भीती घालवायला गुरु असे त्याच्या जीवनामध्ये आले. खरं तर आईवडिलांसारखा देवाबद्दल धाक बाळगावा, पण भीती बाळगू नये. धाकाने विकास होतो. भीतीने विनाश होतो.

आपल्याजवळ पैसा नसेल तर गरिबी येऊन आपले अत्यंत हालहाल होतील, ह्या आर्थिक भीतीपोटी अनेकांची आयुष्ये बरबाद झालेली आपल्याला दिसतात. जगात फक्त पैशाला किंमत असते. तो नसेल तर आपणास कोणी विचारणार नाही. आपल्याला जगताही येणार नाही अशा भयगंडाने त्यांचे मन सदैव व्यापलेले असते. अशी माणसे कमालीची चिक्कू व संशयी असतात. कोणत्याही माणसाला ती कधीही जवळ करीत नाहीत. मग भले ती, त्यांचा मुलगा, बायको किंवा आईवडील असोत. अशा व्यक्तींना विकासाचे सारे मार्ग ठाऊक असतात. पण ते भीतीपोटी निर्णय घेऊ शकत नाहीत. योग्य वेळी आपण काही करणार आहोत असे जरी ते म्हणत असले, तरी अशी त्यांची योग्य वेळ कधीच येत नाही. त्यामुळे कशाची तरी ते नुसती वाट पहात असतात. कै. अत्र्यांनी 'कवडीचुंबक' हे नाटक अशा भीतीने संशयग्रस्त झालेल्या माणसावरच लिहिले आहे.

आपल्या पहाण्यात कित्येक लोक असे येतात की, कोणीतरी आपल्यावर प्रचंड टीका करेल व त्यामुळे आपल्याला स्वाभिमानानेच काय पण साधे जीवनही जगणे अशक्य होईल, ह्या लोकनिंदेच्या भीतीपोटी वावरत असतात.

सारखे 'लोक काय म्हणतील' ते आपल्याला हसतील, मूर्ख ठरवतील असे त्यांना वाटते. अशी माणसे नेहमी संभाषणात भाग घेण्याचे टाळतात किंवा फुकट मतभेद नको म्हणून समोरच्याचे मत चटकन मान्य करतात. ते लवकर भेदरतात (नर्व्हस होतात) व माणसांच्या समुदायात सदैव बेवारशासारखे, गबाळेपणे वावरत असतात. त्यांच्या अंगी कधीच ताठपणा नसल्याने ते नेहमी कणाहीनपणे वावरतात. त्यामुळे त्यांची इतरांवर छाप पडत नाही. हे त्यांनाही कळून चुकले असते. मग ते आणखीनच संकोची होऊन विचित्र वागतात. सतत शारीरिक किंवा मानसिक थकवा आल्यासारखी ही माणसे वावरतात. मेल्यावरही देव आपले फक्त दोष किंवा चुका काढून शिक्षा करेल असे त्यांना वाटते. त्यामुळे स्वर्गसुद्धा त्यांना तुरुंग वाटतो व देव बंदीपाल!

एकटेपणाची भीती ही सर्वांत घातुक व चमत्कारिक भीती होय. पूर्वी एकांतवासाची शिक्षा दिली जात असे. थोड्या दिवसातच कैदी वेडा होऊन जाई इतकी ही शिक्षा भयंकर ठरली व शेवटी ती कायद्याने रद्द केली. माणसाला एकटं रहाणं ही शिक्षा त्याच्या भीतीमुळे असह्य होते. माझ्या माहितीचे काही जण असे आहेत की, घरची मंडळी कुठे परगावी गेली तर त्यांना एकट्याला घरात जणु भुताटकी असल्यासारखे वाटते व ते बराच वेळ घराबाहेर राहात असतात. घरातली माणसे बाहेरगावी जाणार म्हटल्याबरोबर ह्यांचा चेहरा पार पडलेला असतो व ते अनाथ बेवारशासारखे वागू लागतात.

माझ्या पहाण्यातली एक व्यक्ती बायकोचा सारखा राग राग करीत असे. पण ती एक दिवस जरी बाहेर गेली की त्याला अत्यंत बेचैन वाटे. तो एकटेपणाला घाबरत असे. मी सहज विचारल्यावर त्याने सांगितले की, त्याची आई तो ८-९ वर्षांचा असताना वारली होती. त्याच्या स्वभावाचे कोडे उलगडले. साधारण ह्या वयाला ज्या मुलांची आई वारते, त्यांनी त्यांच्या आईचा प्रेमळपणा, माया अनुभवलेली असते. अशी आपणावर प्रेम करणारी आई आपल्याला एकटं टाकून देवाघरी आनंदात आहे, ह्याची जाणीव व तिच्याबद्दलचा राग त्यांच्या मनात बसतो. बायकोसुद्धा आपणास टाकून जाऊन आपण एकटे राहू या भीतीने तो अत्यंत ग्रासला जातो. आईचा सारा राग तो बायकोवर काढतो. 'ह्या कातरवेळी पाहिजेस तू जवळी' अशी भावना होते आणि आयुष्यात ही कातरवेळ कधीही संपत नाही. अशी एकटेपणाची भीती बाळगणारी माणसे त्यांच्यावर प्रेम करणाऱ्यांवर फार संशयी असतात. अनेकवेळा ते बायकोच्या चारित्र्याचा संशय घेतात. दुसऱ्याचे नेहमी दोष काढतात व थोड्याशा कारणाने आपल्याच लोकांवर राग काढतात. 'घरच्यांवरी खाय दाढा, बाहेरी दीन बापुडा' अशी त्यांची स्थिती असते. कित्येकवेळा ही माणसे ज्यांच्यावर प्रेम करतात त्यांना खूप भेटवस्तू,

बक्षिसे देत असतात. हेतु हा की ह्या गोष्टींनी अशा व्यक्ती आपल्याशी बांधील असाव्यात. निद्रानाश, घाबरटपणा, मनाचा कमकुवतपणा, मनाचा चटकन तोल जाणे ह्या गोष्टी त्या अशा एकटेपणाच्या भीतीग्रस्तांचा जन्मभर पाठपुरावा करताना दिसतात.

सर्व भीतीत आणखी एक चमत्कारिक भीती असते. ती म्हणजे आपणाला काही रोग झाला आहे, ही भीती. वैद्य किंवा डॉक्टरांकडे जाणारे शेकडा ७५ टक्के लोक खुद्द आजारापेक्षा ह्या भीतीनेच पछाडलेले असतात. वैद्यकीय परिभाषेत त्याला 'काल्पनिक आजार' (हायपोकॉन्ड्रीया) म्हणतात. रोगाच्या बद्दल काहीही काळजी करण्यासारखे थोडेसुद्धा कारण नसले तरी केवळ भीतीपोटी मनुष्यास रोगाची लक्षणे उद्भवू लागतात. सर्वात ह्या भीतीची गमतीची गोष्ट म्हणजे गर्भारपणी पत्नीला होणाऱ्या त्रासामुळे कित्येक नवऱ्यांना अशाच गर्भिणि स्त्रियांना होणाऱ्या त्रासाच्या स्वरूपाचा त्रास होण्याची लक्षणे दिसतात. ह्यालाच वैद्यकीय परिभाषेत सिनोसायसीस म्हणतात.

मनाची एवढी शक्ती आहे की ते उभारणीही करू शकते तसेच विनाशही घडवू शकते. एखादा मनुष्य केवळ दुसऱ्याने केलेल्या सूचना किंवा साध्या चौकशीनेसुद्धा आजारी पडू शकतो. एकदा मानसशास्त्रज्ञांनी असा प्रयोग केला की, चांगल्या सुदृढ माणसाला त्याच्या वेगवेगळ्या तीन मित्रांना निरनिराळ्या वेळी व प्रसंगी, "तू कशाने आजारी पडला आहेस? तुला काही गंभीर आजार झाला आहे असे वाटते." एवढे म्हटल्याने ही व्यक्ती आजारी माणसासारखीच वागू लागली. प्रथम विचारले तेव्हा त्याने, "छट् , मला काहीही झाले नाही, मी चांगला ठणठणीत आहे" असे उत्तर दिलं. दुसऱ्याने विचारल्यावर मात्र, 'मला नक्की माहीत नाही पण हल्ली बरं वाटत नाही' असे उत्तर दिले. व तिसऱ्या मित्राने विचारल्यावर मात्र आपल्याला नक्कीच काही भयंकर आजार झाला आहे याची त्याला खात्री पटली. काही लक्षणे घेऊन तो लगेच उपचारासाठी वैद्यांकडे गेला. अर्थात असे रोगी चांगल्या वैद्याकडे गेले तर पैसे न उकळता रोग्याला आत्मविश्वास देऊन ते त्याला बरे करतात. अशी मंडळी, डॉक्टर तुम्हांला नुसते पाहिले की रोग पळून जातात, बरे वाटते असे म्हणतात. असाच एक रोगी वैद्याकडे गेला व म्हणाला माझे डोके प्रचंड दुखते आहे. सहन होत नाही. वैद्य म्हणाला नवीन छान औषध आले आहे. गोळी नुसती २ मिनिटे तोंडात धरा व थुंकून टाका, ताबडतोब रोग बरा होतो. डॉक्टरने दिलेली गोळी त्याने तोंडात ठेवली व लगेच रोगी म्हणाला, "खरंच एकदम बरं वाटलं." तो गेल्यावर दुसऱ्याने विचारले, "त्या गोळीचं नाव काय?" डॉक्टर मित्राला म्हणाला, "ती गोळी नव्हती, माझ्या शर्टाचे बटण होते." अशा औषधांना 'प्लेसीबो' असे

वैद्यकीय परिभाषेत म्हणतात.

वैद्यकीय महाविद्यालयात गेलेल्या विद्यार्थ्याला रोगांची लक्षणे वाचताना ही सारी लक्षणे आपणांस लागू पडतात अशी भीती वाटून तो बरेच वेळा बेचैन होतो. वर्तमानपत्रातल्या औषधांच्या जाहिराती वाचल्या की लक्षात येते की अशा भयभीत रोगांना भुलवून पैसे उकळण्याचा हा एक संभावित मार्ग आहे. टकलावर केस उगवणे, मधुमेह कायमचा बरा होत नाही हे माहीत असून सुद्धा माणसे त्यावर अनेक औषधे व उपाय करत असतात. जाहिरातदारांनी हे चाणक्षपणे ओळखले आहे.

जी माणसे विचित्र तऱ्हेवाईकपणे किंवा चमत्कारिक वागतात, त्यांच्या अंतर्मनात कुठल्यातरी प्रकारची भीतीच दडलेली असते. ९० टक्के जास्त मानसिक रोगाने पछाडलेले किंवा मनोरुग्ण ह्यांनी मनातल्या आतल्या गाभ्यात कशाची तरी भीती बाळगलेली असते. त्यांच्या अंत:र्मनाच्या भयगंडातूनच हे विकार निर्माण झाल्याचे दिसून येते. पोटातील अल्सर (आंतर्व्रण) ह्याचे ९० टक्के कारण हे अंतर्मनातील कसल्यातरी भयामुळेच होते असे आता सिद्ध झाले आहे.

आयुष्यात निर्भय असण्याइतकं कशातही सुख नाही. स्वर्ग चांगला कारण तिथे कुणालाही कोणाकडूनही भय नसते. निर्भय माणूस पृथ्वीवर असला तरी नंदनवनात असल्यासारखा असतो. सिंह वनाचा राजा कारण तो निर्भय असतो. त्याची स्वयमेव मृगेंद्रता असते. आपल्याकडे सर्व संत, स्थितप्रज्ञ, आत्मज्ञानी असेच निर्भय असतात. दोन प्रकारची माणसे निर्भय असतात. एक स्वत: बलवान ज्ञानी असतील ते किंवा जे समर्थांचे सेवक, दास आश्रयाने राहणारे आहेत असे. रामदास स्वामी तेवढ्यासाठीच म्हणतात, 'समर्थाचिया सेवका वक्र पाहे, असा सर्व भूमंडळी कोण आहे!' कोणाची टाप आहे, समर्थांच्या सेवकाकडे वाकडा डोळा करून पहावयाची. ज्ञानेश्वर महाराज म्हणतात, 'समर्थाची कांता काय कोरान्न मागे?'

स्टेशनवर गंमत पहाण्यासारखी असते. गर्दीतून तिकिट काढणे, जागा शोधणे, धावपळ करणे, सामान लावणे हे सारे पुरुष करीत असतो. त्याची बायको मुलाला घेऊन दूर मजेत उभी असते. प्रवासाची सारी भीती तिने नवऱ्यावर सोपवलेली असते. तिला माहीत असते की, हा सर्व बघेल व व्यवस्थित व सुरक्षित जागा आपल्याला आरामात मिळवून देईल. ती नवऱ्यावर विश्वास टाकून निर्भय असते. मला असे वाटते की, माणसांनी हा सारा जीवनप्रवास, सारी भीती त्या बायकोप्रमाणे परमेश्वरावर सोपवून, सुखाने प्रवास करावा. असा माणूस निर्भय असतो कारण त्याचा कर्ता करविता परमेश्वर स्वत:च निर्भय आहे.

आपला जीवन प्रवास विनासायास होतो.

निर्भय असावे रामासारखे. चोवीस हजार राक्षस आले तरी तो भ्यायला नाही. बाजीप्रभू देशपांडे, फिरंगोजी नरसाळा, दत्ताजी शिंदे, भगतसिंग, मदनलाल हे मरणालाही भ्यायले नाहीत. न्यायमूर्ती रामशास्त्री प्रभुणे राजकर्त्याला देहान्तप्रायश्चित शिक्षा सुनावताना घाबरले नाहीत. निर्भय असावे संभाजी महाराजांसारखं, कवि कलषासारखे. शिवाजी महाराजांच्या शब्दकोषात भय हा शब्दच नव्हता. कारण ते स्वामीकार्य करीत असल्याची त्यांची धारणा होती. 'हे राज्य होणे ही श्रींची इच्छा आहे,' असे ते मानीत असत आणि तसे वागत असत. संभाजीला त्यांनी लिहिलेल्या पत्रात आपण उर्वरित आयुष्य तीर्थक्षेत्री दासबोध वाचत घालवू असे त्यांनी लिहिले आहे. जो शिवाजीचा अनुयायी आहे तो निर्भय! करबल्याचे युद्धात समोर फार मोठी सेना दिसत असूनही हे देवाचे काम आहे असे समजून लढणारे हसन हुसेन हे खरे निर्भय! त्यांचे स्मरणसुद्धा माणसास निर्भय बनवते.

मानसशास्त्रज्ञ किंवा मानसोपचार तज्ञ माणसाच्या अंतर्मनातील भीतीचे कारण समजून घेतो व मग त्यावर इलाज करतो. सर्वसामान्य माणसाला त्याच्या मनाचाच थांगपत्ता नसतो तर अंतर्मनाची गोष्ट तर फारच दूर. त्याने जर त्याचे मन नीट समजून घेतले तर त्याला भीतीरहित असे सुखाने जगता येणे सहज शक्य आहे.

थोडक्यात हे भीतीचे प्रकार सांगितले. हे सारे मनाचे खेळ, त्याचीच भूते. विवेकानंदानी संन्यासाचे गीत म्हणून एक शब्द काव्य रचले आहे. त्याची नुसती उजळणी केली तरी हे भीतीचे भूत पळून जाईल.

'ऊठ, सन्याशा ऊठ! तुला जखडून टाकणाऱ्या ह्या भीतीच्या बेड्या पार तोडून टाक! तू स्वतंत्र आहेस, स्वतंत्र हो! उत्तिष्ठत! जागृत प्राप्यवरान्यबोधत!'

■

२०.

सुहास्य : मनाचे फूल

हसणारा प्राणी म्हणजे माणूस. माणसाची ही किती सुंदर व्याख्या केली आहे. जगात अनेक पशुपक्षी, जीवमात्र या भूतलावर वावरतात. पण हसू शकणारा एकच प्राणी आहे, तो म्हणजे माणूस. माणसाच्या व इतर प्राण्यांच्या जीवनाच्या प्रेरणा किंवा भावना जरी सारख्याच असल्या तरी इतर प्राण्यांना हसण्याचे वरदान नाही. फक्त माणूस या प्राण्यालाच हसता येते. डार्विनच्या नियमाप्रमाणे मनुष्य इतर प्राण्यांहून उत्क्रांत होत जातोय. कारण हसणे ही उत्क्रांत अवस्था आहे.

तसं पाहिले तर एखाद्या व्यक्तीला नुसता माणसाचा देह असून चालत नाही. त्यात माणुसकी असावी लागते. बहिणाबाईंसारख्या तत्त्वज्ञ कवयित्रीलासुद्धा, ''मानसा, मानसा, कधी व्हशील मानूस'' असा प्रश्न विचारण्याची गरज वाटली. एखाद्या माणसाला कोण्या एखाद्या व्यक्तीमध्ये माणुसकी आहे की नाही व असल्यास किती आहे असा प्रश्न पडला, तर त्याचं सोपं उत्तर असं की, असा माणूस दिवसातून कितीदा खळखळून हसतो किंवा त्या माणसाच्या चेहऱ्यावर समाधानाचे सुहास्य आहे का? ते पहा, म्हणजे त्याच्या आतल्या माणुसकीचा अंदाज येईल.

सच्चिदानंद परमेश्वराने 'ॐ' म्हणून हुंकार दिला तसा, हास्य हा मनुष्याने जीवनाला दिलेला आनंदाचा हुंकार किंवा प्रतिसाद आहे. अर्थात असं नैसर्गिक, साधे हसणे, वाटते तितके सोपे नाही. सिंहगडच्या देवटाक्याच्या पाण्याप्रमाणे ज्याचे मन निर्मळ आहे त्यालाच असे हसणे जमते. निर्मळ हसणे नुसते स्वत:शीच निगडित नसते तर ते लोहचुंबकासारखे इतरांनाही आपल्याकडे आकर्षित करते. पाळण्यात लहान मूल कशाचा आनंद घेत असतं देव जाणे, ते

स्वत:शीच हसत असतं पण आजूबाजूचा सारा परिसर अत्तराचा फवारा मारल्यासारखा एकदम आनंदित, प्रफुल्लित होऊन अशा लहान बाळाकडे स्वत: होऊन आकर्षिला जातो. येशू ख्रिस्ताला लहान मुलं आवडत, पं. नेहरू त्यांच्या वाढदिवशी लहान मुलांत मिसळून जात. अशावेळी त्या दोघांच्याही चेहऱ्यावर फार सुंदर हास्य पहायला मिळत असे. जे आकर्षण केवळ हसरेपणामुळे असते ते हसणे निर्भेळ, निर्व्याज असते.

संतोषी, आनंदी वृत्तीतून निर्माण झालेले सुहास्य हे इतर हास्याच्या प्रकारापेक्षा फार वेगळे आहे. हसण्याचेही खूप प्रकार आहेत. हास्य विकट, अहंकारी, छद्मी, केविलवाणं, तर खुनशीही असू शकतं. भीमाने कीचकाचा वध केल्यानंतर जे हास्य केलं, ते नुसतंच विकट नव्हतं, तर सामान्य माणसाच्या हृदयाचा थरकाप उडविणारं होतं. राजसंन्यास नाटकांत साबाजी संभाजी राजांना सांगतो, 'राजे! तुमचं हास्य किती भयाण आहे, तसे हसू नका. पूर्वीसारखं हसा!' फार पूर्वीच्या काळी पौराणिक नाटकांमध्ये राक्षसपार्टी ओळखू येण्यासाठी नेहमी त्याला अल्‌ल्‌ डुर्र अशी आरोळी ठोकून विकट हसून संवाद म्हणायला लागायचे. मग त्या 'पार्टीच्या' गडगडाटी हसण्यावरून प्रेक्षक ओळखायचे, हा 'राक्षस पार्टी' आहे की 'देव पार्टी.' साक्षीदाराला शब्दांत पकडल्यानंतर, उलट तपासणी करणाऱ्याच्या चेहऱ्यावर जे हास्य दिसते तशा प्रकारचे 'कुत्सित हास्य' असते. त्या एका साध्या हास्यात, आपण दुसऱ्या व्यक्तीला कसं पकडलं असा फक्त आनंदच नसतो तर दुसऱ्या माणसाला खजील करू शकलो याचा अहंकार दडलेला असतो. शेक्सपिअरने मर्चंट ऑफ व्हेनीस मध्ये 'अ व्हिलन विथ अ स्माईलिंग चिक' असं म्हटलं आहे. रिचर्ड विडमार्क हा अमेरिकन नट त्याच्या खुनशी हसण्यासाठी प्रसिद्ध होता. 'देअर इज डॅगर इन ए मॅन्स स्माईल' असं हास्याचं वर्णन शेक्सपिअरने 'मॅक बेथ' नाटकात केलं आहे. त्याची बरीचशी आठवण आपल्याकडच्या शोले सिनेमात गब्बरसिंगला हसताना पाहून येते. बंदुकीच्या गोळीतून वाचलेल्या त्याच्या तीनही साथीदारांकडे पाहून तो हसल्यानंतर त्याचे सारे साथीदार केविलवाणे हसताना ते हास्य किती केविलवाणे असू शकते हे कळते.

ह्या हास्याबद्दल आपल्याला विचार करावयाचा नाही तर, 'सुहास्य तुझे मनास मोही' म्हणून मनाला आनंद देणाऱ्या, उल्हसित करणाऱ्या हास्याबद्दल विचार करावयाचा आहे. खरंतर असं हास्य इतरांनी हेवा करावा असं असतं. वैभवाची देवता लक्ष्मी हिचे श्रीसूक्तात ती मंदस्मित करणारी आहे (कांसोस्मिता) असे वर्णन आहे. अशा तऱ्हेचं सुंदर हास्य स्त्रीच्या जीवनामध्ये निदान दोनदा तरी पहायला मिळतं. एखाद्याचा जोडीदार म्हणून स्वीकार कळवताना व दुसऱ्या

वेळेला म्हणजे तिच्या पहिल्या अपत्याला बघताना. कोंबडीचं पिल्लू अंड्याचं कवच फोडून जगाकडे पहाताना, ज्या निष्पाप दृष्टीने पहाते अशी दृष्टी असणाऱ्यालाच असं हसता येणं शक्य असतं.

हास्य हे बहुतेक विनोदातून निर्माण होते. त्या विनोदाचेही अनेक प्रकार आहेत. विनोद हा शाब्दिक, प्रासंगिक किंवा व्यक्तीनिष्ठ असू शकतो. कित्येकवेळा विनोद हा टवाळी किंवा बिभत्सतेच्या पातळीला जातो तेव्हा तो अत्यंत तिरस्करणीय होतो. पण मनुष्य स्वत:च्या झालेल्या चुकीवर जेव्हा स्वत: हसतो, तेव्हा ते हास्य अत्यंत मोहक असतं. ते आत्मसिंहावलोकनातून निर्माण झालेलं असतं आणि स्वत:च्या फजितीतून त्याला विसंगती दिसत असते. निष्पाप आणि निरहंकारी विनोद हा देवाला प्रिय आहे.

हास्याबद्दल समाजामध्ये फार गैरसमज आहेत. हसणारा माणूस उथळ आहे तर सदैव 'गंभीर' व चिंताक्रांत असणारा माणूस हा विद्‌वान किंवा मोठ्ठा अधिकारी असावा हा मोठ्ठा गैरसमज.

संसार हा कुणाला यातनामय, कटू वाटत असला तरी निसर्गाने त्याला आनंदीवृत्ती किंवा सुहास्याचे अमृत दिले आहे. अशावेळी मला एका कवीच्या ओळी आठवतात.

"आज माझ्या जीवनातील सर्व काही संपले,
संपले, तेव्हा कळाले, हास्य माझे राहिले."

खरे आहे हे! हे हास्य ज्या आनंदीवृत्तीतून निर्माण होते त्याच्या जोरावर संसारातली सारी दु:खे सहज निवारता येतात. 'विष हे अमृत झाले' असे त्याचे वर्णन करतात. जसे सूर्य, कधी अंधार पाहू शकत नाही, तशी आनंदी वृत्ती, कधी दु:ख पाहू शकत नाही. ज्याच्या जीवनातील असे मनमोकळे हास्य गेले नाही, आनंदीवृत्ती गेली नाही, त्याने काहीही गमावले नाही. जे काय मिळवायचे ते सर्व मिळवले पण त्यानं हास्य गमावलं असेल तर त्यानं सर्वच गमावलं असं म्हणावं लागेल, कारण हास्य किंवा आनंदीवृत्ती हेच सुखी जीवनाचे सार आहे. जो माणूस जीवनात सकारात्मक विचार करतो, ज्याची या जीवनावर, ते 'सत्यं शिवं सुंदरं' आहे अशी श्रद्धा आहे, तोच माणूस असे निखळ हसू शकतो. त्याचीच वृत्ती आनंदी, समाधानी असू शकते.

रस्त्यावरून जाताना कुंपणावर मला एक फूल दिसलं. वाऱ्याबरोबर ते मान डोलवत होतं आणि ते संपूर्ण प्रफुल्लित होतं. त्याला पाहिल्या पाहिल्या माझ्या मनाला अत्यंत उत्साह वाटला. हे फूल आज आहे, उद्या नसेल त्याची त्याला पर्वा नव्हती. पाडगांवकरांच्या शब्दात 'त्याने मरणावर हृदय तोललं होतं.' ते गेल्यानंतरही माती गंधित होणार होती. सुहास्याचं असंच आहे, एका माणसाच्या

चेहऱ्यावरचं सुहास्य हे इतरांनाही असंच प्रफुल्लित करतं. मला वाटतं, आपली सर्व सुखदु:खं घरात ठेवून, सुहास्य वदनाने बाहेर पडणारा माणूस हा खरोखरच रामायणातल्या चिमुकल्या खारीप्रमाणे समाजसेवाच करीत असतो किंवा गंधित फुलाप्रमाणे थोड्या प्रमाणात का होईना जग सुंगधित, प्रफुल्लित करीत असतो.

मीराबाईने देवाला एक विनंती केली. तिला देवदर्शनाची अतीव इच्छा होती. त्याला शोधता शोधता ती मृतप्राय अशी निचेष्ट पडली होती. आसपास कावळे जमून तिचे मास खात होते, त्यावेळेस तिने कावळ्यांना विनंती केली,

'आओ रे कागा, चुनचुन खावो रे मास,
दो नयन मत खावो, पिया मिलनकी आस ।'

तशी देवाला प्रार्थना करावीशी वाटते की, 'परमेश्वरा! या प्रपंचामध्ये झगडाताना या प्रतिकूल परिस्थितीचा कावळा खुशाल टोचे मारून माझे मांस खावो, पण हे परमेश्वरा, माझ्या चेहऱ्यावरचे सुहास्य आणि ही आनंदीवृत्ती मात्र तशीच राहू दे, कारण जोपर्यंत ती आहे, तोपर्यंत तू माझ्यापाशी नक्कीच आहेस.'

■

२१.

निराशा : मनाचे ग्रहण

माझ्या मित्राची मुलगी अत्यंत हळवी होती. शालांत परीक्षा अनुत्तीर्ण झाल्यावर तिने पंख्याला फास लावून आत्महत्या केली. पुढचे सारे आयुष्य यशस्वी होण्याकरिता शिल्लक हाती असतानाही केवळ एका अपयशाने निराश होऊन तिने हा आत्मघातकी निर्णय घेतला. तिची विचारसरणी चुकीची होती. त्यामुळे ती निराश आणि वैफल्यग्रस्त झाली. चुकीच्या विचारसरणीमुळेच नैराश्य किंवा विफलता निर्माण होत असते. व्यवहारामध्ये अशातऱ्हेच्या वैफल्याचे किंवा नैराश्याचे प्रसंग नेहमीच येतात. हा एक मानसिक आजारच आहे. एखादा आजार किंवा रोग नुसता का व कसा निर्माण होतो हे कळल्याने त्याच्या त्रासातून आपण सुटत नाही तर त्याच्यावर उपाय करणे अत्यंत जरूरीचे असते. जी गोष्ट शारीरिक आजाराची, तीच गोष्ट मानसिक दुखण्याची. आपल्या नेहमीच्या जीवनातले काही प्रसंग उदाहरणादाखल घेतले व त्यावर कशातऱ्हेची उपाययोजना करायला पाहिजे हे ध्यानात घेतले म्हणजे मग ते आपल्याला नैराश्य किंवा वैफल्य न येण्याला व हे मानसिक रोग झालेच तर ते घालवण्यास मदत होईल. सदोष विचारसरणीच्या अंतर्रोगाची किंवा मानसिक रोगाची दु:ख, नैराश्य, वैफल्य ही बाहेर दिसणारी लक्षणे आहेत.

दु:ख, नैराश्य किंवा वैफल्य या दोन वेगवेगळ्या गोष्टी आहेत. जीवनामध्ये दु:ख हे निर्माण होत असतंच. उदा. कुणा जवळच्या व्यक्तीचा वियोग. परंतु अशा दु:खामुळे जीवनात संघर्ष करण्याच्या वृत्तीवरच त्याचं सावट यावं, जगण्यातला आनंद पूर्णपणे नाहिसा व्हावा किंवा जीवनात सुखाने जगता येईल ही आशाही नाहीशी व्हावी या मनोवृत्तीला निराश किंवा वैफल्यग्रस्त मन:स्थिती म्हणता येईल.

सर्वसामान्यपणे शालेय जीवनामध्ये असे निराशेचे किंवा वैफल्याचे प्रसंग येतात, त्यावेळेस मन परिपक्व नसते. त्यामुळे शक्यतो लहानपणीच एकदा निराशेने किंवा वैफल्याने ग्रासले तर पुढे हा रोग सबंध आयुष्यभर त्रास देतो.

विद्यार्थ्याने चांगला अभ्यास करूनही त्याला प्रश्नपत्रिका मनासारखी सोडवता आली नाही किंवा नोकरीच्या मुलाखतीच्या वेळेला त्याच्या मनासारखी मुलाखत झाली नाही तर अशावेळेला त्याचे मन नक्कीच निराश होते. अशा प्रसंगी मनाला दुःख निर्माण करणारे कोणकोणते विचार येतात ते पाहू.

कोणी म्हणेल माझे नशिबच वाईट. मला कधी यश मिळतच नाही. माझ्या हातात कधी यश निर्माणच होणार नाही. असाही विचार येईल की माझ्या अपयशामुळे माझी फजिती होईल, सगळे लोक माझ्या फजितीला हसतील. यापुढे आपण शिकण्यात काही अर्थ नाही, आपल्याला काही नशिबाच्या पलीकडे जाता येणार नाही. उमेदवार असला तर म्हणेल सगळे वशिल्याचे लोक तेवढे घेतले जातात, आपल्याकडे वशिला नाही त्यामुळे आपल्याला कधीच नोकरी मिळणार नाही. कधीकधी असेही म्हणेल की मी अत्यंत टाकाऊ माणूस आहे, या जीवनात माझ्या हातून काही होण्यासारखे नाही. जगण्यातसुद्धा काही अर्थ नाही.

असा विचार करणाऱ्या व्यक्तींच्या विचारसरणीत कोणकोणते दोष आहेत हे पहाणे फार गमतीदार ठरेल. असा विचार करणाऱ्या व्यक्तीने मूळ समस्येचा विचारच केलेला नसतो, त्याऐवजी तिने कल्पनाशक्तीचा भविष्य सांगणाऱ्या व्यक्तीसारखा वापर केलेला असतो. पुढे काय होईल, कसे होईल हे ठरवताना तिने कोणतेही निकष वापरलेले नसतात. एकदम निर्णयाप्रत उडी मारलेली असते. त्याने राईचा पर्वत करून जीवनाच्या संघर्षाला तोंड द्यायचं टाळलेलं असतं. या साऱ्या चुका चुकीच्या विचारसरणीच्या आहेत आणि मग त्या व्यक्तीला नैराश्य किंवा वैफल्य यातून दुःख निर्माण होणं स्वाभाविक आहे.

वास्तविक, प्रथम असा विचार करायला पाहिजे की एक उत्तरपत्रिका मनासारखी लिहिता आली नाही किंवा ही नोकरी मिळाली नाही, त्याने आयुष्याचा शेवट झाला असे होत नाही. दुसरे असे की एखाद्या परीक्षेत अपयश आलेल्या अनेक व्यक्तींनी पुढे आयुष्यामध्ये खूप मोठी कामगिरी केलेली आहे हे विसरून चालणार नाही. अमेरिकेचे माजी अध्यक्ष अब्राहम लिंकन हे अध्यक्ष म्हणून निवडून येईपर्यंत त्यांच्या जीवनात अपयशाखेरीज काहीच नव्हते. पण पुढे ते अत्यंत यशस्वी झाले व आजही लोक त्यांना आदर्श मानतात. तिसरे असे की, लोक काय म्हणतील, लोक हसतील असा विचार करून लोकांच्या मताचा आपण किती बागुलबुवा निर्माण करणार आहोत? व त्यामुळे आपले आयुष्य कायमचे भीतीत घालवणार आहोत? त्यापेक्षा आपण प्रथम आपल्या स्वतःच्या मनाचा

विचार करणे, आपण सुखी राहण्याच्या दृष्टीने अत्यंत जरुरीचे आहे. आपल्या मनाच्या कोणत्या आघातामुळे आपली विचारसरणी अशी सदोष बनली आहे? अशा प्रसंगी कोणता विचार करावा? तर प्रथम त्याने विचार करावा की मी मनासारखी प्रश्नपत्रिका सोडवू शकलो नाही याची कोणकोणती कारणे आहेत? या कारणांचा विचार करून त्यावर योग्य ती उपाययोजना व योग्य ते मार्गदर्शन घेणे जरुरीचे आहे. आलेले अपयश हे पुढील यशाची नांदीही असू शकते. आत्तापर्यंतच्या माझ्या यशापयशाचा विचार केला तर आत्तापर्यंत मला जरी काही अपयश मिळाले तरी बऱ्याच प्रमाणात यशही मिळालेले आहे हे विसरून चालणार नाही.

विद्यार्थी दशेनंतर सहसा नोकरीच्या मुलाखतीवेळी किंवा वर किंवा वधू परीक्षेच्या वेळेला माणसाला कित्येक वेळा नैराश्य येते. आपल्याकडे प्रेमविवाहाची पद्धत रूढीमान्य झालेली नाही. त्यामुळे लग्नास नकार येणं ही गोष्ट काही अनपेक्षित अशी राहिलेली नाही. नोकरीत किंवा वधू संशोधनात एखादा दुसरा नकार मिळाला तर अनेक तरुण व्यक्ती अत्यंत वैफल्यग्रस्त झालेल्या दिसतात. अशा वेळेला माणूस असा चुकीचा विचार करतो की, मी टाकाऊ आहे, माझे पुढे कुठेच काही जमणार नाही. पुढच्या खेपेलासुद्धा आपल्याला अशीच उत्तरे मिळतील. मी कधीच कुणाला पसंत पडणार नाही.

या सर्व घातुक विचार प्रणालीमध्ये अशा व्यक्तींनी स्वत:बद्दलच्या खूप आवास्तव कल्पना केलेल्या असतात. एकतर स्वत:ला अत्यंत असामान्य व परिपूर्ण समजलेले असते किंवा एकदम टाकाऊ समजलेले असते. स्वत: बद्दलचे चित्र ते अत्यंत भडक काळ्या किंवा पांढऱ्या रंगाने रंगवत असतात. दुसरा दोष म्हणजे ते एकदम भविष्यवेत्ते होतात व भविष्यात अमूक काही घडणार आहे, त्यांना अपयश येणारच आहे असे त्यांनी ठरवून टाकलेले असते. या लोकानी अपयशाबद्दल सखोल व पूरक विचार केलेला नसतो तर त्या सुविचाराऐवजी त्यांनी भावनेचा वापर केलेला असतो. त्यामुळे तू असा विचार का केलास? त्याला आधार काय? या प्रश्नांची उत्तरे त्यांच्याजवळ नसतात. अशा लोकांनी प्रथमत: असा विचार करायला पाहिजे की एक अपयश म्हणजे काही जीवनाचा शेवट नव्हे. जीवन हे नेहमीच किंवा सदोदितच यशाची मालिका नसते. उलट अपयश पचवणाऱ्यासच यश प्राप्त होऊ शकते. काय सांगावे, आजचे अपयश हे उद्याच्या यशाची पायरी होऊ शकेल, 'रात्रीच्या गर्भात असे उद्याचा उष:काल' असे म्हणतात तसे. मात्र आपल्याला जे आपले दोष वाटतील ते इतरांकडून तपासून घेऊन आपण तसे होऊ न देण्याची खबरदारी घ्यावी. आपले व्यक्तिमत्त्व एकूणच कसे आहे, दुसऱ्यावर छाप का पडत नाही याचा विचार करून स्वत:मध्ये

योग्य तो बदल घडवून आणून पुढच्या अशाच प्रसंगांना सामोरं जायची तयारी केली पाहिजे.

लग्नानंतर कित्येकवेळा आलेले नैराश्य किंवा विफलता हा जास्त चिंतनाचा विषय आहे. लग्न झाल्यानंतर काही दिवसांनी संसारात थोडीफार धुसफूस चाललेली असतेच. दोन भिन्न व्यक्तींच्या मनाची जुळणी होणं फार अवघड असते. एकतर प्रथमतः स्वत:च्याच मनाची जुळणी होणे अवघड तर तेथे स्वत:चे मन दुसऱ्याच्या मनाप्रमाणे कसे वळवावे? लग्न होईस्तवर याचा अनुभव नसतो व प्रत्येक गोष्ट स्वत:च्या मनाप्रमाणे करण्याचा हट्ट असतो. पुढे हा अट्टाहास टिकणे अवघड असते व यशस्वी संसाराच्या दृष्टीने तो फायदेशीरही असतो.

अशा नैराश्यामध्ये मनुष्य विचार करतो की, आपण विवाहित आयुष्य सुखाने जगायला पूर्णपणे नालायक आहोत किंवा आपली जोडीदाराची पसंती चुकली. यापुढचा सगळा त्रास असहायपणे सोसणे भाग आहे. किंवा हे विवाह बंधनच तोडले पाहिजे, आपल्याला काहीही किंमत नाही किंवा आपण सर्वांचे भले करण्यासाठी एवढ्या खस्ता खातो पण आपल्याला नीट कुणी समजून घेत नाही. आपण जीव तोडून सर्वांचे चांगले करायला जातो पण लोकांना त्यांची पर्वा नसते.

वास्तविक पहाता, लग्नासंबंधीच्या बऱ्याचशा चुकीच्या कल्पना या प्रेमाचे चित्रपट पाहून निर्माण झालेल्या असतात. लग्नाच्या आधी अत्यंत प्रेमाने वागणारा जोडीदार लग्नानंतर एकदम बदललेला आढळतो व त्यामुळे आपण एकदम त्याचे आपल्यावर प्रेम नसल्याचे ठरवून टाकतो. हे जोडीदाराच्या स्वभावामुळे होत नसून आपल्याच प्रेमाच्या व लग्नाच्या चुकीच्या समजुतीमुळे झालेले असते हे लक्षात आले तर फारच बरे होईल. अशा वैफल्यग्रस्त व्यक्ती बहुतेक स्वप्न रंजनातच रंगण्यात सुख मानतात. त्यांना वास्तवाचे भानही नसते. वास्तविक पहाता, सुखी संसारासाठी आपल्या अनेक सवयी बदलाव्या लागतात पण हा मनुष्य स्वत:च्या सवयी बदलण्यास तयार नसतो. आपण आहोत तसा जगाने आपला स्वीकार करावा अशी त्याची अपेक्षा असते. घर टापटीप ठेवणे, संसारासाठी म्हणून काही चांगल्या सवयी लावून घेणे याला स्वातंत्र्य गमवणे म्हणत नाहीत. लग्नापर्यंत रात्री उशिरा येणाऱ्या जोडीदाराला कुटुंबासाठी ठराविक वेळेत घरी येणे जरूरीचे असते त्याचप्रमाणे इतर नातेवाईकांशी सलोख्याचे संबंध राखणे जरूरीचे असते. ह्या गोष्टी न करता, स्वत:ला दोष देणे हा विचारसरणीचा दोष वर सांगितलेल्या विचारसरणीच्या दोषामध्येच आहे.

आणखीन एक विचारसरणीचा दोष म्हणजे वृद्धापकाळी येणारे नैराश्य.

बरेच वृद्ध लोक, आपण आता म्हातारे झालो, जगाला आपला काही उपयोग नाही, जोपर्यंत आपल्याकडे पैसा होता, तोपर्यंत आपल्याला सगळे चिकटून होते, आपण आता घरामधील निरूपयोगी टाकाऊ वस्तू झालो आहोत, असं समजतात. यांना सारे जगच आता काळेकुट्ट दिसत असते. कुणी जगाबद्दल चांगले काही सांगितले की त्याचे मत खोडून काढण्यात आनंद वाटत असतो. अशी माणसं आजिबात विचार करीत नाहीत. त्यांच्या मतासाठी ते खोट्या अनुभवांचा आधार घेत असतात. ''माझा अनुभव असा आहे,'' असे म्हटले की त्यांना सगळ्या प्रश्नाची उकल झाल्यासारखी वाटते. बरे, असे अनुभव अत्यंत चुकीचे, विपर्यास करणारे असले तरीसुद्धा ते अनुभवाचे शिक्के मारत असतात. आणि अनुभवाने बनलेले मत कोणत्याही विचाराने खोडता येणे शक्य नसते.

वास्तविक पहाता, म्हातारपण किंवा वय हा पंचांगाचा विषय नसून मनाचा विषय आहे. कित्येक वृद्ध त्यांच्या उत्साही मनामुळं तरुणालाही मागे टाकतील इतक्या आनंदाने आणि सुखाने रहात असतात.

या जगात अगदी शेवटच्या श्वासापर्यंत आनंद घेण्यासारख्या खूप गोष्टी आहेत. निसर्ग आहे, मुलाबाळांच्या लीलांमध्ये किंवा माणसांच्या चालीरितीमध्ये अजूनही गंमत वाटावी असे खूप आहे. सूर्य दररोज उगवतो व दररोज मावळतो पण तो उगवताना किंवा मावळताना तितक्याच उत्साहाने उगवत व मावळत असतो. वास्तविक पहाता, वृद्धापकाळासारखा मनुष्याच्या आयुष्यात सुंदर काळ कोणताही नाही. तरुणपणी असणाऱ्या ईर्षा, वासना हे सगळं थांबलेलं असतं आणि जगाकडे निस्वार्थी अन् तटस्थपणे पहाता येतं. ऋषींना उपनिषदे सुचली ती याच वयामध्ये. एक लक्षात ठेवलं पाहिजे की वय कितीही होवो, आपले देव कधी म्हातारे झालेले नाहीत. या सुंदर जगाचा एक दिवस सर्वांनाच निरोप घ्यायचा आहे. पुढं काय होणार आहे, हे माहित नाही. इथे तर अजिबात कायम अडकून रहाता येणार नाही तर मग आपला शेवटचा दिवस सुद्धा गोड होण्यासाठी माणसाने अट्टाहास का करू नये?

तथाकथित वृद्ध लोकांनी आपल्या विचारसरणीतले नैराश्य आणणारे दोष दूर केले तर त्यांना हे जग कितीतरी पट सुंदर, आनंदी व हवेहवेसे वाटेल. समाजाला आपली खूप जरूर आहे, तेव्हा समाजाने आपल्याकडे येण्यापेक्षा आपणच समाजाकडे जाण्याची प्रवृत्ती ठेवली तर कितीतरी दु:खी लोकांचे अश्रू निदान आपण पुसू शकू एवढी खात्री बाळगायला काय हरकत आहे? अजूनसुद्धा पुढच्या पिढ्या, नमस्कार करण्यासाठी दोन पायांची व आशीर्वाद देण्याकरिता एका हाताची अपेक्षा बाळगून आहेत.

■

२२.

प्रदूषण – विचारांचे

एखादी घटना ही मूलतः दुःखकारक नसते तर तिचे पडसाद जिथे उमटतात ते मन किंवा तिचा अन्वय लावणारी विचारसरणी सदोष असते म्हणून दुःख निर्माण होते. परंतु, विचारसरणी सदोष असते म्हणजे काय हे समजले तर जास्त बरे होईल कारण ती दूर करता येईल.

प्रथमतः नवीन मोटारसायकल घेतली तेव्हा तीत थोडा काही बिघाड झाला की कारागीराकडे धाव घ्यावी लागे. पुढे त्याच्या सविस्तर माहितीचे एक पुस्तक मिळू लागले. त्यावरून कोणता दोष निर्माण झाला किंवा कुठे बिघाड आहे हे त्याला सांगितल्यामुळे चटकन कळत असे व तेवढीच दुरुस्ती केली की मोटार सायकल ठीकठाक होई. जी गोष्ट मोटारसायकलच्या दुरुस्तीबद्दल तीच गोष्ट विचारसरणीच्या दुरुस्ती बद्दलही लागू आहे. 'झेन ॲण्ड मोटार सायकल रिपेअरिंग' नावाचे पार वाचनीय पुस्तक तत्त्वज्ञान विषयावरती आहे. ह्या दोन्ही दुरुस्त्यांचा त्यात चांगल्यापैकी समन्वय साधला आहे.

दोषाचा पहिला प्रकार म्हणजे कित्येक व्यक्ती एखादी घटना किंवा उकल कशी करायची याचा विचार करण्याऐवजी कल्पनाशक्तीचा वापर करतात त्यामुळे प्रश्न तर सुटत नाहीत पण ते सोडवल्याचे खोटे समाधान लाभते. एक व्यापारी गावात धंदा करण्याकरिता आला, त्याचा धंदा नीट न चालल्यामुळे त्याच्यापुढे प्रश्न पडला की आपला धंदा का बरे नीट चालत नाही? अशावेळी धंदा चालण्यासाठी साधकबाधक विचार करून त्यातून मार्ग काढण्याऐवजी हा माणूस 'माझे मुंबईत दुकान असते तर खोऱ्याने पैसा ओढला असता' असा शेख महमदी काल्पनिक विचार करीत असे. माझ्या माहितीचे एक गृहस्थ आहेत त्यांच्याकडे काही प्रश्न निर्माण झाले की त्यांच्या आईचे एकच पालुपद की, तू

तिला पसंत नसलेल्या मुलीऐवजी तिच्या पसंतीच्या दुसऱ्या मुलीशी लग्न केले असते तर हा प्रश्न निर्माण झाला नसता. अशी कल्पनारंजकता कवितेकरिता चांगली पण प्रश्नाची उकल करण्यासाठी वापरली गेली तर अत्यंत अनर्थ निर्माण करते. अशी मंडळी वास्तवाला कधीच सामोरी जात नाहीत. ह्या माणसाची मुलगी परीक्षेत नापास झाली. वास्तविक तिची आई तिला बळजबरीने अभ्यासाला बसवण्याचा प्रयत्न करी पण तिची आजी तिला लाडाने अभ्यासातून पळ काढावयास उत्तेजन देई. ती नापास झाल्यावर मात्र आजी मुलाला म्हणाली की तिची आईच मठ्ठ आहे मग तिची मुलगी कशी पास होणार? मी सांगितलेल्या मुलीशी लग्न केले असते तर असा प्रसंग आला नसता कारण तिला हुशारच मुले झाली असती. आता ह्या विचाराला हसावे की रडावे?

दुसऱ्या तऱ्हेचा विचारसरणीचा दोष म्हणजे माणूस भूतकाळात झालेली एखादी अप्रिय घटना हीच कशी ह्या प्रतिकूल परिस्थितीस कारणीभूत आहे असे म्हणून त्या भूतपूर्व घटनेचाच वारंवार उल्लेख करतो व विचाराऐवजी सारा प्रश्न केवळ भूतकाळात झालेल्या चुकीच्या घटनेचं फळ आहे असं समजतो. नोकरीत चांगले काम न केल्यामुळे मेमो मिळालेला माणूस, लहानपणी मला वडिलांनी सायन्स ऐवजी आर्टस्‌ला घातले म्हणून माझे सर्व नुकसान झाले असे म्हणत असतो. साऱ्या अपयशाचे खापर तो भूतकाळातील या एकाच घटनेवर फोडतो व मोकळा होतो. त्याच्या कोणत्याही अपयशाला हेच ठराविक उत्तर असते.

तिसरा विचारसरणीचा दोष म्हणजे विचारांचे अवडंबर माजवणे किंवा हॅम्लेट सारखा सतत उलट सुलट नुसता विचार करत बसणे किंवा विपरित परिस्थितीवर काय इलाज करावयाचा ह्याचा अजिबात विचार न करणे. अशा माणसांना सारे काळे किंवा सारे पांढरे दिसत असते. इतर रंगांचे त्यांना वावडे असते. तिमाही परीक्षेत एखाद्या विषयात कमी मार्क मिळाले की अशा विचाराचा माणूस हा एकदम मी मठ्ठच आहे, मी कधीच पास होऊ शकणार नाही, अशा एकदम टोकाच्या विचारसरणीचा अवलंब करतो. अशातऱ्हेने प्रश्नाची उकल करणं हे नुसतं चुकीचं नव्हे तर घातुक असतं.

त्याचप्रमाणे आणखीही दोष आहे तो म्हणजे प्रत्येक बारीकसारीक गोष्टीत परिपूर्णता मिळवण्याचा प्रयत्न करणे. असे करणाऱ्या माणसाइतका दुःखी कुणी नसतो. प्रत्येक गोष्ट ही अगदी आदर्श झालीच पाहिजे याच्याकरीता अशा विचारसरणीच्या लोकांनी धडपड करणे ठीक पण ती न फलद्रुप झाल्यास आपण पार कुचकामी आहोत असा समज करून घेणं ही गोष्ट तर फारच घातक आहे. एखाद्यावेळेस गाणाऱ्याचा सूर लागला नाही तर यापुढे त्याला कधीच गाता येणार नाही असे समजणे हे स्वतःवरती अत्यंत अन्यायकारक आहे. अशी

कचखाऊ वृत्ती माणसाला सुखाने जगू देत नाही. हा मनुष्य सदैव स्वत:ला वैफल्याची खोल टोचणी लावून स्वत:कडे विनाकारणच कमीपणा घेऊन जगत असतो.

चौथा दोष हा राईचा पर्वत करणाऱ्या विचाराचा असतो. त्यालाच आपल्याकडे पराचा कावळा करणे असं म्हणतात. माझ्या एका मित्राला गर्दीत त्याच्या मित्राने ओळख दिली नाही त्याबरोबर हा एकदम निराश झाला व त्या मित्राचे आपल्याबद्दल मत चांगले नसावे असा ग्रह करून बसला. प्रत्येकवेळा शितावरून भाताची परीक्षा करणे हे बरोबर नसते. अनेकवेळा माणसांच्या मनामध्ये जे गैरसमज निर्माण झालेले असतात ते असल्या सदोष विचारसरणीमुळे. कपिल देवला हुतूतू न खेळता आल्यामुळे खेळातून काढून टाकले पण त्याने आपल्याला कोणताच खेळ खेळता येणार नाही, आपण कमनशिबी आहोत असा विचार केला नाही. त्याने क्रिकेटकडे आपले लक्ष वळविले. त्याचा परिणाम काय झाला आपण पहातोच. देवानंदच्या अर्ध्या पडक्या दातामुळे त्याला सिनेमात कुणी घेण्यास तयार नव्हते. त्यामुळे आता आपल्याला सिनेमात कधीही काम मिळणार नाही असे त्याला वाटले नाही. तर असा दात न काढता मी हिरो बनून दाखवेन अशी हिंमत त्याने धरली. अमिताभ बच्चनही आकाशवाणीसाठी घेण्यात येणाऱ्या आवाजाच्या परीक्षेत, तर राजकुमार हा नट फौजदारीच्या परीक्षेमध्ये नापास झाला होता, म्हणून या लोकांनी आपल्या नशिबाला दोष दिला नाही आणि प्रयत्नही करणे सोडले नाही. त्यांनी त्यांचे अपयश राईसारखे लहान समजले व आणखी प्रखरतेने ध्येयाचा पाठपुरावा केला.

विचारसरणीचा पाचवा दोष म्हणजे डोळ्यावर कायम काळा चष्मा घालून जगाकडे बघणाऱ्यांचा. कावीळ झालेल्या माणसाला सर्व जग पिवळं दिसतं तसं यांच्या विचाराला सदोष विचारांची कावीळ झालेली असते. अशा माणसांनी आपल्या विचारसरणीत अशी काही गाळणी बसवलेली असते की त्यातून फक्त नकारात्मक विचारच आत येऊ शकतात. कित्येकांना असे वाटते की, एखाद्या गोष्टीचा योग्य विचार करायचा झाला तर त्यात जास्तीत जास्त काय वाईट असू शकते किंवा दुसरा आपल्याला फसवतोच कसा आहे असा विचार सुचला की आपला विचार परिपूर्ण व योग्य झाला असे त्यांना वाटते. आपण अत्यंत भोळसर व सरळ स्वभावाचे आहोत व सारे जग आपल्याला फसवून त्याचा फायदा उठवण्यास टपले आहे अशी त्यांची समजूत असते.

माझ्या माहितीच्या एका व्यक्तीला परीक्षेमध्ये तीन उत्तरे चुकलेली आढळली. त्याबरोबर ती इतकी निराश होती की पुढच्या परीक्षेला ती जाण्यासच तयार नव्हती. तिच्या ह्या अत्यंतिक टोकाच्या विचारसरणीने यापुढे आपण नापासच होणार असा नकारात्मक निकष लावला होता. त्याच परीक्षेत तिला सर्वांत उत्तम

मार्क मिळाल्याचे आढळून आले.

आणखीन एक विचारसरणीचा दोष म्हणजे भविष्यवाल्या विचारसरणीचा. मी एक टाकाऊ, वाया गेलेला दुय्यम दर्जाचा माणूस आहे किंवा पु.लंच्या फुलराणी नाटकातल्या दगडोबासारखे 'आपण एक कंडम माणूस आहोत. मी कशातही हात घातला की आपले अपयश निश्चित' असे त्याचे ठाम मत व स्वत:चे भविष्य त्यांनी स्वत:च काही विचार न करता ठरवलेले असते. स्वातंत्र्यवीर सावरकरांनी 'प्रतिकूल तेच घडणार' असे म्हटले. पण या विचारांचा नेमका चुकीचा अर्थ या लोकांनी लावलेला असतो. त्यांच्या सांगण्याचे तात्पर्य असे होते की एकदा का आपला मार्ग ठरला की बारीकसारीक अडचणी येणारच. कोणताही माणूस काही प्रतिकूल घडवावे म्हणून काही करीत नसतो व करू शकत नाही. या भविष्यवाल्या विचारसरणीची माणसं अपयशाला फार घाबरत असतात व अपयश आल्याबरोबर आपला सर्वनाश झाला अशा एकदम टोकाच्या निर्णयाला येतात. दुसरे म्हणजे, हे लोक अपयश आले की आपले भविष्य कसे बरोबर होते याचाच आनंद घेतात, आपल्या काय चुका झाल्या व त्या कशा सुधारता येतील याचा विचार मात्र त्यांना वर्ज्य असतो. एखाद्या बाबतीत त्यांची निवड झाली नाही तर हे लोक दुसऱ्याला खोट्या अभिमानाने सांगतील की 'मी सांगत नव्हतो की ते मला मुळीच निवडणार नाहीत, आपणच कमनशिबी आहोत आणि आपल्याजवळ इतरांसारखा वशिला नाही, आपलं नशिबच फुटकं त्याला कोण काय करणार?'

एकदम निर्णय गाठणे हा बऱ्याच अंशी बऱ्याच लोकांचा विचारसरणीचा दोष आढळतो. ह्यालाच इंग्रजीमध्ये jumping to the conclusion असं म्हणतात. एकदा एक वक्ता फार सुंदर भाषण देत होता. बहुतेक सर्व श्रोते त्याच्या भाषणावर खूष होते. पण या वक्त्याचे ज्या श्रोत्याकडे लक्ष गेले तो त्याला पेंगत असल्याचे आढळले. त्याबरोबर त्याने आपले भाषण कसेतरी आवरले. मला बाहेर आल्यानंतर म्हणाला, मी अगदी टाकाऊ वक्ता आहे, श्रोत्यांना फारच बोअर केलं. त्याने त्या श्रोत्याचा उल्लेख केला. चौकशीअंती हा श्रोता दोन दिवस झोपला नव्हता पण आवडीने याच्या भाषणाला आला होता असे आढळले. अशीच विचारसरणी असलेला दुसरा एक मित्र एकदा बायकोला काही आनंदाने सांगायला गेला. ती कामात असल्यामुळे तिने त्याच्याकडे लक्ष दिले नाही, त्याबरोबर ह्याचे एकदम मत तयार झाले की, बायकोला आपल्यामध्ये काही स्वारस्य वाटत नाही. आपण अगदी टाकाऊ झालो आहोत. पुढे कित्येक दिवस हा निराश आणि दु:खी झाला होता.

बहुतेकांनी आपली मते आधीच बनवून ठेवलेली असतात व प्रत्येकवेळेला ते विचार करण्याच्या भानगडीतच पडत नाहीत. ते त्या मतांचे फक्त शिक्केच

उठवत असतात. असे केल्याने त्यांना विचार करण्याची गरजच वाटत नाही. बहुतेक हे सर्व शिक्के नकारार्थी विचारसरणीचे असतात. सहसा, सासूची सुनेबद्दल, नोकराची मालकाबद्दल, थोरल्या भावाचे धाकट्या भावाबद्दल अशी मते बनलेली असतात. ह्या व्यक्तींनी कितीही चांगले वागण्याचा प्रयत्न केला तरी हे लोक त्यांच्या कृतीकडे नि:पक्षपातीपणे पहातच नाहीत. दरवेळेला काळा चष्मा लावून पाहिल्यासारखेच त्यांच्याकडे पहात असतात. यांना साधकबाधक अशी विचारसरणी नसतेच, त्यांच्या फक्त विचाराचे शिक्के असतात. तेच शिक्के ते मारत असतात.

विचारसरणीचा आणखी एक गमतीदार दोष म्हणजे काही माणसे मुळी विचारच करत नाहीत. कारण ती साधा विचार करण्याच्या बाबतीत सुद्धा अत्यंत आळशी असतात. त्यामुळे अशी माणसे लोकांचे सल्ले ऊसने घेतात. हल्ली जसे तयार कपडे, तयार अन्न अशा गोष्टी मिळतात, तशीच तयार मते पण मिळत असावीत असा यांचा समज असतो. त्यामुळे कोणताही प्रश्न निर्माण झाला की स्वत: कोणताही विचार न करता हे लोक त्यांचे मित्र, जवळचे नातेवाईक यांच्याकडे जातात व त्यांची मते हे लोक स्वीकारतात. बरे, ज्यांची मते हे लोक स्वीकारतात, त्यांनी तरी काही साधकबाधक विचार केलेला असतो का– तर बऱ्याच वेळा त्यांनी असा विचार अजिबात केलेला नसतो. हे लोक आपले डोके न वापरता लोकांचे डोके भाड्याने घेतात. एका गृहस्थाला डॉक्टरांनी सर्व तपासणी करून त्याच्या आतड्याची शस्त्रक्रिया करणे जरूर आहे असे सांगितले. आता अशा वेळी एखाद्या दुसऱ्या डॉक्टराचे मत घेतले असते तर तेही क्षम्य झाले असते पण हा उठला आणि मेहुण्याकडे गेला. या मेहुण्याला वैद्यकीय विषयाचे काहीही ज्ञान नव्हते. किंबहुना हा मेहुणा जेथे काम करतो त्या विषयाचेही त्याला पूर्ण ज्ञान नव्हते. कोणत्याही विषयावरती त्याची मते ठरलेली असतात. मेहुण्याने सांगितले की डॉक्टरलोक सर्व पैसे काढण्याकरीता वाट्टेल ते करतात, तेव्हा शस्त्रक्रियेची जरूर नाही. झाले, याने लगेच हे मान्य केले. पुढे मात्र हा मरता मरता जेमतेम कसातरी वाचला. हे सर्व फुकटच्या आणि चुकीच्या सल्ल्यामुळे व स्वत:चे डोके अजिबात न वापरण्याच्या अशा सदोष घातुक विचारसरणीमुळे. माझ्या पहाण्यात अशी कित्येक माणसे आहेत तरी त्यांच्या जीवनातल्या अत्यंत महत्त्वाच्या निर्णयाच्या वेळेला ते स्वत:ची बुद्धी अजिबात वापरत नाहीत तर लोकांच्या उसनवारीच्या मतावरती आपले प्रश्न सोडून देतात. त्यात निर्णय विपरित झाला तरी यांना दु:ख वाटत नाही. कारण ते चूक नव्हते तर त्यांना दिलेला लोकांचा सल्ला चुकीचा होता असे म्हणण्यास हे तयार.

विचारसरणीचा आणखीन एक दोष हा प्रत्येक गोष्टीला आपणच जबाबदार

आहोत असं समजणाऱ्या आत्मकेंद्रित विचारसरणी असणाऱ्यांचा होय. प्रत्येक दु:खकारक घटनेला आपला काही संबंध नसतानाही अशा विचारसरणीचे लोक स्वत:ला दोषी धरून आत्मपीडन करून घेत असतात. ही विचारसरणी आत्महत्येइतकी अत्यंत घातुक आहे. एखादीच्या मुलीला शाळेमध्ये वर्तणूक सुधारण्यास सांगितल्या बरोबर अशा विचारसरणीच्या मुलीच्या आईने आपण अत्यंत टाकाऊ आई आहोत, आपल्याला मुलेही वाढवता येत नाहीत, अशा निष्कर्षाने स्वत:चे आयुष्य दु:खी करून घेतल्याचे माझ्या पहाण्यात आहे. वैद्याच्या हातून किंवा वकिलाच्या हातून एखाद्या केसबाबत अपेक्षित निर्णय आला नाही तर लगेच मला माझा व्यवसाय जमत नाही असे म्हणून निराश होऊन बरेच जण दु:खी होत असतात. अशा विचारसरणीच्या लोकांना शेषशायी मनोवृत्तीचे लोक म्हणावे कारण साऱ्या जगाचा भार आपल्याच मस्तकावरती आहे अशा गैरसमजात ते वावरत असतात. अशी माणसे नोकरीत असतील व त्यांना वरचा हुद्दा मिळाला तर त्यांचे आयुष्य नवीन जबाबदारीमुळे जास्त दु:खीच होते. त्यांचा चेहरा बघवत नाही इतका त्रासलेला आणि नैराश्यग्रस्त असा दिसतो. त्यांच्या कपाळावर नेहमीच आठ्या असतात व हाताखालच्या माणसांवर ती सतत रागावलेली असतात. वरची जागा मिळाल्यावर हाताखाली जास्त माणसे आली, त्या प्रत्येक हाताखालच्या माणसाच्या चुकीला आपले वरिष्ठ आपल्यालाच दोषी धरणार म्हणजे आपले सारे अस्तित्वच धोक्यात येणार असे त्यांना वाटते.

आणखी एक विचारसरणीचा दोष आहे तो म्हणजे खूप विचार करीत बसून कोणताही निर्णयच न घेणाऱ्यांचा. त्यांना निर्णयाचीच भीती वाटते. त्याबद्दल तो योग्य आहे का नाही ह्याची शंका असते. गाढवापुढे दोन्ही बाजूला गवत टाकले तर हे खावे का ते खावे ह्याचा ते नुसता विचारच करीत बसले व काही निर्णयच न घेतल्याने उपाशी मेले अशी एक गोष्ट गंमतीने सांगतात, ती कित्येकवेळा खरी वाटते. कित्येक वकील निर्णयाच्या भीतीने प्रकरण नुसते लांबणीवर टाकतात किंवा कित्येक मुत्सद्दी कोणताही निर्णय न घेता प्रश्नाची उकल करण्यासाठी नुसते कमिशन नेमतात हा त्यातलाच प्रकार.

सदोष विचारसरणीचे हे सर्व प्रकार थोडक्यात निवेदन केलेले आहेत ते एवढ्यासाठीच की या सदोष विचारसरणीचे आपण तर बळी नाही ना हे पहाण्यासाठी. एखाद्या घटनेचे जर आपल्याला दु:ख झाले तर नक्की समजावे की आपण वरीलपैकी कुठलीतरी दूषित विचारसरणी अवलंबिली आहे. अशा प्रदूषित विचारसरणीचा आपण त्याग करणे हेच केव्हाही हिताचे. इतर कोणत्याही प्रदूषणापेक्षा विचारांचे प्रदूषण फार धोक्याचे असते.

■

२३. भक्तियोग आणि वैराग्य

भक्तियोगाचा विचार करण्यासाठी एक गोष्ट लक्षात ठेवावयास हवी की, भक्तियोग हा परमार्थ प्राप्तीचा एक मार्ग आहे. परमार्थ किंवा आध्यात्म हा विषय चर्चेचा असू शकत नाही तर हा अनुभवाचा आहे. ज्ञानेश्वरी हा सर्वश्रेष्ठ ग्रंथ पण त्याचा मोठेपणा किंवा त्याची अद्‌भूत किमया पाहायची असेल तर त्याचे वर्णन अचूक शब्दात संतश्रेष्ठ नामदेव महाराजांनी सांगून ठेवलं आहे. "नामा म्हणे ग्रंथ श्रेष्ठ ज्ञानदेवी ।। एक तरी ओवी अनुभवावी" खरं आहे हे. साखरेची गोडी माहीत नसणाऱ्याला कोणत्या शब्दाने तिच्या गोडीचे वर्णन करून सांगता येईल? थोडी चिमूट तोंडात टाकल्यावरच एकदम तिची गोडी अनुभवाने कळते. ती कळली तर शब्दांची जरुरीच नसते. भक्तियोग असाच अनुभवाचा मार्ग आहे.

योगाच्या शब्दाचे अनेक अर्थ आहेत. पातंजलीच्या योगशास्त्रामध्ये त्याची व्याख्या 'योग: चित्तवृत्तीनिरोध:' योग म्हणजे चंचल चित्तवृत्तीला आवर घालणे किंवा मन एकाग्र करणे अशी केली आहे तर गीतेत 'समत्वं योगमुच्यते,' 'योग: कर्मसु कौशल्यम्' अशा व्याख्या केल्या आहेत. इथे मात्र आपण योग (युज्) म्हणजे जोडणे ह्या अर्थाने ह्या शब्दाचा वापर करणार आहोत. जीवात्म्याला परमात्म्याशी जोडणाऱ्या क्रियेला योग म्हणता येईल. थोडक्यात भक्तीच्यामुळे आपण परमेश्वराशी जोडले जाऊ, आपणाला सायुज्यता प्राप्त होईल म्हणून भक्तियोगाचा विचार करणे जरूर आहे.

पण भक्ती म्हणजे काय? हा प्रश्न निर्माण होतो. नारदाने त्याच्या भक्तिसूत्रात भक्तीची व्याख्या 'सा परानुरक्तिरीश्वरे' परमेश्वरावर अत्यंतिक प्रेम म्हणजे भक्ती अशी केली आहे. अनेक सुंदर गुणी मुलं आसपास असूनसुद्धा, आईला तिचेच मूल अत्यंत आवडते. मुलाच्या प्रेमापुढे तिला स्वत:चा, स्वत:च्या सुखदु:खांचा,

सगळ्यांचा विसर पडत असतो. नेमकी हीच गोष्ट भक्तीमध्ये परमेश्वराबद्दल वाटू लागते. एका परमेश्वरापुढे बाकी सर्व गौण वाटणे हीच परमेश्वरावरच्या भक्तीची ओळख. ह्या एका 'सख्यत्वासाठी पडाव्या जीवलगांच्या ताटातुटी' अशी अंतरिक भावना निर्माण होणे हे भक्तीचे लक्षण होय. केवळ ईश्वरासाठीच जगणे किंवा ईश्वरार्पण वृत्तीने जीवन व्यतीत करणे ही भावना अगदी अंतर्मनात दृढ होणे ही भक्तीची शेवटची पायरी होय.

मग प्रश्न पडतो भक्तीचा मार्ग एवढा सोपा असून तो अवघड का वाटावा? एक महत्त्वाची गोष्ट लक्षात ठेवली पाहिजे ती म्हणजे भक्ती त्यालाच करता येईल की ज्याला वैराग्य प्राप्त झाले आहे. वैराग्याखेरीज भक्ती असूच शकत नाही. नाहीतर ती दांभिकता होईल. भक्तीचे नुसते सोंग होईल. इतरांची तर गोष्टच दूरची, पण स्वत:चीच फसवणूक होईल. तेवढ्यासाठीच संत सांगतात भक्तीचे सोंग आणता येत नाही. भक्तियोगात काही करण्याची म्हणून गोष्ट आहे ती म्हणजे हे वैराग्य कसे निर्माण होईल हे पहाणे, वैराग्याचे दोन अर्थ आहेत. 'विगत राग: यस्मात् स:' ज्याच्यातून प्रेम, मोह, लोभ, स्वार्थ निघून गेले आहेत त्याला वैराग्य म्हणता येईल. प्रापंचिक गोष्टींतून ज्याचे मन पूर्ण विटले आहे. जो निर्मोही झाला आहे अशी व्यक्ती वैराग्यसंपन्न किंवा विरागी/बैरागी असते. वैराग्याचा दुसरा अर्थ आहे तो म्हणजे जे काही प्रेम आहे ते फक्त एकाच गोष्टीवर. बाकीच्या कोणत्याही गोष्टीत त्याला काहीही रस वाटत नाही अशी मनाची अवस्था. जन्मापासूनच ज्याला परमेश्वराबद्दल अत्यंतिक प्रेम वाटते, बाकी सर्व जग त्याला गौण वाटते तो विरागी किंवा बैरागी. अर्थात जन्मापासूनच अशी अवस्था प्राप्त झालेले मारुतराय, प्रल्हाद ह्यांच्यासारखे फार थोड संतमहात्मे होत. जन्मापासूनच ते भक्तीने भारले असल्याने त्यांना वैराग्यासाठी किंवा भक्तीसाठी काही विशेष करावे लागतच नाही. ज्ञानेश्वर महाराज म्हणातात त्याप्रमाणे, 'पक्षी उत्प्लवनासारीखा । फळासी झोंबे जैसा,' अशी त्यांची स्थिती असते. फळ हातात येण्यासाठी सामान्य माणसाला किती प्रयास करावे लागतात. पक्षी मात्र झटकन् एका झेपेत फळ प्राप्त करतो. आपण हे सर्वसामान्य माणसांसारखे प्रयत्नांती परमेश्वर मानणारे. तेव्हा आपाणांस हे वैराग्य प्राप्त करून घेण्यासाठी धडपड करणे जरूर आहे. भक्ती योगातला आपण करू शकतो तो एवढाच भाग.

हे वैराग्य प्राप्त होण्यासाठी आपल्या धर्मात दोन मार्ग प्रामुख्याने सांगितले आहेत. एक म्हणजे भोगून व दुसरे म्हणजे त्यागून. एखाद्या गोष्टीतली आवड, इच्छा किंवा वासना तिचा मनसोक्त उपभोग भोगल्याने कमी होते व नंतर नाहिशी होते, तेव्हा तिच्याबद्दल वैराग्य निर्माण होते. म्हाताऱ्या माणसाला त्याचा पूर्वीचा आवडता पदार्थ दिला तर म्हणतो, 'पूर्वी आम्ही खूप खाल्ले, आता तुम्ही खा.'

कृतकृत्य झालेल्या बऱ्याच वृद्धांच्या तोंडून अशी वैराग्याची भाषा सहज ऐकू येते. पूर्वीच्याकाळी अनेक राजे गौतम बुद्धासारखा सर्वसंग परित्याग करून, आत्मज्ञानासाठी साऱ्या संसाराकडे पाठ फिरवून जंगलाचा रस्ता धरीत ते वैराग्य निर्माण झाल्यामुळेच. पण हे वैराग्य पार अंतर्मनाच्या तळातून उत्स्फूर्त यावयास हवे. नाहीतर हजारो वर्षे तपःश्चर्या करून सुद्धा एखादी मेनका, उर्वशी सारख्या अप्सरा तपोभंग करू शकत. म्हणून वैराग्य हवे ते शुकासारखे अंतर्बाह्य.

भक्तियोगाचा विचार करताना सर्वात महत्त्वाची गोष्ट म्हणजे तुकाराम महाराजांसारखे भक्त शिरोमणी, हनुमंताला आदर्श भक्त म्हणून मानतात व भक्तीच्या वाटा त्यालाच विचारतात. 'काय भक्तीच्या त्या वाटा मज दावाव्या सुभटा' अशी त्यांची मारुतरायांना कळकळीची विनंती आहे. त्यामुळे मारुतरायांच्या साऱ्या चरित्राचाच विचार करावयास हवा. मारुतराय फक्त 'राम-राम' करीत बसलेले कधीच दिसले नाहीत. ते 'बुद्धिमतां वरिष्ठं' होते. प्रभुरामचंद्रांना त्यांच्याशीच सल्लामसलत करावीशी वाटे व त्यांचे म्हणणे ते मानत. मारुतरायांनी 'आश्रमात' (शाळेत) असताना कोणाकोणाकडून निरनिराळ्या विद्या संपादन केल्या ते पाहिले की माणसाची बुद्धी थक्क होते. सूर्यापासून ते व्याकरण शिकले व त्यांच्या वक्तृत्वाच्या गुणाचे कौतुक प्रभूरामचंद्रांनी अगदी प्रथम भेटीतच लक्ष्मणापाशी केले होते. ते उत्तम गायक, नर्तक व द्वंद व कुस्तीत असामान्य होते. सीतेचा शोध घेताना स्वामीकार्य कसे करावे ह्याचा त्यांनी आदर्श घालून दिला आहे. त्यांच्या आयुष्यात सर्व सद्‌गुणांचा विकास झालेला आढळतो. जो गुणी आहे, सद्‌गुणसंपन्न आहे, तोच सगुणभक्ती करू शकतो. हेच त्यांच्या चरित्रावरून शिकण्यासारखे आहे. त्यासाठी 'चणे खावे लोखंडाचे' असा त्रास भोगावा लागतो. आपल्या अंगात सद्‌गुण न बाळगता किंवा त्यांचा विकास न करता, आपल्या आयुष्यातील स्वामीकार्य न ओळखता व ते पार पाडण्याचा प्रयत्न न केल्यास कधीही भक्तियोग साधणार नाही. असाच तुकाराम महाराजांचा भक्तीबद्दल अभिप्राय आहे.

हे सर्व सविस्तर सांगण्यामागे एक हेतु आहे तो म्हणजे भक्तियोगाबद्दल काही गैरसमज आहेत ते नसावेत म्हणून. भक्त म्हणजे ज्याचे स्वतःकडे किंवा प्रपंचाकडे अगदी अव्यवस्थित किंवा गबाळ्यासारखे असावयास हवे. संसारात तर त्याचे अजिबात लक्ष नसावे व कोणी अन्याय करीत असला तरी त्याने तो सहन करावा. त्याच्या बायकोपोरांची दैना झाली असावी असे चित्र डोळ्यांपुढे आणले जाते. ते सर्वथा गैर आहे. नाही तर 'आधी प्रपंच करावा नेटका' हे सांगण्याची जरुरी नव्हती. रामदास स्वामींनी दासबोधात प्रथमच ह्या ग्रंथाचे फलित किंवा उद्देश येथे भक्तिमार्ग निरुपिला आहे असे सांगितले आहे, हे

विसरता कामा नये व त्या भक्तियोगाचा अवलंब करण्यासाठी हा सारा ग्रंथाचा विस्तार आणि खटाटोप केला आहे. नाहीतर मूर्ख लक्षणे, अभ्यास वगैरे सारख्या दैनंदिन जरूरीच्या गोष्टींबद्दल ऊहापोह करण्याची काही जरूर नव्हती. तेव्हा भक्तियोग हा केवळ एक विचार किंवा सांप्रदाय नसून ती एक जीवनपद्धती आहे हे लक्षात ठेवावयास हवे. आपण ज्याची भक्ती करतो ते आपले आराध्य दैवत जर सर्वगुणसंपन्न आहे तर त्याचं आवडतं होण्यासाठी आपणही आपले सद्‌गुण जोपासायला हवेत, तसेच ते वाढवावयास हवेत. आपण आपले सद्‌गुण विकसित केले तरच देवाचे लाडके भक्त होऊ हे ध्यानात ठेवले पाहिजे.

भक्तीची सर्वश्रेष्ठ पायरी म्हणजे आपण देव देव करणे नव्हे तर देवानीच आपल्या मागे आपला भक्त म्हणून यावे ही होय. मी परमेश्वराचा लाडका किंवा आवडता कसा होईन, परमेश्वरालाही माझा लळा कसा लागेल हे पहाणे महत्त्वाचे. यासाठी पुंडलिकानी आपल्याला उदाहरण घालून दिले आहे. ते आईवडिलांच्या सेवेमध्ये, आपले कर्तव्य करण्यामध्ये मग्न असताना खुद्द परमेश्वर त्याला भेटायला आले, पण ते कर्तव्यामध्ये इतके मग्न होते की, त्यांना देवालाही भेटायला सवड मिळत नव्हती. देवाला हेच आवडत असावं कारण पुंडलिकाला सवड मिळेल तोपर्यंत त्याला भेटायला म्हणून गेली २८ युगे तो एका विटेवर वाट पहात उभा आहे. भक्ती असावी तर अशी. अजूनही देव विचारत असतात की मला भक्ताला प्रेमाने भेटायचे आहे, अजूनही कुणी माझा पुंडलिक होईल का? प्रल्हाद होईल का? अर्जुन होईल का? मी त्याच्या घोड्याला खराराही करायला तयार आहे.

भक्ती म्हणजे प्रेम. हा भक्तीचा अर्थ कळल्याने आपल्यापुढचे प्रश्न सुटत नाहीत. आपल्यापुढे प्रश्न आहे की, हे परमेश्वराबद्दलचे प्रेम कसे निर्माण होईल? एक लक्षात ठेवलं पाहिजे की, प्रेम कर असे म्हटल्याने प्रेम निर्माण होणार नाही. परमेश्वर भेटल्याबद्दल कोणी सांगणारा भेटत नाही. त्यामुळे ज्या गोष्टीच्या अस्तित्वाबद्दल शंका वाटते, त्या गोष्टीवर एकदम प्रेम कसे करता येईल? असे द्वंद्व माणसाच्या मनात येते. मग तो स्वत:ची समजूत काढतो की, संत महात्मे म्हणतात म्हणून देव अस्तित्वात असावा नाहीतर हे संतमहात्मे खोटे कशाला बोलतील? एकदम भक्ती करू या म्हटल्याने भक्ती करता येणार नाही. त्यासाठी प्रथमत: आपल्या आयुष्यात परमेश्वरी प्रेमाचा अनुभव घेण्यास आपण शिकले पाहिजे. आपल्या जीवनाच्या सपेक्षत्वातच त्याला प्रेम अनुभवावयास हवे. एकदा आपल्या आयुष्यात त्याचा अनुभव घेता येऊ लागला की, भक्तियोगाच्या मार्गावर आपण आहोत असे समजण्यास हरकत नाही. ह्या प्रेमाच्या अनुभवालाच परमेश्वराची कृपा म्हणतात. तेव्हा दैनंदिन जीवनात माणूस परमेश्वरीकृपेचा अनुभव घेऊ

लागला म्हणजे त्याला परमेश्वराबद्दल गोडी किंवा ओढ लागते. पुढे पुढे तर हा अनुभव पावलोपावली येत जातो. 'जेथे जातो तेथे तू माझा सांगाती, चालविसी हाती धरोनिया!' हा अनुभव दृढ झाला की, अहंभाव नाहीसा होतो. मग भक्ताला सर्वत्र प्रल्हादासारखा देवच दिसू लागतो. ही भक्तियोगाची परिसीमा. शेळ्यामेंढ्या चालत असल्या की सारख्या में में (मी मी) करतात हे अहंकाराचे रूपक समजले जाते. पण मेल्यावर त्यांच्या आतड्याची तात केली व पिंजऱ्याच्या धनुकलीला लावली की ती 'तूं ही तूं ही' 'तूच आहेस, तूच आहेस' असं करते.

सारे आयुष्य परमेश्वराच्या कृपेने त्यांच्या अनुभवाने पार पडत आले की, मग मनात काहीही इच्छाच शिल्लक रहात नाही. सारे त्याच्याच इच्छेने, यदृच्छया चालल्याचा सुखद अनुभव येतो. एकच इच्छा शिल्लक रहाते की, 'ज्याच्या कृपेने हे सारे जीवन सुखासमाधानाने घालवता आले, त्याला निदान फक्त पहावयास तरी मिळावे, ही एक आस मनी उरली' असे वाटणे ही भक्तियोगाची संपन्न अवस्था. मग देवाला पहाण्याच्या अट्टाहासापोटी हा देह जरी मरणोन्मुख झाला तरी ही इच्छा कमी होत नाही. भक्त मीराबाईंनी ह्या अवस्थेचे फारच हृद्य वर्णन केले आहे. त्या म्हणतात, 'आओरे कागा चुनचुन खाओरे मांस । दो नयन मत खाओ, पिया मिलन की आस ।' (हे कावळ्या, तू खुशाल टोची मारून माझे सर्व मांस खा; पण हे दोन डोळे मात्र खाऊ नकोस. कारण, या डोळ्यांनी मला माझा प्रियकर अशा परमेश्वराला पाहण्याची फार इच्छा आहे.)

■

२४.

मी, मी आणि मीच

तो नेहमीच आमच्याकडे न कळवता अचानक येतो, आल्यावर किमान तासाची निश्चिंती होते. घरात तो कुणालाही नकोसा असतो. तो म्हणजे एकदम बोअर असे सार्वमत आहे. पुतण्याने तर त्याचे नावच बोअरकाका ठेवले आहे. त्याच्या संभाषणात– संभाषण नव्हे, भाषणात– कारण तो दुसऱ्याला काही बोलूच देत नाही, दुसऱ्याने फक्त मान हलवावयाची, ठीक, छान वगैरे शब्द मधून मधून फक्त म्हणायचे, एवढीच त्याची अपेक्षा असते. मग उरलेला सारा वेळ मी... मी... माझे... माझे, माझे मत, मी त्याच्या जागी असतो तर मी हे केले असते, मला हे खपत नाही, मला हे चालत नाही अशी मीची नुसती आवर्तने असतात. ह्या भाषणात मीचा इतका जप असतो की मी ह्या शब्दाऐवजी राम शब्द आला असता तर त्याला कोटी रामनाम जपाचे पुण्य मिळाले असते.

वास्तविक पहाता, ही 'मी' ची जाणीव त्याच्यामध्ये असलेल्या जबरदस्त अहंकारामुळे आहे व हा अहंकार मुळात अस्तित्वाच्या जाणिवेतून निर्माण होतो. वास्तविक पहाता प्रत्येक सजीव प्राण्याला त्याच्या अस्तित्वाची जाणीव त्याच्या जीवनप्राप्तीपासूनच होत असते. ही अस्तित्वाची जाणीव म्हणजेच जीवन होय. ही नाहीशी झाली की त्या अवस्थेला मरण म्हणतात. पुढे ह्या जाणिवेची अस्मिता, स्वाभिमान, अहंकार इत्यादी वेगवेळी बदलती रूपे पहावयास मिळतात.

माझा सहा महिन्यांचा पाळण्यातला नातू हात-पाय उडवून आनंदात हसत-खेळत असतो. तो का हसतो काही कळत नाही पण तो त्याची अस्तित्वाची जाणीवच उपभोगत असतो हे नक्कीच. ह्या अस्तित्वाच्या जाणिवेबरोबरच ह्या जाणिवेला धक्का लागणारी कोणतीही गोष्ट झाली की तो रडतो. ही त्याची अस्तित्वाची जाणीव निरपेक्ष आहे, कशावरही अवलंबून नाही. त्याला दूध

मिळाले नाही तर त्याचे हे अस्तित्व संपेल म्हणून तो आक्रोश करीत असतो. आपल्या अस्तित्वाची ही जाणीव असण्याबरोबरच आपण नसल्याची जाणीव त्याला सहन होत नाही. त्याच्या रडण्यामागचे हेच कारण आहे. आता हळू हळू त्याची आई त्याला "सोहम् कुठे आहे?" विचारल्यावर त्याच्या छातीवर बोट ठेवायला शिकवते. त्यानंतर प्रथम त्याला तो म्हणजे देह आहे ह्याची जाणीव होईल. मग त्याला त्याचे हात, पाय, त्याचं डोकं अशा साऱ्या अवयवांची ओळख करून देऊन हे त्याचे आहेत ही जाणीव करून देईल. पुढे पुढे सोहम म्हणजे पुरुष आहे, त्याचा धर्म, जात, त्याचे समाजातील स्थान, अधिकार अशा एकेक मी ची पुटं त्याच्यावर चढवली जातील व ती घट्ट होतील. असे करता हळूहळू त्याला, मी आणि माझे याची पक्की जाणीव होईल आणि मग हा सतत मी आणि माझे ह्या दृष्टिकोनातून जगाकडे पाहू लागेल.

उपनिषदामध्ये या मनुष्य देहाचे वर्णन "द्वा सुपर्णा सयुजा सखया" असे केले आहे. याचा अर्थ असा की मनुष्य म्हणजे, एका देहरूपी फांदीवर दोन पक्षी आहेत. (विश्राम बेडेकरांनी त्यांच्या आत्मचरित्राला 'एक झाड, दोन पक्षी' असे नाव यावरूनच दिले आहे.) यातला एक पक्षी हा फक्त साक्षीभूत, काहीही न खाणारा व कशाचीही अपेक्षा न ठेवणारा असा– (आत्मा) व दुसरा पक्षी सारखा अस्मितेच्या जाणीवेवरच स्वत:ला पोसत असणारा असा– (जीवात्मा). ह्या आपल्यामध्ये असणाऱ्या जीवात्म्याला सतत त्याच्या अस्तित्वाची जाणीव हवी असते. व तो याच दृष्टिकोनातून जगाकडे पहात असतो. माणसाचा सर्व मी-मीपणा, स्वाभिमान, गर्व, अहंकार हे या जीवात्म्याला त्याच्या पोषणासाठी अत्यंत जरूरीच्या वाटणाऱ्या गोष्टी होय. याच्या शिवाय जीवात्मा त्याचे अस्तित्वच मानू शकत नाही.

सर्वसाधारण माणूस जेव्हा त्याचा स्वत:चा उल्लेख मी असा करतो तेव्हा त्याचा मी किंवा स्व हा फक्त त्याचा देह, त्याचे विचार आणि त्याचे मन याच्याशीच निगडित असतो. परंतु देह, मन व विचार या साऱ्या गोष्टी सतत बदलत असल्यामुळे पुढे पुढे त्याचे मन गोंधळते, यात रमत नाही कारण त्याला कायम टिकणारे, शाश्वत असे अस्तित्व हवे असते. हे कायमचे आहे असे भासणारे अस्तित्वच त्याला सुख देत असते. माणसाची बरेच वेळा फसगत होते ती या 'मी'च्या चुकीच्या कल्पनेमुळेच, कारण त्याने बदलत्या गोष्टींनाच मी म्हटलेले असते.

ज्यांनी त्यांचा मीपणा किंवा स्व फक्त देहाशीच संबंधित ठेवला नाही तर ध्येयाशी/तत्त्वाशी संलग्न केला अशा लोकांना मूळचे 'स्व'चे स्वरूप कळणे सोपे जाते. 'स्व'ची किंवा मीपणाची ही प्रगल्भ जाणीव होय. हा 'स्व' किंवा

स्वत्व म्हणजे त्यांचे 'ध्येय' किंवा 'संकल्प' असतो. 'प्राण जाए पर वचन न जाए' हे प्रभूरामचंद्रांचे ध्येय होते. 'स्वराज्य हा माझा जन्मसिद्ध हक्क आहे व तो मी मिळवणारच' हे टिळकांचे ध्येय व या ध्येयाची परिपूर्ती करीत असताना, त्यांनी त्यांच्या देहाची, कुटुंबाची पर्वा केली नाही. अशा ध्येयवादी माणसांनाच 'स्व' किंवा खरा मी म्हणजे काय आहे ते कळले असते. त्यांनाच स्वातंत्र्याचा अधिकार असतो व ते खरे स्वाभिमानी होऊ शकतात. त्यांचा 'स्व' म्हणजे ध्येयच असते.

पुढे ह्या मीपणाच्या किंवा अहंपणाच्या जाणिवेतूनच माणसाचा फार मोठा शत्रू निर्माण होतो. तो म्हणजे अहंकार. कॅन्सरच्या गाठीसारखा प्रथम लहान स्वरूपात निर्माण होऊन पुढे तो त्याचे सर्व शरीर, मन आणि विचारावर पसरतो. त्याला दानव किंवा असुर म्हणून संबोधले आहे. जगात मी एकच कर्तुम-अकर्तुम शक्ती आहे, माझ्यापेक्षा कुणी श्रेष्ठ नाही, अशी यांची भावना असते. मग अशा अहंकारी लोकांचे सैतानामध्ये रूपांतर होते. कुराण, बायबल यामध्ये अशा सैतानाचे अस्तित्व नुसते मान्य केलेच नाही तर येशु ख्रिस्ताची व सैतानाची पर्वताच्या शिखरावर गाठ पडून संभाषण झाल्याचा उल्लेख आहे. शिखांमध्ये निरंहकारी असा एक पंथच आहे. गीतेमध्ये अहंकारी माणासाला 'अहंकार विमूढात्मा कर्ताऽहम् इति मन्यते' असे म्हटले आहे. म्हणजे अहंकारी माणूस हा महामूर्ख असतो व साऱ्या गोष्टी आपणच करतो म्हणून त्या होतात असे तो समजतो व एखादे फळ हे फक्त आपल्या कृतीनेच मिळाले आहे अशा धुंदीत आणि कैफात तो असतो असे म्हटले आहे. अहंकारी माणूस धृतराष्ट्रासारखा आंधळा असतो– गर्वाने फुगलेला असतो. अहंकार माणसाला नीट विचारच करू देत नाही. चांगले विचार मनात शिरूच देत नाही म्हणून तो अविचारी, अविवेकी असतो. असा माणूस मनस्वी असतो. त्याच्या मनात येईल तेच खरे. अहंकारी माणूस दुसऱ्या माणसाचे गुण पाहूच शकत नाही म्हणून तो आंधळा असतो. किंबहुना दुसऱ्यात काही चांगले आहे हा विचारही त्याला खपतच नाही. तो स्वत: कधीही कायमचा सुखी होऊ शकत नाही ही त्याची शोकांतिका असते. हिटलर, स्टालीन वगैरे अहंकारी माणसांचे चरित्र आठवले की त्यांचा विनाश का झाला, कसा झाला ते कळते.

सौंदर्य, सामर्थ्य, श्रीमंती ह्याचा अहंकार असला तर एक वेळ चालू शकेल कारण जसे जसे वय होते तस तसे ह्या सर्व गोष्टी आपोआपच काळाच्या स्वाधीन होतात व माणसाला त्यातून आनंद घेता येत नाही. कुसुमाग्रजांनी 'मातीची दर्पोक्ती' ह्या कवितेत फार मार्मिक शब्दांत ह्यांचा परामर्ष घेतला आहे. एखादी सुंदर रमणी तिच्या रूपाबद्दल, शूर त्याच्या बाहूपराक्रमाबद्दल नि पंडित त्याच्या

विद्वत्तेबद्दल कितीही गर्व करू देत, शेवटी ह्यांना ''मातीतच मिळणे एक नवा थर अंती'' असे माती म्हणते असा ह्या कवितेचा सारांश आहे.

अहंकाराने माणूस किती मूर्ख होऊ शकतो, किती आंधळा, अविचारी होऊ शकतो त्याचे उत्तम उदाहरण मला नुकतेच आढळले. आपल्या अंगात काही गुण किंवा काही चांगल्या गोष्टी असतील तर त्याचा अहंकार बाळगणे एक वेळ कळू शकते पण दुर्गुणांचाही अहंकार असावा ही गोष्ट अत्यंत हास्यास्पद वाटते. एक माणूस दुसऱ्याला सांगत होता, ''हे बघ त्याला सांग की तो एक हलकट तर मी सात हलकट आहे, एकदा का आपण वाईट रहायचं ठरवलं ना तर माझ्या इतकं कुणी वाईट होऊ शकत नाही.'' आता ह्यात अहंकार बाळगण्यासारखं काय आहे? ही लाजिरवाणी गोष्टच आहे. घरात ताकसुद्धा नसणं ही अत्यंत लाजिरवाणी गोष्ट समजली जात असे. पण एका घरी शेजारची बाई ताक मागायला आल्यावर सुनेने ते नाही सांगितल्यावर ती बाई परत जाताना सासूने पाहिले, तिला हाक मारली. तिला वाटलं आता आपल्याला थोडं तरी ताक मिळेल, सासू म्हणाली मी घरातली कर्ती. माझ्याकडे ताक मागायचं, तिच्याकडे नाही. त्या बाईने परत ताक मागितल्यावर सासू म्हणाली आमच्याकडे ताक नाही. ताक नाही म्हणायचा अधिकार माझा आहे. सुनेचा नाही. ह्या करंटेपणात अहंकार बाळगण्यासारखे काय आहे? पण आपल्याला काही अधिकार आहे, ह्याचाच आंधळा अहंकार. ह्या सासूपणाच्या हक्काच्या अहंकारामुळेच सुनेचा छळ होण्याच्या घटना काही कमी नाहीत. ह्या अहंकारामुळे सुनांनी आत्महत्या केलेली प्रकरणे पाहिली की ह्या अहंकाराच्या भयाणतेची प्रचीती येते.

ह्या दृष्टीने जरा भोवताली पाहिले की माणसे ही कमी जास्त अहंकारी वाटतात. शुकाने जनक राजाला विचारले, ''तुला बाजारात काय दिसले?'' तो म्हणाला सर्व साखरेचीच चित्रे! म्हणजे कमी जास्त अहंकार असलेले पुतळे. नवनाथ कथेतही राजा गोपिचंदाची अशीच गोष्ट सांगतात. नाथ विचारतात, ''तू कोण आहेस?'' राजाचे अनेक धातूचे पुतळे उभे करून राजा एकेका पुतळ्यामागे असतो. राजा उत्तर देतो, ''मी राजा आहे.'' तेव्हा नाथ म्हणतात, ''जळून जा.'' असा एकेक अहंकाराचा पुतळा जळल्यावर मग राजा मूळ रूपात अहंकार विरहित भेटतो, तेव्हा त्याला नाथ शिष्य म्हणून स्वीकारतात.

ह्या असुरी अहंकाराची भूकही फार मोठी असते. सारखे माझे, माझे, मला, मला म्हणून एकेक वस्तू तो जमवत रहातो. रावणाच्या जनानखान्यात हजारो सुंदर स्त्रिया होत्या. पण तेवढ्याने त्याचे समाधान नव्हते. पैसे मिळवणाऱ्या अहंकारी माणसाला कितीही पैसा मिळाला तरी त्याला आणखी हवाच असतो. नादीरशहाने सोरटी सोमनाथ मंदिराची अनेक वेळा शेकडो उंटांवर नेता येईल

इतकी संपत्ती नेली पण त्याचे त्याने काय केले? त्याची हाव मरेपर्यंत संपली नव्हती. मरताना मला ही संपत्ती बरोबर नेता येणार नाही म्हणूनही तो अती दुःखी झाला.

वास्तविक पाहता, ह्या जगात माझे म्हणून ज्यावर मालकी सांगावी अशी कोणतीही शाश्वत वस्तू नाही. माणूस नक्की मी किंवा अहं म्हणतो असे ज्याला म्हणतो त्या मी चे स्वरूप काय? असा मूलभूत प्रश्न विचारून त्याचे उत्तर मुंडकोपनिषदामध्ये दिले आहे. मी म्हणजे हात, पाय वगैरे कर्मेंद्रिये काय? डोळे, नाक, कान वगैरे इंद्रिये सुद्धा मी नाही. आपण, माझे मन दुःखी आहे किंवा बुद्धी चालत नाही म्हणतो म्हणजे हे म्हणणारा मी हा विचार किंवा मनाहूनही वेगळा आहे. मग ह्या देहाला चालवणारा कोण आहे? ह्या साऱ्या प्रश्नांचा उपनिषदात फार चांगल्या रितीने विचार केला आहे आणि मी म्हणजे "सच्चिदानंद आत्मतत्व" आहे हे पटवून दिले आहे. श्रीमत् आद्य शंकराचार्यांचे ह्या विषयावर फारच सुंदर स्तोत्र आहे. 'चिदानंदरूपः शिवोऽहं.' ते म्हणतात, मी म्हणजे मन, बुद्धी, अहंकार नाही, मी म्हणजे नाक, कान, जिव्हा इत्यादी शारीरिक अवयव नाही. मी म्हणजे पंचमहाभूताचा संघही नाही, तर मी म्हणजे सत्, चित्, आनंदरूपी आत्मा आहे.

ज्ञानेश्वरांनी (ज्ञानेश्वरीत १३ व्या अध्यायात) या अहंकार विरहित अवस्थेचे म्हणजेच निरहंकारीपणाचे फार मनोज्ञ उदाहरण दिले आहे. ते म्हणतात, सूर्य जसा अभिमान रहित उगवतो, वायु जसा सर्वत्र संचार करतो, गंगा जशी हेतूविना वाहत असते, झाडे योग्यवेळी फळे देतात पण त्याची त्या वृक्षांना आठवणही नसते, त्याप्रमाणे एखाद्या सकाम पुरुषाप्रमाणे सर्व प्रकारची कर्मे करूनही ज्याच्या ठिकाणी त्या कर्तृत्वाची जाणीवही नसते, आभाळात मेघ येतात पण त्याचा जसा आकाशाशी व आकाशाचा मेघांशी काहीही संबंध नसतो, त्याप्रमाणे निरंहकारी माणसाचा कर्माशी संबंध नसतो. आपण एक देह आहोत इतकी साधी जाणीवही त्याला नसते, अशा वृत्तीला निरंहकारता म्हणतात. अशा वृत्तीतच ज्ञानाचा उदय होतो.

ह्या मूळच्या साध्या अस्तित्वाच्या जाणिवेवर अनेक प्रकारची मीची जी अहंकारी रूपे लादली जातात, त्या सर्व कृत्रिमरुपांचा त्याग करून मूळ स्वरूपाशी (केवळ अस्तित्वाशी) किंवा मी आहे ह्या शुद्ध जाणिवेशी, म्हणजेच आत्म्याशी एकरूप होणे ह्यालाच समाधी असे म्हणतात. मी कोण आहे? काय आहे? ह्याच्याशी, ह्या जाणिवेशी संबंध नसतो. अध्यात्मशास्त्राचे प्रयोजन, ह्या मूळ शुद्ध स्वरूपाची जाणीव माणसाला करून, 'मी'ची खरीखुरी ओळख करून देणे हे होय. मी कोण आहे? (कोऽहं) ह्या प्रश्नापासून सुरुवात करून, मी तेच

नित्य, शुद्ध, अविनाशी व आनंददायी असे अहंकार विरहित आत्मतत्व (सोऽहं) आहे, ही प्रचीती देणे हे अध्यात्मशास्त्राचे किंवा परमार्थाचे उद्दिष्ट आहे. तुकाराम महाराज म्हणातात तसे, 'देव पहाया गेलो, देव होऊनिया गेलो,' हा अनुभव अशा साधकांना येत असतो.

अशातऱ्हेची प्रचीती माणसास आली तर सुखाखेरीज ह्या आयुष्यात काहीही नसल्याचा अनुभव येतो. पण त्यासाठी आपण विष्णुदासांची नामदेवांनी प्रार्थना केली आहे ती आपल्या मन:पटलावर कोरून ठेवली पाहिजे.

"अहंकाराचा वारा न लागो राजसा, माझिया विष्णुदासा, नामा म्हणे."

■

२५. विवेक

नरेंद्र नावाचा कलकत्याच्या महाविद्यालयात शेवटच्या वर्षांत शिकणारा एक तरुण वर्डस्वर्थची 'डॅफोडील' ही कविता शिकत होता. त्याला तिच्या शेवटच्या ओळीतले Bliss of solitude ह्या भावसमाधीबद्दल कुतूहल वाटलं. आपल्याला तसा अनुभव येईल का? हे विचारावयास तो रामकृष्णांकडे गेला. त्याला त्याचे उत्तर मिळाले व त्यासाठी त्याला विवेक करावयास शिकले पाहिजे हे सांगितले गेले. नरेंद्रला ह्या जन्मातच कायमचे सुख मिळण्याची साधना ह्या शब्दात सापडली. शेवटी त्याने स्वत:चे नावच 'विवेकानंद' असे धारण केले. नुसत्या भारताचेच नव्हे तर जगाचे आध्यात्मिक गुरुत्व त्यांना लाभले. विवेक ही सुखाने जगण्याची गुरुकिल्लीच आहे. ह्या जीवनातच नव्हे तर ज्याला 'इह परलोकी सुखात रहावयाचे आहे' त्याला विवेकाशिवाय दुसरा पर्याय नाही.

ह्या विवेकाची महती सर्व संतांनी आर्जवून सांगितली आहे. ज्ञानेश्वर आदी सर्व संतांनी ह्यासाठीच विवेकाची महती गायली आहे. ज्ञानेश्वर महाराज म्हणतात की, मी विवेकाचा विशेष अतिआदर केला म्हणूनच हा भवसागर तरून गेलो. (''म्हणोनि विशेषे अत्यादरू विवेकावरी'') त्यांना गुरुकृपेमुळे ह्या सर्व जगात विवेक वेलीची लावणी व्हावी असे वाटते. रामदासस्वामी लहान मुलांनाही उपदेश करताना 'धरा बुद्धी पोटी विवेके मुले हो' असे कळकळीने सांगतात तर 'विवेकी सदा स्वस्वरूपी रहावे' असा सर्वांस उपदेश करतात. आधी प्रपंच करावा नेटका मग विवेके परमार्थ करावा हे सारे जीवनाचे सार सांगतात. ज्यांना गुरुकृपेचा अनुभव आहे, त्यांना विवेक करणे सोपे जाते.

आपल्या प्राचीन वाङ्मयात आपण देव किंवा असुर दोघेही समुद्रमंथनासारख्या पेचप्रसंगाच्यावेळी विचार विनियमासाठी ब्रह्मदेवाकडे गेले होते, त्यांच्याशी

सल्लामसलत करून मग त्यांनी निर्णय स्वीकारला असा उल्लेख आढळतो. ब्रह्मदेव ही विवेकाची देवता. त्याला चार तोंडे म्हणजे तो मागचे, पुढचे व दोन्ही बाजूचे पाहू शकतो व असे सर्व बाजूंना पाहून विचार करूनच तो निर्णय देतो. तो नि:पक्षपाती आहे, देव व असुर दोघांनाही तो सारखाच सल्ला देत असतो.

विवेकाबद्दल इतके सांगूनसुद्धा नेमका, विवेक म्हणजे काय, तो कसा करावा ह्याबद्दल सर्वसामान्य माणूस उदास असतो व नेमक्या ह्या महत्त्वाच्या हितकारी उपदेशाकडे पाठ फिरवून तो परमार्थातही सौदेबाजी किंवा जवळची वाट– 'शॉर्टकट' अवलंबित असतो. जगामध्ये जी दु:खे, संकटे आली व येत आहेत, ती सारी अविवेकी वृत्तीतून हे आता सर्व जगाने नुकतेच अनुभवले आहे व रोज अनुभवास येत आहे. तरी सुद्धा ही आततायी माणसे विवेकी होत नाहीत. अर्थात ह्या लोकांचा प्रतिनिधी जो दुर्योधन त्याने ह्या प्रश्नाचे उत्तर देऊन ठेवले आहे. तो म्हणतो, "जानामि धर्मं न च मे प्रवृत्ति ।। जानामि अधर्मं न च मे निवृत्ती ।।" मी धर्म किंवा कल्याण कशात आहे ते नक्की जाणतो, पण तसे वागावे अशी माझी प्रवृत्तीच होत नाही. मी अधर्म जाणतो पण तशा वागण्यापासून मी निवृत्त होऊ शकत नाही. थोडक्यात, कळते पण वळत नाही अशी अविवेकी लोकांची अवस्था असते. आयुष्यात ज्या ज्या शोकांतिका पहावयास मिळतात, तिचे सारे मूळ ह्या त्यांच्या अविवेकी वृत्तीतच असते.

थोर शास्त्रज्ञ डार्विनच्या सिद्धांतानुसार मनुष्य हा प्राणी इतर प्राण्यांपेक्षा उत्क्रांत पावलेला आहे. माणसाची उत्क्रांती ही त्याच्या देहापुरतीच मर्यादित नाही, त्याचे मन व त्याचे विचार किंवा बुद्धी ह्यांचाही विकास होणे जरूरीचे आहे, तरच तो दिव्य जीवन जगू शकेल. जास्त सुखी, समाधानी होईल. मनाचा विकास किंवा त्याची प्रगल्भ अवस्था ही श्रद्धेत असते; तर विचाराची प्रगल्भ अवस्था विवेकात असते. बुद्धी व मन किंवा विचार व भावना ह्या दोन पूर्ण वेगवेगळ्या गोष्टी आहेत. त्या एकमेकांना पूरक वापरल्या तर त्याने जीवनाच्या सौंदर्यात भर पडते. पण त्या एकमेकांऐवजी वापरल्या म्हणजे बुद्धीचे किंवा विचाराचे काम मनाने किंवा भावनेने केले किंवा उलट भावनेच्या जागी बुद्धी किंवा तर्क वापरला तर मात्र दु:ख निर्माण होते. तसे करणे हे अविवेकी ठरते.

तेव्हा विचारांचे पर्यवसान विवेकात करणे हे प्रगतीचे लक्षण आहे. माणसाची बुद्धी ही एक शक्ती आहे. पण ती त्याचे भलेही करू शकते किंवा नाशही करू शकते. तसेच ती मायेच्या किंवा मोहाच्या संगतीने माणसाला फसवू सुद्धा शकते. गीतेत बुद्धीला 'व्यवसायात्मिका बुद्धी' असे म्हटले आहे. एकदा माणसाने चोरी करावयाची ठरवली तर बुद्धी त्याला चोरी कशी करावयाची हे शिकवते व त्याला चौर्यकर्मात निष्णात करते हे आपण पहातोच.

तेव्हा विवेक म्हणजे नुसत्या बुद्धीचा किंवा भावनेचा वापर नव्हे तर बुद्धीने दिलेल्या अनेक पर्यायातून योग्य, हितकारी, विचाराची निवड करणे होय. बाहेरच्या वस्तूकडे इंद्रिये धावतात. मोह निर्माण होतो व ती आपल्याला हवीच अशी धारणा निर्माण होते. मग बुद्धी ती कशी प्राप्त करावयाची त्याचे मार्ग शोधून काढते. लहान मुले जत्रेतील वेगवेगळी खेळणी पहातात, त्यांचे मन ती पाहिजेत असे ठरवते. मग त्यांची बुद्धी वडिलांकडून ती कशी प्राप्त करून घ्यावी ते शिकवते. त्याप्रमाणे मुलगा गोडीगुलाबीने किंवा हट्ट करून ती वस्तू प्राप्त करून घेतो. येथे विवेकाचा संबंध नसतो. बऱ्याच प्रमाणात मोठ्या माणसांचीही हीच स्थिती असते. फक्त मनाला आकर्षण करणाऱ्या वस्तू किंवा विषय बदलतात. तेथे निरनिराळ्या अनेक विचारांतून योग्य विचारांची निवड नसतेच. विवेक माणसाला त्याच्या हिताचाच विचार सुचवतो. एखादी वस्तू अल्पकाळ टिकणारीच किंवा बाधक आहे का? ती आता प्रिय आहे पण तिचा परिणाम हिताचाच आहे का? हे पहावयास शिकवते. तसेच आता एखादी गोष्ट प्रिय नसली तरी ती अंती सुखाची आहे का नाही हे साधकबाधक किंवा दोन्ही बाजूने विचार करून त्यातून योग्य विचारांची निवड करावयास विवेकाचीच जरूरी असते. पोटदुखीच्या विकारग्रस्त माणसाला समोर लाडू पाहिल्यावर खावेसे वाटतात. पण विवेक शिकवतो की हे लाडू खाणे प्रेयस आहे, सध्या तात्पुरते प्रिय वाटणारे असले तरी उद्या त्याने आजारी पडून तुला अतिशय त्रास होईल. तेव्हा ते श्रेयस नाही. सबब, तू खाऊ नयेस. तसेच विवेक त्याला सांगतो की, औषध जरी आत्ता कडू वाटले, प्रेयस नसले तरी परिणामी ते श्रेयस आहे किंवा नाही हे पहाणे तुझ्या हिताची गोष्ट आहे. सबब, तू हे औषध घे. कारण ते श्रेयस आहे.

कठोपनिषदामध्ये नचिकेत हा मुलगा यमाकडे जाऊन 'गहन व गूढ असे आत्मज्ञान दे' असा वर मागतो. खूप आढेवेढे घेऊन यम (मृत्यूची देवता) त्याला शाश्वत सुखाची कायमची ठेव कशी मिळेल ह्याची मर्मबंधातली ठेवच सांगतो. ही गुह्यतम गोष्ट म्हणजेच विवेक होय. तसं पाहिलं तर हे जगद्वंद्य उपनिषद विवेकाबद्दलच सविस्तर सांगते.

विवेक हा एखादा विचार स्वीकारताना मुख्य कसोटी लावतो ती म्हणजे ती गोष्ट प्रेयस आहे की श्रेयस आहे? मग श्रेयस गोष्टीचाच विचार तो आचरणात आणावयास सांगतो. प्रत्येक माणसाने एखादा विचार स्वीकारताना ह्याच प्रेयस-श्रेयस कसोट्यांवर लावून स्वीकारला तर त्याला बरेच सुखाने जगता येईल. गीतेमध्ये ह्याच कसोटीवर सुखाचे सात्विक, राजसी व तामसी असे प्रकार विशद करून सांगितले आहेत.

विवेक आणखीही एक कसोटी लावतो ती म्हणजे एखादी वस्तू किंवा

विचार माझ्या एकट्याचेच भले करणारा पण इतरांचे नुकसान करणारा म्हणजेच आपमतलबी स्वार्थी असेल तर तो न स्वीकारण्यास बजावतो. दुर्योधन जन्मला तेव्हा विदुराने तो सर्व कुळाचा नाश करणारा असल्याने कुळ संरक्षणासाठी त्याचा त्याग करावयास सांगितले होते. त्यावेळेस त्याने ह्या बद्दल एक नियम सांगितला होता, 'त्यजेत् एकम् कुलस्यार्थे, ग्रामस्यार्थे कुलं त्यजेत् ग्रामं जनपदस्यार्थे, आत्मार्थे पृथिवी त्यजेत् (कुळासाठी एका माणसाचा, गावाकरता एका कुळाचा, देशासाठी गावाचा व स्वत:साठी साऱ्या वैभवाचा त्याग करावा) हा नियम विवेकावर अधिष्ठित आहे. मला कुत्रा चावत नाही, पण तो इतरांना चावतो म्हणून तो मी बाळगून इतरांना भय निर्माण करण्यापेक्षा त्याचा त्याग करणे हा विवेक आहे.

विवेकाने निर्णय करणे ही गोष्ट वाटते तितकी सोपी नाही. ज्या बुद्धीच्या सहाय्याने विवकी व्हावयाचे आहे ती न्यायाधिशासारखी नि:पक्षपाती, निर्लेप आणि निर्लोभी हवी, तरच योग्य निर्णय देऊ शकेल. नाही तर मायेपोटी, अहंकारापोटी विपरीत निर्णय घेऊन पश्चाताप करण्याची पाळी येते. मुळात बुद्धीचा स्वभावच स्वार्थी, अनेक फंदात पडणारा, अनेक फाटे फोडणारा असा आहे. त्यालाच गीतेत व्यवसायात्मिका म्हटले आहे. प्रत्येक प्रश्नाकडे बुद्धी सहेतुक आणि स्वार्थीपणे (सबजेक्टीव्हली) पहात असल्यामुळे ती निर्हेतुक किंवा निरपेक्ष (ऑब्जेक्टीव्ह) कशी व्हायची हा मोठा प्रश्न आहे. बुद्धी ही तशी निर्माण व्हावी म्हणून आपल्याकडे 'मेधाजनन' नावाचा संस्कार सांगितला आहे. मेधा निर्माण झाली की कोणतीही गोष्ट आपल्याला तळहातावरील आवळा जसा सर्व बाजूंनी पहाता येतो तशी वस्तुनिष्ठ (ऑब्जेक्टीव्हली) पाहाता येते.

विवेकाबद्दल समर्थ रामदास स्वामींनी बाराव्या दशकात पहिल्याच समासामध्ये विवरण दिले आहे. ते नुसते जरी वाचले व थोडा का होईना पण तो उपदेश अंमलात आणण्याचा प्रयत्न केला तर त्याला नक्कीच सुखाची गुरुकिल्ली आपल्या हातात आली आहे असे वाटेल. समर्थ म्हणातात, व्यवहार सोडून परमार्थ केलात तर तुम्ही कष्टी व्हाल. प्रपंच व परमार्थ दोन्ही नीट कराल तरच तुम्ही विवेकी! परमार्थ सोडून प्रपंच केलात, तर यमयातना भोगाल. पानावरचा किडा सुद्धा पुढचे पान पाहूनच मागचे पान सोडतो. तेथेही तो विवेकपूर्वक पावले टाकतो. जीवसृष्टीतही हा विवेक दिसतो आणि तुम्ही माणसे होऊन जरा सुद्धा भविष्याचा विचार करीत नाही याला काय म्हणावे! तेव्हा दूरदर्शीपणाने वागा. जागरूक रहातो तो सुखी होतो. योग्य वेळी योग्य काम लोक कसे करतात ते पाहून आपण शिकावे. लोक एकमेकांचे वर्तन पाहूनच शहाणे होतात. पण त्यांचे अवगुण न घेता गुण घ्यावे. प्रत्येक माणसाची परीक्षा करावी, बरा-वाईट

माणूस, विवेकाने ओळखावा आणि सर्वांचे मनोगत राखून सद्गुण मात्र वाढवावे.

सध्या आपल्याकडे विद्यार्थी पदवी घेऊन महाविद्यालयातून बाहेर पडताना पदवीदान समारंभ होतो. पूर्वी आपल्याकडे गुरुकुल पद्धती होती तेव्हा विद्यार्थी गुरुच्या घरून आपल्या वडिलांच्या घरी जावयास निघाला की गुरु त्या शिष्यास आयुष्यभर पुरेल अशी ज्ञानाची शिदोरी बरोबर देत असत व त्यास विवेकपूर्ण आयुष्य कसे घालवावे ते सांगत. 'तेतरीय उपनिषदात'– 'शिक्षोपनिषद' म्हणून जो भाग आहे,तो सर्व ह्या उपदेशाचे सार आहे. शिष्याला गुरु निरोप देताना हे उपनिषद आशीर्वादासाठी म्हटले जाई. जगात कसे विवेकाने वागावे हे त्यात सांगितले आहे. त्यात तू आई-वडील, गुरु ह्यांना देवाप्रमाणे मान दे, जन्मभर स्वाध्याय विद्या शिकण्यास व शिकवण्यास कमी पडू नकोस, दान करीत जा अशा उपदेशाबरोबर आमची जी कृत्ये तुला चांगली वाटली त्यांचे अनुकरण कर. जी वाईट वाटली तसे वागू नकोस. जगात एखाद्या माणसाशी वागताना काही प्रश्न निर्माण झाला, त्याच्याशी कसे वागावे असे वाटले तर तू निःपक्षपातीपणे विचार करणाऱ्या माणसाकडे जाऊन त्याच्या सल्ल्यानुसार वाग, अशा तऱ्हेचाही व्यवहार उपयोगी पडेल असा विवेकी सल्ला दिला आहे. आपणही आपल्या आयुष्यात विवेकाने कसे वागावे ते ह्या उपनिषदाने कळते.

विवेकाने सुखी जगण्यास फार मोठ्या बुद्धिमत्तेची जरूरी नसते. एका राजाची मुले मंदबुद्धीची निघाली तेव्हा त्यांच्यात व्यवहार कुशलता कशी येईल ह्याची त्याला चिंता वाटू लागली. शेवटी एका पंडिताने मुलांना व्यवहारात उपयोगी पडतील अशा साध्या, सोप्या पण मनोरंजक गोष्टी सांगितल्या, त्यामुळे मुलांना गोष्टीतून ज्ञान प्राप्त झाले. त्या गोष्टी आपणाकडे पंचतंत्र, हितोपदेश नावाने प्रसिद्ध आहेत. राजा भर्तृहरीचे नीतिशतक ह्यासाठीच प्रसिद्ध आहे. वामन पंडितानी त्याचा मराठीत, सुरेल अनुवाद केलेला आहे. इसापनीती, बिरबल बादशहाच्या गोष्टी ह्यासुद्धा हसत खेळत सहजपणे माणसास व्यवहार चातुर्य शिकवतात. त्या शिकून तारतम्याने म्हणजेच विवेकाने वागता येणे शक्य होते. केवळ विद्वतेने जाणारा माणूस जगात पढतमूर्ख ठरतो, तर विवेकी अशिक्षित माणूससुद्धा व्यवहारकुशल ठरून यशस्वीपणे प्रपंच करू शकतो.

विवेकाबद्दल विल्यम ड्युकमंड ह्याने थोडक्यात सांगितले आहे. तो म्हणतो, 'ज्याला विवेकी व्हायचेच नाही तो माथेफिरू धर्मांध अतिरेकी असतो, ज्याला विवेक करताच येत नाही तो मूर्ख असतो व जो विवेक काय आहे हे माहित असून तसे वागू शकत नाही तो गुलाम असतो.'

लॉर्ड हॅलीफॅक्स म्हणतो, 'लढाईला उभे राहिल्यावर जर विवेक आमच्या बाजूस नसेल तर आम्ही हारलेलोच असतो.'

घाईघाईने घेतलल्या अनेक निर्णयांपेक्षा विवेकाने घेतलेला निर्णय जास्त महत्त्वाचा असतो. अंधारात उजेडाची जरूरी असते, उष्णतेची नाही. विवेकाबद्दल शेक्सपिअरचे हॅम्लेट नाटकातील वाक्य लक्षात ठेवण्यासारखे आहे. 'तू प्रत्येकाला तुझा कान दे, पण जीभ देऊ नकोस. प्रत्येक माणसाचे मत आजमावून पहा, पण तुझा विवेक तुझ्यापाशीच राखून ठेव.'

विवेक हे आपल्या जीवननौकेचे सुकाणू आहे, त्याच्या सहाय्याने हा भवसागर तरून जाणे शक्य आहे. ह्याबाबत समर्थ रामदास स्वामींचे मनाचे श्लोक म्हणजे विवेक कसा करावा ह्यांचे प्रात्यक्षिक शिक्षणच आहे. सुखाने जगायचे असे ठरवणाऱ्याला त्यांनी मौलिक संदेश दिला आहे, 'विवेके सदा स्वस्वरूपी रहावे'.

■

२६.

आळस – सुखाचा शत्रू

माझ्या मित्राचे पत्र आले ते सहज गंमत म्हणून माझ्यासमोर बसलेल्या हस्ताक्षर तज्ज्ञाला दाखवले. माणसाच्या हस्ताक्षरावरून किंवा साधी सही पाहूनही हा तज्ज्ञ माणसाचा स्वभाव सांगतो. माझ्या मित्राची सही पाहून त्याने मत दिले, हा माणूस सरळ स्वभावाचा पण अत्यंत आळशी आहे. मी एकदम चकीतच झालो. तरी ते न दाखवता मी त्याला विचारले, कशावरून. तो म्हणाला सहीची पहिली दोन अक्षरे ठळक व सुंदर आहेत. पण पुढे आडनाव निम्मेच लिहून पुढे नुसती रेघ आहे. त्यावरून हा हुशार, सरळ असला तरी पूर्ण आडनाव लिहिण्याचा त्याला कंटाळा आहे म्हणून हा माणूस आळशी असल्याचे माझे मत आहे.

ह्या तज्ज्ञांनी सांगितलेले अगदी तंतोतंत खरे होते. माझा मित्र संजय लहानपणापासून माझ्या वर्गात होता. वर्गात कोणतेही अवघड गणित तो सहज सोडवी. वर्गात सर्वांत हुशार होता पण परीक्षेत दुसऱ्या वर्गाच्यावर गुण मिळत नव्हते. गणिताच्या सर्व प्रश्नपत्रिका तो सोडवत नसे. १० पैकी ७-८ प्रश्न सोडवल्यावर पुढे संपूर्ण पेपर लिहावयाचा कंटाळा हेच त्याच्या पुढे न येण्याचे कारण होते. सहल ठरवताना हा त्यात पूर्ण लक्ष घालत असे. बारीकसारीक गोष्टसुद्धा विसरत नसे. पण सहलीच्या दिवशी तो आमच्या बरोबर नसेच. त्याचं एकच उत्तर असे. 'अरे, कंटाळा आला लांब जायचा. घरी झोपून रहाणं बरं असं वाटलं म्हणून आलो नाही.' आम्हाला, 'आलस्यंही मनुष्याणाम् शरीरस्थो महारिपुः' हे सुभाषित शिकवले होते. ते प्रथम ह्याचे पाठ झाले होते. उद्योगी माणसालाच लक्ष्मी प्रसन्न होते हा निबंध त्याने फारच छान लिहून निबंध स्पर्धेत पहिले बक्षिस मिळवले होते. हा महाविद्यालयात गेल्यावर त्याच्याच वर्गातली एक

अत्यंत सुंदर व श्रीमंत मुलगी त्याच्या प्रेमात पडली. दोघांनी पळून जाऊन लग्न करण्याचे ठरवले. ठरल्याप्रमाणे मुलगी सकाळी ६.०० वाजता रेल्वे प्लॅटफॉर्मवर सर्व वस्तू व कपड्यानिशी आली. हा स्टेशनवर गेलाच नाही. त्याच म्हणणं की, सकाळी ६ च्या सुमारास उठण्याचा त्याला कंटाळा होता. ह्या आळसापोटी त्याने अमोल संधी घालवली होती.

माझी आई मला एका हायपाय धड असलेल्या माणसाची गोष्ट सांगे. हा माणूस बोराच्या झाडाखाली भुकेला बसला होता. एक बोर झाडावरून पडले ते नेमके त्याच्या मिशीत अडकले. रस्त्याने जाणाऱ्या येणाऱ्या माणसांना तो विनंती करे की तेवढे बोर त्याच्या तोंडात टाकावे. स्वत:हून बोर तोंडात टाकायचा त्याला आळस होता. आळसामुळे माणूस किती निष्क्रिय होतो त्याचे हे उत्तम उदाहरण आहे.

आळस किंवा कंटाळा ह्या एकाच नाण्याच्या दोन बाजू आहेत. मनुष्याने ह्या गोष्टींचा जेवढा विचार करावयास हवा तेवढा केलेला दिसत नाही. प्राचीनकाळी कंटाळा ही फार मोठी समस्या होती कारण माणसांना बराच रिकामा वेळ मिळत असे. परंतु आजच्या काळातही ही वृत्ती वाढीस लागलेली दिसते. आळस किंवा कंटाळा ही मनुष्याची जीवनाकडे पहाण्याची घातुकवृत्ती आहे. केवळ कालापव्यय नव्हे.

कंटाळा किंवा आळस हा फक्त मनुष्य प्राण्यासच लागलेला मानसिक रोग आहे. प्राणीमात्रास हा लागू नसावा. त्याचे बहुतांशी कारण म्हणजे प्राणीमात्रास स्वत:चे काम स्वत:च करावे लागते. स्वत:चे अन्न स्वत: मिळवावयास लागते. माणसासारखे प्राणीमात्र त्याचे काम करण्यास नोकर ठेऊ शकत नाही. ''न ही सुप्तस्य सिंहस्य प्रविशन्ति मुखे मृग:'' झोपलेल्या ('आळसलेल्या') सिंहाच्या तोंडात आपण होऊन हरिण जात नाही असे समर्पक सुभाषित आहे.

कंटाळा किंवा आळस हा अत्यंत घातुक असा मानसिक रोग आहे. त्याचे मुख्य कारण तो माणसाला योग्य तो विचार करू देत नाही. विवेक कळला तरी तसे वागू देत नाही. इतकेच काय पण हा रोग एक निष्क्रिय असे तत्त्वज्ञान निर्माण करतो. एखाद्या अविवेकी माणसास काम सांगितले तर तो आळसापोटी तर ते करतच नाही. पण तसे न करणेच कसे योग्य होते, केल्याने आणखी त्रासच किंवा तोटा झाला असता असे तत्त्वज्ञान सांगतो किंवा वितंडवाद घालतो. माझ्या मित्राला जेव्हा मुलीबरोबर स्टेशनवर न जाण्याचे कारण विचारले तेव्हा त्याची सारी बुद्धिमत्ता वापरून तो न जाणेच कसे योग्य होते ते सांगत होता. तो म्हणाला, 'लग्न स्वर्गात ठरतात असे तुम्ही म्हणताना मग माझ्या नशिबातच हिच्याशी लग्न करण्याचे असेल तर तसे घडेल. स्टेशनवर जाताना मला तिने

हाक मारली असती तर कुठे बिघडले असते?' ही मंडळी काम न करण्याच्या अनेक पळवाटा शोधत असतात. दैव, नशिब वगैरे गोष्टींचा सोईस्कर आश्रय घेतात किंवा आपल्या चुकीबद्दल दुसराच कसा दोषी आहे हे पटवत असतात. आपल्या शरीराला काहीही कष्ट पडणार नाहीत याची ते अत्यंत काळजी घेतात. 'मानापमान' ह्या नाटकात लक्ष्मीधराच्या रूपाने अशा आळशी माणसाचे सुंदर चित्रण पहावयास मिळते. बरे ह्या देहाचे येवढे चोचले पुरवले तरी तो कायमची साथ तर देतच नसतो, उलट आळशीपणाने त्याला अनेक रोग उत्पन्न होतात. पूर्वी सोवळ्याच्या कल्पनेने माणसे स्वत:ची कामे तरी स्वत: करत असत. आता ही स्वयंसेवाही करण्याचा माणूस कंटाळा करतो. आपले काम दुसऱ्याने कोणी तरी करावे ही त्याची अपेक्षा असते. काही वेळेला आपले काम दुसऱ्याने केलेच पाहिजे व तसा आपला हक्कच आहे अशी त्याची पक्की धारणा होते.

आळसाचे मुख्य कारण म्हणजे माणसाची शेख महमदी अशी कल्पनाराज्यात रममाण होण्याची वृत्ती, आदर्श वस्तुस्थिती कशी असावी ह्या विषयी नुसत्या कल्पना किंवा दिवास्वप्ने पहात बसणे हे होय. तसंच आपल्या देहाचे फाजील लाड करत त्याला त्यत्किंचितही हालचाल करावी लागू नये ही जबर इच्छा. माझ्या माहितीच्या एका स्त्रीला मी संसारात विनाकरणच उदास व आळशी असताना पाहिले. चौकशी केल्यावर तिने जे नवऱ्याबद्दल किंवा संसाराबद्दल ज्या कल्पना रंगवल्या होत्या त्या व प्रत्यक्ष वस्तुस्थिती अत्यंत भिन्न होत्या. आहे त्या परिस्थितीशी जुळवून घेण्यास ती मुळीच तयार नव्हती व ती बदलण्याचे तिला श्रमही घ्यावयाचे नव्हते. ती परिस्थिती कुणीतरी किंवा आपोआप बदलावी एवढेच वाटत होते. पुढे पुढे ह्या सतत वाटण्याचाही तिला कंटाळा आला. मग सर्व बाबतीतच कंटाळा व आळस आला. काहीतरी आपोअप घडावे किंवा कुणीतरी ते घडवावे असे तीव्रपणे वाटणे म्हणजेच कंटाळा. हे काहीतरी सुखदच हवे असे नाही, म्हणून वायफळ गप्पा, निरर्थक चर्चा अशासारख्या गोष्टी करतो. काहीतरी करून आला दिवस कसातरी कटवायचा एवढीच अपेक्षा असते.

आळसाच्या विरुद्ध भावना म्हणजे सुख नव्हे तर उत्साह किंवा उत्तेजना. स्वातंत्र्यवीर सावरकरांना कैदेत ५० वर्षे घालवावयाची होती. कैदेत त्यांनी आळसात दिवस घालवले नाहीत तर उत्कृष्ट काव्ये रचली. कैदेतल्या सुद्धा प्रत्येक दिवसांत त्यांचा उत्साह टिकून होता. ह्या बाबतीत कै. लोकमान्य टिळक हे त्यांचे आदर्श होते.

माणसाचे मन पूर्णपणे कशातही गुंतलेले नसणे, ते दिशाहीन असणे हे आळस किंवा कंटाळा येण्याचे मुख्य कारण आहे. शिवाजी महाराजांच्या शब्दकोषात कंटाळा, आळसच काय पण विश्रांती हा शब्दच नव्हता. आग्र्याच्या कैदेत तर ते

स्वस्थ आळशाप्रमाणे बसले नव्हते; तर तेथून सुटण्याचा पूर्ण आराखडा तयार करीत होते. गांधीजींच्या म्हणण्याप्रमाणे कामात बदल म्हणजेच विश्रांती. काही न करणे म्हणजे विश्रांती हे त्यांना मुळीच मान्य नव्हते.

मला वाटते ह्या आळसाचाच आपणाला कंटाळा आला तर? तर सुखासुखी सुख दारी येईल.

■

२७. मत्सर – मनाचा भीषण रोग

मत्सर हा शब्द लहानपणासून जो ऐकत आहे तो सवत ह्या शब्दाशी संलग्न झालेला असल्यामुळे. मत्सराचे खरे रूप सवती मत्सरातच कळण्यासारखे आहे असे प्रथम वाटते. मत्सरापोटी सवतीने दुसरीला रॉकेल टाकून जाळून टाकण्याच्या घटना वाचनात येतात, तेव्हा त्याची भीषणता लक्षात येते. पूर्वी कृष्णाच्या चरित्रात सुद्धा कथेकरी मंडळी रुक्मिणी-सत्यभामेच्या सवती मत्सराच्या गोष्टी खुलवून सांगताना वाटे की, देवमंडळीसुद्धा ह्या दोषापासून मुक्त नसावीत. महाभारतात सुभद्रेशी लग्न झाल्यावर द्रौपदी जे अर्जुनाशी रागावून बोलते ते सवती मत्सराबद्दल बरेच काही सांगून जाते. वास्तविक पहाता, सबंध महाभारतच हा 'सूडाचा प्रवास' ह्या दृष्टीने पाहिले तर मत्सर हा महाभारताचा केंद्रबिंदू वाटतो. मत्सर हा नुसता सवती पुरताच तेथे मर्यादित नाही. दुर्योधनाच्या गुणदोषांचा विचार केला तर एकच गोष्ट प्रामुख्याने लक्षात येते ती म्हणजे दुर्योधन हा अनेक गुणसंपन्न असला तरी त्याचा मूळचा पिंड फक्त मत्सराचा आहे. पांडवांच्या मत्सराशिवाय त्याने दुसरे काहीही केलेले नाही. एका मत्सरापोटीच सर्व कौरव व पांडवांच्या कुळाचाच नव्हे तर १८ अक्षौहिणी सैन्याचा समूळ नाश झाला. अनेक पिढ्यांना त्याची किंमत मोजावी लागली.

मत्सराचे स्वरूप व त्याची विनाशक शक्ती पहावयाची असल्यास मुशर्रफसारख्या पाकिस्तानी नेत्यांची कृती व वचने पाहिली की मत्सरापोटी माणूस किती विषारी फुत्कार टाकू शकतो व किती निरपराधी माणसांची तो सहज हत्या करतो हे आपणास अनुभवास मिळतच आहे. बरे मत्सर करणारा माणूस स्वत:तरी सुखी राहू शकतो का? तर त्याचे उत्तर मुळीच नाही असेच द्यावे लागेल. द्वेषाच्या वणव्यात ह्या भस्मासुराचाही नाश होतो हे इतिहासाने सिद्ध केलेले त्रिकालाबाधित

सत्य आहे. द्वेषाची विषवल्ली चटकन फोफावते पण ती सर्वांचाच नाश करते. एखाद्या माणसाचे घर जाळण्यासाठी द्वेषाने प्रेरित झालेले लोक चटकन एकत्र येतील व काही क्षणातच ते घर भस्मसात करतील पण एखाद्याचे घर बांधून त्याची निवाऱ्याची सोय करू म्हटल्यावर किती लोक हे सत्कर्म करण्यास येतील? द्वेष/मत्सर हा घातक रोगराईसारखा चटकन पसरतो व तो आटोक्यात आणणे फार कठीण. पण तो रोग होऊ न देणेच अधिक चांगले, त्याने सुखाने जगता येईल.

मत्सर/द्वेष/असूया हे मानवी स्वभावातील अत्यंत घातक दुर्गुण दिसून येतात. तसेच ते दुःखाचे प्रमुख कारण आहेत. अगदी एक वर्षाच्या बालकामध्ये सुद्धा हा दुर्गुण दिसून येतो. लहान मूल दुसऱ्या मुलाजवळ गेले की त्याला आपल्या हातातल्या उत्तमपैकी खेळण्याच्या वस्तूपेक्षा दुसऱ्याच्या हातातलेच खेळणे हवे असते. त्यासाठी ते भांडते, ओरडते, रडते, आपल्या हातातले खेळणे त्याच्या बदलीही देण्यास ते तयार नसते. दोन मुले वाढवताना तर एक दुसऱ्याचा मत्सर करणार नाही इकडे डोळ्यात तेल घालून बघावे लागते. अगदी लहानपणी भावंडांत वाढलेली असूया मोठेपणीही उग्ररूप धारण करते. आई-वडिलांवर पक्षपातीपणाचा आरोप होतो व जन्मभर आपल्यावर लहानपणापासूनच अन्याय झाल्याची अश्वत्थाम्यासारखी वाहती जखम वागवत मुले वावरतात. बालशिक्षणात असूयेचा प्रश्न फार नाजुकतेने व कुशलतेने सोडवावा लागतो. एखाद्या मुलाला चुकून जरी सवलत दिली तरी दुसऱ्याच्या नजरेतून ती सुटत नाही. वस्तू वाटताना हे फार काटेकोरपणे पहावे लागते.

असूयेची बीजे बहुतेक लहानपणीच पेरली जातात. ज्या मुलांना आपल्या बाबतीत भेदाभेद केला गेला आहे अशी जाणीव होते, त्याला प्रथम आपल्या भावंडांबद्दल मत्सर वाटतो व पुढे त्याला मत्सर करण्याची सवय जडते. प्रत्येक गोष्टीत तो डॉन क्विक्झोट सारखी विषमता शोधतो. आपण कुणालाच आवडत नाही अशी न्यूनगंडाची कल्पना बाळगतो. नंतर खरोखरच आपल्या वागणुकीने तो कुणाला आवडेनासा होतो. आईवडिलांवर प्रेम नसणाऱ्या मुलांत मत्सराची भावना प्रकर्षाने आढळते.

मुले वाढवताना त्यांना त्यांच्या स्वतःच्या योग्य त्या गुणाची जाणीव जरुर करून द्यावयास हवी. त्याबद्दल त्यांना योग्य तो अभिमानही बाळगण्यास सांगण्यास हवा. प्रभुरामचंद्रांना वाढवतानाच त्यांच्या कुळाची रीत 'प्राण जाईल पण वचनभंग होणार नाही' अशी होती व ती त्यांच्या मनात ठसवली. ह्या शिकवणीमुळेच ते ह्या सत्यवचनी गुणांचे अभिमानी झाले व त्यांनी हसत वनवास पत्करला. पण त्या गुणासाठी दुसऱ्याशी अयोग्य स्पर्धा व मत्सर मात्र करता कामा नये.

कावळ्याला बगळ्याच्या गोरेपणाचा हेवा असल्याने दगडाने अंग घासून आपला काळा रंग काढून टाकण्याच्या प्रयत्नात तो मेल्याची गोष्ट लहानपणी आपणांस शिकवली होती. तिचे वर्मही हेच आहे. मोराला नाही बगळ्याच्या शुभ्र गोरेपणाचा हेवा वाटत कारण त्याला माहीत आहे की आपल्याजवळ सुंदर पिसारा आहे. कोकीळ पक्ष्याला माहीत आहे की, आपला रंग काळा असला तरी आपणाजवळ अत्यंत मधुर स्वर आहे. त्याची किंमत पांढऱ्या रंगापेक्षा कितीतरी जास्त आहे. अखेर 'ब्लॅक इज ब्यूटीफूल.' कोकीळाला किंवा मोराला इतर पक्ष्यांचा मत्सर/ हेवा नाही. बुलबुल पक्ष्याप्रमाणे ते स्वत:च स्वत:वर खूष असतात. ज्ञानेश्वरांनी ज्ञानेश्वरी लिहिली ती सुद्धा स्वांतसुखाय. कुणाशी स्पर्धा करावी म्हणून नव्हे.

असूयेच्या बाबतीत लहान व्यक्ती किंवा मोठी व्यक्ती असा फरक नसतो. फरक असलाच तर त्याबद्दलची प्रतिक्रिया व्यक्त करण्यात असतो. लहान मुले चटकन व प्रत्यक्ष प्रतिक्रिया व्यक्त करतील. मोठी माणसे जरा वेगळ्या पद्धतीने व्यक्त करतील.

असूया/मत्सर/द्वेष ह्या रोगाची लागण पुरुषांपेक्षा बायकांत जास्त व तीव्र प्रमाणात होते असे आढळून येते. आपला नवरा दुसऱ्या (चांगल्या?) स्त्रीकडे बघू दे किंवा जरा सहानुभूती दाखवू दे, जळजळीत निषेध प्रथम आणि प्रखरतेने त्याच्या पत्नीचा असतो. दुसऱ्या स्त्रीबद्दल ती उदार दृष्टिकोन ठेवायला तयारच नसते. एखाद्याबद्दल कुचाळक्या करणे हे मत्सराचेच लक्षण आहे.

मत्सराबद्दल एक गमतीदार अनुभव सांगण्यासारखा आहे. कृष्णा नदीच्या काठी वाई येथे मी एका पंडिताला, जगन्नाथ पंडितांचे गंगालहरी स्तोत्र शिकवाल का म्हणून विनंती केली. त्यांनी त्याला चक्क नकार दिला. ते म्हणाले, 'कृष्णामाहात्म्य स्तोत्र शिकवेन. एका नदीच्या काठी दुसऱ्या नदीची स्तुती करणे अयोग्य आहे. कृष्णा नदी रागावेल.' गंगा नदीचे माहात्म्य वाचल्यामुळे कृष्णा नदीला मत्सर वाटेल हे मला मुळीच पटले नाही. काही तरी जुन्या खुळचट कल्पना म्हणून मी तो विचार मनातून काढून टाकला. पुढे असा अनुभव आला की, एका कारकुनाने बदली होऊन गेलेल्या साहेबाची स्तुती केल्याबरोबर नवीन साहेबाने मत्सरामुळे पुढे कायम त्याला दे माय धरणी ठाय केले. बिचाऱ्या कारकुनाला कळेना आपलं काय चुकलं. इतकेच काय पण एखादी व्यक्ती जुन्या साहेबांच्या खास मर्जीत असल्याचे नुसते कळले तरी नवीन साहेब पुढे त्या हाताखालच्या कारकुनाचे हाल करतो असा अनेकवेळा अनुभव येतो. एका वरिष्ठापुढे दुसऱ्याची महती गाऊ नये हेच 'कृष्णामाहात्म्याने' मला शिकवले. हा सारा सुप्त मत्सराचाच परिणाम. नोकरी करणाऱ्यानेच हे 'कृष्णामाहात्म्य' लक्षात ठेवले तर नोकरीत विनाकारण मत्सरामुळे होणारे त्याचे त्रास नक्की वाचतील.

सगळ्या दुर्गुणात असूया/मत्सर हा अत्यंत वाईट आहे कारण या दुर्गुणापोटी मनुष्य दुसऱ्याचे वाईट करण्यास प्रवृत्त तर होतोच पण स्वत: पण दु:खी रहातो. स्वत:जवळ जे काही आहे त्यातून सुख-आनंद घेण्याऐवजी लोकांजवळ जे काही आहे ते आपल्याकडे नाही त्याबद्दल तो खंत करीत बसतो. शक्य असेल तर दुसऱ्याचे सुख ज्यात आहे असे समजतो ते दुसऱ्यापासून पाशवीपणे हिराऊन घेतो. बरे अशा वस्तुतून तो आनंद घेऊ शकतच नाही. पण दुसऱ्याला त्याच्या सुखापासून वंचित करणे हेच त्याला स्वत:ला सुख मिळवण्यापेक्षाही मोठे वाटते. ही असूयेची भावना वेळीच आवरली नाही तर मत्सर अंगातल्या सर्व गुणांचे मातेरे करून त्या माणसाचाच क्रूरपणे बळी घेतो.

मत्सराबद्दल एक बोधकथा सांगितली जात असे. एका माणसाला शेजारच्याचा भारी द्वेष होता. त्याला देव प्रसन्न झाला व म्हणाला, 'तू काय पाहिजे ते माग, मी देईन. पण माझी एक अट आहे. तू मागशील त्याच्या दुप्पट मी शेजारच्याला देईन.' ह्या माणसाने विचार केला आपल्यापेक्षा ह्याला दुप्पट वस्तू मिळणार म्हणजे परत आपण दु:खीच रहाणार. मग तो देवाला म्हणाला, 'माझा एक डोळा तू पार आंधळा कर.' आपला एक डोळा गेला तर जाऊ दे, पण शेजाऱ्याचे तर दोन्ही जातील ना बस्स! आपण सुखी होऊ. मत्सराने माणूस किती आंधळा होतो, त्याचे हे उदाहरणच आहे. म्हणूनच कवी मर्ढेकर म्हणतात, 'मनाचे आम्ल जाऊ दे.'

सतत लोकांशी बरोबरी करणे किंवा तुलना करणे ही भावना असूयेपाटीच येत असते. हे मत्सरी लोक सारखी आपली दुसऱ्याशी तुलना करून जळफळत असतात. दु:खाने बेचैन असतात. बरे स्वत: बेचैन असून त्यांना चालत नाही. मुलांच्यामध्येही अशीच भावना निर्माण करण्यातच त्यांना कृतकृत्य वाटते. मुलाला सारखे कोणाची तरी स्पर्धा केल्यासारखे धोपटत बसतात. असे लोक मला उंटाच्या पाठीवर बसून, मुलाला बांधून, मुलाला फटके मारून उंटाच्या शर्यतीत भाग घेणाऱ्या अरबासारखे वाटतात. तुझ्या वयाचा असताना शिवाजीने तोरणा जिंकला होता अन् तू? असे म्हणणाऱ्या पालकाला मुलगा उत्तर जरी देत नाही तरी कुढत बसतो किंवा मनात म्हणतो, तुमच्या वयाचा असताना तो राजा होता.

मत्सरी लोकांचे आणखी वैशिष्ट्य म्हणजे त्यांना सारखे त्यांचे कौतुक करणारे खुशमस्करे लोक भोवती लागत असतात. लोकांच्या प्रशंसेची त्यांना फार जरूर असते. कारण ही मंडळी मुळी आत्मसंतोषी नसतात. बरे कितीही कौतुक केले तरी त्यांचे समाधान होत नसते.

मत्सरी माणसाचे फार चांगले वर्णन गटेने केले आहे. तो म्हणतो, मत्सरी

माणसास काहीही माहीत नसते. तो बराच संशयी असतो व प्रत्येक गोष्टीला भीत असतो. (The jealous man knows nothing , suspects a great deal and fears everything) मत्सर हा सूक्ष्मदर्शक भिंगाप्रमाणे असतो. तो लोकांचे दुर्गुण फार मोठे करून दाखवतो.

शेक्सपिअरची अत्यंत गाजलेली शोकांतिका अथेल्लो ही मत्सरावरच आधारित आहे. त्यातला खलनायक आयागो अथेल्लोला म्हणतो, 'मत्सर हा हिरव्या डोळ्यांचा नरमांस भक्षक राक्षस, मांजर जसे उंदराशी खेळून मग त्याला मारते तसे त्याच्या भक्षाला म्हणजे मत्सरी माणसाला खेळवून मारून टाकतो.' हिरवा रंग हा मत्सराचा रंग समजला जातो. याच नाटकात आयागोची बायको एमिलाने मत्सरी माणसाचे फार मार्मिक वर्णन केले आहे. ती म्हणते, 'मत्सरी माणसाचे कोणत्याही उत्तराने समाधान होत नसते. काही खास कारण आहे म्हणून माणूस मत्सर करीत नाही तर त्याला निसर्गानेच मुळात मत्सरीच घडवला आहे.' हा मत्सररूपी राक्षस स्वयंभू असतो. दुसऱ्याला त्याला जन्माला घालावा लागत नाही.

मत्सरी माणसास त्याच्या मत्सराला खतपाणी घालण्यासाठी दुसऱ्याची सारखी तुलना करून त्याच्याशी स्पर्धा करत धावावे लागते. आता यश, कीर्ती, प्रसिद्धी यासाठी नेपोलियनचा हेवा करण्यासारखी स्थिती होती. पण नेपोलियन स्वत:वर खूष नव्हता. त्याला ज्युलियस सिझरचा हेवा व स्पर्धा होती. ज्युलियस सिझरला अलेक्झांडर द ग्रेटशी स्पर्धा व मत्सर वाटे, तर अलेक्झांडरला पुराणातील हर्क्युलस विषयी असूया होती. तुम्ही यशस्वी झाल्याने तुमचा मत्सर जात नसतो हेच खरे. स्पर्धा किंवा मत्सर करावयास जिवंत माणूस स्पर्धक नसला म्हणून काय झाले.

असूया/मत्सर हा अत्यंत घातक रोग आहे. त्याने माणसाचा सर्वनाश होतो. इतका भयंकर दुर्गुण असूनसुद्धा मत्सरग्रस्त माणूस तो कां सोडत नाही किंवा सोडू शकत नाही ह्याचा विचार करणे जरूरीचे आहे. सर्वांत महत्त्वाची गोष्ट म्हणजे मत्सर/असूया काही प्रमाणात माणसाच्या फायद्याची गोष्ट आहे. असूया ही एक शक्ती असल्याने माणसाचा विकास करण्यास ह्या शक्तीचा उपयोग होतो. विकासाची ही सोपी व जवळची वाट आहे हे ही विसरून चालणार नाही.

दुसऱ्या माणसाशी सतत स्पर्धा व शर्यत करावयाची असल्याने मत्सरग्रस्त माणूस हा आपल्या अंगातले सारे बळ किंवा ताकद ह्या असूयेच्या शक्तीने वापरत असतो. त्याला जिंकण्याचा एकच ध्यास असतो. ही स्पर्धा निरोगी नसते कारण ह्या स्पर्धेमध्ये आपण जिंकण्यापेक्षा आपला स्पर्धक हरला पाहिजे, मग त्यासाठी कोणतीही उपाययोजना केली तरी चालते, ही घातक भावना असते.

निवडणुकीत आपण हे नेहमी पहातो. आपले म्हणणे पटवून देण्यापेक्षा विरोधकाची वैयक्तिक निंदा नालस्ती करून त्याला नामोहरम करण्याकडेच माणसाचा जास्त कल असतो. पळण्याच्या शर्यतीत प्रतिस्पर्ध्यापेक्षा जास्त जोराने पळून विजयी होणे हे निरोगी स्पर्धेचे लक्षण आहे. पण शर्यत चालू झाल्यावर त्याला पाडणे व जेणेकरून तो पळूच शकणार नाही हे बघणे व शर्यत जिंकणे हे रोगट लक्षण घातक आहे. असे फक्त मत्सरग्रस्त माणूसच करू शकतो.

फलंदाजाला बाद करण्यासाठी गोलंदाजाने उत्तम गोलंदाजी करून त्याला बाद करणे हे निरोगी स्पर्धेचे लक्षण. पण सचिन किंवा ब्रॅडमन बाद होत नाही म्हणून त्याला इजा करण्यासाठी त्याच्या डोक्यावर चेंडू फेकणे किंवा शरीरवेधी गोलंदाजी करणे हे काम फक्त मत्सरापोटीच होते. ध्रुवासारख्या लहान मुलालासुद्धा वडिलांच्या मांडीवरून खाली खेचले जाते ते ही मत्सरापोटीच. लहानपणी ध्रुवबाळाची गोष्ट सांगितली जाते त्याचे कारण मत्सराचे घातुक परिणाम लहान मुलांच्या मनावर बिंबवण्यासाठीच.

माणसाच्या विकासासाठी मत्सर/द्वेष ह्याचा वापर केल्यास हा विकास चटकन् होऊ शकतो ह्यालाच मानसशास्त्रज्ञ 'विरोधविकासवाद' असे म्हणतात. माणसाप्रमाणे लोकसमूहाची बांधणी ह्या मत्सर किंवा द्वेषामुळे चटकन् होते ते ह्यामुळेच. माणसांना चेतना देण्यास मत्सर/द्वेष जितका उपयोगी पडू शकतो, तितका इतर गुण पडू शकत नाही. हिटलरने ज्यू लोकांचा द्वेष केला. त्यामुळेच जर्मनराष्ट्र युद्धास सज्ज झाले. भांडवलशाहीच्या द्वेषावरच कम्युनिझमचा चटकन व जगभर प्रचार झाला. सध्याचे राजकीय पक्ष विरोधी पक्षाबद्दल सुद्धा हा द्वेष फैलावून मते मागत असतात. काही पक्ष दुसऱ्या धर्माच्या लोकांबद्दल धार्मिक कारणाने द्वेष पसरवून तर काही पक्ष विरोधकास जातीय, सांप्रदायिक अशी दूषणे देऊन द्वेषाने लोकांना प्रेरीत करून मते मागत असतात. द्वेष/मत्सराचे ठळक उदाहरण म्हणजे पाकिस्तान. तेथील राज्यकर्ते तिथल्या प्रजेला सतत भारताचा या ना त्या कारणाने द्वेष करावयास प्रोत्साहन देऊन संघटित करत असतात व द्वेषामुळे तेथील लोक लवकर व प्रखरपणे संघटित होतातही. मत्सर ही अन्यायाचे निराकरण करण्यामागची प्रमुख प्रेरणा असू शकते. अर्थात त्यानंतर जो न्याय प्रस्थापित होतो तो सुख, समाधान, शांती देऊ शकत नाही कारण मत्सराला दुसऱ्याचा फक्त पराजय करण्यातच हेतूपूर्तता वाटते. स्वांतसुखाय असे त्यात काही नसते. असूयेच्या दुष्ट प्रवृत्तीतून 'सत्यम् शिवम् सुंदरम्' निर्माण होत नसते. घाणेरीच्या फुलाला गुलाबाचा सुगंध येत नसतो.

मत्सर जर सर्वांत महत्त्वाची गोष्ट करीत असेल तर तो मत्सरग्रस्त अशा अहंकारी माणसाचा त्याला अत्यंत प्रिय असणारा अहंकार वाढवतो. त्याला

खतपाणी घालतो. ह्याच कारणाने मनुष्य मत्सर करणे सोडून देत नाही. मत्सर किंवा असूया हा माणसाच्या मनात विवेक शिरूच देत नाही. ह्या मत्सरामुळे माणसाच्या अहंकाराचा पोकळ फुगा फुगत असतो. तो इतका फुगतो की, पुढे तो फट्‌दिशी चिंधड्या होऊन फुटतो. रामदास स्वामींसारखा उपदेशक एवढ्यासाठीच मनाला वारंवार बजावतो 'नको रे मना मत्सरू दंभभारू.'

असूया ही अनैतिक आहे तशी तार्किकदृष्ट्याही चूक आहे. असूयेमध्ये माणूस स्वत:कडे न बघता सतत दुसऱ्या वस्तूच्या संदर्भात बघत असतो. म्हणजेच दुसऱ्याच्या सापेक्षत्वात स्वत:कडे बघत असतो. मला पोटापुरता पैसा मिळाला तर मी खूष व्हावयास हवे. पण माझ्यापेक्षा दुसऱ्याला तेवढेच काम करून जास्त पैसे मिळतात असे कळल्यावर मग असा माणूस दु:खी व्हावयास लागतो. अगदी रामलक्ष्मणासारखे प्रेमाने वागणारे भाऊ पैसे मिळवण्यात फरक पडल्याबरोबर सुंद उपसुंद किंवा वाली-सुग्रीवासारखे द्वेषाने वैरी होतात. आपल्याकडे म्हण आहे 'टक्का (पैसा) काय करतो तर सख्खा तोडतो.' हे मत्सर व चढाओढी पोटीच होते.

माणसाने ही त्याची बाहेर वळलेली दृष्टी आत वळवली तर त्याला तेथे अखंड सुखाचा झरा सापडेल. व्यर्थ दुसऱ्याच्या वस्तूचा किंवा दुसऱ्याच्या सुखाचा हेवा किंवा कोणाचाही मत्सर करावयाचा नाही असे मनाने ठरवले तर तो आतल्या आत सुखी असेल. शेवटी सुखाइतकी हेवा वाटावा अशी कोणती गोष्ट आहे? महाकवी लॉंगफेलोच्या 'मिलर ऑफ द डी' ह्या कवितेत असा सुख सापडलेला, साधी गिरणी चालवणारा म्हातारा गरीब माणूस सुखात पाहून खुद्द राजालाही त्याच्या सुखापुढे त्याचे सारे राज्य व राजमुकुटसुद्धा तुच्छ वाटतो व तो गिरणीवाल्याला म्हणतो मी तुझ्या सुखाचा हेवा करतो. तुझी पिठाने मळलेली टोपी माझ्या मुकुटापेक्षा भारी आहे.

मत्सरावर सर्वांत महत्त्वाचा उपाय म्हणजे माणसाला स्वत:ला स्वत:चीच नीट ओळख व्हावयास हवी. आपणाजवळ कोणते गुण आहेत, त्यामुळे आपणांस किती सुख मिळू शकेल, कोणते गुण आपणांस आणखी संपादन करता येतील किंवा वाढवता येतील ह्याचा डोळसपणे विचार करून तसा प्रयत्न करणे हे सर्वांत महत्त्वाचे. सुख मिळविण्याची जी जी साधने देवाने किंवा निसर्गाने आपल्याला दिली आहेत त्या सर्वांचा आपण सुख मिळवण्यास प्रयत्न करतो का? देवाने कान दिले, त्याने आपण सुंदर संगीताचा उपभोग घेतो का? त्याचप्रमाणे डोळे, जीभ ह्यांचाही उपभोग घेतो का? ह्याचाही विचार करावयास हवा. मग कळून येईल की, आपण आपल्या जवळची सुखाची साधने वापरतच नाही. प्रथम ह्या इंद्रियांचा सुयोग्य वापर करण्यास शिकले पाहिजे. ज्याला 'तुझे

आहे तुजपाशी परि तू जागा चुकलासी' हे लक्षात आले तो कशाला दुसऱ्याचा हेवा/मत्सर करेल? कस्तुरीमृग सुवासासाठी बोकडाचा मत्सर करीत नाही.

दत्तात्रेयांची जन्मकथा मला फारशी आवडत नसे. ती अशिष्ठ तर वाटेच पण देवांबद्दल कमीपणा आणणारी वाटे. देवांना सुद्धा एखाद्या स्त्रीला 'तू नग्न होऊन भिक्षा वाढ'' हे म्हणणे सुद्धा मला हीनदर्जाचे वाटे. देवांनी असे विचारण्याबद्दल लाज वाटे. माझ्या आईने जेव्हा त्या रूपकाचा अर्थ सांगितला तेव्हा मात्र त्या कथेचे मर्म व महती कळाली. मत्सर किंवा असूया अंगात नसणे हे किती महत्त्वाचे आहे ते कळाले.

संस्कृत भाषेत पुरुष ह्या शब्दाचा अर्थच ऋतुर्वेपुरुष : जो यज्ञ करतो किंवा ज्याने काही संकल्प केला आहे, ध्येय ठरवले आहे असा माणूस. म्हणजेच ज्याला साधक म्हणतात तो. प्राचीन वाङ्मयात पुरुष हे आत्म्याचे तर त्याच्या मनाला प्रकृती असे संबोधले आहे. त्याचे मन हे पुरुषाच्या आज्ञेत त्याच्या बायकोप्रमाणे हवे असे समजले जाई. अत्री ऋषी म्हणजे (अ म्हणजे नाही व त्रि म्हणजे तीन) तिन्ही गोष्टी म्हणजे त्रिदोष किंवा त्रिताप नसलेला साधक. त्याची पत्नी म्हणजेच मन हे अनसूया (अन् म्हणजे नाही. असूया म्हणजे मत्सर) हे मत्सर रहितच असावयास पाहिजे. शिवाय ती नग्न असावी. ग्न धातूचा अर्थ आहे चिकटणे. जसे अग्नि म्हणजे कुठेही न चिकटलेला तसेच नग्न म्हणजे कुठेही, मायेने, मोहाने किंवा स्वार्थाने न चिकटलेला किंवा न स्पर्श नसलेले असणे. तेव्हा साधकाची मन/बुद्धी मत्सर रहित व निस्वार्थी, निर्लोभी किंवा निर्मोही अशी अलिप्त हवी. तेव्हाच अशा मत्सररहित अलिप्त बुद्धीच्या पोटीच देवत्वाचा जन्म होतो, देवत्व निर्माण होते किंवा देवत्वाचे ज्ञान होते. कायमस्वरूपी भासमान होणारा सत्– चित् असा आनंद, त्याच्या बुद्धीत/मनात दत्त म्हणजे परमेश्वराने दिलेलाच असतो. हे दत्तजन्माचे रूपक होय. हा आनंद मिळवायचा असेल तर प्रथम निर्मत्सरी व्हावयास हवे. मन/बुद्धी अनसूया म्हणजेच मत्सररहीत व्हावयास हवी.

■

२८. सुखाचा सखा – विनोद

एखादा माणूस किती सुखी आहे हे पहावयाचे असेल तर त्याच्या जवळ किती पैसा-अडका, अधिकार आहे हे पहाण्याऐवजी तो खळखळून किती वेळा हसतो हे पहावयास हवे. त्यावरूनच तो किती सुखी आहे ते कळू शकेल. माझे सुदैव की माझे वडील विनोदप्रिय होते. आमच्या कुटुंबात आलेल्या अनेक अडीअडचणी, संकटे यांची त्यांच्या विनोदप्रियतेमुळे आम्हास फारशी झळ लागली नाही. जेवताना तर सर्व मंडळी हास्यविनोदात जेवत. त्यामुळे जेवण पोटभर होई व ते अंगी लागे.

विनोदाचा फक्त हसण्याशी संबंध नसतो. ती एक सकारात्मक, आशावादी अशी जीवनदृष्टी आहे. ज्याला जीवनाकडे विनोददृष्टीने पहाता आले तो सर्वांत सुखी माणूस. ह्यालाच कोणी विनोदाचे तत्त्वज्ञान वगैरे म्हणतात. ही जीवनदृष्टी लाभलेली माणसे मला अत्यंत भाग्यवान वाटतात. गीतेमध्ये श्रीकृष्ण अर्जुनाला विश्वरूपदर्शन दाखवतो. पण ते अर्जुनाला साध्या डोळ्याने दिसत नाही हे श्रीकृष्णाच्या लक्षात येते. मग तो म्हणतो मी तुला दिव्यदृष्टी देतो म्हणजे तुला माझे हे विश्वरूप दिसेल 'दिव्यं ददामि ते चक्षु' त्यांनी दिव्यदृष्टी दिल्याबरोबर अर्जुनाला त्याच मनुष्यरूपी कृष्णातून विश्वरूपदर्शन होऊ शकले. ह्या जीवनाचेही तसेच आहे. ह्या विनोदी दृष्टिकोनाचे डोळे प्राप्त झाल्याबरोबर कटू वाटणारे हेच जीवन कितीतरी सुंदर, सुसह्य व हवेहवेसे वाटू लागते. हसणाऱ्या माणसाला हा दैवी प्रसाद मिळाला आहे असे समजले पाहिजे. त्याला देवानेच विनोदाचे दिव्यचक्षु दिले आहेत असे वाटते.

विनोद हा निखळ स्वच्छ पाण्यासारखा पारदर्शी हवा. तरच तो मनाचे आरोग्य नीट ठेवू शकतो. त्यात बीभत्सता, कुत्सितता यासारख्या दुर्गुणांचे

प्रदूषण झाले तर तो दूषित पाण्याप्रमाणेच बाधक होतो. विनोद हा जीवनातल्या विसंगतीवर जरी आधारित असला तरी त्याच्यामुळे कुणाच्या व्यंगावर प्रहार करून त्याला अपमानित करणे हा सात्विक विनोद असूच शकत नाही. असात्विक विनोद कोणालाही कायम सुखी करू शकत नाही.

विनोद शाब्दिक, प्रासंगिक किंवा व्यक्तिनिष्ठ असू शकतो. आपणही आपल्या आयुष्यात ह्यासर्व प्रकारच्या विनोदाचा वापर करण्यास शिकले पाहिजे.

कित्येक अत्यंत हमरीतुमरीचे प्रसंग विनोदामुळे पार बदलून सुसह्य तर होतातच, पण दोन्ही बाजू त्यांनी आनंदित झाल्याचे अनेक वेळा आपल्या अनुभवाला येते. हे प्रसंग आपण डोळसपणे पाहिले पाहिजेत व मध गोळा करणाऱ्या माशीप्रमाणे ते गोळा केले पाहिजेत. जपून ठेवले पाहिजेत. आपली तिजोरी अशा विनोदाने भरलेली हवी.

मला प्रसंग आठवतो. पूर्वी विधान परिषदेत कै. आचार्य अत्रे ह्यांच्यावर रागाने लाल होऊन कै. भाऊसाहेब हिरे तावातावाने तुटून पडले व म्हणाले, ''तुमच्या 'मराठ्यात' माझ्याविषयी किती खोटेनाटे छापलेत.'' कै. अत्रे शांतपणे म्हणाले, ''भाऊसाहेब खोटे छापले तर इतके रागावलात, मग खरे छापले तर!'' काही क्षणातच भाऊसाहेब हसत शांत झाले आणि आचार्यांच्या पाठीवर थाप मारत हसत राहिले. विनोदीदृष्टी असणाऱ्याला असे प्रसंगावधान आपोआप येते. पार्लमेंटमध्ये चर्चिलच्या वेळी विरोधी पक्षातील एक स्त्री त्यांच्यावर रागारागाने वाक्ताडन करीत म्हणाली, 'तुम्ही माझे पती असता तर मी तुमच्या कॉफीत सरळ विष घातले असते.' चर्चिल शांतपणे म्हणाले, 'तुमच्यासारखी बायको मला मिळाली असती तर ते मी आनंदाने प्यायलो असतो.' वातावरणात एकदम फरक पडला. सारे सभागृह हास्यकल्लोळात बुडून गेले. संयुक्त महाराष्ट्राच्या वेळी मुंबईचे वैभव गुजराथी लोकांच्या पैशामुळे असल्याने त्यांचा मुंबईवर हक्क आहे असे तावातावाने गुर्जर बंधूंनी मत मांडले, त्यावर कै. नाना पाटील शांतपणे म्हणाले, 'डोंगरे बालामृताने मूल सुदृढ झाले म्हणून मूल डोंगऱ्यांचे होत नाही, आईचेच राहते.' ह्या विनोदाच्या शिडकाव्याने सारे सभागृह प्रसन्न झाले. विनोदीदृष्टी असलेले लोक अगदी शत्रूला सुद्धा वैर विसरावयास लाऊन हसवत मित्र करू शकतात.

महाराष्ट्रातील प्रसिद्ध विनोदी नट कै. शंकर घाणेकरांनी त्यांच्या नाटकाच्या आयुष्यातील कितीतरी गमतीदार विनोदी प्रसंग सांगून आमचे कित्येक तास अगदी आनंदी वातावरणात घालवले होते. त्या प्रसंगाची आठवण झाली की अजूनही हसू येते. वेळ आनंदात जातो.

एका गावी रात्री सुभद्राहरणाचा प्रयोग होता. मंडळी संध्याकाळी पोहोचली

व कपडेपटात गर्गमुनीच्या नकली दाढीमिशा आणावयाच्या राहिल्या. बिनदाढीमिशांचा गर्गमुनी बरोबर वाटेना. शेवटी संध्याकाळच्या अंधारात शेजारच्या गाईम्हशींच्या शेपट्यांचे केस कापले व त्याला पांढरा चुना फासून ते दाढीमिशा म्हणून चिकटवले व नाटक सुरू झाले. गर्गमुनी त्या केसाच्या शेणामुताचे वासाने शिंकांनी बेजार झाला. शेवटच्या प्रसंगाला तर त्याला सारे असह्य झाले व तो सारे भाषण चुकू लागला. 'बलरामा, सुभद्रेचा हात अर्जुनाच्या हाती दे' म्हणायच्या ऐवजी 'सुभद्रेचा हात माझ्या हाती दे' म्हणाला. गर्गमुनींचे हे भलतेच धाडस पाहून अर्जुनाबरोबर सारे प्रेक्षक चाट पडले.

दुसरा प्रसंग आग्र्याहून सुटका नाटकाच्या वेळचा. त्यावेळी शिवाजी महाराजांसाठी स्टेजवर खरोखर घोडा आणला. शिवाजी महाराज स्टेजच्या मधोमध घोड्यावर बसून आले. तिथपर्यंत ठीक होते. पण तो घोडा स्टेजवर एकदम दिव्याला पाहून बिथरला. त्याने दोन्ही पुढचे पाय वर केले. शिवाजीचे काम करणारा नट प्रसंगावधान राखून नाटकाच्या वरच्या पडद्याला धरून राहिला. इतरांनी घोडा धरून दुसऱ्या विंगेत नेला. शिवाजीचे काम करणाऱ्या नटाने धरलेला पडदा हळूहळू फाटून तो नट वरचेवर लोंबकळू लागला. इकडे औरंगजेबाचे काम करणाऱ्या नटाला हे काहीच माहीत नव्हते. तो स्टेजवर आला नी त्याची वाक्ये फेकू लागला, "हा शिवाजी कुठे गेला? जमिनीत दडला का अस्मानात उडाला?" इकडे त्याच्या डोक्यावर शिवाजीचे पात्र लोंबकळत होते. न राहून तो म्हणाला, "अरे मी इकडे आहे, मला खाली उतरव." मग औरंगजेबाच्या पात्राने त्याला खांद्यावर घेऊन खाली ठेवले. मग परत आपले भाषण सुरू केले. "हा शिवाजी कुठे गेला?"

आपल्याही अवतीभवती असे विनोद घडत असतात. विमानात बसल्यावर आत उकडू लागल्यावर एक सरदारजी दुसऱ्याला म्हणाला, 'काय विमानकंपनी मूर्ख आहे, आत उकडते व बाहेर मोठ्ठाले पंखे लावले आहेत.'

व्यक्तीनिष्ठ विनोदाकडेही असेच विनोदीदृष्टीने पहावयास शिकले पाहिजे. एखाद्या व्यक्तीच्या सवयी, लकबी, स्वभाव, वैशिष्ट्ये नटाप्रमाणे बारकाईने पाहिली पाहिजे. 'भ्रमाचा भोपळा' नाटकात कै. आचार्य अत्रे यांनी त्यांच्या शाळेतल्या घाईने वाटेल ते काम करून घोटाळा करणाऱ्या शिपायाचे पात्र छान रंगवले आहे. गडकऱ्यांनी सुद्धा विसरभोळ्या गोकुळाचे पात्र नाटकात अजरामर केले आहे.

विनोदाची दृष्टी असणे हे म्हातारपणीसुद्धा माणसाला तरूण ठेवते. ह्याचा मला कै. भाऊसाहेब पाटणकरांमुळे प्रत्यय आला. ते कोल्हापूरला माझ्याकडे आले तेव्हा ते ८० वर्षांच्या आसपास असावेत. पण ते आल्यापासून जाईपर्यंत

सारखा हास्याचा धबधबा वहात होता. सारे वातावरणच त्यांच्या व्यक्तिमत्त्वानं भारून आनंदी झाले होते. मी त्यांना घेऊन कै. भालजी पेंढारकरांकडे गेलो. भालजी म्हणजे तसे कडक काम. ते संन्यस्तवृत्तीने रहात होते. कै. भाऊसाहेबांनी सुरुवातीलाच काही शेर म्हणून त्यांचा ताबा घेतला व पुढे २,३ तास भालजी सारखे हसत होते. हे दोघे म्हातारे आपले वार्धक्य, भोवतालची परिस्थिती, हे सारे विसरून आनंद सागरात डुंबत होते. शेवटी नाईलाजाने जावे लागले. ज्याला विनोदाची दृष्टी लाभली आहे, नुसता तोच सुखी होत नाही तर सुवासिक फुलाप्रमाणे भोवतालचे जगही विनोदामुळे प्रसन्न करतो. मी त्यांना घेऊन ज्यांच्या ज्यांच्या घरी गेलो तिथे तिथे लोकांनी त्यांचे अगत्यपूर्वक व हसून स्वागत केले. मला आढळले की, माणूस हसायच्या तयारीत असतो. फक्त समोर हसवणारा हवा असतो. अर्थात कधी कधी ह्याचा अतिरेक होतो. कै. दादा कोंडके मला म्हणाले होते की मी कोणाकडे सांत्वनासाठी जाण्याची पंचाईत होते. आसपासचे लोक मला पाहिले की हा करुण प्रसंग विसरून हसू लागतात.

आपल्या जीवनातील विसंगती दाखवून ती दूर करणे हे विनोदाचे खरे काम. एखाद्या कुशल कारागिराप्रमाणे ते करावयास हवे. असे म्हणतात की विनोद हा वस्तऱ्यासारखा हवा. त्याने गुळगुळीत हजामत व्हावी पण जखम होता कामा नये.

विनोददृष्टीने दरवेळेलाच हसू निर्माण होते, असे नाही. जो जीवनात सकारात्मक 'पॉझिटिव्ह' विचार करू शकतो, जीवनाकडे आशेने व आस्थेने पाहू शकतो त्याला ही विनोददृष्टी लाभू शकते. मृच्छकटिक नाटकात चोराने भिंतीला भोक पाडून सर्वस्व नेले तरी चारुदत्त हा चोराने कसे कौशल्याने घरास भोक पाडले त्याचेच कौतुक करतो. तेव्हा हसू येत नाही तर चारुदत्ताची जीवनाकडे पहाण्याची दृष्टी किती निकोप आहे ते दाखवते.

प्रेसिडेंट अब्राहम लिंकन ह्यांनी म्हटले होते की, मी अहोरात्र भीतीच्या तणावाखाली वावरत होतो. जर माझ्यापाशी विनोदीदृष्टी नसती तर मी मेलोच असतो. सर्वच तणावाखाली वावरणाऱ्या थोर माणसांना ह्या विनोदीदृष्टीचे वरदान असते. ते नसते तर तणावाखाली ते टिकू शकले नसते. आग्र्याहून सुटून आल्यावर शिवाजी महाराजांनी औरंगजेबाला पत्र पाठवले होते, ते त्यांच्या विनोददृष्टीची साक्ष देईल. त्यात औरंगजेबाचा निरोप न घेता आग्र्याहून यावे लागले त्याबद्दल क्षमायाचना करून दिलगिरी व्यक्त केली होती.

माझे वडील हे ह्याबाबतीत आदर्श होते. जीवनातील कितीतरी संकटे, दुःखे त्यांनी विनोदीदृष्टीच्या ढालीवर झेलली. आम्हाला त्याची धगसुद्धा लागू दिली नाही. इतकेच नव्हे तर हसत हसत संकटाशी सामना कसा करावा हे शिकवले.

ह्या जगाचा निरोप घेताना सुद्धा हॉस्पिटलमध्ये तिथले डॉक्टर्स, नर्सेस, वॉर्डमध्ये काम करणारे ह्यांना ते निखळ विनोदाने हसवीत होते. त्यांना तपासल्यावर डॉक्टरने सांगितले की छातीवर सूज आहे, हळहळू कमी करू. माझे वडील म्हणाले, ती तुम्ही नक्कीच कमी कराल कारण तुम्हाला सुजेसारखे वाटले ते माझे पैशांचे पाकिट आहे.

विनोदी-दृष्टीचा संबंध डोक्याशी नसून हृदयाशी असतो. हसू व आसू ह्या एकाच नाण्याच्या दोन बाजू आहेत. विनोदीदृष्टीचा उगम कारूण्यातून किंवा दुसऱ्याबद्दलच्या कणवेतून व्हावयास हवा. असा कारूण्यावर अधिष्ठित विनोद स्मितहास्यातून बाहेर पडतो. अंडे फोडून प्रथम जगाकडे पाहणाऱ्या कोंबडीच्या पिलाच्या नजरेतला निरागसतेचा भाव अशा विनोदाला असतो म्हणून तो श्रेष्ठ. पाचकळपणा, अश्लिलता, मूर्खपणा, आचरटपणा, नकलीपणा, दुष्टपणा, अधमपणा, शारीरिक व्यंगावर व मनावर आघात करणाऱ्याची वृत्ती हे सगळे विनोदाचे शत्रू आहेत. आपली दुःखे आपल्यापाशीच ठेवून जो इतरांची दुःखे विनोदाने घालवतो, तो सर्वश्रेष्ठ समाजसेवक असतो. विदूषकाची भूमिका करताना पायातल्या बुटातून विंचवाने दंश करून असह्य कळा येत असताना सुद्धा लोकांना खदखद हसवणारा विदूषक हा आध्यात्मिक पातळीवर वरच्या स्थानावरच समजला पाहिजे. लोकांना सात्विक हसवणे हे काही सोपे काम नाही. त्यासाठी स्वतः अनेक दुःखे हसत हसत सहन करावी लागतात. कै. आचार्य अत्रे, दत्तू बांदेकर, पु.ल. देशपांडे, ह्यांनी हसवून लोकांचे जीवन कितीतरी सुसह्य केले पण दुःखाचे अनेक घाव त्यांनी स्वतः झेलले त्याची फारशी माहिती लोकांना नसते. लिंकन स्टिफनसारखा तत्त्वज्ञ म्हणतो, ह्या जगातील जर एकच कोणती गोष्ट बाळगणे जरूर असेल तर ती म्हणजे विनोदीदृष्टी. श्रीसुक्तामध्ये देवीचे वर्णन, 'जिच्या चेहऱ्यावर मंद हास्य आहे' असे केलेले आहे. हे मंद हास्य म्हणजे स्वच्छ मनाचा आरसा होय. ज्याच्याकडे अशी दृष्टी आहे, त्याचेच मन स्वच्छ असू शकते. अलिबागचा जो पुराणपुरुष कान्होजी आंग्रे, या उमद्या माणसाचे वर्णन इतिहासकारांनी 'तो मनापासून खळखळून सातमजली हास्य करीत असे' असे केले आहे.

विनोदीदृष्टी ही एक जीवनसाधना आहे. साधनेद्वारे साधक आपले मन साफ करीत असतो. स्वच्छ करीत असतो. ते मळणार नाही, डागाळणार नाही ह्याची नित्य काळजी घेत असतो. जो सतत 'मन' धूत असतो, तो साधू किंवा अवधूत. 'सम्यक धुनोति सः साधू अशी साधूची व्याख्या आहे'. निखळ विनोदीदृष्टी ही मन धुऊन शुद्ध करण्याचा एक चांगला साबण आहे. जो मनापासून हसू शकतो तोच मन स्वच्छ ठेवू शकतो. 'नाही निर्मळ जीवन काय करील साबण' हे

तुकारामाचे वचन ह्या विनोदीदृष्टीच्या साबणाला लागू नाही. ह्या सर्व प्रकारच्या हसण्यात मनुष्य जेव्हा स्वत:च्या चुकीवर, किंवा अहंकारामुळे झालेल्या फजितीवर मनापासून हसतो ते खरे मनोहारी हास्य. असा माणूस हा खरा साधू. मी असा ऐटीत, तोऱ्यात किंवा शिष्ठपणे वागायला गेलो व माझी चांगलीच फजिती झाली असे स्वत:च्या चुकीवर विनोदीदृष्टीने पहाणारा माणूस पहावयास मिळणे ही अगदी दुर्मिळ गोष्ट.

स्वत:कडे व स्वत:च्या चुकांकडे अशा तटस्थपणे पहाणाऱ्यालाच आत्मज्ञान/ब्रह्मज्ञान होऊ शकते. ही विनोदीदृष्टी स्वत:कडे तटस्थपणे (objectively) पहावयास मदत करते व त्याला जीवनाच्या उच्च पातळीवर नेते. असा आत्मनिष्ठ विनोद सर्व प्रकारच्या विनोदात अत्यंत श्रेष्ठ व दुर्मिळ पण तितकाच मनोहारी असतो. नाहीतर बाकीच्या विनोदाचे नुसते हसे होते. समुद्र जसा सारी घाण लाटांनी बाहेर फेकून देतो, त्याप्रमाणेच ही विनोदीदृष्टी माणसाच्या अंतर्मनात दडलेले अनेक प्रकारचे अहंकार, असूया, लोभ वगैरे, कुविचारादी षड्रिपू किंवा वासनांची घाण खळखळून हसवून विनोदाच्या लाटांनी मन:सागरा बाहेर काढून टाकते.

आपल्याकडे गणपती ही ज्ञानाची देवता मानली जाते. त्याला विनोद अत्यंत प्रिय. त्याचे नावच मुळी विनोद व त्याला प्रिय म्हणजे मोदक म्हणजे आनंद (मोद = आनंद, क = करणारा). जो अत्यंत श्रद्धावान व ज्ञानवान असू शकतो, त्यालाच विनोददृष्टी असू शकते व तोच इतरांनाही आनंद देऊ शकतो. हाच गणरायाचा सामान्य माणसाला संदेश असू शकतो. केवळ दुसऱ्याला कमीपणा आणणारा, त्याची चेष्टा, टिंगल-टवाळी करणारा विनोद हा जरी हास्य निर्माण करू शकला तरी तो अत्यंत खालच्या पातळीचा व हीन दर्जाचा. अशा टवाळखोर विनोदाचा समर्थ रामदास स्वामींनी समाचार घेतला आहे. ते म्हणतात, 'टवाळा आवडे विनोद' अर्थात हे त्यांचे वचन ह्या हीनदर्जाच्या टवाळखोर विनोदाबद्दलच आहे.

जीवनाकडे बघण्याचा दृष्टिकोन विनोदपूर्ण असावा. ही विनोददृष्टी लाभणे हे एक अमोल वरदान आहे. 'तुका म्हणे आम्हा सुखे घालावे गर्भवासी' असे मागणे जीवनाकडे निखळ आनंद देणारी अशी ही विनोदीदृष्टी असलेलाच मागत असतो. काय संकटे घालावयाची असतील, किती जन्म घ्यावयास लागतील ती खुशाल घाल कारण ही आशावादी, आनंदी, विनोदी दृष्टी मला लाभली आहे, तिच्या जोरावर मी हे सर्व सहन करू शकेन हे त्याचे देवाकडे म्हणणे असते.

विनोदाचे जीवनातील महत्त्व आपल्या पूर्वजांनी चांगलेच ओळखले होते. पूर्वीच्या आपल्या मृच्छकटिक, रत्नावलीसारख्या संस्कृत नाटकात एक विदूषकाचे पात्र असे. विदूषक हा राजाचा सर्वांत जवळचा मित्र असे. त्याचे काम राजाला

नुसते हसवणेच नसे तर सर्व महत्त्वाच्या विषयांत तो राजाचा सल्लागार असे. तो हसत हसत कधी राजाच्या चुकाही दाखवू शकत असे. असा विनोदमूर्ती विदूषक राजाचा मित्र, तत्त्वज्ञ व मार्गदर्शक असे व एवढे करूनही तो राजाचे व भोवतालच्या सर्वांचेच मनोरंजन करून वातावरण प्रसन्न ठेवीत असे. आपल्याकडे बादशहा व बिरबल ह्यांच्या अनेक गोष्टी प्रचलित आहेत. जे पूर्वी विदूषकाचे काम असे तेच काम विनोदाने बिरबल करीत असे. शेक्सपिअरने मिडसमर्स नाईट ड्रिम ह्या नाटकातही ह्याचा उपयोग करून घेतला आहे.

असं वाटते की, जीवनाला काही ध्येय असावे, ते आपल्या वकूबाप्रमाणे असावे, नाहीतर हे लक्षावधी जन्मांच्या फेऱ्यांनंतर मिळालेले अमूल्य जीवन वाऱ्यावर इकडेतिकडे उडणाऱ्या पानाप्रमाणे वाट्टेल त्या दिशेला उडून फरफटत जाईल. हाती काहीच लागणार नाही. पतंग मात्र त्याच वाऱ्यावर उडून आकाशात उंच उंच जात असतो कारण त्याला ध्येय असते. दिशा असते. आपल्या जीवनात काही ध्येय आहे, काही साधायचे आहे असे वाटले पाहिजे. मी जाताना जग आहे त्यापेक्षा काही सुंदर करून जाईन हे आपले किमान ध्येय असावे.

कै. भाऊसाहेब पाटणकरांनी ह्याबद्दल फार सुंदर शेर लिहिला आहे. ते परमेश्वराला म्हणतात, की 'नुसताच ना ह्या दुनियेत भगवन् आलो आम्ही, गेलो आम्ही दुनियेस काही देऊन गेलो आम्ही, शायरी देऊन गेलो.' आणि मग पुढे म्हणतात, देवा ही दुनिया तुला विसरेल पण या शायरीमुळे आम्हाला विसरणार नाही. आपण जर ठरवलं की ह्या दुनियेतून जाताना आपल्यालाही असाच अभिमान असावा, आपल्या भोवतालच्या थोड्याफार का होईना लोकांना विनोदाने जरा हसवता आले, त्यांचे दुःख जरा काही क्षण तरी दूर करता आले तरी आपल्या हातून फार मोठे कार्य होईल. 'अवघाची संसार सुखाचा करीन, विनोदे भरीन सर्व लोक' असे म्हणता आले पाहिजे. त्यासाठी विनोदी दृष्टिकोनच हवा. चिंतामणी हे असे मौल्यवान रत्न आहे की, ते ज्याच्या जवळ असेल त्याची सर्व चिंताच नाहीशी होते. विनोदीदृष्टी हे असे चिंतामणीसारखे रत्न आहे.

शंकराला तीन डोळे आहेत अशी आपली धारणा आहे. दोन डोळ्यांनी दिसणाऱ्या जगापेक्षा ह्या तिसऱ्या डोळ्याने वेगळेच दिसते. विनोदीदृष्टी असणाऱ्यांनाही असाच विनोदीदृष्टीचा तिसरा डोळा लाभला असावा असे वाटते.

ही विनोदी दृष्टी ज्याला लाभली त्याला साध्या डोळ्यांनी पहाणाऱ्या माणसापेक्षा हेच जग अतिशय वेगळे, सुंदर, चिंतारहित व विलोभनीय दिसते. हे परमेश्वराचे मंगल, परमपावन, सुंदर जग दिसावयास ह्या विनोदीदृष्टीचाच चिंतामणी हातात असावयास हवा. मग ह्याच जगात सुखाखेरीज काहीच दिसणार नाही.

■

२९.

माझे जीवन-ग्रंथ

पूर्वी शाळेत संस्कृत सुभाषिते शिकवित. त्यात कधीकधी आयुष्यभर उपयोगी पडेल अशी शिकवणुकही असे. ही बोलवचने सहज मुखोद्गत होत व योग्यवेळी आठवत. असेच एक सुभाषित माझ्या मनावर खोल परिणाम करून राहिले आहे. 'साहित्य संगीत कला विहीन: साक्षात् पशु: पुच्छविषाण हीन:' हे सुभाषित. साहित्य, संगीत वगैरे कला नसलेला माणूस हा फक्त शेपूट नसलेला पशुच आहे असे समजावे हा त्याचा भावार्थ. माणूस कलावंत होऊ शकला नाही तरी चालते पण त्याला कलासक्त असावयास काय हरकत आहे? उलट रसिकपणा हा जास्त महत्त्वाचा. उर्दूमध्ये एक म्हण आहे की बागेत नर्गिसचे फूल दु:ख करते आहे की रसिक माणूस केव्हा येईल. बोलण्यापेक्षा कवित्व चांगले, पण कवित्वाहूनही रसिकत्व श्रेष्ठ आहे असे संतश्रेष्ठ म्हणतात ते या रसिकत्वाच्या जीवनासाठी असलेल्या आवश्यकतेसाठीच.

माझे भाग्य थोर की मी ज्या मोठ्या घरात वाढलो त्याची एक खोली ही ग्रंथालयाची खोली होती. माझ्या काकांनाही अनेक पुस्तके जमवण्याचा नाद असल्याने वेगवेगळ्या विषयांच्या अनेक पुस्तकांचा सहवास मला लहानपणापासूनच लाभला. शिवाय घराशेजारीच केवळ मुलांच्यासाठीच असे 'आनंद' ग्रंथालय होते. त्यामध्ये केव्हाही जाऊन कोणतेही पुस्तक वाचत बसावे अशी सोय होती. लहानपणी वाचलेल्या अनेक पुस्तकांनी माझ्या संस्कारक्षम वयात बराच परिणाम केला. रामायण, महाभारत वगैरे पुस्तकांचे सर्व खंड मी वाचले आहेत. त्यांची किंमत अल्प असल्याने बरेच जणांच्या घरी हे खंड असत. त्यातला एकेक खंड वाचताना फार मजा वाटे. भावार्थ जरी समजला नाही तरी निरनिराळ्या घटना, गोष्टी, उपकथा यांची त्यात रेलचेल असल्याने ते कधी कंटाळवाणे वाटले

नाहीत. साने गुरूजींच्या श्याम व श्यामची आई या पुस्तकांनी मात्र मनावर विलक्षण परिणाम केला. आई ही कशी असते तिचे अंतरंग कळू शकले. हे पुस्तक वाचताना सारा पश्चाताप अश्रू रूपाने बाहेर पडून जाई. आपली आईही थोडीफार कळू लागली. मग साने गुरूजींची 'गोडगोष्टी' ही सारी मालिका अधाशासारखी वाचून काढली. त्यानंतर ना.धों. ताम्हणकरांची गोट्या ही पुस्तके अशीच अतिशय आनंद देऊन गेली. अरेबियन नाईटस् ,पंचतंत्र, हितोपदेश, इसापनीती, बादशहा बिरबलाच्या गोष्टींनी जीवनात हसत खेळत केवढी विसंगती दाखवून मजा आणली! माझ्या वाढदिवसाच्या निमित्ताने वडिलांनी ह.ना. आपट्यांच्या सर्व कादंबऱ्यांचा सेट आणून दिला होता. त्यांनी मला पार वेगळ्याच विश्वात नेले. ब.मो. पुरंदरे यांचा 'राजा छत्रपती शिवाजी' याची तर घरी आम्हा भावंडांत व मित्रांत पारायणेच्या पारायणे होत. शिवरायांच्या इतिहासाबरोबर मराठी भाषेचा ओजस्वी प्रत्यय न कळत पण कायमचा मनात ठसला. मग शिवाजीवरची सर्व लेखकांची पुस्तके वाचण्याचे वेडच लागले. याच काळात स्वातंत्र्यवीर सावरकरांचे 'माझी जन्मठेप' पुस्तक हाती आले. त्याने मनावर विलक्षण संस्कार केला. देशप्रेमाचा अंकुर निर्माण करण्याचे विलक्षण सामर्थ्य या पुस्तकात असल्याचा प्रत्यय आला. मग सावरकर समग्र वाङ्मयाचे सारे खंड वाचून काढले. गांधीजींचे 'सत्याचे प्रयोग' असेच त्यांच्या अंतर्मनाची ओळख देण्यास उपयोगी पडले. 'क्रांतीकारांचा आत्मयज्ञ' सारखे पुस्तक तर प्रत्येक तरुणाने वाचलेच पाहिजे इतके प्रभावशाली आहे. त्यातल्या दामोदर चापेकरांचे त्यांच्या वडिलांना लिहिलेले पत्र तर सार्वजनिक जागी कोरून ठेवण्याइतके अमूल्य व देशप्रेमाने माणूस किती ओथंबून जातो ते दाखवते. अशी देशभक्तांची चरित्रे वाचली की मन काही काळ विषण्ण होते. अशा पुस्तकांचा परिणाम झालेला माणूस देशद्रोही होऊच शकणार नाही. श्री.म.माटे यांचे 'उपेक्षितांचे अंतरंग' हे पुस्तक वाचले. त्या पुस्तकाने मला पार वेगळ्या जगाची ओळख करून दिली. त्यातल्या 'बंसीधर आता तू कुठे जाशील?' या लेखाने तर उपेक्षितांबद्दल एकदम जिव्हाळाच नव्हे तर त्यांच्यासाठी आपण काही करावे असे वाटू लागले. व्यंकटेश माडगुळकरांच्या 'माणदेशी माणसे' 'गावाकडच्या गोष्टी', 'काळीआई', 'बनगरवाडी' अशा पुस्तकांनी तर उपेक्षितांच्या अंतरंगातच प्रवेश करता आला. त्यांच्या एकूण एक पुस्तकांची अनेक वेळा पारायणे केली. माझा भाऊ, माणदेशी माणसाचे वाचन साभिनय करत असल्याने घरात सर्वांनाच या पुस्तकांनी भुरळ घातली होती. आनंद यादव यांचे 'झोंबी', 'गोतावळा' अशासारख्या पुस्तकांनी खेडेगावातल्या जीवनाची परिपूर्ण ओळख करून दिली. खुद्द यादवांशी मैत्री झाल्यावर या माणसाने परिस्थितीवर केवढी मात केली, हे कळून आले. शिक्षणासाठी कोल्हापुरात

केळ्याच्या साली खाऊन राहिलेला एक मुलगा जिद्दीवर केवढे नाव मिळवू शकतो, त्याचा प्रत्यय आला. शंकर पाटील यांच्यामुळे नुसती कोल्हापुरी भाषेची ओळख झाली नाही तर तिथल्या माणसांच्या मनाचे स्वच्छ दर्शन झाले. आनंद यादवांच्या पुस्तकांप्रमाणे त्यांची एक एक पुस्तके वाचून काढली. शंकर पाटील, द. मा. मिरासदार यांची सर्वच पुस्तके वाचनीय तर आहेतच पण माणसाच्या मनातल्या इरसालपणा इतक्याच इतर अनेक पैलूंचे त्यात दिग्दर्शन होते. मधू मंगेश कर्णिक, दळवी यांच्याप्रमाणे मला कोकणच्या भूमीची व माणसाची मैत्री कोणी करून दिली असेल तर ती गो.नी. दांडेकर यांच्या 'पडघवली'ने अन् श्री.ना. पेंडसेंच्या 'गारंबीचा बापू' या एका पुस्तकाने. मी या सर्वांची जवळ जवळ सर्वच पुस्तके अधाशासारखी वाचून काढली आहेत. अर्थात सगळीच पुस्तके मला आकर्षू शकली असा माझा दावा नाही; पण जी आवडली त्यांची मी अनेकवेळा पारायणे केली आहेत.

महाविद्यालयात आम्हाला 'उघडे लिफाफे' हे ना. मा. संतांचे लघु निबंधाचे पुस्तक अभ्यासासाठी होते. त्या निबंधांनी माझ्यावर भुरळच घातली आणि मी ना.सी. फडके यांच्या 'गुजगोष्टी', वि.स. खांडेकर, दांडेकर यांचे लघुनिबंध वाचले. लघुनिबंधांची मला गोडी लागली.

त्यानंतर एक काळ असा आला की, त्यांत लघुकथांचा सुकाळ होता. इतर सुबुद्ध वाचकांप्रमाणे मलाही या लघुकथांनी अत्यंत मोहून टाकले. इतके की, आपणही लघुकथा लिहाव्यात असे प्रकर्षाने वाटू लागले. यामध्येही य.गो. जोशी, अरविंद गोखले, अच्युत बर्वे, माडगुळकर बंधू, महादेवशास्त्री जोशी, दि. बा. मोकाशी, इंद्रायणी सावकार, सुमेध वडावाला, मेघना पेठे, गौरी देशपांडे, डॉ. सुमति क्षेत्रमाडे, यांच्यासारख्या लेखकांनी मला एका वेगळ्या भावविश्वात नेले. रणजित देसाई यांचा माझा चांगलाच परिचय होता. त्यांच्या सहवासाने कादंबरी लिहिण्याचे तंत्र आणि मंत्र समजले. प्रथम तर मला आत्मचरित्र-वाचन फारसे आवडत नसे. पण पुढे पुढे मात्र बरीचशी आत्मचरित्रे मी आवडीने वाचली. त्यामध्ये लक्ष्मीबाई टिळक, रमाबाई रानडे, औंधचे महाराज, विश्राम बेडेकर, दया पवार यांची आत्मचरित्रे वाचताना विशेष आनंद जाणवला. आचार्य अत्रे आणि आनंद यादव यांच्या आत्मचरित्राचा एकेक खंड वाचल्यावर नुसता त्यांचा नव्हे तर त्या काळच्या समाजाच्या जीवनपद्धतीचेही आकलन झाले. सिने कलावंतांनी लिहिलेली जवळ जवळ सर्वच आत्मचरित्रे मी कुतूहलापोटी वाचली. त्या सर्वांत हंसा वाडकर यांचे 'सांगत्ये ऐका' याचा विशेष प्रभाव माझ्यावर पडला. अशोक व्हटकर यांचे 'बहात्तर मैल' व मंगला केवळे यांचे 'जगायचंय प्रत्येक सेकंद' या आत्मचरित्राचा मनावर विलक्षण परिणाम झाला.

मला शाळेपासून नाटकात काम करावयास मिळाल्यामुळे व वडिलांनाही नाटक हा विषय आवडत असल्याने, खाडिलकर, देवलांपासून सर्व गाजलेल्या नाटकांची पुस्तके घरी होती. गडकरी तर माझ्या वडिलांचे आवडते लेखक असल्याने त्यांची सर्व नाटके ते वाचून घेत. जोशी यांचे 'म्युनिसिपालटी' नाटक कित्येकवेळा वाचले असले तरी त्याची गोडी कधी कमी झाली नाही. त्यानंतर आचार्य अत्रे यांची नाटके हा चर्चेचा विषय होता. पु.ल. देशपांडे यांच्या 'तुका म्हणे' पासून 'ती फुलराणी' पर्यंत सर्व नाटकांचे घरात सार्वजनिक वाचन होई. सर्व कुटुंबियांचा हाच विरंगुळा होता.

घरात प्रवासवर्णनाची बरीच पुस्तके होती. माझे काका जन्मात कुठे घराबाहेर प्रवासाला जाऊ शकले नाहीत, त्यांनी त्यांची प्रवासाची हौस ही प्रवासवर्णने वाचनूच भागविली.

प्रथमत: प्रवासवर्णने ही मला फारशी आकर्षक गोष्ट वाटत नव्हती. पण गोडसे गुरूजींच्या 'माझा प्रवास' या पुस्तकाने या प्रकारच्या पुस्तकांची विलक्षण गोडी लावली. त्यानंतर प्रवास वर्णन वाचण्याचाच एक ध्यास लागला. यासर्व प्रवासवर्णनांमध्ये पु.लं. ची प्रवासवर्णने यांनी प्रवासाबद्दल एक नवीनच, खेळीमेळीची दृष्टी दिली. त्यामुळे प्रवास करताना कोणती दृष्टी असावी व तिथल्या स्थळांचे नुसते निरस वर्णन न करता, तिथल्या माणसांचे, परिस्थितीचे मनोज्ञ दर्शन व्हावे हा दृष्टिकोन आला.

वाईच्या विश्वकोशामध्ये मला काम करायला जावे लागे. तेव्हा तिथल्या लाखो किंमतीच्या पुस्तकांनी भरलेले ग्रंथालय बघून कोणत्याही विषयावरचे, कोणतेही पुस्तक मला वाचायला घेता येई. या पुस्तकांचे नुसते विषय जरी पाहिले तरी मन थक्क होऊन जाई. शिवाय अनेक विषयांचे कोष तिथे होते. या ग्रंथालयांत जाऊन आल्यानंतर एखाद्या तीर्थक्षेत्राला भेट दिल्याचा आनंद झाला. इतक्या वेगवेगळ्या विषयांवर इतकी वेगवेगळी पुस्तके असतात हे पहायला मिळाले याचेच धन्य वाटते. असे वाटते की, जेव्हा विश्वकोषाचे काम बंद असते, त्यावेळी हे ग्रंथालय प्रदर्शन म्हणून का होईना, सामान्य माणसाला खुले ठेवावे. त्यामुळे निदान कोणत्या विषयांची किती पुस्तके असतात हे कळेल व त्यांची जिज्ञासा जागी होईल. काही ग्रंथपाल स्वत:ला ग्रथांचे बंदीपालच समजतात. मला तरी निरनिराळ्या विषयांची गोडी व कोणते पुस्तक वाचावे याचे मार्गदर्शन बरेचसे ग्रंथपालांनीच केले आहे.

वास्तविक पहाता, पु.लं. च्या अपूर्वाई, पूर्वरंगासारखी पुस्तके ही पुस्तके नाहीतच तर जादुचे गालिचेच आहेत. पुस्तक वाचायला सुरुवात केली की हळूहळू त्याचा हवाई गालिचा होऊन जातो आणि क्षणार्धात आपण लंडनच्या चेरींगक्रॉस जवळ येतो. तेथून सारं लंडन आपल्याभोवती गोळा होते. बस व

इतर वाहनांचे आवाज, माणसांची कुजबूज ऐकू येते. हवेतला गारवा अंगाला स्पर्श करतो. तिथल्या कॅफेतल्या कोल्ड कॉफीची चव तोंडात रेंगाळते.

माझ्या आईला वाचनाची अतीव गोडी होती. जेव्हा तिला हाताने काम करता येईना तेव्हा सतत हातात पुस्तक असे. कधी तिला वाचून दाखवावे लागल्यानंतर अनेक धार्मिक ग्रंथ आपोआपच वाचनात आले. तुकाराम महाराज म्हणतात तसे 'बहुत सुकृताची जोडी म्हणून विठ्ठली आवडी' तसे बहुत सुकृताची जोडी म्हणून पुस्तकाची आवडी असेच म्हणावे वाटते. आईला मोरोपंतांच्या आर्या, भर्तृहरीचे नितीशतक पाठ होते. घरात काव्य व काव्यवाचन हा कार्यक्रम होई. पत्नीला कवितेची गोडी. ती कविताही करी. पण बहुतेक गडकरींची 'वाङवैजयंती', बालकवींची समग्र कविता, मुक्तेश्वराचे 'नल दमयंती आख्यान' वगैरे पंडित कवींच्या बरोबर कुसुमाग्रजांच्या सर्व कवितांचे संग्रह, मंगेश पाडगांवकर, महानोर, विं.दा. करंदीकर, मर्ढेकर, ग.दि.मा., सुरेश भट यांचे कवितासंग्रह घरी असल्याने वेळ मिळाला की त्याचे सार्वजनिक वाचन व रसग्रहण होई. त्यात ग.दि. माडगुळकरांचे 'चैत्रबन', 'गीत रामायण', 'गीत गोपाल' यांच्या वाचनाबरोबर गायनही होते. तेव्हा साऱ्या घराचे गोकुळ झाल्यासारखे वाटे. प्रत्येक जण या काव्य रसास्वादात बुडलेला असतो. अजूनही नातेवाईक मुलंबाळं आली की कविता वाचनाचा आग्रह होतो.

यासारख्या काव्यप्रकारामध्ये माझ्या मनावर जर विलक्षण प्रभाव पाडला असेल, तो म्हणजे 'मोरोपंतांच्या समग्र वाङ्मयाच्या खंडांनी.' मुंबईला असताना 'बॉम्बे सेंट्रल' जवळच्या सरकारी ग्रंथालयात गेलो होतो. तिथं नारायण सुर्वेंची गाठ पडली व त्यांनी मला मोरोपंतांच्या काव्याचे खंड दाखवले. ते सर्व खंड पाहून मी अत्यंत थक्क झालो. नुसती रामायणेच किती प्रकारची असावीत! एक निरोष्ठ रामायण आहे की ज्यात 'प, फ, ब, भ, म' ह्या ओष्ठ्यवर्णाचा कोणताही शब्द असणार नाही. दुसऱ्या रामायणामध्ये प्रत्येक ओळीत 'परंतु' हा शब्द आहे. त्याला 'परंतु रामायण' म्हणतात. 'निरोष्ठ रामायण' किंवा 'परंतु रामायण' यांचे खंडच्या खंड आहेत. तसेच प्रत्येक ओळीच्या आद्याक्षरांनी ॐ नमः शिवाय असा, तर काही आद्याक्षरांनी श्रीराम जय राम जयजय राम असा मंत्र तयार होई. एक रामायण तर असे होते की पहिल्या ओळीतील पहिला शब्द, दुसऱ्या ओळीतील दुसरा, अशा क्रमाने घेतले तर श्री राम जय राम जयजय राम अशी ओळ येते. हे सारे पाहूनच मी थक्क झालो.

कुसुमाग्रजांचा 'कणा', 'पृथ्वीची प्रेमगीते', 'मातीची दर्पोक्ती', 'कोलंबसचे गर्वगीत' अशा अनेक कविता म्हटल्या जातात. भेळ जशी एकट्याने खाण्यात मजा नाही तसंच कवितांचं. जेवढी माणसे जास्त तेवढा आनंद जास्त. कुलदैवतासारखेच पु.ल.दैवत घरातल्या सगळ्या माणसांना प्रिय. माझा पुतण्या

मिलिंद दर दोन मिनिटांनी त्यांचे एकतरी वाक्य सुनावतो. सारं घर कसं अत्तराचा फवारा शिंपडल्यासारखं प्रसन्न होतं. पु.लं. च्या कथा त्यांच्या आवाजात ऐकल्यानंतर मात्र 'श्रवणीच होती जिभा इंद्रियांलागे कळभा एकमेकां' असे ज्ञानेश्वरांनी म्हटल्याप्रमाणे सर्व इंद्रियांची चढाओढ सुरू होते. पु.लं., शंकर पाटील, व. पु. काळे यांच्या आवाजांनी शब्दात प्राण आले नि अक्षरे सजीव झाली. त्यात पुलंचा एकपात्री प्रयोग ही शब्दांची मांदियाळी! सर्व अक्षरप्रेमी भूतमात्रांना अवर्णनीय आनंद शब्दातून घेता आला त्याची धन्यता वाटली. मराठी पुस्तकांप्रमाणे इंग्रजी, संस्कृत, उर्दू पुस्तकांनीही अत्यंत आनंद दिला. वास्तविक या अक्षरानंदामध्ये भाषेचा प्रश्न नसतो. कुठलेही लहान मूल हसले की ते कोणत्या भाषेत हा प्रश्नच येत नाही. तसेच अक्षरांचे, शब्दांचे आहे. सर्वसामान्य महाराष्ट्रीय माणसाला असतो तसा इंग्रजी भाषेबद्दल मलाही न्यूनगंड होता. आपल्याला इंग्रजी उत्तमोत्तम वाङ्मय वाचताच येणार नाही असे वाटले. पण पर्ल एस. बकची 'गुड अर्थ' कादंबरी मी भीतभीतच वाचायला घेतली अन् केव्हा सर्व वाचून संपवली ते कळलेच नाही. आपण न अडखळता इंग्रजी कादंबरी वाचू शकतो हा इतका आनंद होता की त्याचे वर्णनच करता येत नाही. आंधळ्याला एकदम दृष्टीचा लाभ व्हावा तसे झाले. मग तिची सर्व पुस्तके वाचून काढली. त्यानंतर मग सॉमरसेट मॉम, हेमिंग्वे यांची पुस्तके विनासायास वाचता आली. त्यानंतर शेक्सपिअरच्या पुस्तकांचा सर्व संच घेतला. ही पुस्तके गाईडसारखीच आहेत. कठीण शब्दांचे अर्थ, स्पष्टीकरण वगैरे दिले असल्याने ती सहज वाचता आली आणि कालिदासाप्रमाणे शेक्सपिअरच्या प्रेमात पडलो. इतका की इंग्लंडला जाताना व्हिसा देताना तुम्ही इंग्लंडला का जाता असं एम्बसीत विचारलं, यावर 'शेक्सपिअरच्या स्ट्रॅटफोर्ड गावाला नी ग्लोब थिएटरला भेट देण्यासाठी' असं उत्तर देताच तो व्हिसा देणाराही चमकला. शेक्सपिअरच्या गावाला त्याचे जन्मग्राम, शाळा, त्याचा बसण्याचा बाक, त्याची प्रेयसी 'ॲना हॅथवे' हिचे घर, जावयाचे घर सारे पहाताना आनंद वाटला. ज्या शेक्सपिअरच्या शब्दांनी आपले जीवन समृद्ध केले त्याची कृतज्ञता व्यक्त करावीशी वाटली म्हणून एवढी यात्रा. शेक्सपिअरप्रमाणे, वर्डस्वर्थच्या कविता. त्यानंतर मात्र बरेच विनोदी वाङ्मय, वैद्यकीय किंवा कायद्याच्या वाचनाची गोडी लागली. चार्ल्स डिकन्सची सर्व पुस्तके वाचली. त्याचं इंग्लंडला घर बघताना फारच वेगळ्या स्वरूपाचा आनंद झाला. पुस्तके ही लोहचुंबकासारखी आकर्षण करू लागली. मेहता पब्लिकेशनच्या मेहता पितापुत्रांनी नवीन पुस्तक छापले की माझ्याकडे धाडून देण्याचा प्रघातच पडला. वाईला विश्वकोषामध्ये लिहिण्याचे काम करण्याच्या निमित्ताने अनेक ग्रंथ हाताळता आले. अमेरिकेसारखे वाचनाचे सुख कुठेही नाही. पुस्तकाचे दुकान

एवढे प्रचंड! त्यात विजरी दिवे व कोणतेही पुस्तक केव्हाही वाचत बसावे. शेजारी चहा कॉफीची सोय. पुस्तक विकत घेण्याचा आग्रह नाही. 'जो जे वाचील तो ते वाचो प्राणीजात' हे त्यांचे ध्येय असावे.

हे वर्णन करून सांगण्याचे एकच कारण की मी जो काही सुखी असेन त्याचे बरेचसे कारण हे ग्रंथ होत. केवढे प्रचंड सुख त्यांनी मला दिले आहे. माणसाचे घर बघण्याचा योग आला की त्याचा ग्रंथसंग्रह पाहावा. त्यावरून त्याच्या संस्कृतीची, जीवनपद्धतीची कल्पना येते. ग्रंथसंग्रह नसलेले घर कितीही सुंदर असले तरी मला अभद्र वाटते. कित्येक वेळा दमलो भागलेलो तर कधी विमनस्क असतो तेव्हा मी माझ्या छोट्या ग्रंथालयात बसतो. सध्या डोळ्यांनी फार वाचन होत नाही तरी सभोवतालचे नुसते ग्रंथ पाहिले की मनाची मरगळ, थकवा दूर होतो.

ग्रंथांची इतकी मैत्री आहे की ते ग्रंथ न रहाता, त्याची जिवंत माणसे लेखक होतात. इंग्रजीमध्ये पिर्नोकिनो म्हणून म्हाताऱ्या सुताराची कथा आहे. रात्री त्याच्याभोवती त्याची बनवलेली लाकडी खेळणी सजीव होऊन त्याचे मनोरंजन करतात अगदी तसेच होते. पुस्तके जाऊन त्यांच्या जागी त्यांचे लेखक येतात. शेक्सपिअरची पुस्तके जाऊन तेथे साक्षात ऑथेल्लो, रोमिओ-ज्युलिएट, ज्युलीयस सीझर, ब्रुटस्, इयागो, पोर्शिया सारे माझ्याभोवती जमतात. पुलंच्या व्यक्ती आणि वल्लीमधले सखाराम गटणे, अंतुबर्वा, नारायण, बबडू, शंकर पाटलांच्या गोष्टीतली सारी पात्रे, माणदेशी माणसातली झेल्या, नामा मैलकुली, खाला, झोंबीतला अंदू, रत्नू सारी व्यक्तिचित्रे सजीव होऊन माझ्याशी संवाद साधतात.

कधी कुसुमाग्रज, ग.दि.मा., मंगेश पाडगांवकर, सुरेश भट, महानोर येतात. त्यांच्या कवितेतल्या मनातल्या ओळी साकार होतात. त्या साऱ्यांच्या प्रेमात मी आकंठ बुडून जातो. मी कधीच एकटा नसतो. वर्डस्वर्थच्या डॅफोडील्स कवितेप्रमाणे आरामखुर्चीत बसल्या बसल्या जसे त्याच्या मन:चक्षुसमोर डॅफोडील्सची फुले येतात तसे माझ्यासमोर पुस्तके येतात. इतक्यात कुणीतरी गदगदून हलवत म्हणते, 'किती वेळ मोठमोठ्याने हाका मारल्या, कसल्या तंद्रीत होतात?' मी काय उत्तर देणार! या तंद्रीलाच वर्डस्वर्थ म्हणतो तशी भावसमाधी (Bliss of Solitude) म्हणतात. या समाधीच्या अनुभवासाठीच कित्येक लोक घरदार सोडून देह कष्टवीत डोंगर कपारीत तपश्चर्या करीत आहेत. अनेकविध साधने करीत आहेत. या सुखापुढे मला स्वर्गसुख सुद्धा नको वाटते. स्वर्गांत अप्सरा, अमृत असेल पण ग्रंथ नसतील.

'जगी सर्व सुखी असा कोण आहे?' असा रामदास स्वामींसारखा प्रश्न जर कोणी विचारला, तर पुस्तक वाचताना अशी तंद्री लागलेल्या माणसाकडे बोट दाखववयास काहीच हरकत नाही.

■

३०.

माझे जीवनगाणे

चिनी भाषेत म्हण आहे की तुम्हाला जर दोन पैसे मिळाले तर एका पैशाची भाकरी घ्या व दुसऱ्या पैशाचे फूल घ्या. भाकरी तुम्हाला जीवन देईल तर फूल तुम्हाला जीवन का जगायचे ते सांगेल. या दोन्ही गोष्टी असणे म्हणजेच सुखी जीवन होय. मला संस्कृत भाषेतला, देवांसाठी वापरत असलेला शब्द 'सुर' फार आवडतो. ज्याला संगीत आवडते, सूर आवडतात तो देव. ज्याला सूर आवडत नाही तो असुर– राक्षस. बाकी आपले सर्वच देव अत्यंत संगीतप्रिय. देवांनी आपल्याला त्यांना वश करणारी गुह्यतम गोष्ट गीतेत सांगून टाकली आहे. 'मद्‌भक्ता: यत्र गायन्ति तत्र तिष्ठामि नारद'– 'माझे भक्त जिथे गायन करतात तिथे मी असतो' मारुतरायांसारखा ब्रह्मचारी देव पण तोही उत्तम गाणारा म्हणूनच 'धूर्त वैष्णव गायका' असं त्याचे सार्थ वर्णन केले आहे. दत्तात्रेयांच्या खांद्यावर भिक्षेसाठी झोळी असली तरी दत्तवीणेची त्यांची संगत अतूट आहे. स्मशानवासी शंकरांनी तर साध्या डमरूतून सर्व नादब्रह्मच निर्माण केले. श्रीकृष्णांच्या बासरी वादनाबद्दल तर विचारावयासच नको. नुसती माणसेच काय पण पशुपक्षीही देहभान विसरून ती ऐकत असत.

सर्वसामान्य माणूस या सुरांपासून इतके फटकून का वागतो हे कळत नाही. अर्थात अगदी सुरुवातीला मला सुद्धा फक्त भावगीत गायन जेमतेम आवडे. पण त्यातले सूर व शब्द दोघांचेही महत्त्व वाटे. शब्दांच्या रत्नाला सुरांचे कोंदण हवे. हे महत्त्व मात्र संगीतकार यशवंत देवांनी नीट समजून सांगितले. त्याप्रमाणे काव्य व त्याची सहज चाल कळू लागली. शास्त्रोक्त संगीत हा नुसता कालापव्यय व केवळ गळा काढणे वाटे. पण एकदा विलायत खाँसाहेबांच्या सतार वादनाच्या कार्यक्रमाला जरा नाईलाजानेच जावे लागले. पण तो कार्यक्रम जेव्हा सुरू झाला

तेव्हा प्रथम सतारीतून बाहेर पडलेले सूर व ते ऐकणारा मी एवढी जाण होती. पुढे पुढे ह्या मीच्या अस्तित्वाची जाणही नाहीशी झाली आणि फक्त सूरच सर्वत्र भरून राहिले आहेत असे वाटले. देहभान हरपणे म्हणजे काय ते अनुभवता आले. पुढे मात्र त्यांचा एकही कार्यक्रम चुकवायचा नाही असेच ठरवले. पुण्यात नु.म.वि.च्या पटांगणात त्यांचा कार्यक्रम होता. पावसाने थैमान घातले तरी लोक भिजत त्यांचा कार्यक्रम ऐकत होते. तेव्हा नादब्रह्म म्हणजे काय याची थोडी जाणीव झाली. पुढे बिसमिल्लाखान व जोग यांची सनई-व्हायोलीन यांची जुगलबंदी, रविशंकर व मेनुहीन यांची जुगलबंदी सारखे अनेक कार्यक्रम ऐकावयास मिळाले. पं. शिवकुमारांचे संतुरवादन, सामता प्रसाद, जाकिर हुसेन सारख्यांचे तबला वादन, अलि अकबरांचे सरोद, जलतरंग, गोटूवाद्यम् यातही गोडी निर्माण झाली.

वाद्यामध्ये जशी गोडी वाटली तशी गायनात गोडी वाटायला मुख्य कारण म्हणजे सवाई गंधर्व महोत्सवात बडे गुलामअली यांचे गाणे ऐकण्याचा योग आला. खान साहेबांचा देह अजस्त्र. त्यांना मांडी घालून बसणेही अवघड होते. चेहरा व मिशा पंजाबी पहेलवानासारख्या होत्या त्यामुळे त्यांच्या आवाजाची शंका आली. पण त्यांनी 'का करू सजनी आयेना बालम' ही ठुमरी म्हणण्यासाठी सुरुवात केल्याबरोबर आवाजाची मिठास काय असते ते कळले व मग त्यांच्या सर्व रेकॉर्डस् ऐकल्या. पुढे कै. वसंतराव देशपांडे यांचा सहवास काही काळ कै. रणजीत देसाई यांच्या घरी लाभला. त्यांनी तर शास्त्रोक्त संगीताच्या खाचाखोचा सांगितल्या. एकच राग पण निरनिराळे गायक कसे गात याचे प्रात्यक्षिकच दाखवले. कोल्हापूरला कै. बाबूराव जोशी यांनी शास्त्रोक्त संगीताचे महत्त्व व ते कसे ऐकावे याचे वस्तुपाठच घेतले. त्यामुळे शास्त्रोक्त संगीताबद्दलचा तिऱ्हाईतपणा गेलाच पण ते संगीत जीवनाचा एक भागच बनून गेले. खरंच ज्यांना ही संगीताची जीवनभर संगत लाभली ते खरे भाग्यवान. या सुरांच्या मस्तीत ऐहिक गरिबीसुद्धा ज्यांनी अमीरासारखी मिरवली असे अनेक महाभाग पहावयास मिळाले. कै. वसंतराव देशपांडे हे त्यातले अग्रणी. हळूहळू पाश्चात्य संगीताबद्दलची नावड कमी झाली. मायकेल जॅक्सन वगैरे गायकांचे गाणे थोडे थोडे कळू लागल्यासारखे वाटू लागले.

शास्त्रोक्त वादनाप्रमाणे आणखी एक संगीत प्रकार मला आवडू लागला. कोणत्याही देवळात एकतारीवर आर्त भजन टाळमृदूंगाच्या साथीत चालले किंवा एखादा कव्वाल कव्वाली म्हणत असेल तर ते ऐकत बसावेसे वाटते. एका मोठ्या फकीराच्या सहवासामुळे मला कव्वाली हा गायन प्रकार फार आवडू लागला. शेर शायरीतले मात्र कळत नसे. पण कै. भाऊसाहेब पाटणकरांचा सहवास लाभला व त्यांनी या प्रकाराबद्दल जाण दिली. मग मात्र त्यांची मैफल

बरेच काळ मनात घर करून राहिली. तीच गोष्ट सुरेश भटांच्या गझलबद्दल. पुढे असलम खाँ सारख्या गझल गायकांच्या मैफली भरवल्या. उर्दू शेरांचे अर्थ मात्र मला माझा भाऊ सुनील समजावून सांगे तेव्हा त्यातली मजा घेता येऊ लागली व काही शेर तोंडात खडीसाखरेसारखे घोळू लागले. मला वाटते की एखादे संगीत कानावर पडले व ते कळले नाही तरी जरा ऐकत बसावे, हळूहळू कान तयार होतो. बाकी संगीतात तानसेनाइतकेच कानसेनांना महत्त्व आहे. संगीताचे सूर एकदम झुरळ झटकून टाकल्यासारखे झटकून टाकून मोकळे हाऊ नये. हे सूरच जीवनात अवर्णनीय सुख देणारे आहेत हे नक्की ध्यानात ठेवावे.

पूर्वी माणसे आजच्यापेक्षा सुखी होती त्याचे कारण आपले त्यावेळचे जीवन संगीतमय होते. सकाळी भूपाळीचे मधुर स्वर कानावर पडत. मग अभंग, स्तोत्र, जात्यावर ओव्या, कविता, रानात मोटेवर काम करताना, सणासुदीला बायका गाणी म्हणत. माणसाच्या जीवनाच्या सुरुवातीपासून तो त्याला निरोपही भजनांच्या सुरांच्या संगीतात दिला जायचा. आता घरातला आवाज बंद झाला. कर्कश लाऊडस्पीकर सुरांची आग ओकतो. गणपतीच्या दिवसात तर हे सुरांचे बॉम्बगोळे असुर फेकत असतात.

घरात रांगोळीच्या रूपाने चित्रकला सर्वांनाच येत होती. एकमेकांच्या चढाओढीने रांगोळ्या काढल्या जात. कधी त्या पाण्यावरही काढत, त्यात रंग भरले जात. जो आनंद संगीताने दिला तसाच चित्रकलेने दिला. प्रथम एखादे चित्र पाहिले की, "किती हुबेहूब!" एवढेच त्याबद्दल वाटे. पण त्यापेक्षा जास्त काही कळत नसे. पॅरीसच्या म्युझियममध्ये मोनालिसाचे जगप्रसिद्ध चित्र आहे पण जे प्रवासी ते पहावयास जातात त्यातले बहुतेक फार छान म्हणून चटकन पुढे सरकतात. चित्रात नक्की काय पहावयाचे हे दुर्दैवाने आपल्याला शिकवले गेले नाही. विन्स्टन चर्चिल महायुद्धाच्या प्रसंगी विरंगुळा म्हणून चित्र काढत असत, त्यांना चित्र काढण्याबद्दल काहीही माहिती नव्हती. पण युद्धाचा ताण घालवण्यासाठी ते चित्र रेखाटत. पुढे ते गुरूदेव टागोरांप्रमाणेच उत्तम चित्रकार म्हणून ओळखले जाऊ लागले. युद्धावेळी आलेले सर्व मानसिक दडपण ते चित्रकलेमुळे पार घालवू शकले. सुख देण्याचे जबरदस्त सामर्थ्य या कलेत आहे. चित्रकार कै. दिक्षितांची भेट झाल्यानंतर त्यांनी मला चित्र कसे बघायचे, त्याची रंगसंगती कशी बघायची याची प्रात्यक्षिकासह माहिती दिली. प्रत्येक रंगाचा अर्थ, त्याचा वापर, रंगांच्या निरनिराळ्या छटा यांची माहिती घेताना अवर्णनीय आनंद होत असे. कोल्हापुरात कै. चंद्रकांत मांढरे यांच्या सहवासाचा लाभ मिळाला. त्यांनी तर चित्रकलेचे सारे बारीकसारीक तपशील सांगितले. एखाद्या रेषेच्या उठावामुळे किंवा वळणामुळे चित्रात किती बदल घडू शकतो ते पहाताना तर चित्रकाराच्या

सामर्थ्याची जाणीव झाली. साधी कोळशाची भुकटी व पांढऱ्या कागदाच्या सहाय्याने विश्वमित्रासारखी केवढी प्रतिसृष्टी निर्माण हे कलावंत निर्माण करू शकतात याची अनुभूती आली. माझा भाचा नितीन याने मला नवचित्रकला, पिकासो वगैरे समजून देण्याचा प्रयत्न केला. अर्थात या चित्रकलेच्या प्रकारातही काही अर्थ व आनंद सामावला आहे एवढेच कळते. अजून मला एक साधेही चित्र काढता येत नाही. हत्ती काढावयास गेलो तर त्याचे पुढचे दोन पाय वकिलाच्या गळ्यातल्या पांढऱ्या कापडी पट्ट्या 'बँड'प्रमाणे लोंबत आहेत असे चित्र येते. पण चित्रकलेची चोखंदळ रसिकता लाभली त्याचाच आनंद होतो. अंडी घालता न येणारे प्राणीसुद्धा आमलेटची चव पारखू शकतात हेच खरे.

नृत्यप्रकार मात्र थोडाफार समजूनही घेता आला नाही. ज्या परिस्थितीत वाढलो तिथे नृत्य म्हणजे फक्त तमाशातच. घरात स्त्रिया फक्त थयथयाट करू शकत पण 'नाच' हा शब्दही वर्ज्य होता. माझी मुलगी मात्र वर्गात नृत्याचे पाठ घेऊ लागली तेव्हा केवढी क्रांती वाटली. पुढे तिच्यामुळे भावमुद्रा, कथ्थक, कथकली, मणिपुरी असे प्रकार कळाले. पण हे सर्व ठराविक मर्यादेपर्यंत. गणपती विसर्जन वगैरे प्रसंगी मात्र त्यात आनंदाऐवजी बीभत्सता येते असे वाटते. शिकागोच्या एअरपोर्टवर रात्री २ ते ३ वाजता तेथे झाडूकाम करणारे सर्व निग्रो मजूर काम संपल्यावर देहभान हरपून नृत्य करत असलेले पहावयास मला मिळाले. एकाने वाद्य वाजवायला सुरुवात केल्याबरोबर एक साडेसहाफुटी धिप्पाड निग्रोबाई त्या तालावर नाचू लागली. मग हळूहळू सर्वच निग्रो नोकर तिच्याभोवती फेर धरून नाचावयास लागले. नाचाला लय, ताल दोन्ही होते. नाचताना त्या स्त्रीच्या चेहऱ्यावरचे भाव फारच प्रेक्षणीय होते. ती सुंदर दिसू लागली होती. आपल्याला असे नाचता आले असते तर हा आनंद लुटता आला असता असे वाटले. प्रतिमा बेदीचे 'टाईमपास' पुस्तक वाचले. त्यात नाचासाठी या बाईने जिवाचा काय काय आटापिटा केला ते वाचले, की मन अगदी थक्क होते. 'माझी नृत्यसाधना' हे पुस्तकही नृत्यानंदाची ओळख करून देते. शंकरासारखा देवसुद्धा नृत्याचा विलक्षण भोक्ता आहे. मारुती ही उत्तर हिंदुस्थानात नृत्याची देवता म्हणून मानली जाते. बाकी आपले गणपती, मारुती नाचताना कसे दिसत असतील त्याचे कुतूहल आहे. अर्जुन मात्र धनुर्विद्येइतकाच नृत्यकलेत निष्णात होता म्हणून त्याला नृत्यशिक्षक म्हणून राजाच्या दरबारात नोकरी मिळाली होती.

शिल्पकलेबद्दल कै. रविंद्र मिस्त्रीनी सविस्तर माहिती दिली. शिल्पकला कशी बघायची. तिचे बारकावे त्यांच्यामुळे कळाले. फक्त दोन पायावर उभ्या असलेल्या घोड्यावर बसलेल्या ताराराणीचा पुतळा हा आशिया खंडात अद्वितीय आहे. सासवणे येथे कै. करमरकरांच्या शिल्पसंग्रहाला भेट देताना किती वेळ

गेला याचे भानही रहात नाही. प्रत्येक शिल्प कसे पहायचे ते कळले तर हा आनंद कितीतरी पट वाढतो. साधी माती व पाणी यांचा सुरेख संगम माणसाचे जीवन किती सुखवू शकतो हे लक्षात येते. वेरुळ येथल्या कैलास लेण्यातल्या मूर्ती पहाताना माझे कित्येक तास कसे निघून गेले ते कळलेच नाही. तिथली शिल्पकला माणसाला थक्क करून सोडणारी तर आहेच पण ती त्याला वेगळ्याच भावविश्वात घेऊन जाते. अजिंठ्याची शिल्पकला तर मानवी वाटतच नाही. त्या मूर्ती व चित्रे इतकी जिवंत वाटतात की, त्यांच्याकडे स्तब्धतेने पहाणाऱ्या माणसालाच ती बघत आहेत असे वाटते. इंग्लडला मॅडम तुसांचे मेणाच्या बाहुल्यांचे प्रदर्शन असेच विलोभनीय वाटले. अर्थात त्याची व अजिंठा वेरूळची तुलनाच करता येणार नाही.

नाट्यकलेने माझ्या जीवनात खूप आनंद दिला. प्राथमिक शाळेपासून ते महाविद्यालयापर्यंत मला नाटकात छोटी मोठी कामे करण्यास मिळाली. भालबा केळकर, रघू क्षीरसागर, बाबूराव विजापुरे यांच्यासारख्या नाट्यकलेत निष्णात असलेल्यांचे मार्गदर्शन मिळाले. त्यांच्याकडून आवाजाची फेक, त्याचे वजन याला किती महत्त्व आहे याचे प्रात्यक्षिकच मिळाले. कै. चंद्रकांत मांढरे यांच्या सहवासाचे भाग्य लाभले. त्यांच्याशी केलेल्या चर्चेतून अभिनयाचे बारकावे समजले. दारूड्याची भूमिका करताना सामान्य माणूस व गावचा पाटील यात कसा फरक असतो व 'जय मल्हार' सिनेमात त्यांनी कशी भूमिका केली याचे प्रात्यक्षिक पहावयास मिळाले. दिग्दर्शनाच्याही खाचाखोचा त्यांनी समजावून दिल्या. प्रभाकर पणशीकरांनीही त्यांच्या अनेक भूमिकांचा कसा अभ्यास केला याबद्दल खूप प्रात्यक्षिके दाखवली. 'तो मी नव्हेच' यातील लखोबाच्या भूमिकेतील त्यांची प्रत्येक हालचाल, अगदी डोक्यावर टोपी ठेवण्याच्या पद्धतीपासून त्यांनी किती बारकावे अभ्यासलेले आहेत ते कळाले. तीच गोष्ट औरंगजेबाची भूमिका 'रायगडाला जेव्हा जाग येते' या नाटकात करताना त्याच्या स्वभावातील बारीकसारीक छटा त्यांनी कशा दाखवल्या त्याबद्दल चर्चा करावयास मिळाली. पहिल्या व तिसऱ्या अंकातील त्यांच्या वयाच्या १० वर्षांचा फरक करताना त्यांना भूमिकेत कसा बदल करावा लागला, त्यांचा संशयी व चिक्कू स्वभाव अभिनयातून कसा दाखवावा लागला हे प्रात्यक्षिक पाहताना या नाट्यशास्त्रातील बारीकसारीक तपशील कळून आला व त्यानंतर नाटके पहाताना त्यात जास्त रस घेता येऊ लागला. सर लॉरेन्स ऑलिव्हिये हा नट म्हणत असे की प्रेक्षकांकडे माझी पाठसुद्धा अभिनय करू शकते, त्यातले मर्म लक्षात येते. या नाट्याच्या शिक्षणाने नेहमीच्या जीवनात सुद्धा फार आनंद निर्माण केला. आपल्यासमोर आलेल्या व्यक्तीचे बारीकसारीक हावभाव बघण्याची व त्याचा स्वभाव अजमवण्याची सवय

साध्या रोजच्या रूक्ष जीवनातसुद्धा रस निर्माण करू शकते.

या साऱ्या कला मला थोड्याफार कळाल्या. त्याने रसिकता वाढली तरी एकही कला मला नीट जोपासता आली नाही. चित्रकला, वादन वगैरे कला माझ्याशी खूप प्रयत्न करूनही फटकूनच वागल्या. त्याचे शल्य अजून कुठेतरी मनात आहे. एखादा कलावंत त्याच्या कलेशी समरस होऊन समोरच्या असंख्य रसिकांना आनंद भरभरून देतो आहे असे पाहिले की मागच्या जन्मी नक्कीच त्याने कुंतीने श्रीकृष्णास मागितला तसा वर मागितला असावा असे वाटते. कुंती म्हणाली होती, 'मला राज्यवैभव नको, स्वर्गसुख नको, पुनर्जन्म नको, फक्त दुःखाने गांजलेल्यांचे दुःख दूर करण्याचे सामर्थ्य दे!' देवाला स्वतः अनेक ठिकाणी असता येणार नसल्याने त्यानेच हे कलावंत निर्माण केले असावेत.

ते काहीही असो. आज जो आनंद मला साहित्य, कला देत आहे तो काही कमी नाही. यांच्याशिवाय आयुष्य किती एकाकी, नीरस, असह्य झाले असते याची कल्पनाच करवत नाही.

साहित्य-कला याप्रमाणे खेळानेही मला अत्यंत आनंद दिला. सुदैवाने मला लहानपणापासून वेगवेगळे खेळ खेळावयास मिळाले. आंतरशालेय किंवा महाविद्यालयीन सामन्यात भाग घ्यावयास मिळाला. खिलाडू वृत्ती जीवनात अत्यंत गरजेची आहे. ती शिकावयास मिळाली. हार, विजय दोन्ही उपभोगावयास मिळाले. जिंकल्यानंतर कित्येक दिवस त्याची मस्ती मनातून जात नसे. अजूनही त्यांच्या आठवणीसुद्धा अतोनात सुख देत असतात. तुकारामाच्या गाथेत ह्या कितीतरी खेळाचे अभंग आहेत. श्रीकृष्ण लहानपणी सवंगड्यांबरोबर कितीतरी खेळ खेळत होते. त्यांच्या युद्धातील डावपेचांचा पाया ह्या खेळात असावा.

पु.ल. देशपांडे यांनी त्यांच्या आयुष्यातल्या अगदी शेवटच्या मुलाखतीमध्ये आपल्या मर्मबंधातली ठेव लोकांच्यापुढे उघडी केली आणि सुखाने जगण्याची किल्लीच लोकांच्या हाती दिली आहे. त्यांनी दिलेला संदेशरूपी सल्ला प्रत्येक माणसाने आपल्या मनःपटलावर कोरून ठेवावा इतका तो मौलिक आहे. या त्यांच्या मौलिक संदेशाचे थोडे जरी आचरण केले तरी माणसाला सुखाचा अमोल ठेवा सहज मिळू शकेल. ते म्हणतात,

'मला भावलेलं एक गुज मी सांगतो. उपजीविकेकरता आवश्यक असणाऱ्या विषयाचं अवश्य शिक्षण घ्या. पोटापाण्याचा उद्योग जिद्दीने आणि प्रभुत्वाने करा. पण तेवढ्यावरच थांबू नका. साहित्य, चित्र, संगीत, नाट्य, शिल्प, खेळ, यातल्या एखाद्यातरी कलेशी मैत्री जमवा. पोटापाण्याचा उद्योग तुम्हाला जगवील. पण कलेची जडलेली मैत्री तुम्ही का जगायचं हे सांगेल.'

■

३२.

मी निसर्गाचा निसर्ग माझा

एखादा मनुष्य मला जेव्हा दु:खी, आजारी किंवा मानसिक रोगी आढळतो, तेव्हा मनात पहिल्यांदा विचार येतो की हा निसर्गापासून नक्कीच लांब गेला आहे आणि असं आढळून येतं की ह्या तऱ्हेची सर्व माणसं ही निसर्गापासून लांब गेल्यामुळेच अशा दुर्दशेत सापडली आहेत. मनुष्य ही निसर्गाची निर्मिती आहे हे विसरून चालणार नाही. तो निसर्गातून जन्मतो आणि त्याचा शेवट कुसुमाग्रज म्हणतात त्याप्रमाणे, "मातीतच मिळणे एक नवा थर अंती" असा निसर्गाशी एकरूप होण्यात असतो. हल्ली प्रदूषण, पर्यावरण याबद्दल आपण बरेच काही ऐकतो, त्याचा फार मोठा बोलबाला होतो. पण निसर्गाबद्दलची आपल्या पूर्वजांची जी दृष्टी होती, तिचा विचार केला तर आपल्याला केवळ पर्यावरणाबद्दलच नव्हे तर सध्याच्या इतर अनेक समस्यांची उत्तरे मिळतील. माणसाला जर सुखी व्हायचं असेल तर त्याने निसर्गाकडे वळायला पाहिजे हे त्रिकालाबाधित सत्य आहे. माझ्या वाचनात अमेरिकेतील एका फार मोठ्या बँकेच्या मॅनेजरचे आत्मचरित्र आले. या गृहस्थाचे स्वत:चे हेलिकॉप्टर होते. अनेक मोटारी होत्या. या जगांतील जी काय ऐहिक सुखे, त्यांचा त्याने यथेच्छ उपभोग घेतला होता. एवढं करूनही त्याचं मन कशातही रमेना. त्याला शांती लाभेना म्हणून एके दिवशी गौतमबुद्धासारखा, सर्व सुखाचा त्याग करून त्यानं जंगलाचा आश्रय घेतला व तिथं त्यानं निसर्गाशी एकरूप होऊनच जगायचं असे ठरवून, तो आदिमानव जसा रहात होता, तसा बायको व लहान मुलगी यांच्यासह जंगालात राहू लागला. इतका की, अनैसर्गिक म्हणून, त्याने कुणाच्याही अंगावर साधे वस्त्रही ठेवले नाही. रोजचे अन्न मिळवून तेवढ्यावरच साऱ्या कुटुंबाची गुजराण करीत असे. त्याने लिहिले, "पूर्वीपेक्षा मी कितीतरी सुखी आहे आणि हे सुख मला केवळ निसर्गाच्या

सानिध्यात रहायला मिळाल्याने मिळाले आहे.''

हल्ली जे आपण 'निसर्गाकडे परत चला' या उक्तीचाच पाठपुरावा करतो, त्यामुळे आपल्याकडच्या निसर्गोपचार केंद्रामध्ये बरेचजण गर्दी करून असतात व त्यांनाही बराच फायदा झाला असल्याचे सांगतात. कित्येकजण निसर्गोपचाराने जुनाट असाध्य रोग नाहीसे झाले असल्याचा अनुभव सांगतात. कित्येक शास्त्रज्ञ आता कच्च्या फळभाज्या या प्रकारे नैसर्गिक आहारविहार यांची शिफारस करीत असतात. केवळ पाण्यामुळे अनेक रोग बरे होतात, असा दावा करून 'वॉटर थेरपी'– जलोपचार घेतात. तर कित्येकजण गव्हाच्या रोपांच्या रसामुळे मनुष्याला निरोगत्व प्राप्त होते व त्याच्या अंगी बराच जोम व उत्साह येतो असे सांगतात. साऱ्या आयुर्वेदाची उभारणी या नैसर्गिक उपचारांना धरूनच झालेली आहे.

या पृथ्वीला आपले पूर्वज आई म्हणत असत. सकाळी उठून जमिनीवर पाय ठेवताना 'तुझ्यावर मला पाय ठेवावा लागत आहे, तर तू मला क्षमा कर' अशी ते प्रार्थना करीत असत.' (विष्णुपत्नी नमस्तुभ्यम् पादस्पर्शम् क्षमस्व मे) कोणतेही कार्य करताना किंवा साधे संध्यावंदन करताना जमिनीची प्रार्थना करण्याची आपली पद्धत आहे. भूमीपूजनाचे जे कार्यक्रम होतात ते या भावनेतूनच. तेव्हा ही सारी बहुरत्ना वसुंधरा ही आपली आई आहे अशा जाणिवेने माणूस वागला तर त्याला पर्यावरणाबद्दल नवीन काही सांगायला नको. अर्थात पूर्वी आपली आई किंवा जन्मभूमीबद्दल भावना फार उच्च दर्जाची होती. आई व जन्मभूमी ही स्वर्गापेक्षा श्रेष्ठ आहे असे आपणांस वाटत असे. (जननी जन्मभूमीश्च स्वर्गादपि गरीयसी)

तसं पाहिलं तर आपला देश म्हणजे विशिष्ट अक्षांश रेखांशामधील या पृथ्वीचा एक तुकडा. हा झाला भूगोल. पण या भूगोलाला जेव्हा इतिहास प्राप्त होतो, तेव्हा त्याचा देश होतो व या देशाची संस्कृती आणि अस्मिता निर्माण झाली की त्याचे राष्ट्र होते आणि देशप्रेमी लोकांना त्याची महती स्वत:च्या मानासारखी महत्त्वाची वाटते आणि मग ते तिच्यासाठी सर्वस्वाचा होम करून, ''भेटेन पुन्हा नऊ महिन्यांनी'' म्हणत हसतहसत फासावरसुद्धा जातात.

भूमीबद्दल जी भावना तीच भावना आपली पर्वतांकडे पाहण्याची. 'कुमार संभव' या महाकाव्याचा नायक म्हणूनच कालीदासांनी हिमालय मानला आहे. पृथ्वीचा मानदंड असलेला हा नगाधिराज. याचे मैना या पत्नीशी लग्न होऊन पार्वती ही त्यांची मुलगी अशा रूपकावर मनुष्याला थक्क करणारे काव्य रचले आहे. गौरीशंकर (एव्हरेस्ट) येथे पोहोचल्याबरोबर प्रत्येक भारतीय व नेपाळी माणसाने त्या शिखराची अगदी भक्तीभावाने पूजा केली आहे.

नुसती जमीनच नव्हे तर नद्या-नाले, ओढे, समुद्र यांचीसुद्धा आपण याच

भावनेने पूजा करीत असू. रामाने जेव्हा गंगा नदी ओलांडली तेव्हा सीतेने याच नदीची मनोभावे पूजा केली व सुखरूप परत येण्याकरिता तिला नवस केला व रामासह सर्वांनी तिचे पूजन केले. पूर्वी माणूस, सकाळी उठल्याबरोबर आणि स्नान करताना भारतातल्या सगळ्या नद्यांना वंदन केल्याशिवाय त्याला आपण पवित्र झाल्याची जाणीव येत नसे. गंगेमध्ये स्नान करताना तर भाविक माणसाच्या चेहऱ्यावर जो एक अत्यंतिक सात्विक आनंदाचा भाव येतो त्याला तुलनाच नाही. अशा भाविकाला मिळणारे सुख, 'पाणी म्हणजे केवळ दोन हायड्रोजन व एक ऑक्सिजन अणूंचा संयोग आहे व ते कुठेही सारखेच' या शास्त्रीय ज्ञानाने निश्चितच मिळणारे नव्हे. सर्व नद्यांचे तीर्थ डोक्यावर पडल्याशिवाय राज्याभिषेक पूर्ण होऊ शकत नाही. प्रत्येक भारतीयाच्या मनामध्ये आपली हाडे गंगेमध्ये पडावी अशी दुर्दम्य इच्छा असते. गंगेच्या उगमाशी जाताना मला कित्येक जणांनी तिची ओटी भरण्याकरिता मंगळसूत्रापासून ते लुगडं-चोळीपर्यंत एखाद्या स्त्रीला आहेर करतो तसा पंचपक्वांनांच्या नैवेद्यासह ऐवज दिला होता.

प्रत्येक नदीच्या संगमाला आपला पूज्य भाव तर असतोच पण त्यांना तीर्थापेक्षा जास्त महत्त्व आहे. पाण्याने देह स्वच्छ होतो पण भाविक माणसांनी नदीमध्ये केलेल्या स्नानानं त्यांच्या देहाबरोबर मनही स्वच्छ होते. त्यामुळे ते पाणी, पाणी न रहाता, तीर्थ होतं. मरतानाही ते मनुष्याच्या तोंडात पडले तर आयुष्याचं सार्थक झाले असे वाटते. जन्मभरचा अट्टाहास असा गोड शेवट होण्याकरीता असतो.

जी गोष्ट नदीची तीच गोष्ट पर्वत माथ्याची. आपले ऋषीमुनीसुद्धा 'ध्यानधारणेकरता' या पर्वतांचाच आश्रय करतात व त्यांच्याच सांनिध्यामुळे त्यांचे ईप्सित त्यांना साध्य होते. या नद्या, हे डोंगर, ही भूमी, हा बहुरत्नाकर सागर हे सारे भारतीयांच्या जीवनाशी इतके एकरूप झाले आहेत व हे नसलेल्या कोणत्याही देशात त्यांना ठेवले तर परत मातृभूमीला जाण्याकरीता त्यांचे प्राण 'ने मजसी ने परत मातृभूमीला' असे तळमळतात. ही ओढ अत्यंत नैसर्गिक आहे.

निसर्गाच्या म्हणून ज्या ज्या वस्तू आहेत, त्या त्या साऱ्या आपल्याच, हा भाव ठेवणे ही एक मोठी साधना आहे. "आत्मौपम्य दृष्टी" असे पाहणाऱ्याला येते. साध्या ढगांवर सुद्धा आपल्या पूर्वजांनी इतके प्रेम केले की, कालीदासासारख्या महाकवीने त्याला 'प्रेमदूत' म्हणून मेघदूतासारखे अमर काव्य लिहिले.

जंगलाप्रमाणेच आकाशातही अत्यंत अनमोल खजिना भरलेला आहे. रात्री अंगणात किंवा गच्चीवर झोपताना आकाशात नुसती नजर टाकली तर असंख्य तारे आपल्याला दिसतात. सर्वसामान्य माणसांना फक्त सप्तर्षी, व्याध असे काही

जुजबी तारे माहीत असतात. याबाबत मला मार्गदर्शक मिळाल्यानंतर मग मात्र बरेचसे तारे चांगल्या ओळखीचे झाले. त्यात परांजपे यांचे 'हा तारा कोणता' हे पुस्तक म्हणजे अत्यंत उत्कृष्ट मार्गदर्शक आहे. ते हातात असलं की कोणता तारा कुठे आहे हे त्यावरून पहाता येतं. मुंबईला नेहरू प्लॅनेटोरियम आहे, तसंच लंडनलाही अवाढव्य असे प्लॅनेटोरियम आहे. हे तारे पाहिल्यानंतर महादेव शास्त्री जोशी यांचे नक्षत्रयोग ही पुस्तके वाचली की या ताऱ्यांमध्ये आणखीनच मन रमू लागतं. कित्येक नक्षत्र, ग्रह यांच्यामागच्या भारतीय तसेच ग्रीक दंतकथा वाचल्यानंतर हे तारे आपल्या फारच चांगल्या परिचयाचे होतात. पश्चिम क्षितिजापाशी श्रवणाचे तीन तारे दिसतात. मध्यभागी ठळक, त्याच्यापासून सारख्याच अंतरावर दोन तारे. एक जरा फिकट. कल्पना अशी आहे की, दशरथ राजाचा बाण लागलेला श्रावण त्याच्या आईवडिलांना कावडीत घालून निघाला आहे. हा तारा पाहिला की त्याच्या मागची ही हृद्य कल्पनाही डोळ्यापुढे येते. मनाला आनंद वाटतो. तीच गोष्ट अरूंधति, शर्मिष्ठा, ध्रुव, व्याध ह्या ताऱ्यांची तर चित्रा, हस्त वगैरे नक्षत्रांची. रात्री डोळ्यापुढे ह्या ताऱ्यांच्या रूपाने ह्या सर्व जिवंत व्यक्ती वाटतात. कुसुमाग्रजांच्या तारे-तारका ग्रह ह्या विषयांच्या कविता वाचल्या की प्रत्यक्ष तारे पाहिल्यावर जो आनंद होतो त्याला तोड नाही. कधीकधी उगवणारा धूमकेतू, उल्कापात वगैरे अकस्मात गोष्टींनी तर अत्यंत अवर्णनीय आनंद होतो. ही नक्षत्रे एकदा माहितीची झाली की रात्र किती सुखमय होते याचा आनंद अवर्णनीय आहे.

आपल्या पूर्वजांनी त्यांच्या जीवनांत निसर्गाशी अत्यंत जवळीक साधली होती. म्हणूनच ते आपल्यापेक्षा कितीतरी सुखी होते. त्यामानाने आपण फारच करंटे. कारण आपल्या दैनंदिन जीवनांत आपला कोणत्याही नैसर्गिक गोष्टीचा कधीही संपर्क येत नाही. साधी हवा आणि पाणीसुद्धा आपल्याला नैसर्गिक अवस्थेत मिळत नाही. आपण जे अन्न खातो किंवा ज्या ज्या वस्तूला स्पर्श करतो, त्यातली एकही वस्तू नैसर्गिक अवस्थेतील नाही. काही दिवसांपूर्वी असं वाचण्यात आलं की,समुद्राच्या वाळूवरून किंवा हिरवळीवरून जर अनवाणी चालत गेले तर रक्तदाबासारखे अनेक रोग बरे होतात. या नैसर्गिक गोष्टींना आपल्या पायाचा अकृत्रिम स्पर्श झाला तर त्याचा बराच फायदा झाल्याचे लक्षात आले. त्यामुळे बरेच ठिकाणी असे अनवाणी चालणाऱ्यांचे थवे दिसतात. अर्थात याला बरीचशी प्रसिद्धी चित्रकार एम.एफ. हुसेन तसेच आचार्य अत्र्यांच्या अनवाणी चालणाऱ्यांच्या 'मॉर्निंग क्लब' मुळे मिळाली ही ही गोष्ट तितकीच खरी.

माणसाचे जीवनच मुळी निसर्गातून आले व शेवटी निसर्गाशी एकरूप होण्यातच त्याची परिणती आहे. या दृष्टीने आपण सारेजण खऱ्या अर्थाने निसर्गपुत्रच आहोत. आपण कितीही निसर्गापासून दूर गेलो तरी निसर्गाने आपल्याला

टाकले नाही. दुडदुड धावणाऱ्या, दूर गेलेल्या मुलाला आई ज्याप्रमाणे प्रेमाने बोलावते, तसा निसर्ग दोन हात पसरून आपल्याला बोलावतोय. त्याच्या थोड्यासुद्धा पण अनैसर्गिक नसलेल्या अशा स्पर्शाने तो तुमचे रोग दूर करायला तयार आहे. त्याच्या प्रेमाला आपणही तितकाच प्रतिसाद दिला तर आपल्याला या जीवनात जगण्याचे सुख प्राप्त होईल, यात शंकाच नाही.

■

३३.

वृक्ष-पक्षी आम्हा सोयरे

आपल्या पूर्वजांनी झाडे-वृक्ष ह्यांनाही देवासमान दर्जा दिला होता. उंबर, पिंपळ, वड, आंबा, तुळस तर आपणास पूजनीय. विष्णू सहस्त्रनामात हे वृक्ष ही विष्णूची रूपे मानली आहेत. वृक्षांना देव मानणे ठीक आहे पण देव सुद्धा वृक्षांबद्दल कोणती भावना ठेवत असत हे पहाणेही तितकेच महत्त्वाचे आहे. मेघदूतात देवदार वृक्षाबद्दल सांगताना त्या वृक्षाला शंकराने पुत्र मानले होते असे सांगितले आहे. (पुत्रीकृतः सः वृषभध्वजेन) शंकर देव म्हणून मोठे; म्हणूनच साध्या झाडाकडे पहाण्याचा त्यांचा दृष्टिकोन पुत्रवत होता. सीतेचे हरण झाल्यावर प्रभुरामचंद्रांनी कदंब, ताल, बकुळ, अर्जुन, चंदन, केतक आदी वृक्षांना मिठी मारून आपले दुःख सांगून त्यांच्याशी संभाषण केले व आपले दु;ख हलके केले. इतके ते वृक्षांना जिव्हाळ्याचे आप्तमित्र मानीत. अर्जुन वृक्षाचे खोड पांढरे असते. उंच वाढणारा हा वृक्ष अत्यंत देखणा व कणखर असतो व इतरांना उपयुक्त असतो. रक्तदाबावर प्रभावी उपयोगी आहे. ह्या झाडाच्या गुणावरूनच कुंतीने आपल्या दुसऱ्या पुत्राचे नांव अर्जुन ठेवले असे संस्कृत श्लोकात आहे. झाडावरून मुलाला नाव देणाऱ्याने झाडाला किती जवळचा मानला असावा हे लक्षात येते.

झाडांना भावना असतात हा शोध भारतीयांना फार पूर्वीपासून लागला होता. म्हणूनच आपल्या पूर्वजांनी त्यांच्या जीवनात झाडाला अनन्य साधारण महत्त्व दिले आहे. झाडे निर्जीव आहेत हे तर मानलेच नाही तर आपल्या कुटुंबातील एक व्यक्ती म्हणून सामावून घेतल्याचे भारताव्यतिरिक्त कुठे दिसणार नाही. तुळशीला रोज प्रदक्षिणा घालणे, तुळशीपाशी दिवा लावणे ही नित्याचीच बाब झाली. ज्या घरांत वृंदावन नाही ते घर आपणाला अशुभ वाटते. तुळशीपाशी

दिवा लावताना तिला सुख-दुःख सांगितले जायचे. आपल्या माऊल्या ओव्यांतून तुळशीबद्दलचा जिव्हाळा व्यक्त करीत.

"तुळशीबाई तुला नाहीत आईबाप ॥
काळ्या मातीवर तुझं उगवलं रोप ॥
तुळशीबाई नको हिंडू तू रानीवनी ॥
घराला चल माझ्या, जागा देते वृंदावनी ॥ "

तुळस आमच्या कुटुंबात इतकी एकरूप झाली की तिचं आम्ही लग्नही मोठ्या समारंभाने लावतो. वारकरी व त्यांचे दैवत विठ्ठल हे गळ्यात तुळशीचीच माळ आणि हार घालतात. इतकेच नव्हे तर मेल्यावरही तोंडात तुळशीचे पानच सोबत करते. आमचा संसार आम्ही सोडून देत नाही त्यावर 'इदं न मम' म्हणून तुळशीपत्र ठेवतो. श्रीकृष्णाची तुला रूक्मिणीने एका तुळशीच्या पानाबरोबर केली.

उंबराचे झाड आम्हाला दत्तदर्शन घडवते. पुत्र होण्यासाठी आपल्याकडे पिंपळाची आराधना करून त्याची लक्ष प्रदक्षिणा करून त्याचा पार झिजवतो. वटपौर्णिमेला वडाची पूजा मनोभावे केली जाते. त्याचे पान भारतीयांना साधे पान वाटत नाही. त्या पानावर भारतीयांचा बालमुकुंद कृष्ण आपल्या मुखकमलामध्ये पदकमल (मुखारविंदेन पादारविंद) घालून पडलेला असतो. आमच्याकडे केळ ही फळाचा घड देत नाही तर केळफूल आल्याबरोबर ती गर्भार रहाते, तिचे बाळंतपण होते. अर्जुन, कदंब, पारिजात इत्यादी श्रीकृष्ण कथेबरोबरच आमच्या इतिहासाचा एक भाग झाले आहेत. ह्या वृक्षांचा उल्लेख न करता श्रीकृष्ण चरित्र अत्यंत निरस होईल. रोजची देवपूजा, सणवार, समारंभ, स्वागत ह्या गोष्टी पानाफुलांखेरीज पार पडू शकत नाहीत.

प्रत्येक वृक्ष व वनस्पती आयुर्वेदात सांगितल्याप्रमाणे आपल्याला निरनिराळ्या आजारावर रामबाण औषधे देतात. झाडांबद्दल, ती मांसाहारीही असतात, हे वाचून गंमत वाटली. पण पुढे पिचर प्लँटसारखी मांसाहारी झाडे पहावयास मिळाली. कांचन वृक्षाची मुळे दगड फोडूनही खोल जाताना दिसतात. धन्वंतरीच्या ग्रंथात एकेका श्लोकात वृक्षाचे नाव, फुलाचे, पानाचे, फळांचे वर्णन व औषधी उपयोग दिले आहेत, त्यावरून माणसांचे नव्हे तर पशुपक्ष्यांचे आयुष्य सुखावण्यासाठी जीवनात झाडांची किती जरुरी आहे ते कळते. आयुर्वेदात औषधासाठी एखाद्या झाडाचे पान, फूल, फळ, खोड, मूळ घ्यावयाचे झाल्यास अंघोळ करून, त्या झाडाची पूजा करून, त्याची प्रार्थना करूनच घेत असल्याचा उल्लेख आहे.

आतापर्यंत झाडे-वृक्षवेली यांना भावना नसतात असाच पाश्चात्यांचा गैरसमज होता. कै. जगदीशचंद्र बोस ह्यांनी प्रथम त्यांना भावना असतात हे प्रयोगाअंती

सिद्ध केले आहे. ह्याच्यानंतर झाडांच्या बियांवर व पिकांवर शास्त्रोक्त संगिताच्या लहरी सोडल्या व पिकांना सुद्धा शास्त्रोक्त संगीत ऐकवले तर त्यांच्या उत्पन्नावर बराच मोठा परिणाम होतो हे सप्रयोग सिद्ध झाले. गाईच्या गोठ्यातही असे संगीत लावले तर त्यांच्या दुधात वाढ झाल्याचे आढळले. पॉल ब्रंटन ह्या इंग्लिश माणसाला, ज्या झाडाखाली बसून त्याने ध्यान धारणा केली ते सोडून जाताना झाडाने अश्रू गाळले असा अनुभव आला. त्याचा हा अनुभव त्याने 'हिमालय नि तपस्वी' ह्या पुस्तकात नमूद केला आहे. गौतम बुद्धाला ज्या बोधी वृक्षाखाली ज्ञान प्राप्त झाले त्या वृक्षाबद्दल सर्वांनाच आपुलकी वाटते. लाजाळूच्या (मायमोसापुडीका) झाडास जरा स्पर्श केला तरी ते सर्व पाने मिटून खरोखर लाजल्यासारखे होते हे आपण सहज पाहू शकतो. हे त्याचे लाजणे भावनेशी संबंध असल्यामुळे होते. अशोकाच्या वृक्षाला तरुणीचा केवळ पदस्पर्श झाल्यावर त्याला नवीन पालवी फुटते व स्त्रियांच्या बऱ्याचशा रोगाकरीता अशोकाच्या झाडापासून बनवलेली औषधे वापरण्यात येतात.

'प्रायमरी परस्पेक्शन इन प्लँटस्' ह्या पुस्तकात तर झाडे माणसाच्या भावनांशी किती समरस होतात हे प्रयोगांती दाखवले आहे. एकदा लेखक झाडाच्या मुळाशी घातलेले पाणी झाडाच्या शेवटापर्यंत जायला किती वेळ लागतो हे तो झाडाच्या शेंड्यावर गॅलव्हॅनो मीटर लावून पहात होता. शेंड्यात गेलेल्या पाण्यामुळे शेंड्यात सोडलेल्या अत्यंत सूक्ष्म विद्युत प्रवाहातील फरक मीटरच्या टोकाला लावलेल्या आलेखावरून दिसून येईल असा प्रयोग करीत होता. एकदा अचानक त्याला वीज प्रवाहात खूप फेरफार झाल्याचे आलेखावरून दिसले. तसे व्हावयास कोणतेही कारण नव्हते. त्याच वेळी तो अपघातातून वाचला होता. तेव्हा त्याला वाटले आपल्याला होणाऱ्या अपघातामुळे झाडांच्या संवेदनामधे तर हा बदल झाला नसावा? त्यावर मग त्यांने संशोधन सुरू केले व तसा बदल झाल्याचे आढळले.

एका बाईला परगावी जायचे होते, पण ती विमानातून प्रवास करायला अत्यंत भीत असे. ती गावाला जाताना तिने घरांत ठेवलेली कुंडी ह्या संशोधकाने मागून घेतली. ती गावाहून परत आल्यावर त्याने तिला झाडाच्या आलेखातील फरकावरून ती विमानांत केव्हा बसली (व भ्याली होती) त्याच्या वेळा काढून दिल्या. ती घाबरल्याबरोबर इकडे तिच्या झाडांनाही भीती वाटत होती इतकी तिची झाडे तिच्याशी भावनिक दृष्ट्या एकरूप झाली होती. पुढे त्याने ह्यावर संशोधन केले व त्याचा निष्कर्ष पुस्तकरूपाने जगापुढे ठेवला. त्यानंतरचे संशोधन पिटर टॉमकिन्स व ख्रिस्तोफर बर्डस ह्यांच्या 'द सिक्रेट लाईफ ऑफ प्लँटस्' ह्या पुस्तकात दिले आहेत. त्यात प्लँटस् कॅन रिड युवर माईंड (झाडांना तुमचे

मनोगत कळू शकते) ह्या प्रकरणात झाडांच्या ह्या संवेदनाशीलतेची सप्रयोग विलक्षण हकिकत सांगितली आहे. अमेरीकेत एबीसी टेलिव्हीजनवर व्होगेल ह्या संशोधकाने झाडे, व्यक्तीचे विचार व भावनांना कशी साथ देतात ह्याचे प्रात्यक्षिक दाखवले. व्होगेल म्हणतो, माझ्यासारखा झाडांनाही जीव आहे. दोघांनाही जीवनाकरिता झगडा द्यावा लागतो. जीवसृष्टीच्या दृष्टिकोनातून मी किंवा झाड ह्यामध्ये सारखाच जीव आहे त्यामुळे आपण सर्वजणच या पृथ्वीवरील जीवसृष्टीचा एक भाग आहोत हे विसरता येणार नाही. तो पुढे म्हणतो, माणसाच्या दृष्टिकोनातून झाडांना डोळे, कान किंवा वाचा नसेल पण त्यांना भावनाच नसतात हे समजणे फार चुकीचे आहे. अभ्यासाअंती त्यांच्या भावना आपल्याला सहज समजू शकतात. झाडे जो भावनिक प्रतिसाद देतात तो त्यांच्या बुद्धीमत्तेचा परिणाम नसावा, तरी सुद्धा झाडे ही म्हणजे माणसाच्या व्यक्तिमत्त्वाचाच एक अविभाज्य भाग आहे असे समजले पाहिजे.

'द सिक्रेट लाईफ ऑफ प्लँटस्' ह्या पुस्तकात तुम्हांला खूष करण्याकरिता झाडे स्वत:ची वाढ वाढवू शकतात हे प्रकरण आहे. ह्या गोष्टीचा मला उटकमंडमध्ये अनुभव घेता आला. तिथल्या फुलांच्या प्रदर्शनात जास्तीत जास्त बक्षिसे मिळवणाऱ्या व्यक्तीने मला सांगितले की ते बागेत रोज हिंडून माणसाशी बोलावे तसे फुलांशी मनापासून बोलत, गप्पा मारत व प्रत्येक झाडाला नावाने हाक मारत. त्यामुळे झाडांची वाढ सर्वोत्कृष्ट तर झालीच पण उटकमंडच्या हवेत न रूजणारी झाडेही उत्तम वाढून त्यांना भरघोस फुले आली. मी हा प्रयोग घरी करून पाहिला, तेव्हा मलाही असाच अनुभव आला. दोन सारख्या कुंड्यांत दोन सारखी गुलाबाची रोपे लावली. सारखे खत-पाणी घातले. मात्र एका झाडाला रोज अगदी प्रेमाने स्पर्श करून त्याच्याशी संभाषण केले तर त्याला २१ फुले आली तर दुसऱ्या झाडाला फक्त ९ फुले आली. यावरून असे लक्षात येते की, झाडांनाही जीव असतो, त्यांना भावना असतात व झाडे माणसांच्या भावनांशी एकरूप होऊ शकतात. पु.लं. देशपांड्यांनी त्यांच्या व्यक्ती आणि वल्ली पुस्तकात अंतू बर्व्यांचे तोंडी एक वाक्य घातले आहे की, त्यांची बायको वारली त्यानंतर त्यांचे आंब्याचे झाड मोहरले नाही.

शास्त्रज्ञ म्हणतात की, झाडांनाही आपल्या सारख्याच भावना असतात हे जर आपल्याला कळत नसेल किंवा पटत नसेल तर आपणच मूर्ख, दुराग्रही व अज्ञानी आहोत, झाडे नव्हेत. मला वाटतं माणसाने जन्मात एका तरी झाडावर असं प्रेम करून पहावं.

पक्ष्यांनाही आपल्या पूर्वजांनी देवतांच्या परिवारामध्ये समाविष्ट केले आहे. विष्णूचा गरूड, सरस्वतीचा हंस, मोर, इतकेच काय पण कावळ्यासारखा क्षुद्र

पक्षी सुद्धा आपण महत्त्वाचा मानला आहे. श्राद्धाच्या दिवशी त्याने पिंडाला स्पर्श केल्याशिवाय मृतात्म्याला सद्‌गती मिळत नाही असा आपला समज आहे. इसापनीतीसारख्या गोष्टीमुळे तर लहानपणापासूनच आपल्याला हे पक्षी अत्यंत जवळचे वाटतात. बाळाला घास भरवतानासुद्धा चिऊ-काऊ असतात, बाळाला झोपवताना देखील मैना-राघूंची संगत असते. कावळा-चिमणीची गोष्ट ज्यांनी लहानपणी ऐकली नाही व ज्याच्या तळहातावर 'इथे इथे नाच रे मोरा' म्हणून मोर नाचला नाही व पुढे 'नाचरे मोरा आंब्याच्या बनात' म्हणून ज्याने पाऊले टाकली नाहीत त्यांचे बालपण फुकट गेले असेच म्हणावे लागेल. पावसाळ्यात एक पक्षी पावसाचे आगमन होणार आहे असे ओरडून शेतकऱ्यांना 'पेर्ते व्हा, पेर्ते व्हा' असे सांगत असतो. शेतकऱ्यांच्या ह्या मित्रपक्ष्याचे नाव पेर्तेव्हा असे आहे.

पक्ष्यांबद्दल आता बरेच संशोधन होत आहे. डॉ. सलीम अली नंतर त्यांच्या अनेक शिष्यांनी पक्ष्यांचा अभ्यास चालू ठेवला आहे. पोपट, लव्हींग बर्डस् वगैरे पक्षी काही घरांत पाळलेले पहातो. पूर्वी चांचेलोक बहिरे ससाणे पाळत. ते दुसऱ्या पक्ष्याची शिकार करून मालकास आणून देत. कै. रणजीत देसाईंकडे बदके पाळली होती. ती त्यांच्या अवती भोवती हिंडून त्यांचे संरक्षण करीत व बाहेरच्या माणसांवर धावून जात. केवळ पोपटाची सर्कस मी पाहिली आहे. तसेच सॅन डिॲगो येथे निरनिराळ्या पक्ष्यांच्या कसरतीचे प्रयोगही पहाण्यास मिळाले. जिम कॉर्बेटने लिहिले आहे की, जंगलात वाघ-सिंह शिकारीला निघाले की, एक लहानगा पक्षी आधी जाऊन मोठमोठ्याने ओरडतो. त्याच्या आवाजावरून इतर प्राण्यांना त्यांच्या आगमनाची चाहूल लागते व ते सावध होतात. काही छोटे पक्षी जनावरांचे अगदी कानातलेसुद्धा किडे साफ करतात. गेंड्याच्या पाठीवर छोटा पक्षी असतो, तो नुसते गेंड्यांच्या अंगावरील गेंड्याला त्रास देणारे किडेच खात नाही तर गेंड्याला कर्कशपणे ओरडून धोक्याची सूचना देतो. काही कारणाने गेंडा मेला तर हा त्याच्या प्रेताभोवती आर्त स्वराने रडून आपले दुःख व्यक्त करतो. पूर्वी आपल्या पूर्वजांना पक्ष्यांची भाषा समजत असे. त्यावरून ते बरेच आडाखे बांधीत. ते ज्ञान आता लुप्त झाले आहे. अर्थात काही संशोधक त्याचा पुन्हा प्रयत्न करीत आहेत. प्राचीन काळी निसर्गाच्या सांनिध्यात रहाणाऱ्या ऋषीमुनींनी पक्षी-वृक्ष ह्यांचा फार बारकाईने अभ्यास केला होता त्यावरून मृगपक्षीशास्त्र हा ग्रंथ हंसदेवानी लिहिला आहे.

बदकांबद्दल अभ्यास करणाऱ्यांनी सुरेख प्रसंग लिहिले आहेत. एक बदकीण आपली पिल्ले घेऊन पाण्याच्या बाहेर बरीच दूर आली. तितक्यात लांडगा पिलांकडे येताना दिसला, त्याबरोबर ती आई लांडग्यांपासून काही अंतरावर

मरून पडल्याचे सोंग घेऊन पडली व पिलांना परत पाण्याकडे पाठवले. लांडगा तिच्याकडे वळल्यावर तो तिजवर झडप घालणार तेवढ्यात पिलांची आई परत काही अंतरावर उडून मरून पडल्यासारखी पडली. लांडगा तिच्याजवळ गेल्यावर परत पूर्वीसारखी थोड्या अंतरावर मेल्याचे सोंग घेऊन पडून राहिली. असे ४-५ वेळा करेपर्यंत पिले पाण्यात गेलेली तिने पाहून मग एकदम उडून तिने तळे गाठले. ती व तिची पिले सुखरूप राहिली. ह्या प्रसंगाची काढलेली व्हिडीओ कॅसेटही उपलब्ध आहे. पण आई आपल्या लहानग्यांची किती काळजी, वेळ प्रसंगी आपला जीव धोक्यात घालून घेते हे पाहिले की, भावना उचंबळून येतात व पक्ष्यांना सुद्धा किती शहाणपण आहे ते ध्यानात येते. असे प्रसंग पाहिले की, 'घार हिंडते आकाशी, चित्त तिचे पिलांपाशी' ह्या ओळी आठवतात.

विश्वामित्र मेनकेची कन्या शकुंत पक्षाने वाढविली. पुढे कण्वमुनींना ती सापडल्यावर तिची शकुंतला झाली व तिच्या पुत्रावरून आपल्या देशाचे नाव भारत पडले. जटायू हा गिधाडासारखा पक्षीसुद्धा दशरथाने आपला मित्र मानला होता व त्यानेही मैत्रीमुळेच रावण सीतेला पळवून नेत आहे असे पाहून प्राणपणाने झुंज दिली व मरणोन्मुख अवस्थेत रामाला भेटल्यावर रावणाबद्दल माहिति दिली. रामानीही त्याचा अंत्यविधी कुटुंबातील एक व्यक्ती म्हणून केला. चारवाक्, चकोर ह्या पक्ष्यांविषयी कविंनी जे संकेत निर्माण केले त्यांनी तर काव्यात फारच माधुर्य आणले आहे.

आपणही डोळे उघडे ठेवून, पक्षी निरीक्षण केले तर आपल्याला अनेक गोष्टी कळून येतील. नुसते त्यांच्याबद्दलचे ज्ञानच नव्हे तर अत्यंत अवीट आनंदही मिळेल. तुकाराम महाराजांना 'पक्षिही सुस्वरे आळवत' असत हे विसरून चालणार नाही.

तुकाराम महाराज अत्यंत श्रेष्ठ संत होते त्याचे कारण त्यांनी प्रचंड अभंग रचना केली म्हणून नव्हे तर चराचर सृष्टीतील वनस्पती, पशुपक्षी ह्यांच्या जीवनाशी ते अगदी एकरूप झाले होते. 'वृक्षवल्ली व वनचरे' यांना तुकारामाच्या कुटुंबातच सगेसोयऱ्यांचे स्थान मिळाले होते. त्याचप्रमाणे वृक्षवल्ली व वनचरांनाही तुकाराम महाराज तितकेच जवळचे वाटत होते. तुकाराम महाराजांच्या एकांतवासातही त्यांना सुख वाटावे म्हणून ही त्यांची सगेसोयरे मंडळी त्यांना 'सुस्वराने आळवत होती.' तेथे केवढे प्रेम त्यांचे एकमेकांवर होते. 'देव पहावया गेलो, देव होवोनी गेलो' असा सुखद साक्षात्कार ह्या प्रेमामुळेच त्यांना आला. तुकाराम महाराजांच्या या दृष्टिकोनातून ह्या चराचर सृष्टीकडे माणूस पाहू लागला तर त्याच्यासारखा सुखी कुणी नसेल.

■

३ ३.

सखे सोबती

भारतीय संस्कृतीचा जर मला अभिमान वाटत असेल तर त्याचे प्रमुख कारण म्हणजे ह्या संस्कृतीने नुसत्या मानवीच नव्हे तर सर्व प्रकारच्या जीवनाला गौरवले आहे. देव हे मानवी जीवनाचेच उच्चतम प्रतीक किंवा मूर्तस्वरूप मानले आहे. ह्या देवत्वाच्या कल्पनेबरोबर आपण इतर वनस्पती प्राणीजीवांनाही आपल्या जीवनात सामावून घेतले तर आपण जास्त सुखी होतो हा अनुभव आपल्या पूर्वजांना आला व त्यांनी पशुनांही जीवनात महत्त्वाचे स्थान देऊन गौरवले आहे. इंग्लिशमध्ये More the merrier असे म्हणतात. जितका माझ्या जीवनाचा गौरव उचित आहे तितकाच दुसऱ्याचा किंवा जिथे जिथे जिवंतपणा आहे त्या साऱ्या जीवनाचा गौरव करणे अगत्याचे आहे. मग ते जीवन वृक्षवल्लीत असो किंवा पशुपक्ष्यांत असो. मानवी जीवनांत पशुंची खूप जरूरी आहे. त्यांच्याशिवाय मानवी जीवन संपन्न होणार नाही. म्हणूनच आपल्या देवांच्या जीवनात व त्यांच्या परिवारात सुद्धा पशुंना असाधारण स्थान आपण दिले आहे. आपण सगुण पूजक असल्याने जिथे जिथे गुण दिसले, तिथे तिथे आपण त्याचा गौरव केला आहे. काही गुण पशूत दिसले तरी आपण त्यांच्यातल्या गुणांचाही गौरव करीत असतो. अशा गुणी पशूंचा समावेश आपण आपल्या कुटुंबात केला आहे. शिवाजी महाराजांची कृष्णा घोडी, वाघ्या कुत्रा, अफझलखानाचा फतेलष्कर हत्ती, पेशव्यांची भवानी हत्तीण, राणा प्रतापाचा चेतक हे सर्व पशु त्यांच्या स्वामिनिष्ठेच्या गुणासाठी प्रसिद्ध आहेत. "सर्वेऽपि सुखिनः सन्तु ।" ही प्रार्थना फक्त माझ्या एकट्यासाठी किंवा कुटुंबासाठी नसून इतर सर्व प्राणीमात्रांसाठी आहे. असे नसते तर साध्या पूजेच्या संकल्पात, 'माझ्या घरच्या माणसांना, चारपायाच्या प्राण्यांना, दोनपायांच्या प्राण्यांच्या बरोबर सुख, समृद्धी, आयुष्य

लाभ व्हावा म्हणून मी हे धार्मिक कार्य करतो' असे म्हटले नसते.

पशुपक्ष्यांकडे पहाण्याचा भारतीयांचा दृष्टिकोन हे त्यांच्या उच्च संस्कृतीचे द्योतक आहे. पशुपक्षी यांना देवाच्या परिवारातच स्थान दिल्यामुळे त्यांना विशेष महत्त्व प्राप्त झाले आहे. इतकेच नव्हे तर त्यांच्या सांनिध्याशिवाय देवाचं देवत्वच पूर्ण होत नाही. नुसतं दत्तात्रेय म्हटलं तर त्याबरोबर गाय आणि कुत्रे आलेच पाहिजेत. तसेच शंकराला नंदी व नाग, सरस्वतीला हंस, गणपतीला उंदीर, देवीला वाघ, हत्ती, सिंह आणि खंडोबाला घोडा असे विविध पशुपक्षी विविध देवतांची वाहने आहेत. पंचमुखी मारुतीमध्ये डुकराचे (वराहाचे) एक रूप आहे.

सध्या आपल्या परिचयाचे फार थोडे प्राणी आहेत व त्यांचाही आपल्याला फारच थोडा परिचय आहे. गाय, बैल, म्हैस, शेळी, कुत्रा इतकेच प्राणी आपल्या पहाण्यात आहेत. त्यांच्या स्वभावाची आपणास काहीच माहिती नसते. किंबहुना त्यांना स्वभाव असतो हेच मुळी आपणांस माहीत नसते. जनावरे पाळलेल्या माणसांनाही, त्या जनावरांची माहिती नसते. सर्कशीतल्या काही प्राण्यांबद्दल लिहिलेले वाचले की, त्यांच्या स्वभावाची थोडीफार कल्पना करता येते. दामु धोत्रे, देवल ह्यांनी लिहिलेले काही लेख व पुस्तके वाचनीय आहेत. वाघाच्या स्वभावाबद्दल जिम कॉर्बेट व केनिथ अँडरसन ह्यांनी लिहिलेली पुस्तके वाचली की, त्यांचा वाघाच्या स्वभावाबद्दल किती सूक्ष्म अभ्यास होता ते कळून येते. जिम कॉर्बेट म्हणतो, "तुम्ही खुशाल जंगलातून जा, कोणताही पशु स्वतःहून तुमच्या अंगावर येणार नाही. तुम्ही निरपराधी आहात हे त्याला माहीत आहे. पण बंदूक घेऊन गेलात तर त्याच्यातल्या काडतुसाचा वास त्याला लांबूनच आलेला असतो." बाबा आमटे यांचे सुपुत्र आनंद आमटे यांनी घरी पाळलेल्या वाघ, सिंह, अस्वल, माकडे, मगर यांचे वर्णन नेगल या पुस्तकात आहे. ते वाचून माणूस थक्क होतो. हे प्राणी त्यांच्या कुटुंबात पार सामावून गेले आहेत. 'वुल्फ क्राय' ह्या पुस्तकाचे 'लांडगा आला रे आला' हे भाषांतर प्रसिद्ध आहे. त्या लेखकाने लांडग्यांचा अभ्यास, तेही बर्फाळ प्रदेशात कसा केला व त्याला काय काय आढळले ते वाचले की लांडग्याच्या जीवनपद्धतीची माहिती होते. म्हातारा, सासरा झालेला लांडगा, कधीही मुलाच्या संसारात गुहेत जात नाही. फक्त त्यांची मुले सांभाळतो. लांडगे एकमेकांकडे सहकुटुंब भेटी देतात तसेच इतर गोष्टीचीही जाणीव करून देतात हे त्याचे निरीक्षण वाचून अत्यंत कुतूहल वाटले. ह्या लेखकाचा मित्र त्याला न कळवता एकदा त्याला भेटायला गेला, तर ह्या लेखकाने दोघांचे अन्न तयार केलेले पाहून त्याला अचंबा वाटला. लेखक म्हणाला की, लांडग्यांच्या विशिष्ट ओरडण्यामुळे तू येणार हे मला

दुरूनच कळले होते. जेन गुडाल ही एक अमेरीकेची २६ वर्षांची तरुणी चिंपँझी माकडांचा अभ्यास करावयास आफ्रिकेत २० वर्षे मुक्काम करून राहिली. तिने केलेला ह्या माकडांचा अभ्यास पाहिला की माणूस थक्क होतो.

लारा हर्डीचे 'लंगूर्स ऑफ अबू' हे पुस्तकही माकडांच्या स्वभाव वैशिष्ट्याच्या अभ्यासाबद्दल प्रसिद्ध आहे. व्यंकटेश माडगुळकरांनी सत्तांतर हे पुस्तक लिहिताना ह्या पुस्तकाचा बराच आधार घेतलेला आहे. तसेच हत्तींच्या स्वभाव वैशिष्ट्याचा अभ्यास केलेले पुस्तकही उपलब्ध आहे. ह्या सर्वांमध्ये 'बॉर्न फ्री' हे पुस्तक व त्यावरचा सिनेमा तर वाघ-वाघिणींबद्दल अत्यंत आपुलकी निर्माण करतो. ह्याच लेखकाचे 'लिव्हींग फ्री' हे पुस्तकही तितकेच मनोरंजक आहे. एका दांपत्याला सिंहाचे एक पिल्लू जंगलात सापडते. पिल्लाचे नाव एल्झा. ती एल्झा सिंहीण ह्या दांपत्यावर मुलासारखे कसे प्रेम करते, ते बाहेर गेले तर त्यांच्या वाटेकडे कशी डोळे लावून बसते, कशी रूसते, हट्ट करते, रागावते, प्रेम करते हे सारं आपण त्या चित्रपटात पाहू शकतो. मी चाळीसगांवला डॉ. पूर्णपात्रे ह्यांच्या घरी जात असे. त्यांनीही असेच वाघाचे पिल्लू, 'सोनाली' घरात पाळलेले मी पाहिले होते. ती वाघीण त्यांच्या कुटुंबियांतच पूर्ण सामावली होती. त्या वाघिणीवर त्यांनी उत्तमपैकी पुस्तकही लिहिले आहे. त्या कुटुंबाची व सोनालीची ताटातूट कोणत्याही माणसाच्या डोळ्यांत पाणी आणते. मला शिवाजी महाराज मोठे वाटण्याचे एक कारण म्हणजे त्यांनी त्यांच्या वाघ्या कुत्र्यावर कमालीचे प्रेम केले असले पाहिजे. त्याशिवाय त्याने महाराजांच्या चितेबरोबर आपला देह ठेवला नसता. म्हैसूरच्या प्राणी संग्रहालयात तर चिंपॅझी माकडाची जोडी प्रेक्षकांसमोर नाना कसरती करून खाऊचा मोबदला मागत असते. त्यांना पाहण्यात फारच मौज वाटते.

ह्या सर्वांपेक्षा मला थक्क करून सोडणारा जर कुठला प्रसंग असेल तर मी अमेरीकेत सॅन डिॲगो येथे मोठमोठ्या व्हेल, शार्ककिलर, डॉल्फिन माश्यांच्या कसरतीचे प्रयोग पाहिले ते. एक शिट्टी मारल्याबरोबर ६०० टन वजनाचे दोन प्रचंड मासे एकाचवेळी विरुद्ध दिशेने ३० फूट उंचीवर उडी मारतात. काही एकमेकांभोवती नाच करतात. नकला करतात व शेवटी शेपटीने टाटा करत एका मुलीला पाठीवर घेऊन सर्व तळ्याभोवती फिरवून आणतात. अशा अनेक कसरती पाहून मी थक्क झालो. पुढे त्यांच्या शिक्षकांची गाठ घेतली. त्यानी ह्या माशांच्या स्वभावाच्या खूप गंमती सांगित्या. त्याने सांगितले की ह्या डॉल्फिन माशांचा 'आय.क्यु.' माणसांपेक्षा जास्त आहे. ते इतके भावनाप्रधान आहेत की जरा आवाज चढवला की रुसून बसतात. काही खात नाहीत. शिवाय एखादा मासा मेला तर बाकीचे आत्महत्या करतात. समुद्रात बुडणाऱ्या माणसाला ते

सोबत देऊन किनाऱ्यापर्यंत पोहोचवण्याचे काम करतात. ह्या प्राण्यांचा जर आपण विचार करू लागलो आणि माणूस आत्मपरीक्षण करू लागला तर त्याला वाटेल, माणसापेक्षा मेंढरं बरी. ज्याला सुखी व्हायचं आहे त्याने एका तरी प्राण्यावर थोडं तरी प्रेम करून पहावं, माझ्या मुलीनं सर्वांचा विरोध पत्करून एक कुत्र्याचे पिल्लू आणले. हळूहळू ते घरच्यांशी इतके रुळले की,ते कुटुंबातील एक घटकच झाले. त्यानेही कुटुंबावर किती प्रेम करावे त्याला काही सुमार नव्हता.

जंगलाबद्दलही खूप अनुभवावयास मिळाले. जिम कॉर्बेटचे 'जंगल लोअर', 'माय इंडिया' ही पुस्तके तसेच आपल्याकडचे 'असं असतं जंगल' व मारुती चित्तमपल्लींचे जवळ जवळ सर्व लिखाण, व्यंकटेश माडगुळकरांचे काही लिखाण जंगल व जंगली पशु-पक्षी प्राण्यांबद्दल फारच चांगली माहिती देतात. नॅशनल जिऑग्रॉफीचे जेवढे मिळतील तेवढे अंक व कॅसेटस् पहात बसण्याने आपण जंगलात गेल्याचा भास निर्माण होतो. जेव्हा जंगलात जाणे जमत नसेल तेव्हा हे अंक वा कॅसेटस् जरूर बघाव्यात. फारच मजा येते. डिस्कव्हरीच्या कॅसेटस् ही तशाच आहेत.

पशुंच्या जीवनाची माहिती देणारी पुस्तके वाचली की त्यांच्या स्वभाव वैशिष्ट्याने माणूस थक्क होऊन जातो. मारूती चित्तमपल्लीनीही जंगलातल्या प्राण्यांचा विशेषत: रानटी कुत्रे, वानरे ह्यांचा बराच अभ्यास करून त्यांच्या स्वभावाबद्दल अतिशय विचार करावयास लावणारी माहिती गोळा केली आहे. रानटी कुत्रे कळपाने शिकार करतात. त्यांची सामूहिक वर्तणूक वाखाणण्यासारखी असते. एका उपाशी कुत्र्याला एका सशाची शिकार मिळाल्यावर त्याने एकट्याने ती न खाता नदीकाठी शिकार पुरून ठेऊन आपल्या दहा सवंगड्यांना तेथे आणले आणि मग सर्वांनी थोडी थोडी भूक भागवली. हे पाहिल्यावर आणि ऐकल्यावर स्वत:च्याच पोळीवर सर्व तूप ओढणाऱ्या माणसांची घृणा वाटते. एवढा समंजसपणा कसा आला कुत्र्यांच्या अंगात, ही विचार करण्याची गोष्ट वाटते. माणसांना त्यातून खूप शिकता येईल.

दुष्काळ पडल्यावर माकडे जमवलेले सारे खाद्य पिलांसाठी ठेवून सर्व वयस्क माकडे सामुदायिक आत्महत्या करतात हे ऐकून तर इतर भारतीयांसाठी प्राणांची आहुती देणाऱ्या क्रांतीकारकांइतकीच ही माकडे श्रेष्ठ वाटतात.

म्हातारा किंवा रोगग्रस्त हत्ती किंवा गवा कळपाला आपला त्रास नको म्हणून आपणहून कळप सोडून एकटा दूर जातो व मरणाच्यावेळी तर दूर अज्ञात ठिकाणी जाऊन देह विसर्जित करतो. हे ऐकल्यावर प्रपंचावर पाणी सोडून संन्यास घेतलेल्या ऋषींचीच आठवण येते. असे विरक्त हत्ती आणि विरक्त

संन्यासी ह्यात जीवनाच्या दृष्टीने काहीही फरक करता येत नाही.

मारूती चितमपल्लींच्या माकडांच्या निरीक्षणातील एक गमतीदार गोष्ट आठवली. वानरांच्या कळपाला म्होरक्याला पुढारीपण टिकवण्यासाठी काही तरी उलटसुलट कोलांट्या माराव्या लागतात किंवा सारखे काही ना काही करून शक्ती प्रदर्शन करावे लागते. हा गुण माणसांच्या पुढाऱ्यांनी वानरांपासून घेतला की वानरांनी माणसांकडून ते कळत नाही.

बाकी जनावरे किंवा पशूंची एकूणच वर्तणूक पाहिली की माणसे दुसऱ्या माणसास त्यांच्या दुर्गुणाबद्दल तो पशूसारखे वागतो असे हेटाळणीयुक्त का म्हणतात तेच कळत नाही. पशू नाही दुसऱ्या पशूस 'तू माणूस आहेस' म्हणून गालीप्रदान करत! वास्तविक ह्या पशुंकडून माणसाला खूप 'माणुसकी' शिकण्यासारखी आहे हे निश्चित. उगाच नाही म्हटले की, The more I love a dog, the more I hate a man. (मी कुत्र्यावर जस जसं प्रेम करतो, तस तसा मला माणसांचा तिटकारा वाटतो.)

■

३४. कामाची किमया

अत्यंत अमानुष असे गुन्हे घडताना आपण रोज वाचतो. असे गुन्हे किंवा न्यायालयातील अनेक प्रकरणे निर्माण का होतात याचा शोध घेत असता त्या बहुतेक प्रकरणांच्या मुळाशी माणसाची एक विकृत मनोवृत्ती आढळते. ती म्हणजे आपण काहीही कष्ट न करता आपल्याला आयतेपणे पैसा किंवा मालमत्ता किंवा त्यासारखंच काही मिळावं अशी लालसा असते. या लालसेपोटी मनुष्य नीती सोडून वागतो, या लालसेपायी तो जी कृत्ये करतो ते निर्घृण खून, भ्रष्टाचार, दरोडा त्याचप्रमाणे हुंडा घेणे, लाचलुचपत देणे-घेणे इत्यादी गुन्हे तो करत असतो. याशिवायसुद्धा अनेक प्रकारची समाजविघातक कृत्ये तो करताना दिसतो. परीक्षेत कॉपी करणे, खोटी सर्टिफिकेटं देणे, तिकिटांचा काळाबाजार अशा अनेक कृत्यांच्या मागे हीच लालसा असते. जर समाजात कष्टाचं महत्त्व रुजवता आलं व अशा तऱ्हेचे सर्व शॉर्टकट्स थांबवायचे असतील तरच अशा तऱ्हेच्या समाजविघातक गोष्टींना पायबंद बसेल. मूळ तोडले की त्या झाडाच्या सर्व फांद्या नाश पावतात. तसंच या कामटाळू वृत्तीचे, कष्ट टाळण्याच्या वृत्तीचे जर मूळच उखडून टाकले तर असले अनेक गुन्हे घडणेच आपोआप बंद होईल. याच कारणामुळे इस्लाममध्ये 'हलाल' आणि 'हराम' ची कल्पना आहे. जे आपण कष्ट करून, घाम गाळून मिळवले तेवढ्याच वस्तू घेण्याचा आपल्याला अधिकार आहे. त्यालाच 'हलाल' असे म्हणतात. उलट आपण काहीही श्रम न करता जर काही वस्तू, पैसा मिळवला तर त्याला 'हराम' असा शब्द आहे. असा पैसा हरामाचा पैसा असतो व तो अत्यंत बाधक असतो अशी कल्पना आहे. म्हणूनच इस्लाममध्ये आपण परिश्रम न करता मिळत असलेले असे व्याज घेणे हे निंद्य कृत्य समजले जाते.

हे परिश्रम घेणे हे नुसते निकोप रहाण्यासाठीच नव्हे तर वैयक्तिक विकासाकरता अत्यंत जरुरीचे आहे. हे परिश्रम शारीरिक, बौद्धिक किंवा मानसिक असू शकतील. हे सर्व कष्ट करत असताना किंवा परिश्रम घेत असताना मनाच्या चंचल वृत्तीला आवर घालून ते ताब्यात घ्यावे लागते. मन तापवावे लागते. त्यालाच तपश्चर्या म्हणतात. परिश्रम आणि तपश्चर्या या एकाच नाण्याच्या दोन बाजू आहेत. रामदास स्वामींनी 'देहे दुःख ते सुख मानीत जावे' किंवा बहिणाबाई चौधरींनी 'आधी हाताला चटके तवा मिळते भाकर' असे अनुभवाला आलेले सत्य सांगितलेले आहे. गीतेच्या चौथ्या अध्यायातही 'चंचल मन ताब्यात ठेवण्याकरता तू अभ्यास कर' म्हणजेच त्यासाठी परिश्रम घे असे अर्जुनाला सांगितले आहे. सर्वच क्षेत्रांत जे लोक यशस्वी झाले त्यांच्या मुलाखती अमेरिकेतील एका मासिकात प्रसिद्ध झाल्या. त्यातल्या एकूण एक यशस्वी माणसांनी सांगितले की, हे यश आम्हाला आयते मिळाले नाही. त्यासाठी आम्हाला अनन्य साधारण परिश्रम घ्यावे लागले. बर्फाचा एक अष्टमांश भागच वर दिसतो, पण तो पाण्याखालच्या सात-अष्टमांश भागावरती असतो. तसंच हे वर दिसणारे यश डोळ्याला न दिसणाऱ्या प्रचंड परिश्रमावर आधारलेलं आहे.

एखाद्या योगी माणसाने काही सिद्धी मिळविल्या तर त्यामागे त्याने किती तपश्चर्या केली असेल हे पहायला मिळू शकते. आपल्याकडे लहानपणी धृव बाळाची गोष्ट सांगून आपले इच्छित साधण्याकरता किती व कशी तपश्चर्या करावी लागते याचे उदाहरण देऊन मुलांनाही कठोर परिश्रम घेण्यासाठी तयार केले आहे. अशा तऱ्हेने लहानपणापासूनच परिश्रमाचे महत्त्व त्यांच्या मनावर बिंबवले जाते.

विद्याभ्यासात वर येण्याकरता अशाच कठोर परिश्रमांची अत्यंत जरुरी असते. तुकाराम महाराज यांची गाथा सर्वश्रेष्ठ वाङ्मय प्रकार म्हणून ओळखली जाते. पण त्यांनी ज्ञान मिळवण्याकरता भंडाऱ्याच्या डोंगरावर जाऊन एकांतात एकनाथी भागवताची चौदाशे पारायणे केली, तीही 'शेंडी बांधूनिया फांदी!' म्हणजे जर डुलकी लागली तर झाडाला बांधलेल्या शेंडीमुळे झटका बसून झोप येणार नाही अशी रीतीने! भारतामध्ये रामानुज म्हणून जागतिक कीर्तीचे गणितज्ज्ञ होऊन गेले. शालेय जीवनातही ते एक हुशार विद्यार्थी म्हणून प्रसिद्ध होते. त्यांच्या मित्राने त्यांना म्हटले, 'तू काय जन्मजातच हुशार आहेस, त्यामुळे तुला चटकन गणितं सोडवता येतात!' त्यावर रामानुज म्हणाले, 'जन्मजात हुशारी वगैरे असं काही नसतं. मी खूप परिश्रम घेतो म्हणून' असे सांगून त्यांनी आपल्या हाताला कोपराखाली पाटी पुसून पडलेला मोठा घट्टा दाखवला. इंग्लिशमध्ये 'One percent inspiration and 99 percent perspiration' म्हणजे एक

टक्का प्रतिभा आणि नव्याण्णव टक्के परिश्रम हेच यशाचे गमक मानले आहे.

शिक्षणाप्रमाणे इतर प्रत्येक क्षेत्रामध्ये– मग ते कलेचे असो, खेळाचे असो, शास्त्र संशोधनाचे असो, गृहिणीचे, गृहोद्योगाचे, व्यवसायाचे, उद्योगधंद्याचे असो, तंत्रज्ञानाचे असो– त्यातील यश हे केवळ परिश्रमानेच मिळालेले असते. कपिलदेवचे क्रिकेटमधील यश हे सर्वांना दिसू शकते पण आपले खांदे बळकट करण्याकरता त्याने लाकडे फोडण्याचे परिश्रम घेतले हे त्याच्या आत्मचरित्रावरून दिसते. चित्रपटसृष्टीमध्ये अमिताभ बच्चनच्या अभिनयाचे श्रेष्ठत्व सिद्ध झाले आहे. पण त्याचे पहिले सात चित्रपट पडले तरी त्याने अभिनयाकरता अथक प्रयत्न केले हे कदापिही विसरून चालणार नाही. डेमॉस्थेनिस हा ग्रीसमधील महान नेता, पण तो जात्याच प्रचंड तोतरा होता. पण त्याने त्याचा दुर्गुण घालवण्याकरता तोंडात दगड ठेवून बोलण्याचा प्रयत्न केला व आवाज मोठा होण्यासाठी मोकळ्या एकांतस्थळी जाऊन मोठमोठ्याने बोलण्याचा सराव केला. तसेच बोलताना त्याचा डावा खांदा उडत असे. त्यासाठी डाव्या खांद्यावर एक तलवार टांगून ठेवलेली असायची. त्यामुळे खांदा उडाल्याबरोबर त्याला जखम होई. अशाच प्रकारच्या कठोर परिश्रमानंतर मात्र त्याची गणना जगातल्या उत्तम वक्त्यांमध्ये होऊ लागली. एडिसन या शास्त्रज्ञास वीजेचा दिवा लावण्यासाठी दहाहजार वेळा प्रयत्न करावे लागले होते. यावरून त्याने परिश्रमाने केवढे गौरीशंकर गाठले असेल याची कल्पनाही करवत नाही.

साधा चहाचा कप आपल्या तोंडाला लागेपर्यंत त्यासाठी किती जणांना कष्ट घ्यावे लागले आहेत याचा विचार केला तर कामाचे महत्त्व सहज लक्षात येईल. साखरेसाठी ऊस व चहा ह्यांच्या लागवडीपासून त्यावर अनेक प्रक्रिया होऊन ते कारखान्यातून बाहेर पडून आपले कपात येईपर्यंत, तसेच दूध व चहाची कपबशी तयार होण्यासाठी सुद्धा कितीतरी लोकांचे अनेकविध कष्ट कारणीभूत झाले आहेत. चहा प्यायल्यावर सुद्धा आपल्या शरीरातील अनेक अवयव त्यावर क्रिया करून त्याचे रक्तात रूपांतर करतात. जीवन म्हणजेच क्रियेचे (action) दुसरे नाव. निष्क्रियता म्हणजे मरण. ह्या निष्क्रियतेची कल्पनासुद्धा आपल्याला फार भयावह वाटते. पंचप्राण गेले तरी आपण मयताचे सर्व व्यवहार थांबले असे मानत नाही. तिलांजलीसारख्या कार्यांनी आपण मृतात्म्यास गती देण्याची, पर्यायाने त्याचे कार्य पुढे चालू रहाण्यासाठी आपण परिश्रम करतो. इतके आपण कामाला महत्त्व देतो.

आपण जे विहित कर्म करतो ते काम हीच परमेश्वराची पूजा आहे अशी आपल्याला शिकवणूक आहे. इंग्रजीत सुद्धा Work is workship अशी म्हण आहे. श्रीमत् आद्य शंकराचार्यांनी त्यांच्या मानसपूजेमध्ये 'यद् यद् कर्म करोमि

तत् तत् अखिलं शंभो तवाराधनम्' असे म्हटले आहे. ज्ञानेश्वरांनी 'अगा सत्कर्म कुसुमांचिया माला पूजा केली अपारा तोषालागी' असे सांगून प्रत्येक काम म्हणजेच एकेक फूल व त्यांचा हार करून परमेश्वराला अर्पण केला तर परमेश्वराला अपार आनंद मिळतो असे सांगितले आहे. सर्वच संतांनी 'मुखी नाम हाती काम' असाच उपदेश केला आहे व कामाचे महत्त्व दाखवले आहे.

निसर्ग हा सुद्धा सदासर्वकाळ कामातच गर्क असतो. सूर्य तर सर्वश्रेष्ठ कर्मयोगी आहे. वेगवेगळ्या ऋतूत झाडेसुद्धा आपल्यात बदल करण्याचे कार्य करतात. पशुपक्षी, कीटक, जलचरसुद्धा कामात व्यग्र असलेले दिसतात.

परिश्रम घेण्याचे अनेक फायदे आहेत. ज्यासाठी परिश्रम घेतले ती गोष्ट साध्य होण्याइतकाच त्याला इतरही अनेक गोष्टींतून आनंद मिळू शकतो. त्याला आपल्यातल्या सुप्त शक्तीची जाणीव होते आणि त्याचा आत्मविश्वास वाढतो. या आत्मविश्वासाच्या बळावरच तो जीवनातील अनेक संघर्षांना तोंड देऊ शकतो व त्याला मनाप्रमाणे जीवन जगण्याचे खरे समाधान मिळते. अशी व्यक्ती सतत कामात असल्यामुळे तिचे मनही विधायक सकारात्मक विचारात व्यग्र असते. त्यामुळे त्यात विध्वंसक, नकारात्मक विचार येतच नाहीत. काम करण्याचा महत्त्वाचा फायदा म्हणजे ते अधिक व चांगले करण्याची पात्रता प्राप्त होणे हा होय. प्रत्येक कामावर काम करणाऱ्या व्यक्तिमत्त्वाचा ठसा उमटत असतो. काम पुरे करू न शकल्यामुळे येणारे नैराश्य ही सर्वात अत्यंत क्लेशदायी घटना असते. परिश्रम करणाऱ्या व्यक्तींना कामात आनंद वाटतो. त्यांच्या मनाला शांती मिळते. तो नेहमीच उत्साही असतो व कामात बदल हीच त्यांची विश्रांती असते. शिवाजी महाराजांच्या चरित्रात यामुळेच ते कधी कुठे विश्रांतीला गेले किंवा त्यांनी विश्रांती घेतली असा पुसटसासुद्धा उल्लेख येत नाही. कठोर परिश्रम करणारा माणूसच चारित्र्य संपन्न असू शकतो. समाज अशाच माणसांची पारख करतो व त्याला समाजात आदर व प्रतिष्ठा प्राप्त होते. जे लोक नुसत्याच वल्गना करतात, आश्वासने देतात, पण ती पूर्ण करण्यासाठी– पार पाडण्यासाठी– परिश्रम घेत नाहीत अशा माणसांचे किंवा उमेदवारांचे काय होते ते आपण निवडणुकीत पाहतोच. जीवनाचा खराखुरा अनुभव फक्त परिश्रम करणाऱ्यांनाच घेता येतो. त्यांनाच पुरुषार्थाने जगण्याचे समाधान व जीवनावर प्रभुत्व मिळवता येते. परिश्रम न करणाऱ्या माणसाला समाज कुचकामी ठरवत असतो व त्याचे वर्णन 'खायला काळ व भुईला भार' असंच केलं जातं व त्याला जगात कवडीइतकीही किंमत दिली जात नाही. या जगात यापेक्षा आणखी नामुष्की ती काय असू शकते?

एका प्रथितयश माणसाला त्याच्या यशाचे मर्म विचारले तेव्हा त्यांनी

सांगितले की, माझ्या यशाचे मर्म तीन शब्दांत साठवलेले आहे. मुलाखत घेणाऱ्याने विचारले. पहिला शब्द कोणता? यशस्वी माणूस म्हणाला, 'श्रम!' त्याने विचारले, दुसरा शब्द कोणता? यशस्वी माणूस म्हणाला, 'परिश्रम!' मुलाखातकार म्हणाला, तिसरा शब्द कोणता? तर यशस्वी माणूस म्हणाला, 'कठोर परिश्रम!' तोच माझा संदेश आहे!

एका माणसाने देवाला म्हटले, 'देवा, तू मला हे ओझे वाहून न्यायला मदत कर.' देव त्याला म्हणाला, 'तू नुसता बसलास तर मी तुला अजिबात मदत करणार नाही, पण तू हे ओझं घेऊन एक पाऊल पुढे टाकण्याचे काम कर, मी तुला सारा रस्ताभर मदत करीन!'

समर्थ रामदास स्वामी ह्यांनी कामाचे महत्त्व फारच मार्मिकपणे सांगितले आहे. ते म्हणातात.

कष्टेवीण फळ नाही । कष्टेवीण राज्य नाही ।
केल्यावीण होत नाही । साध्य जनी ।
केल्याने होते रे । आधी केलेचि पाहिजे ।

येवढे सांगून त्यांनी 'यत्न तो देव जाणावा' असे सांगून कामाची महति सांगितलेली आहे. ह्यापेक्षा आणखी जास्त कोणी काय सांगू शकेल?

बाकी साऱ्या गीतेचे सार सुद्धा श्रीकृष्णाने 'माम अनुस्मर, युद्धय च' हेच सांगितले आहे. त्याने सांगितले आहे की तू तुझे कर्तव्य कर्म कर. असा परिश्रम करण्याचाच उपदेश केला आहे. भक्त पुंडलीक हा आपल्या कामात गर्क असल्यामुळेच त्याच्या भेटीसाठी पांडुरंग अठ्ठावीस युगे वाट पाहात उभा आहे. कामाची एवढी किमया दुसरी कोणती असू शकते?

■

३५.

जीवनाचे सौंदर्य – शिस्त

परदेशी जाण्याकरता माझ्या बॅगा भरण्याचं काम नेहमीप्रमाणे माझ्या धाकट्या मुलीनं केलं. त्या प्रत्येक बॅगमध्ये कोणत्या वस्तू क्रमवार लागणार होत्या, तशाच क्रमवारीने ठेवल्या होत्या. त्या वस्तूंची एक यादी बॅगेत व एक माझ्या खिशात छोट्या डायरीत होती. त्याच डायरीत मला महत्त्वाच्या सूचना, दूरध्वनी क्रमांक, पत्ते, सर्व लिहिले होते. मी विमानतळावर पोहोचल्यावर सर्व उतारूंची तपासणी झाली व विमान सुटण्यास काही मिनिटांचाच अवकाश होता. इतक्यात एक नवराबायको व दोन लहान मुले अनेक छोट्या मोठ्या बॅगा घेऊन तिथं घाबऱ्याघुबऱ्या आली. अजून विमान सुटले नाही हे ऐकून त्याना हायसे वाटले. इतक्यात त्या नवऱ्याने त्या बायकोला काही विचारले. तिने भराभर प्रथम आपली पर्स व नंतर सर्व बॅगांतील सामान उपसावयास सुरुवात केली. हां हां म्हणता सर्व बॅगांतील सामान बाहेर आले. फक्त 'धुंडो धुंडो रे साजना धुंडो' हे गाणं म्हणायचा अवकाश होता. सिनेमात त्या गाण्यात अनुराग होता इथं फक्त राग होता. त्यांत मुलांचे आणि त्यांचे सर्व कपडे आणि सामान सर्वत्र विखुरले गेले. त्यात दुधाची पावडर सांडली व इतर नानाविध सामानही आता त्यांच्या भोवती पसरले होते. त्यांच्या बॅगा पिसे काढलेल्या कोंबड्यांसारख्या दिसत होत्या व सर्व कुटुंब जुनं, भंगार गोळा करणाऱ्या माणसांसारखी सामानाभोवती हिंडत होते. त्यात मुलांनीही सामान इतस्तत: उडवायला सुरुवात केली. धपाटे खाऊन सुद्धा मुलांचा सामान उपसायचा हा आवडता उद्योग चालूच होता. नवराबायकोच्या तू तू मै मै ला आता सार्वजनिक रूप आले होते व गारुड्याचा खेळ पहावा तसे आता काही लोक त्यांच्या भोवती जमले होते. 'हरेक चिज पाच पाच रुपया' एवढेच म्हणणे बाकी होते. त्यांची विमानांची तिकिटे हरवली हे आता जाहीर

झाले होते. त्यावरून ही सगळी रणधुमाळी चालली होती. मी मनांतल्या मनात माझ्या मुलीच्या व्यवस्थितपणाबद्दल शतशः आभार मानले. वास्तविक पहाता तिच्या टापटीप आणि व्यवस्थिपणाबद्दल तिला घरांत बराच उपहास सहन करावा लागला होता. त्या जोडप्याचे पुढे काय झाले, मला माहीत नाही. पण ते आमच्या विमानात आले नाहीत एवढे नक्की. त्यांचे काय हाल झाले असतील त्याची कल्पनाच करवत नाही. माझ्या मुलीनं लावली तशी त्यांनी बॅग शिस्तशीर लावली असती तर केवढा मनस्ताप, खर्च व झालेली अवहेलना टळली असती.

पण त्या कुटुंबाचं उदाहरण हे कमीजास्त प्रमाणांत आपल्याला अनेक वेळेला अनुभवायला मिळतं. काही दिवसांपूर्वीच आमच्या इमारतीत राहणाऱ्या कोणालाच पाणी मिळालं नव्हतं. त्यामुळे येथे राहणाऱ्या सोळा कुटुंबाचे, त्यांच्या पाहुण्यांचे जे हाल झाले ते विचारता सोय नाही कारण तळमजल्यावरील बिऱ्हाडकरू गावाला जाताना घरांतील सगळे नळ उघडे टाकून गेल्यामुळे, पाणी थेट नळातून गटारात वहात जात होते. ते लोक कुठे गेले त्याचा पत्ता नव्हता. पाण्यावाचून सर्वांना अतोनात हाल भोगावे लागले. त्यांच्या ह्या गैरशिस्तीचे परिणाम अनेक लोकांना असह्यपणे भोगावे लागले होते. अशातऱ्हेचे गैरशिस्तीचे प्रसंग अनेकवेळा झालेले आढळतात व त्यातून जीव जाण्याइतके अनर्थही ओढवतात. बाहेर जाताना नीट गॅस बंद न करून जाणे हाही त्यातलाच एक प्रकार. असे कितीतरी प्रसंग सांगता येतील की क्षुल्लक वाटणाऱ्या बेशिस्तीच्या वागण्यावरून प्रचंड हानी होते. वास्तविक पहाता, बाहेर जाताना कुलूपाजवळ गॅस, वीज, नळ ह्यांच्यासाठी तीन खुणा करूनच कुलूप लावायचे असे ठरवले तर हे सारे अनर्थ सहज टळू शकतात.

हे जे लहानमोठे अनर्थ उद्‌भवतात त्याचे वरवरचे कारण निष्काळजीपणा किंवा बेपर्वाई असते. आपल्यापासून दुसऱ्याला त्रास न होण्याची खबरदारी न घेणे हा निष्काळजीपणा. त्याच्या पुढची पायरी म्हणजे आपल्यामुळे दुसऱ्यास काही त्रास होतो ह्याबद्दल पूर्ण बेफीकीर असण्याची बेपर्वाई. ह्यासर्व दुर्गुणाचे मूळ कारण म्हणजे मनाच्या स्वच्छंदी किंवा स्वैरपणास आवर न घालणे हे होय, हाच मनाचा बेशिस्तपणा आपले व इतरांचे जीवनही उद्‌ध्वस्त करू शकतो ह्याचा आपण पदोपदी अनुभव घेतोच. ह्या स्वैरमनाला शिस्तीचा लगाम घालणे तसे अवघड काम आहे पण ते प्रयत्नपूर्वक करणे भागच आहे. ज्याने मनाला शिस्त लावून इंद्रिय-जय मिळवला त्यालाच राज्यप्राप्ती होते असे चाणक्याने म्हटले आहे. खुद्द अर्जुनालासुद्धा ती वाऱ्याची मोट बांधण्याइतकी अशक्यप्राय गोष्ट वाटली होती व त्याने अत्यंत काकुळतीने ही त्याची असमर्थता श्रीकृष्णापुढे सांगितली होती. 'चंचलं हि मनः कृष्ण प्रमाथि बलवद्‌दृढम' – हे कृष्णा! हे

प्रमाद करणारे मन फार प्रबळ व चंचल आहे. ज्ञानेश्वरांनी ह्यावर भाष्य करताना अर्जुनाच्या तोंडी फारच समर्पक उपमा घातली आहे. अर्जुन विचारतो, हे मनाचे चंचल माकड स्थिर समाधीवर कसे येईल? ह्याला शिस्त कशी लागेल?

त्यावर भगवंतांनी अत्यंत मार्मिक इलाज सांगितला आहे, तो सर्वांनीच मनांत बिंबवला पाहिजे. ते म्हणतात, 'तू अभ्यास कर, मन एकमार्गी लाव,' हे मन एकमार्गी लावावयास शिस्त पाहिजे व शिस्तीची सवय होण्यासाठी संस्कार हवा. आळस, कंटाळा हे शिस्तपालनाचे शत्रू आहेत. पण त्यापेक्षा सुद्धा आपल्या शिस्तीबद्दलची व स्वातंत्र्याबद्दलची गैरसमजूत ही अत्यंत घातक शत्रू आहे. काही जणांना नियम किंवा शिस्त पाळावयाची म्हणजे आपल्या स्वातंत्र्यावरच गदा असून विनाकारण सुखातला जीव दुःखात घालून गुलामी पत्करणं असे वाटतं. कित्येक जण तर आपण बुवा शिस्त वगैरे पाळत नाही, आपण आपल्या मनाचे राजे आहोत असा पोकळ दंभ मिरवीत असतात.

एखाद्याला जर एखाद्या अगदी शुल्लक बाबतीत सुद्धा शिस्त पाळता येत नसेल तर त्याला कोणत्याच बाबतीत शिस्त पाळता येणार नाही ही गोष्ट त्रिवार सत्य आहे. म्हणूनच माणसाच्या साध्या सहीवरून सुद्धा हा शिस्तप्रिय आहे किंवा नाही याचा हस्ताक्षर तज्ज्ञाला अंदाज लागतो.

मनाची शिस्त पाळली की शरीराची शिस्त पाळता येते. मनाचे श्लोक, हरिपाठ, रुद्र वगैरे मनाच्या प्रार्थना करून त्याला सन्मार्गावर आणण्याचा व त्याला शिस्त लावण्याचा प्रयत्न करता येतो. त्याचप्रमाणे दुसरा मार्ग म्हणजे मनाच्या मागे न लागता फक्त शरीरालाच शिस्त लावण्याचा. मन त्याच्या मागे येतेच. योगमार्गाचा हा मूलभूत सिद्धांत आहे. पातंजलीने योगाची व्याख्याच 'योगः चित्तवृत्ती निरोधः' 'योग म्हणजे मनाच्या चंचलवृत्तीचा निरोध' अशी केली आहे.

जशी मानसिक शिस्तीची जरूरी आहे तशीच शारीरिक सुद्धा. माझा मित्र आहे तो पहिल्यापासूनच आहार, व्यायाम, निजणे, उठणे वगैरे गोष्टी नियमित पाळतो. प्रथम सर्वजण त्याची थट्टा करीत. आज त्याच्या बरोबरचे मित्र पार म्हातारे व थकलेले आहेत पण हा मात्र 'अजून यौवनात मी' अशी दृष्ट लागेल असे आयुष्य जगताना पाहून सर्वांना त्याचा हेवा वाटतो. पण आता काहीही केले तरी इतरांना त्याच्या सारखे जगणे शक्य नाही. आपणही असे वागलो असतो तर आज अशी पाळी आली नसती असेच सर्वांना वाटते.

जी गोष्ट वैयक्तिक शिस्तीबद्दल तीच कौटुंबिक शिस्तीबद्दल. सैन्य आणि सार्वजनिक रूप टाकून शिस्त घरात शिरली की, तिचे नाव होते व्यवस्थितपणा. घरातल्या कुटुंब प्रमुखालाच जर काही शिस्त असेल तर घरात इतरांना थोडी

फार आपोआप शिस्त लागू शकते. माझ्या माहितीचे एक गृहस्थ आहेत, त्यांचा ब्लॉक तीन खोल्यांचा आणि चार माणसांचे कुटुंब! पण प्रत्येक जण 'शोधा म्हणजे सापडेल' ह्या येशू ख्रिस्ताच्या वचनावर विश्वास ठेवून घरामध्ये सारखे काहीतरी शोधत असतो. तो सामानाची सारखी उलथापालथ करीत असतो. बरे एखाद्याला त्याची हरवलेली वस्तू सापडली व तो जरा बाजूला गेला की दुसरा येतो व परत सर्व सामानाची उलथापालथ करतो. रस्ता तयार केल्यावर जसे वीजवाले, नंतर पाईपवाले, म्युनिसिपालटीवाले येऊन परत रस्ता खोदून रस्त्याची पार वाट लावतात तसे होते. त्यांच्या स्वयंपाकघरात तर काही विचारू नका. एक वस्तूसुद्धा जागच्या जागी ठेवलेली नसते. या गृहस्थाची बहिण येऊन तिने स्वयंपाकघर व्यवस्थित लावण्याचा प्रयत्न केला व वाणसामानाच्या प्रत्येक पदार्थाच्या डब्यावर नावेही लावली. हे थोडेच दिवस टिकले. आता मात्र ज्या डब्यावर ज्या वस्तूचे नाव आहे, पण त्या डब्यात ती वस्तू मिळणारच नाही, एवढी एकच गोष्ट सध्या निश्चित आहे. एरवी हा अव्यवस्थितपणा इतका त्रासदायक वाटणार नाही. पण बोर्डाच्या परीक्षेच्या वेळी सकाळी अभ्यासाच्या ऐवजी मुलाचा वेळ हॉलचा पास, पेन, नोटस् इ. शोधण्यात जो काही मानसिक त्रास होतो, त्याला तुलनाच नाही. वेळेच्या बाबतीतही हीच गोष्ट. एक गृहस्थ कधीही, कितीही महत्त्वाचं काम असो, वेळेवर हजर राहिल्याचं एकदाही घडलं नाही. ऑफिसमध्ये याच कारणावरून त्यानं त्याच्या साहेबांची इतकी बोलणी खाल्ली आहेत की इतरांनाच त्याची कीव वाटते. हा माणूस वशिल्यानं लागला म्हणून ठीक. पण चांगली नोकरी मिळत असताना तो चाचणीच्या वेळी उशिरा गेल्यामुळे त्याची चांगली नोकरी हुकली होती.

याच्या उलट आमच्या आक्काचं उदाहरण. दहा जणांच्या घरात दिल्यावर आता ती जन्मभर रांधा, वाढा, उष्टी काढा करीत बसेल असे वाटले. पण लग्नानंतर तिने एम.ए. पर्यंत शिक्षण तर पुरे केलेच पण इतर अनेक कला संपादनही केल्या. परत भगिनीमंडळ, त्यांच्या सहली, अनेकविध कार्यक्रमात तिने भाग घेतला. तिच्या म्हणण्याप्रमाणे हे सर्व तिला साध्य झाले ह्याचे कारण घरातील कडक शिस्त हे होय. तिने सांगितले की, स्वयंपाकघर ९ वाजता बंद म्हणजे पूर्ण बंद. त्यानंतर कोणाला काहीही मिळत नसे. घरातील शिस्तीचा कानमंत्र तिने सांगितला, 'प्रत्येक वस्तूची जागा ठरलेली व प्रत्येक वस्तू त्या जागेवर' चहा प्यायल्याबरोबर कपबशी लगेच धुऊनच जागेवर ठेवायची. प्रत्येकाने आपले कपडे धुणे, ताट-वाटी घासणे वगैरे सर्व स्वत:ची कामे स्वत:च करण्याचा दंडक असल्याने प्रथम ह्या शिस्तीमुळे नकोसे झाले होते. पण नऊच्या पुढे स्वयंपाकघर बंद होत असल्याने नियमित काही तास अभ्यास करता आला.

घरातल्या कामात कमीत कमी वेळ जात असल्याने इतर छंद सहज व कोणालाही त्रास न होता जोपासायची हौस पुरवता आली. ह्या शिस्तीमुळेच घरातील सर्वांनाच चांगले वळण लागून त्यांना त्यांचा विकास सहज विनासायास साधता आला. ह्याच तत्वावर 'चिपर बाय डझन' ही अत्यंत मनोवेधक इंग्लिश कादंबरी वाचण्यासारखी आहे. त्यावर निघालेला चित्रपटसुद्धा फारच उद्‌बोधक, प्रेक्षणीय होता. घर शिस्तशीर असेल तर बारा माणसांचे घर स्वस्त, फायद्यात व अत्यंत सुखात चालवता येते हा त्या कादंबरीचा मूळ विषय आहे.

मन आणि शरीराप्रमाणे विचारांनाही शिस्त लावण्याची जरूर असते. विशेषत: ज्या लोकांचा व्यवसाय दुसऱ्या कुणाला काही पटवून देण्याचा असतो, त्यांना तर याची अत्यंत जरूर असते. मारुतरायांच्या वक्तृत्वावर प्रभू रामचंद्र प्रसन्न झाले व त्यांच्या वक्तृत्वाचा एक गुण त्यांनी लक्ष्मणाला सांगितला आणि तो म्हणजे हे भाषण मारुतरायांनी मनामध्ये नीट नियोजन करून, कोणत्या क्रमाने सांगायचे, त्या शिस्तीने सांगितले आहे. उत्तम वकील किंवा वक्ता यांचे भाषण अत्यंत प्रभावी होते, त्याचे बरेचसे कारण, त्या भाषणात विचार कोणत्या क्रमाने सांगायचा त्याची शिस्त असते.

सार्वजनिक जीवनात तर शिस्तीची अत्यंत जरूर आहे. इंग्लंड, अमेरिकेसारख्या देशांमध्ये जर प्रामुख्याने कोणता गुण आढळत असेल तर तिथल्या नागरिकांना असलेली सार्वजनिक शिस्त. विशेषत: वाहतूक जर शिस्तीत नसेल तर काय अनावस्था ओढवते हे आपण नेहमीच 'ट्रॅफिक- जॅम' वरून अनुभवतोच. भारतीय लोकसभेचे जे चित्रण करण्यात येते, त्यावरून शिस्तीचा अभाव असला म्हणजे किती लाजिरवाणे वाटते ते दिसून येते. समाज हा शिस्तबद्ध माणसांनीच निर्माण होतो नाहीतर ती नुसती भाऊगर्दी असते.

सैन्यात शिस्त असते, ही कल्पनाच मुळी आपल्याला माहीत नव्हती. इंग्रजांनी भारतावर जो जय मिळवला, तो फक्त त्यांचे सैन्य शिस्तीचे होते म्हणून. ह्यावरून तरी भारतीयांना शिस्तीचे महत्त्व समजावयास हवे.

कला आणि शिस्त यांचे अतूट नाते आहे. तबलानवाजांनी मला प्रथम भेटीतच सांगितलं की तबला म्हणजे शिस्त. त्यांचेही कायदे आहेत आणि ते पाळावे लागतात. तालाने कालाची शिस्त बांधली असते. शिस्त सोडली की तबला जसा बेताल, तसा मी माणूसही बेताल समजतो. संगितामध्ये सुद्धा अनेक राग आहेत. त्याचे आरोह, अवरोह कोणते, स्वर घ्यायचे कोणते, वर्ज्य करायचे कोणते ह्यालाही शिस्त आहे. त्यात थोडं चुकलं की संगीत बेसूर होतं. चित्रकला सुद्धा अशीच नियमांच्या शिस्तीत बांधली आहे. साध्या कवितेतसुद्धा जाति, मात्रा, वृत्त यांची शिस्त पाळावी लागते.

शिस्तीचा निसर्गाचा संबंध अभेद्य आहे. माणसाला जेव्हा 'निसर्गाकडे वळा' असे सांगितले जाते तेव्हा त्याने निसर्ग नियमाप्रमाणे चालावे अशी अपेक्षा असते. निसर्गालाही नियम आहेत व ते तो शिस्तीत काटेकोरपणे पाळतो. चंद्र, सूर्य, अथांग समुद्र हे सर्व निसर्गाचे भाग शिस्त सोडून कधी वागत नाहीत. निसर्गाची कोणतीही गोष्ट घेतली तरी ती शिस्तबद्धच आढळते. मग ती फुलपाखराच्या पंखावरची रंगसंगती असो किंवा महाकाय सर्व सजीव प्राण्यांच्या शरीराचे भाग असोत, ते एकसारखे असतात. अगदी अणू-रेणू सुद्धा शिस्त पाळताना दिसतील. अणु केंद्राभोवती फिरणारे परमाणू हे देखील केंद्रापासून विशिष्ट अंतरावर व ठराविक गतीनेच जात असतात. याच्या शिस्तीत कृत्रिम बदल केला तर अत्यंत घातक असा अणूस्फोट होऊ शकतो व तो साऱ्या जगाचा विनाश करू शकतो.

निसर्ग हा सौंदर्याने भरला आहे आणि हे त्याचे सारे सौंदर्य तो पाळत असलेल्या शिस्तीत आहे हे कधीही विसरून चालणार नाही. मनुष्याचे जीवन हा एक निसर्गाचाच भाग आहे हे ही तितकेच खरे. त्यामुळे आपले जीवन जर सौंदर्यपूर्ण आणि सौख्यपूर्ण जगायचे असेल व जर जगण्याचे समाधान मिळवायचे असेल तर त्याला काही शिस्तही पाळावीच लागेल. शिस्त हेच जीवनाचं सौंदर्य आहे तर निसर्ग व कलेचे सौंदर्य त्यांच्या शिस्तीत आहे हे त्रिकालाबाधित सत्य आहे.

■

३६. योजकः तत्र दुर्लभः

"बाबा, पेरूचा पापा घेतला का?" माझा मित्र ऑफिसात जाण्यास निघाला तेव्हा त्याच्या मुलानी विचारले. त्याने जाता-जाताच खिशावर हात मारून 'घेतला' असे सांगितले. हा काय प्रकार आहे, मला कोडे वाटले. मग त्याने खुलासा केला. "ऑफिसात जाताना नेहमी आपले पेन, रुमाल, चावी, पास, पाकीट हे बरोबर घेऊन जायला हवे. ह्यातली एखादी वस्तू जरी विसरली तरी पंचाईत होते. कधी कधी भलताच अनर्थ व प्रचंड मन:स्ताप होतो. तेव्हा घरून निघताना ह्या वस्तू बरोबर नेण्याचे विसरू नये म्हणून त्यांची आठवण होण्यासाठी हा शब्द बनवला आहे. पेन, रुमाल, चावी, पास, पाकिट ह्या शब्दांचे अद्याक्षर घेऊन पेरूचापापा हा परवलीचा शब्द बनवला व ऑफिसला जाताना ह्याची सर्वांनी आठवण रहाण्यासाठी हाच निरोप घ्यायचा. गोष्ट साधी आहे पण अजूनपर्यंत इतक्या वर्षांत माझी कधीही ह्या वस्तू नेण्याचे विसरल्यामुळे मला कधीही मन:स्ताप झाला नाही." ह्या माझ्या मित्राची नुसते ऑफिसला जाण्याबद्दलच योजना नव्हती तर ऑफिसमधल्या त्याच्या प्रत्येक कामाबद्दल योजना होती. प्रचंड काम करूनसुद्धा हा मित्र कधी थकला नाही किंवा त्याला कंटाळा आला किंवा त्याची मन:शांती ढळली असे कधीही झाले नाही. एकदा त्याला ताबडतोब परदेशाला जावे लागले. सर्वांनाच आश्चर्य वाटले. त्याने सांगितले की, प्रवासाला जायचे असेल तर बरीचशी बॅग भरून ठेवली आहे व काय काय वस्तू घ्याव्या लागतील ह्यांची संपूर्ण यादी तयार आहे व ती कपाटाच्या आतल्या बाजूस लावून ठेवली आहे. प्रत्येक वस्तू कोठे आहे ते माहीत आहे. त्या क्रमाने नुसत्या वस्तू भरण्याचा अवकाश आहे. नुसता बायकोला फोन केला की व्यवस्थित भरलेली बॅग तयार असेल. आणि झालेही तसेच. व्यवस्थित भरलेली बॅग

ऑफिसमध्ये आली सुद्धा. मला आमचे ऑफिसमधले चिंतोपंत आठवले. त्यांच्या आडनावात जरी 'आठवले' हा शब्द असला तरी त्यांचे काहीतरी सतत हरवलेले असते व कुठे काय ठेवले हे त्यांना आठवत नसते व त्यांना त्याची चिंता वाटून जो त्रास होतो तो काही बघवत नाही. त्यांचे चिंतोपंत हे नाव मात्र सार्थ आहे.

लग्न समारंभ म्हटला की, गोंधळ, घाई उडणारच ही आपली धारणा असते. पण माझ्या मित्राकडच्या समारंभात मला हा सोहळा अत्यंत व्यवस्थित काहीही गडबड-गोंधळ, घोटाळा न होता झालेला आढळला. त्याच्या वडिलांनी ह्या समारंभाचे नियोजनच अत्यंत काटेकोरपणे व व्यवस्थितपणे केले होते. ते कळल्यावर मी थक्क झालो. निमंत्रणे, पत्रिका देणे ह्याबद्दल त्यांची योजना होती पण लग्न समारंभात कोणकोणते विधी किंवा छोटे-मोठे कार्यक्रम होणार, त्यावेळी कोणत्या वस्तू लागणार, त्या कोणाकडे व कुठे ठेवायच्या? प्रत्येक कार्यक्रमाची जबाबदारी वेगवेगळ्या व्यक्तींवर सोपवली होती. सर्वांची आधी बैठक घेऊन कोणी कोणते काम करावयाचे, आयत्या वेळी कोणत्या अडचणी येतील, त्या कशा सोडवायच्या ह्या सर्व गोष्टी ठरवल्या व तशी योजना करून आराखडा बनवला होता. ऐनवेळी वीज गेली, रिक्षाचा संप झाला, आचारी आले नाहीत वगैरे साऱ्या अडचणींवर तोडगा तयार होता. त्या सर्व योजनेमुळे सर्व समारंभ अत्यंत सुरळीत पार पडला पण सर्वांनाच त्यात कोणताही ताण न घेता आनंद घेता आला. मी त्यांचे सारे योजनेचे आराखडे घरी आणले. प्रथमत: हा लग्न समारंभ आहे का सैन्याची मोहीम आहे अशी टीका झाली. पण अशी योजना आखल्यावर मात्र सर्वांनीच कार्य फारच व्यवस्थित पार पाडल्याची शिफारस केली. योजनेचे महत्त्व तेव्हापासून आमच्याकडे मान्यता पावले. कित्येक जण मुलगी जन्मल्यापासून तिच्या लग्नाच्या खर्चाची, दागदागिन्यांची योजना तिच्या अगदी लहानपणापासूनच करत असतात. त्यामुळे मुलीचे लग्न म्हटले की जो एक प्रकारचा बोजा वाटतो तो अजिबात वाटत नाही.

योजकत्वामुळे एवढे फायदे व सुखसमाधान मिळत असूनसुद्धा मनुष्य केवळ आळसामुळे योजकत्वाच्या गुणाचा विचारही करीत नाही. त्याला वाटतं की योजकत्वामुळे मनाच्या मोकळेपणावरच बंधन पडते. काही लोकांनी तर गोंधळ, गडबड ह्या गोष्टी होणारच असतात व तसे होणे ही जीवनाची अपरिहार्य बाब आहे असे गृहितच धरलेले असते. ह्या साध्या साध्या गोष्टी आहेत. त्यात काय योजना करावयाच्या? त्या आपोआप होतातच अशा खोट्या आशावादाचा पाठपुरावा करतात.

अमेरिकेत भर रस्त्याला लागून प्रचंड इमारत उभी करावयाची होती त्यामुळे वहातुकीला अडथळा आणायचा नव्हता. ह्या इमारतीला लागणारे सर्व बांधकाम

साहित्य एकदम आणणे फार त्रासाचे होते. ते ठेवायचे कुठे? तेथून जागेवर न्यायचे कसे असे अनेक प्रश्न होते. पण तिथल्या तज्ज्ञांनी सर्वांची नीट योजना केली व त्याप्रमाणे काम झाल्यावर इतक्या लवकर, स्वत:स विनासायास काम झाल्याने सर्वांनीच कौतुक केले. ह्या योजनेमुळेच सध्या 'पर्ट थेअरी' ही नवीन संकल्पना अमलात आली आणि सध्या तर सर्व औद्योगिक जगात ती मान्यता पावली आहे. अनेक औद्योगिक उत्पादनात लक्षणीय वाढ तर झालीच पण उत्पादन कमी वेळेत, कमी खर्चात, कमी श्रमात होऊ लागले.

सध्या औद्योगिकरणामुळे थोडं फार योजनेचं महत्त्व कळू लागलं आहे. नाहीतर योजना हा शब्द फक्त पंचवार्षिक योजना किंवा कुटुंब नियोजन इतक्या पुरताच मर्यादित अर्थाने आपणास माहीत होता. योजकता ह्या गुणाचा आपल्या जीवनात फारच मोठा उपयोग आहे. योजकतेमुळे आपले आयुष्य विनासायास घालवता येईल व ते सुखी होईल ही कल्पनाच आपल्याला अपरिचित होती.

प्रपंचामध्ये तर ह्या योजकत्वामुळे सर्वच गोष्टी सुकर होतात व सुखशांती मिळते. माझ्या आईच्या अंगी योजकता हा गुण प्रकर्षाने होता. तिच्या योजकतेमुळे श्रीमंती नसूनसुद्धा घरात काही कमी पडले नाही. धावपळ, गोंधळ उडाला नाही की कौटुंबिक स्वास्थ बिघडले नाही. ऐनवेळी कितीही माणसे जेवायला आली तरी तिची सर्व योजना तयार असे. सणावाराला जेवायला काय करायचे, तो सण साजरा कसा करावयाचा याच्या योजना पक्क्या असत. घरात त्यामुळे काटकसरीने तर रहाता आलेच पण घरात सुखासमाधानाचे वातावरण असे. हे तिचे योजकत्व फक्त सामानसुमानाइतकेच मर्यादित नव्हते. घरात तिची व इतर दिरांची अशी डझनभर मुले होती. प्रत्येकाला पाळीपाळीने रेचक व जंत होऊ नये म्हणून ठराविक काळानंतर औषध घ्यावेच लागे. वार्षिक परीक्षा संपल्यावर सर्व मुलांना टाइफॉईड, कॉलरा ह्यांची इंजेक्शन्स न चुकता दिली जात. काही दिवस त्रास होई पण पुढे सर्व सुट्टीभर मनसोक्त हुंदडावयास मिळे. कोणी कधी अंथरुणास खिळून राहिला नाही. तिच्या योजकत्वाचा सर्वांत फायदा कुठे झाला असेल तर तो अभ्यासात. खूप वेळ अभ्यास करणे तिला मान्य नव्हते. पण जो काही अभ्यास करावयाचा त्याची योजना असे. कुठलाही धडा वर्गात शिकवण्याच्या आधी घरी वाचावयाचा. प्रथम वाचनात तो जरी थोडाच कळला तरी तिचे म्हणणे होते की, वर्गात शिकवताना तो नवीन वाटता कामा नये. पाठाची आधी ओळख असली की वर्गातले चांगले लक्षात रहाते व बराच पक्का होतो व घरी आल्याबरोबर त्याच दिवशी वर्गात काय काय शिकवले ह्याची थोडक्यात अगदी कमी वेळात उजळणी केली की तो एकदम पक्का होतो. धडा कसा वाचायचा हे ती सांगे. प्रत्येक परिच्छेद वाचला की अगदी थोड्या वेळात मनात तो किती आठवतो ते

बघायचे व मगच पुढचा परिच्छेद ती वाचावयास सांगे. तिच्या योजनेमुळे अभ्यासाला अगदी कमी वेळ लागे. पण अभ्यास पक्का होऊन जाई. उरलेला सर्व वेळ मग मनासारखा इतर गोष्टींसाठी सहज घालवता येई. कमी वेळात खूप व पक्का अभ्यास होई. परीक्षेच्या वेळी त्याचे अजिबात दडपण नसे.

माणसांच्या वैयक्तिक जीवनात योजकत्वाचा फारच फायदा होऊन त्याचा सर्वांगीण विकास होतो. वास्तविक पहाता, माणसाची शारीरिक, मानसिक क्षमता ह्यांचा विचार करून त्याला जीवनात सुख मिळावे म्हणून, आपल्या पूर्वजांनी त्याचा दिनक्रम कसा असावा, त्याचे जेवण, निद्रा कशी असावी इतक्या महत्त्वाच्या पण बारीक सारीक गोष्टींच्या योजना आखून केल्यामुळे जेवण हे नुसते उदरभरण न होता त्याला एक प्रकारे सौंदर्य व समाधान लाभते. डावीकडे कोणते पदार्थ, उजवीकडे कोणते वाढायचे, कोणत्या क्रमाने वाढायचे ह्याची निश्चित योजना त्यांनी आखून दिली आहे. ती केवळ तार्किकदृष्ट्याही योग्य आहे असे नव्हे तर आरोग्य व मानसिक दृष्ट्याही योग्य आहे. मनुष्याला सुखाने जगता यावे म्हणून वानप्रस्थाश्रम, संन्यासाश्रम वगैरे जी आश्रम योजना केली आहे तिच्यावर कोणी टीका करू शकत नाही. इतकी ती परिपूर्ण आहे.

योजकत्वाबद्दल सर्वांचे मेरूमणी होते शिवाजी महाराज. शून्यातून एक सर्व संपन्न राज्य निर्माण करायचे व तेही प्रजेवर जुलूम, अत्याचार न करता ही गोष्ट जगात त्यांच्या इतकी कोणालाही जमली नाही. हे सर्व त्यांनी मिळवले ते फक्त योजकत्वामुळेच.

शिवाजी महाराजांच्या साऱ्याच स्वाऱ्यांचा इतिहास पाहिला की, प्रत्येक स्वारीमागे किती योजकता होती ते दिसून येते. शत्रूच्या गोटात जाऊन पार त्याची बोटे छाटून टाकण्याची शाहीस्तेखानावरची स्वारी असो. नेमकी अष्टमीची तिथी शोधली की पुण्यात जाईपर्यंत चंद्राच्या उजेडाची साथ मिळावी, कात्रज घाटात बैलांच्या शिंगाला पेटत्या मशाली लाऊन शत्रूला हुलकावणी देण्याचीही योजना पाहिली की सबंध स्वारीची किती बारकाईने योजना आखली होती हे लक्षात येते. तीच योजकता अफझलखानाच्या वधाच्या वेळची, आग्र्याच्या सुटकेची किंवा पन्हाळगडावरून निसटून जाण्याच्या वेळीही दिसून येते.

श्रीसमर्थांनी संभाजी महाराजांना पत्र लिहून उपदेश केला, त्यात –

"अखंड सावधान असावे, दुश्चित कदापि नसावे,
तजविजा करित बसावे, एकांतस्थळी"

असा बहुमोल उपदेश केला होता. 'तजविज करणे' म्हणजेच 'योजना करणे.' शांतपणे बसून, यशस्वी होऊ इच्छिणाऱ्या पुरुषाने निरनिराळ्या तऱ्हेच्या योजना आखल्या पाहिजेत व नंतर त्याप्रमाणे आचरण केले, कार्यवाही केली,

तर मनुष्यास खात्रीने, शिवाजी महाराजांसारखे यशच मिळते, असे त्यांना सांगावयाचे आहे. योजकत्वाची ही किंमत समर्थांनी ओळखली होती, म्हणूनच त्यांनी प्रपंच आणि परमार्थ दोन्हीत यश मिळवण्याची गुरुकिल्ली आपल्या शिष्याच्या हाती दिली.

नेपोलियन हा केवळ योजकत्वामुळेच यशस्वी झाला. त्याच्या योजना अफाट व शत्रूला अत्यंत बुचकळ्यात पाडणाऱ्या होत्या. थोरल्या बाजीराव पेशव्यांच्या यशाबद्दल ग्रँट डफ ह्या इतिहासकाराने मार्मिक शब्दांत लिहिले आहे की, 'बाजीराव जवळ योजना करण्याचे बुद्धीचे सामर्थ्य होते व ती योजना कृतीत आणणारे बलशाली मनगट होते.' जेव्हा जेव्हा एखाद्या सेनानीला लढाईत किंवा खेळाडूला खेळात यश प्राप्त होते त्यामागे उत्कृष्ट योजकत्व असते. एखाद्या सेनानीला लढाईतच व संघनायकाला प्रत्येक खेळात डावपेचाची योजना करावीच लागते.

योजकत्व हे फक्त खेळात किंवा सैन्यापुरते मर्यादित नाही तर ते इतर धंद्याप्रमाणे शेतीसारख्या धंद्यातही वापरावे लागते. खरा शेतकरीही पिकांची योजना करीत असतो. कोणत्या पिकानंतर कोणते पिक घ्यावे म्हणजे जमिनीचा कस वाढेल व उत्पन्न चांगले मिळेल ह्याची योजना तो करतो. 'एक होता कार्व्हर' हे पुस्तक वाचले तर कै. कार्व्हर ह्यांनी शेंगदाण्याच्या सारख्या पिकांची योजना करून आगदी निकृष्ट जमिनीचा कस भरून काढून सर्वच प्रदेश सुपीक कसा केला व लोकांचे पार खालावलेले जीवनमान कसे सुधारले हे वाचण्यासारखे आहे.

ह्या सगळ्या योजकत्वामध्ये महत्त्वाचे जर कोणते योजकत्व असेल तर ते म्हणजे योग्य माणसाची योग्य कामावर नेमणूक करणे. अमेरिकेचे अध्यक्ष म्हणाले होते, 'मी बेताच्या बुद्धीचा आहे. पण माझी कारकीर्द उत्तम पार पडली ह्याचे एकच कारण म्हणजे योग्य जागेला योग्य माणूस नेमण्याचे माझे कसब.' माझी आजी म्हणे की, पैसा पैसा जमवतो, तो श्रीमंत होतो पण माणूस माणूस मिळवतो तो राजा होतो. माणसालाही अशीच माणसांची योजकता हवी. लग्न म्हटले की, पु.ल. देशपांडे ह्यांच्या 'व्यक्ती आणि वल्ली' मधील नारायणाचीच योजना हवी. काम अगदी चोख. माझ्या वडिलांच्या ओळखीचे एक गृहस्थ अत्यंयात्रेच्या कामात एकदम नारायण. त्यांना खुशाल बोलवावं. सगळं काम अगदी मनापासून व व्यवस्थित. माझा आतेभाऊ व्यापारधंद्यात होता. तो माणसे पटवण्याच्या बाबतीत एकदम पटाईत. कोणतेही अवघड काम कोणाकडेही असो, ह्याची तिथे योजना केली की काम फत्ते. सर्वच कुशल नेते मंडळींकडे योजकता हा गुण आढळतो किंवा ह्याच गुणामुळे ते कुशल नेते झाले असतात

हे म्हणणे जास्त संयुक्तिक होय.

योजकता हा खरा नैसर्गिक गुण आहे. निसर्गाचे योजकत्व अगदी थक्क करून टाकेल असे आहे. बाळाचा जन्म झाल्याबरोबर त्याच्या दुधाची योजना आईकडे केलेली असते. "कोणी केली बाळा दुधाची उत्पत्ती, वाढवी श्रीपती दोन्ही करे" हे उद्गार त्या निसर्गाच्या योजकतेला उद्देशून नाहीत का? माणसाचे सारे शरीर व शारीरिक बदल हे सर्व निसर्गाच्या योजकत्वाचाच साक्षात्कार नव्हे काय? शरीरशास्त्र वाचले तर कळून येते की, कोणत्याही सूक्ष्मातीसूक्ष्म प्राण्यापासून ते महाकाय डायनॉसोरपर्यंत तसेच सर्वांच्याच शरीराची वाढ विशिष्ट योजनेनुसारच होत असते.

निसर्ग म्हणा किंवा देव म्हणा ह्यांनी केलेली योजना पाहून माणूस थक्क होतो. माणसाला काही ठराविक वर्षानंतर दाढी मिशा येतात. डोळ्यांची रचना पाहिली की त्यांची किती बारकाईने, काटेकोरपणे योजनी केली आहे ते कळते. डोळ्यांच्या संरक्षणासाठी म्हणून हाडांच्या खोबणी, पापण्या, डोळ्यात धूळ जाऊ नये म्हणून पापण्यांवर केस, भुवया, डोळे सतत ओले रहावे म्हणून अश्रुपिंडांची सोय. दोन्ही डोळे एकमेकांशी ६० अंशाचा कोन करत असल्यामुळे माणसास समोरची वस्तू त्याच्यापासून किती दूर आहे त्याचा अंदाज येऊ शकतो. नेत्रपटलावर स्फटिकासारख्या सूक्ष्म वस्तूमुळे निरनिराळे रंग माणसाला ओळखू येऊ शकतात. शिवाय हे महत्त्वाचे अवयव देवाने दोन दिले आहेत. एखादा निकामी झाला तरी माणसाचे फार काही अडणार नाही.

माणसाला फार उशीरा शोध लागला की सपाट पाया असल्यापेक्षा तो कमानीसारखा बांधला तर जास्त वजन सहन करू शकतो व जास्त टिकतो म्हणून त्याने पूल बांधताना त्याची रचना कमानीचीच केली आहे. ही रचना निसर्गाने किती योजनापूर्वक केली आहे? त्याने पावलाच्या टाचेला कमानीचा आकार दिला आहे. नुसत्या मेंदूच्या कार्याचा विचार केला तर ह्या कॉम्प्युटरची योजना जगातल्या अति प्रचंड कॉम्प्युटरपेक्षा हज्जारोपटीने श्रेष्ठ आहे हे कळते. वनस्पती शास्त्राचा विचार करता हा गुण प्रामुख्याने लक्षात येतो. फुलाची रचना, रंग, वास, त्यातल्या स्त्री केसर, पुंकेसरांची रचना ही किती योजनाबद्ध झाली आहे ते दिसून येते. ह्यासर्व जगातल्या बारीकसारीक योजना पाहिल्या की वाटते ह्या योजकत्वाचेच दुसरे नाव आहे परमेश्वर.

प.पू. पारनेरकर महाराजांनी व्यक्ती विकसनाचे सहा गुण अंगी बाळगण्यास सांगितले आहे. त्यापैकी सर्वात महत्त्वाचा गुण योजकत्व हा सांगितला आहे. ज्याला प्रपंचात योजकत्व करता आले त्याचा प्रपंच तर उत्तम चालेलच पण तो परमार्थही उत्तम रितीने करू शकतो अशी त्यांची शिकवणूक आहे.

कोणतीही कला घेतली तरी त्यात प्रामुख्याने योजकत्व असते. गायन, वादन ही कला म्हणजे स्वरतालाची सुयोग्य योजनाच आहे. चित्रकला सुद्धा रंग व रेषांची आकर्षकपणे केलेली योजनाच नव्हे काय? माझ्या मित्राने घर बांधताना इतक्या योजनापूर्ण बांधले आहे की त्या घरात विनासायास सुखाने रहाता येते. प्रत्येक वस्तू ठेवण्यची त्याने योजना केलेली त्यामुळं घरात कधी पसारा होत नाही. शिवाय त्याचे सौंदर्य मनाला भावतेच. आर्किटेक्ट (वास्तूशिल्पी) किंवा अंतर्सजावट करणारे तरी वास्तूच्या रचनेच्या योजनेखेरीज दुसरे काय करतात? वास्तूची व त्याच्या आतील वस्तूंची मांडणी आकर्षक करणे हेच त्यांचे योजनाकौशल्य असते.

योजकता हा अत्यंत महत्त्वाचा गुण असून त्याने आपले आयुष्य अत्यंत सुखासमाधानात जाऊ शकते. पण त्याच्याकडे खूपच दुर्लक्ष झालेले आढळते. योजक: तत्र दुर्लभ: (योजना करणारे अत्यंत दुर्मिळ आहेत) हेच खरे.

■

३७. घेई छंद मकरंद!

राजा केळकर वस्तू संग्रहालयाची आता पुण्यातच नव्हे तर, महाराष्ट्रातले एक प्रेक्षणीय स्थळ म्हणून हैद्राबादच्या सालारजंग म्युझियमप्रमाणे माहिती झाली आहे.

कै. केळकर (कवि अज्ञातवासी) वस्तू जमवीत असताना त्यांचा माझा परिचय होता. ऐतिहासिक किंवा प्राचीन वस्तू जमविण्याच्या नादापायी फारशा श्रीमंत नसलेल्या या व्यक्तीने भारतातल्या कानाकोपऱ्यात जाऊन, अत्यंत हालअपेष्टा सोसून, किती तऱ्हेतऱ्हेच्या जुन्या वस्तू जमविल्या होत्या. कै. केळकर जेव्हा प्रत्येक वस्तू हातात घेऊन ती कुठून, किती कष्टाने व कसा त्रास सहन करून मिळवली, हे सांगत तेव्हा त्यांच्या पत्नीच्याही चेहऱ्यावरील समाधान पहाण्यासारखेच असे. पुढे पुढे हा वस्तूसंग्रह पाहताना, त्या नुसत्या वस्तूच दिसत नसत, तर त्यातील प्रत्येक वस्तू ती मिळवण्याकरता केळकरांनी घेतलेल्या अथक मेहनतीचा त्या इतिहासच सांगत असत. कै. केळकर कौटुंबिक आणि इतर अनेक आपत्तींतून गेले. पण या छंदाने जोपासलेला त्यांचा उत्साह आणि आनंदी वृत्ती मला कणभरही कमी झालेली आढळली नाही.

कै. इतिहासाचार्य राजवाडे ह्यांनी ऐतिहासिक कागदपत्रे मिळवण्यासाठी कुठे, कुठे भटकंती केली, किती मानापमान सोसले, केवढे कष्ट घेतले हे त्यांनी जमवलेल्या कादगपत्रांच्या डोंगरप्राय साठ्यांवरून लक्षात येते. कै. पं. भातखंडे यांनी शास्त्रोक्त गाण्याच्या एकेक चिजा मिळवण्यासाठी भारतभर कुठे, कुठे हिंडून आणि निरनिराळ्या ठिकाणाहून दुर्मिळ चिजा गोळा केल्या होत्या. त्यांच्या ह्या प्रयत्नाला कै. पं. पलुसकर ह्यांनी 'भगीरथ प्रयत्न करून ही दुर्मिळ चिजांची गंगा जनसामान्यात आणली' असे म्हटले होते. असेच प्रयत्न महाराष्ट्रभर हिंडून

कोणी लावण्याही गोळ्या केल्या आहेत तर कुणी खेडेगावातून स्त्री-गीते गोळा करून त्याचा साठा केला आहे. चित्रकार रेगे यांनी क्रिकेट खेळणाऱ्या प्रसिद्ध लोकांनी वापरलेल्या बॅट, बॉल, पॅडस्, मोजे अशा वस्तू, तसेच संतांनी वापरलेल्या वस्तू गोळा केल्या आहेत. तर कुणी बालगंधर्वांच्या पहिल्यांदा रेकॉर्ड केलेल्या रेकॉर्डस् गोळा केल्या आहेत. श्री. जोशी ह्यांनी निरनिराळ्या पगड्या, टोप्या, अशी अनेक प्रकारची शिरोभूषणे जमवली आहेत. तर कुणी जुन्या मोटारगाड्या जमवल्या आहेत. निरनिराळ्या देशांची तिकिटे-नाणी, तसेच सिनेमाची तिकिटे, जाहिरातीही गोळा केल्या आहेत. पुण्याच्या कै. डॉ. भाव्यांनी वाल्मीकि रामायण आणि कालिदासाचा रघुवंश याचा अभ्यास करून त्यामध्ये वर्णन केलेली स्थळे खरोखर कशी आहेत, हे पहाण्याचा छंद घेतला. त्यासाठी स्वत:च्या छोट्या विमानातून त्यांनी भारतभर प्रवास केला. लंकेला जोडणारा रामसेतू शोधून काढला आणि विमानातून तिथल्या साऱ्या रामायणकालीन स्थळांची सत्यता दाखविणारे फोटो घेतले. वास्तविक पहाता, ह्या छंदापाई एवढा प्रचंड त्रास, शारीरिक मेहनत, पैशाचा खर्च व अथक कष्ट करण्याचे तसे काही कारण नव्हते किंवा ह्या वस्तू गोळा केल्या नसत्या तरी त्यांचे फारसे मोठे नुकसान झाले नसते.

मला तर असे छंद बाळगणारी माणसे भ्रमर किंवा मधमाशीसारखी वाटतात. रोज सकाळपासून एकच छंद! निरनिराळ्या फुलांचा शोध घेऊन त्यातून अत्यंत मधुर व औषधी असा मध गोळा करायचा व तोही ज्ञानेश्वर महाराजांनी वर्णन केल्याप्रमाणे "कां कमळावरी भ्रमर ।। पाय ठेविती हळूवार ।। कुचुंबैल केशर ।। इया शंका ।। मध गोळा करताना, कमळावर पाय ठेवताना त्याच्या केसरांना धक्का न लावण्याची काळजी भ्रमर घेतो इतक्या हळूवारपणे हा मध गोळा करतो, तो सुद्धा स्वत:साठी नाही तर इतरांसाठी.

रेवडी खाणाऱ्याने रेवडी खावी, पण त्याचा कारखाना पाहू नये, असे म्हणतात. परंतु असा छंद बाळगणाऱ्या माणसांच्या नुसत्या वस्तूच पाहू नयेत, तर त्यामागची त्याची तपश्चर्या, परिश्रम, साहस हे जरूर पहावं. ती प्रत्येक वस्तू जमवताना त्या संग्रहकाला जो आनंद झाला असेल, त्याचा नुसता विचार केला, तरी सामान्य माणसालाही निर्भेळ आनंद मिळू शकेल.

आयुष्यभर काही ना काही छंद जोपासणाऱ्या अनेक व्यक्ती माझ्या पाहण्यात आणि वाचण्यातही आहेत. हल्ली दूरदर्शनवरसुद्धा अशा काही लोकांच्या मुलाखती दाखवल्या जातात. मला अशा माणसांबद्दल नुसतं कोरडं कुतूहल नसून अत्यंत आदर वाटतो. अशा व्यक्ती मला साधकच वाटतात. हे सर्व आनंदयात्री आहेत. कशाकशाचे म्हणून छंद माणसाने आयुष्यभर जोपासावेत? जुनी तिकिटे, नाणी,

पत्ते हे छंद सर्व परिचित आहेत. पं. भानसेन जोशी ह्यांनी गाण्याचा तर हरिप्रसाद चौरसिया ह्यांनी बासरी वादनाचा छंद लहानपणापासून बाळगून त्या छंदापायी घरदार सोडले. कै. शरद तळवलकर, प्रभाकर पणशीकर, शंकर घाणेकर अशांनी नाटकाचा छंद लावून घेतला आणि सारे जीवन ह्या जोपासलेल्या छंदामागे घातले आणि आपले जीवन समृद्ध केले. पर्यायाने अशा छंदामुळे समाजही समृद्ध झाला. समाजाचा फायदा व्हावा म्हणूनही कोणी छंद जोपासत नसतो, छंद बाळगले जातात ते ज्ञानेश्वर महाराज म्हणतात तसे ''स्वांतसुखाय.''

माझा एक मित्र शरद कचेरीत नक्की काय काम करतो व तो कसा टिकून आहे ह्याचं अनेकांना कुतूहल आहे. ऑफिसात जाणं, काम करणं त्याला संकट वाटतं. ह्या कामाचा त्याला अत्यंत निरुत्साह व कंटाळा. कामावर जाताना कसायाकडे नेल्या जाणाऱ्या बकरीप्रमाणे त्याच्या चेहऱ्यावर भाव असतो. ऑफिसातील इतर माणसे त्याच्या कामाला हातभार लाऊन ते पुरे करतात. पण तो त्याच्या सहकाऱ्यांत अत्यंत लोकप्रिय आहे. ऑफिसच्या लोकांच्या सहली, नाटके किंवा उत्सव समारंभ म्हटलं की त्याच्या अंगात प्रचंड उत्साह येतो. लग्न जमवणे हा त्याचा छंद. ऑफिसातील कित्येकांच्या बहिणी, मुलींची लग्ने त्यांनी इतकी मेहनत घेऊन जमवली आहेत की त्याचा उत्साह व मेहनतीचे वर्णन करता येत नाही. शिवाय अपेक्षा काही नाही, कुणी दिले तरी घेत नाही. ह्या उत्साहाचा किंवा मेहनतीचा एक दशांश भाग जरी त्याने ऑफिसात उपयोग केला असता तर आता तो फारच वरच्या जागेवर गेला असता. त्याचे म्हणणे नोकरी केवळ पोट भरण्यापुरती. त्यात गुलामगिरी वाटते. पण छंद मात्र मनाच्या विरंगुळ्यासाठी असतो. त्याचे म्हणणे असे की, छंद अपरिमित उत्साह आणि कायमस्वरूपी आनंद देत असतात. पु.ल. देशपांड्यांच्या 'व्यक्ती आणि वल्ली' मधील नारायणाला जसा लग्नकार्यात हुरूप येतो, तसा निवडणूक म्हटली की नेहमी मरगळ असलेल्या अनेक आळशी माणसांना बारा हत्तींचे बळ येते. त्याचे कारण हे त्यांचे छंद असतात.

मोकळा वेळ योग्य रीतीने कारणी लागण्याकरीता एखादा छंद असणे चांगले असते. छंदाने मनोरंजन होते. ज्ञान मिळते. आकाश, निसर्ग, ऐतिहासिक स्थळे पहाण्यासारख्या छंदाने सहछंदी मित्र मिळतात. श्रमाचा आलेला थकवा घालवून मनाला उत्साह येतो. तेच तेच काम करून यांत्रिक पद्धतीने न मिळालेले समाधान छंदामुळे मिळते. अमेरिकेत कचेऱ्यांच्या जवळच खेळण्याचे जिमखाने आहेत. त्यामुळे काम व खेळ ह्यांचा एक सुरेख संगम होतो. शारीरिक किंवा मानसिक व्याधीतून विरंगुळा मिळवण्यासाठी छंदासारखे दुसरे औषध नाही.

माणसाला छंद असावेत ते जीवन सुखाने जगण्याकरिता. पण छंदाकरिता

जीवन नसावे नाहीतर मनुष्य छांदिष्ट होऊन त्यांचे जीवनच वाया जाईल. जुनागड संस्थानच्या नबाबाने केवळ छंद म्हणून ४०० कुत्री पाळली होती. गरीब प्रजेला झोपडे मिळत नसले तरी, प्रत्येक कुत्र्याकरिता संगमरवरी घरे होती. त्यांची लग्ने दरबारी थाटामाटाने, वाजंत्री लाऊन, समारंभपूर्वक मिरवणुका काढून लावली जात. त्यादिवशी सर्व संस्थानाला सुट्टी असे. पाकिस्तानात पळून जाताना, विमानातून त्यानी कुत्री नेली पण बेगमा नेल्या नाहीत. लखनौच्या नबाबाच्या राजवाड्यात शत्रू शिरला तरी हा बुद्धिबळाचा डाव पुरा झाल्याशिवाय उठायला तयार नव्हता. ह्या छंदापायी तो शत्रूच्या हाती आयता सापडला.

खरं तर, छंद असावा तो श्रीदत्तात्रेयासारखा. खांद्यावर झोळी आणि वीणा घेऊन सत् गुण मिळवण्याचा छंद. कुठेही जीवनाला उपयोगी गुण दिसला की, प्रथम त्याचे महत्त्व जाणून, तो गोळा करून अंगी बाळगण्याचा. श्रीदत्तात्रेयांनी कमीत कमी २४ गुण तरी निरनिराळ्या गुरुंकडून मिळवले आहेत. रामदासस्वामी म्हणतात तसं ''घवघवीत अवघे घ्यावे, मिळमिळीत अवघे टाकावे'' असे गुण गोळा करावेत. त्याने नुसते स्वत:च सुखी न होता जवळचे सर्वच सुखी होतात.

पूर्वा ही माझी नात. समुद्र किनाऱ्यावर शंखशिंपले गोळा करण्यात तिची समाधी लागली होती. प्रत्येकवेळी वेगळा शंखशिंपला मिळाला की तिच्या चेहऱ्यावर जो आनंद दिसत होता तो अगदी दुर्मिळ मानसन्मान मिळवणाऱ्यांच्या चेहऱ्यावर क्वचित दिसला. ही केवळ वस्तूच नव्हे तर एक आनंदाचा क्षण आपण मिळवला आहे ह्याबद्दल तिला अभिमान व सात्विक समाधान होत होते. तिला मिळणारा हा आनंद हा आत्मानंदच होता. माणसाने छंद का जोपासावेत त्याचे रहस्य सहज कळते. माणूस खूप त्रास घेऊन छंद जोपासतो पण त्या त्रासाचाही त्याला आनंद वाटतो. अशा छंदातून मिळालेली वस्तू किंवा निर्मिती हे आनंदाचे एक साकार रूप असते. हा प्रत्येक आनंद आपण मिळवला आहे, ह्याची अस्मिताही त्या वस्तूबरोबर असते व त्याचे आत्मिक समाधान असते. अशा वस्तू जमवताना त्याला प्रत्येक वेळी 'मम आत्मा गमला' असे वाटते.

दीपमाळेत प्रत्येक दीप लावताना, त्या प्रत्येक दिव्याबरोबर असाच आनंद अनुभवास येत असतो. एक दिवा लावला आहे त्याने उजेड पडतो म्हणून बाकीचे दिवे लावण्याचे माणूस थांबवत नाही. उलट प्रत्येक दिवा त्याला आणखीन दिवे लावून आनंद मिळवण्याची प्रेरणा देत असतो. छंदांचे असेच असते. मन हे मंदिर असले तर दीपमाळ ही छंद आहे. अशा जमवलेल्या आनंदक्षणांच्या दीपामुळे ती उजळलेली असते. जितके दिवे अधिक तितकी दीपमाळ सुंदर. अशा असंख्य छंदरूपी दिव्यांनी तेवलेल्या दीपमाळेशिवाय मनमंदिराला शोभा नाही.

या जीवनामध्ये स्वातंत्र्य असल्याशिवाय सुख, शांती, समाधान व जीवन आपल्या मनाप्रमाणे जगण्याचा आनंद असूच शकत नाही. प्रपंच किंवा संसाराने माणसाला स्वार्थ, अहंकार, मोह अशा बंधनाने पार जखडून त्याचं स्वातंत्र्य नष्ट केले आहे. अशा भवबंधनातून मुक्त होण्यासाठी संतांनी छंद हा त्यावर उपाय सांगितला आहे. 'असा घरी छंद, जाई तुटोनि हा भवबंध.'' ईश्वराने आपल्यावर किती कृपा केली आहे, ते आठवण्याचा किंवा त्याच्या नावाचा छंद हा सर्वात श्रेष्ठ छंद असे संतांचे सांगणे असते. शिवाय या छंदावर स्थळ, काळ, प्रकृती वगैरेचा काहीही परिणाम होत नाही. असा छंद जडवून घेण्याकरिता मनाला सांगावे, ''घेई छंद मकरंद.''

■

३८. सुख आले माझ्या दारी

खूप उकाडा होता पण दार उघडल्याबरोबर थंडगार वाऱ्याची झुळूक एकदम आत आली. एखाद्या प्रिय व्यक्तीने आलिंगन द्यावे तसा सर्वांगाला तिचा स्पर्श सुखद वाटला. ह्या स्पर्शाला अत्यंत सुखाशिवाय दुसरी कोणतीही भावना नव्हती. एका कवीने प्रेयसीला म्हटले आहे 'तू झुळूक मंद वाऱ्याची.' इतक्या साध्यासुध्या सुखाच्या आठवणीने अजूनही अंग शहारते. किती सामान्य नगण्य प्रसंग! पण त्याने माझ्या सुखानुभवाच्या खजिन्यात भर टाकली आहे. 'थेंबे थेंबे तळे साचे' म्हणतात तसा माझा सुखाचा डोह अशा बारीकसारीक सुखाच्या प्रसंगांनी भरला आहे.

सुखाच्या अनुभूतीसाठी फार मोठा असामान्य प्रसंग घडण्याची जरूरी नसते. गौरीशंकर शिखर सर करण्यात निश्चितच एकमेवाद्वितीय आनंद आहे. पण तो सर करताना कितीतरी बारीकसारीक प्रसंगही सुखावून जातात ते ही विसरून चालणार नाहीत. शिखरावर जाण्याआधी आकाश निरभ्र होतं, कॉफी गरम मिळाली इतके साधे प्रसंगही खूपच सुखावतात हे ही तितकंच खरं.

आपण जरा विचार करून पाहिले की आपल्याच आयुष्यात आलेले असे सुखद प्रसंग आपल्याला किती आठवतात? हा प्रश्न विचारला तर लोक भांबावून जातात. खरं पाहिलं तर हाताच्या बोटावर मोजण्याइतके सुद्धा प्रसंग सांगता येत नाहीत. चिनी समीक्षक चिंग शेंगटनला हा प्रश्न पडला तेव्हा तो वादळामुळे एका देवळात अडकला होता. त्यावेळी त्याने त्याच्या आयुष्यातील सुखाचे प्रसंग मोजले. ते पाच वर्षांत फक्त ३३ भरले. किती क्षुल्लक होते ते! उन्हाळ्यात एक छान टरबूज मिळाले, मित्रांबरोबर चहा व गप्पा मारल्या इत्यादी. हाच प्रश्न जेव्हा सुप्रसिद्ध इंग्लिश कवी लॉर्ड बायरनला पडला, तेव्हा त्याला

आढळले की, आपल्या संबंध आयुष्यात फक्त तीन तास सुखात घालवले आहेत. त्या निकषावर आपल्या आयुष्यात पाहिले तर काय आढळेल? लख्ख सूर्य प्रकाश पडला तर भारतीय माणसाला त्याची अपूर्वाई वाटणार नाही. पण इंग्रज माणूस मात्र त्या दिवशी जो जो माणूस भेटेल त्याला What a fine day! म्हणून त्याचा सुखास्वाद घेईल व दुसऱ्यालाही Have a nice day! म्हणून चिंतेल. ह्या ऋतूचक्राच्या बदलाचे आपण कधी सुख अनुभवले आहे का? दुर्गाबाई भागवतांनी ह्या ऋतूचक्राच्या बदलात केवढा सजग आनंद घेतला. शेक्सपिअरने सुद्धा त्याच्या 'चौथा हेन्री' नाटकात 'आनंदी असलेलं हृदय खूप जगतं' असे म्हटले आहे व 'मे महिन्याच्या उत्साहासारखा तो आनंदी होता' असं वर्णन केलं आहे. साध्या हवेच्या सुखाचा विचार केला की आठवतं की नथुराम गोडसे व नाना आपटे ह्यांना फाशीच्या तक्तावर नेण्यासाठी कोठडीतून बाहेर काढल्यावर नथुराम नानाला म्हणाला, "अरे, हवा किती सुंदर पडली आहे." इतके दिवस कोठडीच्या अंधःकारात घालवल्याने हवेचे सुख घेता आले नाही आणि जेव्हा ते घेता आले तेव्हा हे जीवनच संपले." सामान्य माणसाचे सुखाबद्दल असेच होत असेल का?

खरं तर लिंग युटांग हा चिनी तत्त्वज्ञ आपल्या Importance of living पुस्तकात लिहितो त्याप्रमाणे आयुष्य जगण्याचा हेतु फक्त सुखास्वाद हाच असला पाहिजे. सर्वेऽपि सुखिनःसन्तु ।। हे आपल्या जीवनाचे ध्येय असूनही सुखाचा अनुभव घेण्याचा आपला करंटेपणा आडवा येतो. आपण जीवनातले सुखाचे क्षण जतन करण्याऐवजी निरर्थक कुचकामी कचराच तर साठवत नाही ना? ह्याचा जरूर विचार करावयास हवा.

आपली एखादी इच्छा पूर्ण झाली की माणसाला आनंद होतो, सुख मिळते. तेव्हा इच्छापूर्ती हे सुख संपादनाचे एक साधन आहे. इच्छा पूर्ण झाली नाही की दुःख होते. हे दुःख टाळण्यासाठी तुम्ही काही इच्छाच करू नका, सकाम राहू नका हे म्हणणे अतार्किक वाटते.

सर्वसामान्य माणसाच्या सुखप्राप्तीसाठी अशा इच्छा असतात की, दीर्घायुष्य व आरोग्य लाभावे, वंश पुढे चालविण्यासाठी सुपुत्र हवा, समाजात सन्मान असावा, सर्व ऐहिक सुखाची साधने मिळावी व भरभराट व्हावी, वैवाहिक जीवन सुखी व समृद्ध असावे, उत्तम मित्र लाभावेत, धंद्यात प्रगती व्हावी, आप्तेष्टांनी व इतरेजनांनी आदर करावा.

एका साधूने सांगितले होते की, देवाजवळ फक्त दोनच गोष्टी मागून घ्याव्या. 'विनासायासेन जीवनं अनासायासेन मरणं.' बस्स! सर्व सुख त्यात आले. ह्या सर्व इच्छा करावयास काही हरकत नाही. ह्यातल्या काही गोष्टी आपोआप,

विनासायास तर काही कष्टसाध्य आहेत, तर काही कष्ट करूनही मिळत नाहीत. जीवनातील ह्या सत्याकडे डोळसपणे पाहिले, तसेच पूर्ण झालेल्या इच्छा व अपूर्ण राहिलेल्या इच्छा ह्यांचा ताळमेळ पाहिला तर अतृप्त इच्छांबद्दल हळहळ करीत बसतो म्हणूनच आपण दुःखी असतो. इच्छापूर्ती ही काही माणसाच्या हातची गोष्ट नाही. माणसाच्या प्रयत्नाखेरीज माणसाच्या पलीकडे असलेली शक्ती म्हणा, परिस्थिती किंवा नशिब काहीही म्हणा त्यावरही फळ अवलंबून असते, हे ही ध्यानात ठेवले पाहिजे.

सुखात असताना फक्त त्या रसास्वादाच्या भावनेशीच पूर्णपणे एकरूप असावे. त्यावेळी विनाकारण चिकित्सक असू नये. संस्कृतात म्हण आहे की, काव्य रसास्वादाच्या वेळी फक्त काव्यानंदात डुंबावे, तेव्हा व्याकरण किंवा शब्दांच्या व्युत्पत्तीचा विचार करणे हे सुखाला घातक व रसहानीकारक असते. अर्थात सुख ही अशी गोष्ट आहे की तिचा फक्त उपभोग घ्यावयाचा असतो. रसास्वादाच्या वेळी जर त्याचा विचार करू लागलो की तेवढ्याशा उष्णतेने सुद्धा सुख कापरासारखे उडून जाते. जोसेफ स्पेन्स म्हणतो की, सुख ही मानवी आयुष्यातील इतकी नाजूक गोष्ट आहे की नुसता त्याचा विचार केला तरी लाजाळूच्या झाडाप्रमाणे सुखे आपला संकोच करून घेतात. पण ही नाजूक बाब तशी अत्यंत प्रभावशाली आहे. ज्ञानेश्वर 'कठिण कोवळीयेपण'' म्हणातात तसा एखादा सुखद प्रसंग इतका आनंद देतो की त्याने शंभर दुःखे दूर व्हावीत.

पैसा किंवा संपत्ती असणे चांगलेच आहे. पैशाने अनेक सुखदायी गोष्टी विकत घेता येतात हे ही खरे आहे. पण माणसाने कधीतरी आत्मसिंहावलोकन करून हे ही पहाणे जरूर आहे की, अशा पैशाने विकत घेता येण्यासारख्या वस्तू घेताना आपण पैशाने विकत न घेता येणाऱ्या अशा गोष्टीना तर मुकलो नाही ना? सुखसाधनांची वाढ म्हणजे सुखाची वाढ नव्हे. पैसा हे काही प्रमाणात सुखाचे साधन असू शकते पण पैसा म्हणजेच सुख नव्हे.

एका तत्त्वज्ञानी व्यक्तीला विचारले, ''आम्ही काय करावे म्हणजे आम्ही कायम आनंदी, सुखी राहू.'' त्याने उत्तर दिले, ''आनंदी असा.'' ह्या दोन शब्दांत किती अर्थ भरला आहे. ह्या क्षणाला मी आनंदी असले पाहिजे. नसलो तर का नाही, ह्याचा विचार करून आनंदाच्या आड येणारे सारे अडसर दूर केले पाहिजेत. सुख किंवा आनंद ही काही इतर वस्तूंप्रमाणे बाहेरून आणण्याची किंवा कुणीतरी देण्याची गोष्ट नाही. तिचा आविष्कार आतून व्हावयास हवा. तरच ''आनंदी आनंद गडे, जिकडे तिकडे चोहीकडे, वरती खाली मोद भरे'' ह्याची अनुभूती येऊ शकेल. अंतर्बाह्य सुखी माणूस हा पाकातल्या गुलाबजामसारखा असतो. गुलाबजामच्या आत साखरेचा गोड पाक व बाहेरच्या साखरेच्या पाकात

तो बुडलेला असतो तसा सुखी माणसाच्या आत आनंद असतो व तो बाहेरच्या आनंदाच्या डोही आनंद तरंग असावा तसा आकंठ डुंबलेला असतो. अर्थात अशी अवस्था होण्यासाठी जेव्हा जेव्हा सुखद प्रसंग घडेल तेव्हा तेव्हा त्याच्याशी एकरूप होऊन तो सर्वांगीण उपभोगता आला पाहिजे. सुधीर फडके म्हणाले होते की त्यांनी सैगलांचे गाणे अगदी सर्वांगाचे कान करून ऐकल्यामुळे ते त्यांच्या पार अंतरंगात मुरले. ज्ञानेश्वरांनी ह्याबद्दल फार मनोहारी उपमा दिली आहे. ते म्हणतात, "श्रवणेंचि होती जिभा." कानाच्या जीभा होऊन हा गीतामृतरस ओरपतात. ह्या सुखाचा आस्वाद घेण्यासाठी सर्व इंद्रिये इतकी तत्पर होतात की, त्याच्यातही कोण जास्त सुख घेतो ह्याबद्दल चढाओढ लागावी. 'इंद्रियां लागे कळभा एकमेकां.'

गंगेकाठच्या एका आश्रमात ध्यान योग शिकवताना सुख कसे सर्वांगांनी अनुभवायचे, ते आत कसे साठवून ठेवायचे व नुसत्या स्मरणाने सर्वांचा कसा पुन:प्रत्ययाचा आनंद घ्यावयाचा हे शिकवले होते. अगदी पहाटे डोळे मिटले तरी अंत:चक्षुसमोर तसाच्या तसा देखावा उभा रहावयास हवा. त्यानंतर कानांनी निरनिराळे ध्वनी– पक्ष्यांचा– लाटांचा अगदी लक्ष देऊन कर्णसंपुटांत इतका साठवायचा की नंतर सर्व ध्वनी तसेच्या तसे आठवले पाहिजेत. तसेच गंगेवरून येणाऱ्या गारसर वाऱ्याच्या झुळुकीचा अनुभव घ्यायचा इतका की त्याची आठवण झाली की त्यावेळी अंगावर शहारा आला पाहिजे. सर्वांचा मिळून एक सुगंध– त्याचा वास नाकात भरून घ्यायचा. त्याचीही आठवण ठेवायची. नंतर काही वेळाने ह्या सर्व सुखांची इतकी प्रकर्षाने आठवण करावयाची की डोळ्यांपुढे सर्व देखावा जसाच्या तसा येत आहे. त्याच वेळी सर्व ध्वनी परत कानात येत अंगावर शहारा व सुगंधही येईल. ह्या सुखाच्या हुकमी आनंदाशी एकरूप होणे ह्यालाच त्यांनी समाधी म्हटलं होतं. सुखास्वाद घेताना इतकी सुखाशी एकरूपता हवी.

ही सुखाशी सायुज्यता साधणे ही चारही मुक्तीपैकी अगदी उच्च अवस्था होय. ह्या एकरूपतेचा केवढा प्रचंड परिणाम होतो. ती केवढी अपरिमित सुख देते ह्याचे प्रत्यक्ष उदाहरण मला एका थोर योग्याने दाखविले. तुम्ही नुसते हवा, पाणी ह्यावर जगू शकता का? असे विचारल्यावर त्यांनी सांगितले की आम्ही सर्व रुचकर पक्वानेही खात असतो. गोमुख सारख्या बर्फाच्छादित दुर्गम प्रदेशात हे कसं शक्य आहे हा विचार मनात आल्यावर त्यांनी सांगितले, तुम्हाला वाटते असा प्रत्यक्ष पदार्थ खाण्याची आम्हाला जरूरीच वाटत नाही. त्याने सांगितले की, आज रसगुल्ले खावेसे वाटले की, आम्ही रसगुल्ल्यांचे स्मरण करतो. ते इतके एकाग्रचित्ताने करतो की– अर्थात इतकी एकाग्रता फक्त समाधीत असते– ह्या एकाग्रतेमुळे रसगुल्ला हा आमच्या तोंडात येतो. तुम्हाला वाटेल की आम्हाला हा भास होतो, पण त्यानंतर तो मनानेच खाण्याची आम्ही क्रिया करतो. हे

खाल्यानंतरही आमची अवस्था तुम्ही प्रत्यक्ष रसगुल्ले खाण्यासारखीच असते. इतके की आम्हाला ढेकरही रसगुल्ल्याचे येतात. त्याला रसगुल्ल्याचा वासही येतो. मला एवढे कळले की, एखाद्या सुखाचा रसास्वाद घेताना तो अत्यंत तीव्रतेने घेतला तर ते सुख अंतर्यामात खोल रूजून बसते. साध्या त्याच्या आठवणीनेही त्याच्या पुन:प्रत्ययाचा आनंद देऊ शकते.

सुखाचे अनेक लहान मोठे क्षण आपल्याला भेटायला येऊन जातात. पण आपण एकतर त्याबद्दल सजग नसतो किंवा त्याला आपला प्रतिसाद अगदी वरवरचा असा उथळ असल्याने हे प्रसंग आपल्या अंतर्मनात रुजलेलेच नसतात. आपण या सुखांना दरवाजाबाहेरच कटवतो, त्यांना आत येऊच देत नाही. आपण अगदी तात्पुरता क्षणिक आनंद घेतो व त्यांच्या आठवणीबद्दल तर आपण पार कोरडे व रुक्ष रहातो. माझा एक मित्र खवय्या आहे, एक चित्रकार आहे तर आणखी एक गाण्याबद्दल कानसेन आहे. आम्ही गोव्याहून परत आल्यावर प्रत्येकाची प्रतिक्रिया वेगवेगळी होती. खवय्या होता त्याला आम्ही चर्चसमोर पावभाजी घेतली त्याचा स्वाद सारखा आठवत होता. तो खाताना त्याने त्याचा आमच्यापेक्षा सखोल स्वाद घेतला होता. त्याने सांगितले की, तिथल्या फ्लॉवर व ढोबळ्या मिरचीची चव फारच वेगळी होती. त्याला वापरलेला मसाला अत्यंत चविष्ट होता व भाजी योग्य तेवढीच शिजवली होती व ब्रेडची चवही खुमासदार होती. त्याने अमुक अमुक लोणी वापरले होते. त्या पावभाजीची चव त्याच्या तोंडात अजूनही रेंगाळत होती व त्याच्या मनात ती कायम ठाण मांडून बसली आहे. बाकी आम्ही सर्व फक्त पावभाजीचा आस्वाद घेताना 'फार छान' एवढेच म्हणून ती चव व त्याची आठवणही विसरून गेलो होतो. चित्रकार मित्राला तर पावभाजी खाल्ल्याची आठवणही नव्हती. दोना पावला, मिरामार चर्च व शांतादुर्गेचे मंदिर ह्याचे देखावे त्याचे मनात इतके भरले होते की घरी आल्यावर त्याने स्मरणाने ते देखावे जसेच्या तसे चितारले होते. त्या चित्रांकडे पाहिले की, प्रत्यक्ष तेथे गेल्याचे समाधान वाटत होते. आमच्यातल्या कानसेनला आमच्या हॉटेलमधल्या बँडचेच सूर इतके आवडले होते की जेव्हा वेळ मिळेल तेव्हा तो ती धून गुणगुणत असे. खरे तर अनेक प्रकारची सुखे सर्वत्र होती पण एकाने जेव्हा त्याचा एकदेशीय भरपूर स्वाद घेतला तेव्हा त्याची बाकीची इंद्रिये व आमची सर्वच इंद्रिये त्या सुखाला पारखी झाली होती. मला वाटते की ह्या आनंदाच्या वेळी मला आमच्या खवय्याची जीभ, गाण्यावेळी कानसेनचे कान व दृष्य पहाताना चित्रकाराचे डोळे असते व सर्वांचा एकदमच आनंद लुटता आला असता तर मी कितीतरी आनंदित झालो असतो.

सुखाचा आस्वाद घेताना फक्त एक गोष्ट लक्षात ठेवायला पाहिजे की तो

कायम मनात बीज रूपात साठवून ठेवला पाहिजे. इतका की त्याचे आठवणीच्या रूपाने त्याचे परत वृक्षांत रूपांतर होऊ शकेल. असे सुखद प्रसंग साठवणे हीच खरी जीवनाची इतिकर्तव्यता आहे.

मधमाशी निरनिराळ्या फुलांतून जशी थेंब थेंब मध गोळा करते तसे माणसाने हे बारीकसारीक सुखद प्रसंग पार अंतर्मनात साठवून ठेवले पाहिजेत. Love is many splendor thing या चित्रपटामध्ये एक उत्कृष्ट प्रसंग आहे. एक वृद्ध आजी टेकडीवरच्या एकाकी पण सुरेख बंगल्यात रहात असते. बंगल्याशेजरी तिने लावलेली फुलांची बाग बहरलेली असते. तिची तरुण नात तिला भेटायला येते आणि ती आजीला म्हणते, "तुला एकटीला इथं करमत नसेल, मला वाटतं या सुंदर बागेत आणि बंगल्यात मी पण यावे." यावर तिला तिची आजी जे उत्तर देते ते फार मार्मिक आहे. ती म्हणते, "मी या बंगल्यात एकटी नाहीये. माझ्या आयुष्यातले सगळे सुखद प्रसंग या फुललेल्या फुलांसारखे मला सुखावताहेत. त्या साऱ्या सुखद प्रसंगांची मला सोबत आहे म्हणून मी आनंदी आहे. तू येथून तुझ्या जगात जा, बारीक सारीक सारे सुखद प्रसंग गोळा कर, मगच तू या बंगल्यात ये. उतारवयात सुखद आठवणींच्या सोबतीखेरीज दुसरी कोणतीही सोबत असत नाही. या आठवणींवरच मी जगत आहे." आयुष्यातले लहान-मोठे सुखद प्रसंग म्हातारपणाच्या बेगमीकरिता का होईना पण जरूर गोळा करून ठेवले पाहिजेत.

दार उघडलं. वाऱ्याची झुळूक आत आली. ज्ञानेश्वरांना अशा साध्या झुळूकीचा सुद्धा आनंद घेता आला. त्यांना या झुळुकीच्या आनंदाने गोकुळीचा कान्हा–गोपाळ भेटल्याइतकंच सुख मिळालं. ते म्हणाले,

> अवचिता परिमळू । झुळकला अळूमाळू,
> मी म्हणे गोपाळू । आला गे वो माये ॥

हा मनाचा आनंद म्हणजेच गोपाळ, परमेश्वर किंवा देव. कविवर्य टेकाडे ह्यांनी अगदी समर्पक शब्दांत सांगितलं आहे. "आनंद जो मनाचा तो श्याम राधिकेचा." आपण सुद्धा सत्, चित्, आनंद हेच देवाचे रूप मानत नाही का? जी आनंदाची भावना प्रत्यक्ष अनुभवता येते म्हणजेच चित् असते व ज्यावर काळाचा परिणाम होत नाही अशी सत् असते, अशी आनंदाची भावना व देव वेगळे नाहीत.

अशा झुळूकेचे सुख मिळण्यासाठी दारे घराची असोत किंवा मनाची, आपल्याला ती फक्त उघडायची असतात. हा परमेश्वररूपी आनंद किंवा राधिकेचा श्याम सुखाच्या रूपाने दरवाज्यापाशी डोकावतच असतो. आपण 'या सुखांनो' असं म्हणायची जरुरीही नसते, सुख दार उघडण्याचीच वाट पहात दारात आलेलेच असते.

■

३९.

आनंद यात्रा

मी अत्यंत खुषीत होतो. तेवढ्यात माझा मित्र आला. त्याने विचारले, ''एवढ्या कसल्या आनंदात आहेस?'' मी त्याला सांगितले की, ''तैतरीय उपनिषदात ह्या विश्वाची उत्पत्ती व लय आनंदातच आहे व हे विश्वसुद्धा आनंदमय आहे, हा सिद्धांत शोधून काढणाऱ्या ऋषींच्या विचारसरणीने मी एकदम प्रभावित झालो आहे.'' त्याने विचारले, ''त्यात काय आनंद होण्यासारखे? सध्या शास्त्रज्ञांनी शोध लावला आहे की विश्वाची उत्पत्ती आकाशगंगेत झालेल्या मोठ्या स्फोटाने (बिग बँग) झाली आहे. तेव्हा तू जुन्या कुठल्याशा आणि चुकीच्या सिद्धांतावर एवढा खूष होण्याचे काहीही कारण नाही.'' मी म्हटले की, ''या सिद्धांतावर या जीवनातील माणसाचे बरेचसे प्रश्न समाधानपूर्वक सुटतील. मानवी जीवनाला काही दिशा मिळेल. या तुझ्या स्फोटक शोधाने असे काही होणार आहे का?'' माझा मित्र हट्टाला पेटला. तो म्हणाला, ''हा उपनिषदातील सिद्धांत केवळ जुना आहे; म्हणून तो स्वीकारणे पूर्ण चूक. पण जग हे आनंदमय आहे. आनंदी आनंद गडे । जिकडे तिकडे चोहीकडे । वरती खाली मोद भरे । असली कल्पनारंजकता काव्याबिव्यात ठीक आहे. पण प्रत्यक्ष अनुभव मात्र उलटा येतो, हे लक्षात ठेव. 'सुख पहाता जवापाडे, दु:ख पर्वता एवढे' असा अनुभव या जीवनात तुझ्या सिद्धांताप्रमाणे फक्त आनंद असता तर आलाच नसता. तेव्हा त्या उपनिषदातील सिद्धांताकडे काव्यात्मकच दृष्टीने पहाणे योग्य आहे. व्यवहारात त्याचा अगदी उलट अनुभव येत असल्याने तो सिद्धांत टाकाऊ आहे.''

माझा मित्र जे म्हणत होता ते सामान्यपणे अगदीच चूक नव्हतं. या जगात सहजासहजी आनंद वाटत नाही, भासत नाही म्हणून जगात आनंदच नाही असे म्हणणे बरोबर होणार नाही व तर्काला पटणारेही नाही. ह्या जगात आपल्याभोवती

निरनिराळ्या प्रकारचे संगीत चालू आहे असं म्हटलं तर कोणालाच हे म्हणणे चटकन पटणार नाही. पण रेडिओचे स्टेशन बरोबर लावले व त्याचा अँटीना बरोबर दिशेला ठेवला तर पौर्वात्य, पाश्चिमात्य कुठलेही संगीत आपण सहज ऐकू शकतो. आनंदाचे तसेच आहे. आपल्या मनाचा रेडिओ व विचाराचा अँटेना नीट जुळवला तर ह्या आनंदलहरी आपल्यालाही सहज सुखावतील. हवेत जसा प्राणवायु आहे तसा आनंद भरला आहे. श्वसनाने आपण तो प्राणवायु आत घेत असतो व बाहेर सोडत असतो. पण हीच श्वसनाची क्रिया नियमानुसार केली की तिलाच प्राणायाम म्हणतात व तो करता आला तर नुसते आरोग्य संपन्नच जीवन जगता येते असे नाही तर अत्यंत अद्भुत (अंगावरून थेट ट्रक गेला तरी काहीही इजा होत नाही वगैरे) अशा योगिक क्रियाही करता येतात. आनंदाचे तसेच आहे. त्यासाठी विशेष दृष्टी हवी. ती म्हणजे लहान मूल ज्या निस्वार्थीपणे किंवा नुकतेच जन्मलेले कोंबडीचे पिल्लू ज्या कुतूहलाने जगाकडे पहाते तशी आनंदीदृष्टी हवी व त्यासाठी काही अगदी साधे व सोपे नियम पाळावयास हवे. साधुसंतांजवळ ही दृष्टी असते म्हणून ते आनंदी असतात. त्यांना सुखात आनंद मिळतोच मिळतो पण दुःखात सुद्धा त्यांना आनंद घेता येतो. एखाद्याचे पार दिवाळे वाजले, बायको भांडकुदळ किंवा कजाग मिळाली, तर एखाद्या नवऱ्याचे सर्व आयुष्यच कसे दुःखात जाईल याची कल्पना करता येते. पण तुकाराम महाराजांनी या दुःखाकडे कसे पाहिले? ते म्हणाले, “बरे झाले देवा, बाईल कर्कशा, केलीस दुर्दशा संसाराची’ त्यांना या आनंददायी दृष्टीमुळे सर्व दुःखातही सुखच भासले. आध्यात्म किंवा देवदेव करण्याने ही आनंदमयी दृष्टी येते. ही आनंदी दृष्टी आली नाही तर ते आध्यात्म ‘वायांची उपाधी दंभधर्म’ ठरतो. ह्या आनंदीदृष्टीलाच सकारात्मक दृष्टिकोन (पॉझिटीव्ह थिंकिंग) असे म्हणतात.

अचानक डोळे जाणे हे केवढे दुःख! ज्याचे जीवन लिहिणे व वाचन करणे यावरच अवलंबून आहे त्याचेच डोळे गेले तर त्याचे जगणेच किती असह्य होईल. कै. भाऊसाहेब तथा वि.स. खांडेकरांचे डोळे केवळ दुसऱ्याच्या हलगर्जीपणामुळे कायमचे गेले व ते ठार आंधळे झाले. कै. ग. दि. माडगुळकरांना त्यांच्या जावयाचे दुःखद निधन झाल्यावर ते कै. भाऊसाहेबांना भेटले. कै. माडगुळकर सांगत होते की, अनेकांनी सांत्वन करूनसुद्धा त्यांचे दुःख हलके होत नव्हते पण कै. भाऊसाहेबांना आनंदी पाहिल्याबरोबर त्यांचे दुःख दूर झाले. वास्तविक पाहता, कै. भाऊसाहेबांच्या आयुष्यात आनंदी असण्यासारखे काही नव्हते पण ते अंतर्बाह्य आनंदात होते. कै. भाऊसाहेब म्हणाले, ‘अरे, आजपर्यंत चर्मचक्षूंनी जे पाहू शकलो नाही त्याच्या कितीतरी पट मी अंतर्चक्षूंनी पाहू शकतो.’ कै. भाऊसाहेबांचे डोळे गेले होते पण आनंदीदृष्टी गेली नव्हती.

तुकाराम महाराज म्हणतात, ‘आपणासी डोळे दृष्टी नाही’ ते येवढ्यासाठीच.

नुसता आनंद भोवताली असून भागणार नाही. तो जाणवायला हवा. त्याचा (Feel) अनुभव यावयास हवा. संस्कृतमध्ये या जाणवणाऱ्या आनंदालाच ‘चित्त’ असे संबोधले आहे. हा जाणवणारा आनंद कायम टिकणारा असला, म्हणजे त्यावर काळाचा काहीही परिणाम होणार नसला, किंवा तो कमी होणारा नसला तर त्याला सत् (त्रिकालाबाधित) हे विशेषण वापरले जाते. जो आनंद कायमस्वरूपी असून भासतो त्यालाच सत् चित् म्हटले जाते. आपल्याकडे परमेश्वराचे तो ‘सत्‌चिदानंद’ आहे असे यथार्थ वर्णन केले आहे, असे वर्णन इतर कोणीही केले नाही. त्याचा अर्थ त्याला कायमचा आनंद भासत असतो. म्हणून तो आनंदस्वरूपी किंवा आनंदमूर्ती. म्हणूनच ज्ञानेश्वरांनी वर्णन केल्याप्रमाणे तो स्वसंवेद्य असतो. श्रीमत् शंकराचार्यांनीसुद्धा त्यांच्या स्तोत्रात माणसाचे वर्णन ‘चिदानंदरूप: शिवोऽहं’ असे केले आहे, ज्याला आनंद जाणवत आहे, जो अंतर्बाह्य आनंदी आहे, असे मी शिवाचे रुप आहे हा त्याचा भावार्थ.

सुख किंवा आनंद ‘अस्तित्वात असणे व तो आपल्याला जाणवणे, यातला फरक लक्षात यावयास हवा. माझ्या आईनं केलेल्या नेत्रदानामुळे एका जन्मांधाला एका डोळ्याला जरा थोडं दिसू लागल्याबरोबर त्याला ‘या नवल नयनोत्सवासारखा’ आनंद झाला. त्याचा एक डोळा असण्याचा आनंद इतरांच्या दोन डोळ्यांत मावत नव्हता. आम्हाला दोन डोळे असून सुद्धा आम्ही दृष्टिसुखाबद्दल त्याच्या इतके तर जाऊ द्याच, पण थोडेसुद्धा आनंदी असल्याचे आठवत नाही. आमच्या जवळ डोळे होते, पण डोळे असण्याचा आनंद आम्हाला कधी भासलाच नाही. एखादे सुंदर नयनरम्य दृश्य पाहिल्यावर आपल्याला डोळे आहेत म्हणूनच हा आनंद आपल्याला भासू शकला असे कधी म्हटल्याचे किंवा असा साधा विचार मनात आल्याचेही आठवत नाही, कारण डोळे असण्याचा आनंद असतो, आम्हाला तो कधी भासलाच नाही.

गाईचे पाडस जन्मल्याबरोबर चार पायांवर उभे राहू शकत नाही. धडपडते, कसेबसे उभे रहाते, पण दोन-तीन पावले टाकल्याबरोबर पडते, त्याच्या पायांत जीव नाही असेच वाटते. पण थोडा प्रयत्न केल्यावर ते थोडे चालते. ते मग आपल्याला चालायला येते आहे हे कळल्यावर मात्र एकदम उड्या मारून आनंद व्यक्त करीत दूर पळू लागते. आपल्याला पाय आहेत. आता आपण वाटेल तिकडे जाऊ शकतो, हा नुसता पाय असल्याचा आनंद त्याला भासलेला असतो.

साधा डोळा किंवा पाय असण्याचा आनंद पहावयास मिळाला. वास्तविक हे सर्वच अवयवांचे असचे आहे. हे सर्व अवयव आपणाजवळ असूनसुद्धा

आपल्याला अशा तऱ्हेच्या आनंदाचा अनुभव घेता आला पाहिजे. तो घेता येत नसेल तर आपणच करंटे म्हटले पाहिजे. अमृताच्या सरोवरात आपण डुबकी मारताना तोंडात मिठाची गुळणी ठेवली तर अमृत तरी काय करणार?

आनंद जसा आपल्याला जाणवला पाहिजे तसाच तो आपल्याला मिळवताही आला पाहिजे. दिलेल्या किंवा आयत्या, विनासायास मिळालेल्या आनंदापेक्षा आपण मिळवलेला आनंद हा माणसाला जास्त भावतो व आनंदी करतो. स्वर्गापेक्षा पृथ्वीवर जास्त आनंद आहे असे अवतारी पुरुष मानतात. स्वर्गात आनंद मिळवण्यासाठी काही करायचे नसते. सर्व आयते व अपसुख मिळत असते. रावणाने सर्व देवांचा पराभव करून त्यांना कैदेत टाकले होते पण राम या एका मानवाने पृथ्वीवरच त्याचा पराभव करून बंदीवासातून देव मोकळे केले होते. हे काम, हा आनंद स्वर्गात बसून मिळणार नव्हता. रामाने तो पृथ्वीवर मनुष्य जन्म घेऊन मिळवला. त्यामुळे रामच नाही तर सारे जगच आनंदी झाले. खेळामध्ये सुद्धा आपण जिंकून बक्षिस मिळवले आहे, याचा आनंद मिळणाऱ्या बक्षिसापेक्षाही मोठा असतो. एखाद्या खेळाडूला सांगितले की, तू खेळात भाग घेऊ नकोस, तुला गुपचूप बक्षिस देतो तर खरा खेळाडू ते कधीही स्वीकारणार नाही; कारण आपण ते बक्षिस मिळवले आहे हा आनंद नुसत्या बक्षिसापेक्षा खूप मोठा आहे.

माझा एक मित्र गडगंज श्रीमंत आहे. त्याच्या घराण्यामुळेच त्याला श्रीमंती व सर्व सुखसोयी लाभल्या आहेत. त्याचा बंगला राजवाड्यासारखा आहे. सर्व सुबत्ता आहे. वास्तविक त्याने आनंदी असावयास काहीच हरकत नाही, पण हा गृहस्थ त्या बंगल्यात फारसा रहातच नाही. त्यात त्याला करमत नाही. सर्वांना आश्चर्य वाटते. दुसरा मित्र आहे, त्याने नुकताच वन बेडरुम किचन एवढा फ्लॅट घेतला आहे; तरी त्याला त्याच्या फ्लॅटमध्ये किती प्रचंड आनंद आहे. आल्या गेल्याला तो फ्लॅट उत्साहाने दाखवत असतो. त्यावेळी तो इतका आनंदी असतो की 'इंद्रप्रस्थ' सुद्धा त्यापुढे फिके वाटेल. हा आनंद त्याने मिळवला आहे. श्रीमंत मित्रासारखा कोणी आपोआप दिलेला नाही.

या जगाचे वैशिष्ट्य असे की इथे आपल्याला आपल्या कर्तृत्वाने आनंद मिळवता येतो व अनेक अंगाने तो उपभोगता येतो. देव स्वर्गात काय व कसे आनंद मिळवतात, हे माहीत नाही; कारण त्यांना तिथं काही करण्यासारखेच नसते. पण त्यांना आनंद उपभोगावासा वाटला की ते या पृथ्वीवर अवतार घेऊन येतात. साधे मानवी जीवन जगतात, मानवाच्या सर्व संवेदना उपभोगतात व आपले सर्वांचेच आयुष्य आनंदित करतात, एवढे मात्र नक्की.

आपल्या पूर्वजांनी हा आनंद कशाकशात पाहिला? त्यांनी साधे आकाश

पाहिले, त्यांचा आनंद ओसंडून वाहू लागला. ते उद्‌गारले, 'यदेष आकाश आनंद न स्यात्' अरे हा आकाशरूपी आनंद नसेल तर कोणी जगेल का? मग अशा आनंददायी उद्‌गाराचे तैतरीय उपनिषद झाले. या पृथ्वीवर आनंद आहे हा साधा विचार नाही. आर्यांच्या पूर्ण विकसित विचारांच्या संशोधनाअंती सापडेला हा शोध आहे. हे जग आनंदमय आहे, हा परमेश्वर आनंदमय आहे, माझे खरे रूप किंवा 'स्व' आनंदमय आहे, ह्या विचारांची आपल्या पूर्वजांनी ह्या जगाला दिलेली अमोल देणगी आहे. या सनातन मूल तत्त्वाच्या पायावरच त्यांनी धर्म, नीती, राज्यशास्त्र, कुटुंबाची, समाजाची, परस्पर व्यवहाराची उभारणी केली. म्हणूनच हा समाज हजारो वर्षे नुसता टिकू शकला नाहीतर या विचाराने त्याचा सर्वांगीण विकास केला. शिवाय त्याने व्यक्तीचा व समष्टीचा विकास केला. हा आनंद ऋषींनी बलिष्ठ शरीरात पाहिला. हनुमंतासारखा आदर्श समोर ठेवून त्यांनी समाज बलवान केला. ह्या आनंदाच्या प्रेमापायी त्यांना मृत्यूची तर कधीच भीती वाटली नाही. मृत्यूला मारून मी अमर होणार आहे, ही त्यांनी समाजात धारणा रुजवली. ह्या आनंदीदृष्टीपोटीच आत्महत्येला त्यांनी अत्यंत मोठे पाप मानले; कारण ह्या आनंदमय जगात आनंद घेता न येणे हा त्यांना करंटेपणा वाटला. ह्या ऋषीमुनींनी ही आनंदाची उत्पत्ती शुचिर्भूत कृत्यात मानली. आनंदाच्या वृक्षाला आनंदाचीच रसाळ गोमटी फळे येतात हा त्यांचा अनुभव त्यांनी जनमानसात रुजवला. मग जगात 'कल्पतरूंचे आगर' झाले. ही शुचिर्भूत कृत्ये किंवा सदाचार हा मीपणा किंवा अहंकार नाहीसा करण्याने निर्माण होतो, हे त्यांच्या अथक अभ्यासाचे फलित होय. मग साऱ्या आध्यात्माची उभारणी ह्या अहंकाराचे निर्मूलन करण्यासाठी केली. जेथे जेथे त्यांना सात्विक आनंद लाभला ते ते सर्व त्यांनी धर्म म्हणून स्वीकारले. व्यायामात आनंद आहे तेव्हा त्यांनी योगशास्त्र निर्माण केले, मूर्तीत आनंद आहे हे कळल्यावर त्यांनी आजिंठा वेरुळ सारख्या ठिकाणी दिसून येणारी शिल्पकला, चित्रकला विकसित केली. युद्धात जिंकण्यात आनंद आहे तेव्हा मेलो तर स्वर्ग आहे (हतो वा प्राप्यसि स्वर्गम्) ही धारणा समाजात निर्माण केली व अन्यायाचा प्रतिकार करण्यात आनंद आहे ही पराक्रमी शिकवणूक दिली. तू जे जे कर्म करशील ते ते सत्‌चिदानंदरुपी परमेश्वराची पूजाच आहे (स्वे स्वे कर्मण्यभिरता: संसिद्धी लभते नर:) असे सांगून समाजाला कर्मरत केले. आपले विहितकर्म किंवा स्वधर्म हीच परमेश्वर म्हणा, मोक्ष म्हणा, चिरंतन आनंद म्हणा, हे साधण्याची साधना असते ही ह्या आनंदऋषींनी जगाला दिलेली शिकवणूक आहे. ह्या शिकवणुकीमुळे कोणालाही, कोणतेही काम हलके वाटले नाही. समाजात पिळले जाणारा व पिळवणूक होणारा असे वर्ग निर्माण झाले नाहीत. माळी शेतकऱ्यांना 'कांदा, मुळा, भाजी,' मध्ये 'अवघी विठाई

माझी' दिसली. न्हाव्याला न्हावीकाम ही आनंद साधना वाटली, शिंपी, सोनार, सुतार, विणकर, खाटीक इतकेच काय पण जनाबाई सारखी मोलकरीण, साधा जनार्दन पंतांसारखा कारकून ह्यांच्या कामाच्या माध्यमातूनच ते आनंदाचे वारकरी झाले व त्यांनी इतरांनाही हा आनंद काव्य प्रसादाने मुक्त हस्ताने वाटला. हे आनंदाचे वारे प्यायलेले मन निसर्गाच्या सौंदर्यावर लुब्ध असतं, आनंदाच्या झुल्यावर झुलत असतं आणि त्याच्या आनंदाचा सहजोद्‌गार अभंग काव्य म्हणून बाहेर पडत असतो. फुलांच्या आसपास सुगंध दरवळतो तसा आनंद यांच्याभोवती दरवळत असतो.

आनंद सागरावर सफर करणाऱ्या यात्रीला वयाचे किंवा काळाचे बंधन नसते. तो चिरतरुण असतो. तरुणाची व्याख्याच मुळी 'तरति प्लवते प्रमोद सलीले इति तरुण:' आनंद सागरात जो तरत असतो तो तरुण अशी केली आहे. नाहीतरी वय हा काही पंचांगाचा विषय नाही. तो मनाचा विषय आहे.' 'तारुण्य तुझ्या हृदयीचे हे असेच विलसत राहो, वार्धक्य तुझ्या जगण्याला असेच विसरत राहो,' हा अक्षय आशीर्वाद त्याच्या पाठीशी असतो.

म्हणूनच माणसाचे जीवन ही एक न संपणारी अशी आनंदयात्राच आहे. त्याच्या देहाच्या सतारीला पाचही इंद्रियांच्या तारा आनंदाच्या स्वराशी जुळवून लावल्या आहेत. त्याच्या धुंद संगिताच्या संगतीत त्याचे प्रत्येक पाऊल पडत आहे. असा आनंदी माणूसच 'आनंदी आनंद गडे' असं गाणं गाऊ शकतो, किंवा मंगेश पाडगांवकर म्हणतात तसा एरंडेल प्यायलासारखा चेहरा न ठेवता शीळ घालत जगू शकतो. त्याच्या या आनंदसमाधीत त्याला भासत असतं की तो सच्चिदानंदाचेच एक रूप आहे, चिदानंदरूप: शिवोऽहं शिवोऽहं!

■

४०. विसर्जन

माझ्या लहानपणी गणपतीच्या दिवसांत घरात आणि सर्वत्रच उत्साहाचे, आनंदाचे वातावरण असे. परंतु, गणपतीच्या विसर्जनाचा दिवस जवळ आला की हळूहळू दु:ख वाटावयास सुरुवात होई. विसर्जनाचा प्रसंग मला अत्यंत दु:खित करणारा असे. विसर्जन सोहळ्याला जेवढा व ज्या ज्या मार्गाने विरोध करता येणे शक्य होते ते ते विरोधी पक्षासारखे मी सारे मार्ग चोखाळत असे. घरातील वडील माणसांचे एकच म्हणणे की विसर्जन केले नाही तर देव रागावतो, त्याला त्याच्या घरी जायचे असते. मला वाटे की इतर घरातल्या देवासारखा गणपती हा देव आहे, तर इतर रोजच्या पूजेतल्या देवासारखा ह्याला कायम आमच्या घरी असावयास काय हरकत आहे? मग लक्षात आले की नित्य पूजेतील देवात सुद्धा गणपतीची लहान का होईना पण मूर्ती आहेच. त्याच्या पूजेचा कंटाळा करतो पण ही मातीची असलेली मूर्ती आवडत्या पाहुण्यासारखी येथे थोडे दिवसच रहाणारी असते. म्हणून एवढ्या आनंदाच्या वातावरणात घरातील सर्वच लोक उत्साही असतात. ही जर मूर्ती देवघरातल्या पितळी मूर्तीसारखी कायमची घरी राहिली असती तर हा आनंद, उत्साह तर राहणार नाहीच शिवाय तिच्या पूजेचा आळस येईल. मग मात्र विसर्जन हा एक अपरिहार्य भाग आहे, म्हणून तो स्वीकारला. पुढे ध्यानात आले की, कोणतेही धार्मिक कार्य, मंत्राचे पठण किंवा पोथी वाचन केले की, त्या क्रियेचे उपचारपूर्वक विसर्जन हे करावेच लागते तरच ते कार्य सफळ होते. संध्येत तर गायत्री देवीला आवाहन करून गायत्री मंत्र म्हणायचे व लगेच दोघांचेही विसर्जन करून टाकावे लागते. विसर्जन केले नाही तर ते साधे लहान कार्य सुद्धा निष्फळ ठरते. ह्या सर्व नियमातून एकच निष्कर्ष निघतो की, मानवी जीवन हे महत्त्वाचे. कोणत्याही

गोष्टीची मदत मग ती देवाची संकल्पना असो, मंत्र, तंत्र, साहित्य कोणत्याही स्वरुपात असो, जीवनाला उत्साह किंवा चैतन्य मिळवण्यासाठीच किंवा मरगळ झटकण्यासाठी, स्वीकारायची असते. शक्तीवर्धक औषधासारखा या मदतीचा उपयोग जीवनासाठी करून घ्यावयाचा नंतर ती दूर करावयाची. नदीच्या प्रवाहासारखा हा जीवनप्रवाह अखंड पुढे चालू रहावा व आपल्या देहाच्या विसर्जनाचा शेवटचा दिवस गोड व्हावा ह्यासाठीच आयुष्यभर अट्टाहास करावा लागतो.

माणूस जन्माला आल्यावर त्याचा सोहळा बारशाच्या स्वरुपात केला जातो. तसाच पूर्वी माणसांच्या अंत्ययात्रेचाही सोहळा अभंगाच्या सुरांबरोबर संपत असे. म्हणूनच संत 'आपुले मरणाचा सोहळा पाहीला मी डोळा' म्हणत असत. आचार्य रजनीश यांनीही त्यांचे निर्वाण त्यांच्या भक्तांनी अगदी हसत, आनंदात राहून त्यांच्या पार्थिवाला निरोप देण्यास सांगितले होते. अगदी साधी देवपूजा किंवा कोणत्याही देवतेला आवाहन असो, त्याचे विसर्जन परमेश्वरापायी समर्पित करूनच आनंदानेच होते. आपल्या प्रत्येक कृतीचे विसर्जन जर आपण अशा समर्पित भावनेने करू तरच त्याचे गोड फळ आपल्याला मिळाल्यावाचून रहात नाही. माणसाच्या मृत्यूने त्याचे जीवन संपते, असे आपण मानत नाही. रॉबर्ट ग्रेव्ह ह्या कवीने म्हटले आहे 'मृत्यूने जीवन पूर्णांशाने विझलेले नसतेच. एखाद्या समर्थ फुंकरीने त्याच्यावरची राख उडून जाते.' म्हणूनच मृत्यूनंतर आपण तिलांजली देण्याचा कार्यक्रम करून त्या व्यक्तिमत्त्वाचा इहलोकीचा शेवट समारंभपूर्वक करतो व त्याला सद्‌गती देतो, त्याचे मर्मही हेच आहे.

कित्येकवेळा आपण आपल्या क्रियेला शेवट आहे हे विसरून त्यातच रममाण होत असतो. तेच प्रपंचाचे लक्षण आहे. असे रममाण होऊन कालाप्रमाणे आपण बदलणे जरुरीचे आहे. त्यासाठीच आपल्याकडे चार आश्रम व्यवस्था सांगितली होती. आपल्या धर्मावर, अनेक गोष्टींवर टीका झाली. पण आश्रम व्यवस्थेवर टीका झाली नाही, कारण ती मानसशास्त्रावर आधारित आहे. मुलाचा संसार सुरू झाल्यावर आपला वानप्रस्थाश्रम सुरू व्हावयास हवा. हळूहळू संसारातून मन काढून इतर पण जीवनावश्यक गोष्टींचा पाठपुरावा करण्यात मन घातले पाहिजे ही जाणीव यावयास हवी. ही जाणीव न बाळगल्यामुळे म्हातारपणी मुलाच्या संसारात विनाकारण ढवळाढवळ करून दोघेही दुःखी झालेले काही कमी नाहीत. मनाची अलिप्त रहाण्याची व तेथून निवृत्त होण्याची मानसिक तयारी करावयास हवी. मृत्युंजय मंत्रात ही गोष्ट फार सुंदरपणे सांगितली आहे. 'उर्वारुक- मिव बंधनात् मृत्योर्मुक्षीयमामृतात) वाळूक (काकडी) फळ जसे अलगद खोडापासून खूणही न ठेवता वेगळे होते. ते लगेच सुकत किंवा नासत नाही तर पुढे ते वाढते व कालांतराने नाहीसे होते. तसे प्रपंचापासून सुटून मग

ज्ञानाने मृत्यूवर मात करून अमर व्हावे हा ह्या मंत्राचा संदेश. तेव्हा आपणच मांडलेल्या प्रपंचाचे मनापासून विसर्जन करणे हे सुखाने जगण्यास आवश्यक आहे.

निसर्गही विसर्जनाची क्रिया अत्यंत काटेकोरपणे पाळत असतो. इकॉलॉजीस्ट (सजीव व निर्जीवांच्या संबंधाचा अभ्यास करणारे) तर ह्या विश्वात जीवाणूंचे मायक्रोब्सचे अस्तित्व अतिशय महत्त्वाचे मानतात. कोणताही सजीव प्राणी मृत झाला की लगेच हे जीवाणू तो कुजवण्याची व नाहीसा करण्याची क्रिया किती तत्परतेने करतात. ह्या जीवाणुवरचा लेख नुकताच वाचनात आला. त्याच लेखकाने म्हटले आहे की, हे जीवाणु नसते तर आत्तापर्यंत पृथ्वीवर मेलेल्या माणसांचा, प्राण्यांचा, झाडझाडोऱ्यांचा केवढा खच पडला असता त्याची कल्पनाही करता येणे शक्य आहे का? आता तर हे जीवाणू पृथ्वीच्या बाहेरच्या आवरणात मिळाले असल्याने, शास्त्रज्ञ त्यावर इतर ग्रहांवरतीही जीवसृष्टी असल्याचा हे जीवाणू पुरावा असल्याचे सांगतात. सृष्टीचे हे विसर्जनाचे कार्य आपण ईश्वरी कार्य समजले असून शिव-शंकर हे त्याची देवता आहे, असे मानले आहे. त्यामुळे उत्पत्ती, स्थिती व विलय ह्या तिनही क्रिया जिथे चालतात तिथे देवत्व आहे असे आपण मानतो. इतके सृष्टीमध्ये, सर्व सजीवांमध्ये तसेच मानवी जीवनात विसर्जनाचे महत्त्व आहे.

माणसाच्या शरीरांत सुद्धा प्रत्येक क्षणाला ही विसर्जनाची क्रिया चालू असते. जुन्या पेशींचे विसर्जन चालू असते याचा पत्ताही माणसाला नसतो. मागचे फोटो पहाताना हे जाणवते. माणसाच्या मनांतसुद्धा सागरासारखे तरंग उठतात व विसर्जन पावतात. असे जर विचाराचे किंवा मानस लहरींचे तरंग विसर्जित झाले नाही तर तो वेडा होतो.

विसर्जन शब्दाची व्युत्पत्ती मनोरंजक आहे. विसर्जन म्हणजे सजीवाचा/ नवनिर्मितीचा विलय. गीतेत सांगितल्याप्रमाणे 'जातस्यही ध्रुवो मृत्यू' जो जन्माला आला तो जाणारच आहे.

ह्यासर्व विसर्जनात महत्त्वाचे जर कुठले विसर्जन असेल तर ते विकारांचे आणि वृत्तीचे. कित्येकवेळा काम क्रोधादी षड्रिपूंची जरुर भासते तेव्हा हे विकार आपण धारण करावे लागतात व त्याचे काम झाले की लगेच विसर्जन करावे लागतात. नाहीतर ते अनर्थ निर्माण करतात. एक मुलगा चुकला तर त्याच्यावर योग्य तितके रागावणे कधी कधी जरुरीचे असते. पण त्याच्यावर रागावताना सगळ्या घरादारावर राग काढणे चूक आहे. त्याने अनर्थ होतो. अशा वेळी काम झाल्यावर रागाचे विसर्जन करणेच योग्य आहे. विसर्जनानेच राग आपल्या ताब्यात रहातो. आपण रागाला बळी पडत नाही. माणसे परिस्थितीनुसार बदलावयासच तयार नसतात, एकच वृत्ती धरून ठेवतात. त्यामुळे म्हातारचळ लागल्यासारखी वेडेचार करतात किंवा विक्षिप्त होतात.

वृत्तीचे विसर्जन कसे करावयाचे त्याचा आदर्श हा भगवान श्रीकृष्णात

पहावयास मिळतो. ते जेव्हा गोकुळात होते तेव्हा त्यांनी जे जीवन जगले, ज्या वृत्ती अंगीकारल्या त्याचे विसर्जन गोकुळ सोडल्याबरोबर केले. मागे वळून पाहिले नाही. द्वारकेला असताना त्या त्या परिस्थितीनुसार राजासारखे वागले व अर्जुनाबरोबर असताना परत द्वारकेचा विषय काढला नाही. अर्जुनाच्या घोड्यांना खरारा केला. जेवणाच्या पंगतीत वाढप्याचे काम केले. रणांगणावर जय मिळून दिल्याबरोबर तिथे न घोटाळता अर्जुनाला विसरुन आपला शेवट असलेल्या प्रभास तीर्थाकडे गेले. जीवनाची ही तटस्थवृत्ती विसर्जनाखेरीज येत नाही.

एकाच नाटकांत अनेक वेगवेगळ्या पात्रांचे काम करणाऱ्या कलासिद्ध नाट्यमहर्षींची गाठ पडली. त्याचे यशस्वी कलावंत होण्यामागचे रहस्य त्यांनी मला सांगितले. त्यांनी सांगितले की मी एक भूमिका करताना दुसऱ्या भूमिकेत केलेले हावभाव, भाषा, लकबी, आवाज तसेच माझ्या व्यक्तीगत सवयींचे मी जाणीवपूर्वक विसर्जन करून टाकतो अन् नव्या भूमिकेत शिरतो. हे यशस्वितेचे रहस्य आहे.

ह्या नटवर्याने जीवनाला उपयोगी असा जणू कानमंत्रच दिला आहे. शेक्सपिअर म्हणतो की, जग ही एक रंगभूमी आहे व प्रत्येक माणूस हा ह्या रंगभूमीवरचा नट आहे. अगदी खरं आहे हे. फक्त प्रत्येकाने आपल्याला वेळोवेळी आलेली भूमिका ह्या नटवर्याचा कानमंत्र ध्यानात धरून वठवावयाची आहे. आपल्याला रोज किती वेगवेगळ्या भूमिका कराव्या लागतात. पतीची, पत्नीची भूमिका, पित्याची, पुत्राची, मित्राची, कचेरीत वरिष्ठाची, कनिष्ठाची. माणसाने विचार करण्यासारखी गोष्ट आहे. मग त्याप्रमाणे आवाज, हावभाव सारे योग्य बदल करावे लागतात. आपली कर्तव्ये व इतरांच्या अपेक्षा पुऱ्या कराव्या लागतात; तरच जीवनात माणूस यशस्वी होतो. घरी आल्याबरोबर कचेरीतील वरिष्ठाची भूमिका विसर्जित करून गृहस्थाची भूमिका वठवली तरच तो घरी व कचेरीत यशस्वी होतो.

ह्या सर्वांत एक अत्यंत मौल्यवान गोष्ट आहे ती म्हणजे दिवसभर आपण ह्या साऱ्या निरनिराळ्या भूमिका पार पाडून स्वस्थ असावे आणि टी.व्ही. किंवा चित्रपटात असतो तसा रिप्ले करून आपल्या भूमिकेचे पुनर्निरीक्षण करावे. त्याने फार आनंद तर वाटतोच, पण आपल्या कमी-जास्त चुका कळतात. त्यालाच आत्मसिंहावलोकन म्हणतात. परमेश्वरालाही असेच वाटत होते. मी एकटा आहे, मी अनेकविध असावे. 'एकोऽहं बहुस्याहं' ह्या भूमिका पाहता पाहता आपल्या ध्यानात येईल की स्वत:च्या भूमिकेकडे असे तटस्थपणे जो पहात आहे तो आपण जीवात्मा आहोत. त्याची अनुभूती आपण सहजपणे घेत आहोत. विनासायास हे आत्मदर्शन घडेल. ह्यासाठी कुठे हिमालयात जायला नको. योगयाग नको. फक्त प्रत्येक भूमिकेचे विसर्जन करावयास शिकले पाहिजे व तटस्थपणे निरीक्षण करावयास हवे.

■